स्वातंत्र्य आणि मुक्ती यांचे अर्थ न कळल्याने स्वत:चे आणि
इतरांचे भावविश्व आणि आयुष्य उद्ध्वस्त करणाऱ्या मानसिकतेची
विदारक कहाणी

तडा

लेखक
डॉ. एस्. एल्. भैरप्पा

मराठी अनुवाद
सौ. उमा वि. कुलकर्णी

मेहता पब्लिशिंग हाऊस

Please contact us at **Mehta Publishing House,** Pune 411030.
✆ +91 020-24476924 / 24460313
Email : production@mehtapublishinghouse.com
Website : www.mehtapublishinghouse.com

◆ *या पुस्तकातील लेखकाची मते, घटना, वर्णने ही त्या लेखकाची असून त्याच्याशी प्रकाशक सहमत असतीलच असे नाही.*

TADA by Dr. S. L. BHYRAPPA

मूळ कन्नड लेखक

© डॉ. एस्. एल्. भैरप्पा

Translated into Marathi Language by Uma Kulkarni

तडा / अनुवादित कादंबरी

अनुवाद : उमा कुलकर्णी

Email : author@mehtapublishinghouse.com

मराठी अनुवादाचे व प्रकाशनाचे हक्क मेहता पब्लिशिंग हाऊस, पुणे.

प्रकाशक : सुनील अनिल मेहता, मेहता पब्लिशिंग हाऊस,
१९४१, सदाशिव पेठ, माडीवाले कॉलनी, पुणे - ४११०३०.

मुखपृष्ठ : चंद्रमोहन कुलकर्णी

प्रकाशनकाल : जानेवारी, २०१३ / ऑगस्ट, २०१३ / जून, २०१६ /
पुनर्मुद्रण : जून, २०१७

P Book ISBN 9788184984446
E Book ISBN 9789386745781
E Books available on : play.google.com/store/books
www.amazon.in

एक

१

लॉकअपमध्ये अशा प्रकारे येऊन पडणं कुठल्या न्यायाला धरून आहे? सतत चावणारे, सर्वांगाला फाडून खाणारे डास... उकाड्याचे दिवस म्हणून शर्टही अर्ध्या बाह्यांचा घातला होता. पायातही सॉक्स घातले नव्हते. अंगावरही गुडघ्यापर्यंतची स्लॅक होती. पायात नुसत्या चपला होत्या. रात्री आठ वाजता ड्रायव्हरलाही काही काम नाही म्हणून घरी पाठवून दिलं होतं, त्यामुळे स्वत:च गाडी ड्राईव्ह करून पोलीसस्टेशनवर आलो. इथल्या दोन कॉन्स्टेबल्सनी.. कॉन्स्टेबल म्हणजे पुरुषच. त्या युनिफॉर्मच्या आत स्त्री-देह असला तरीही... विचारलं, ''सर, जयंती हाय प्रोसीजन कंपनीचे चेअरमन एम. पी. जयकुमारसाहेब आपणच का?'' काय विनयपूर्ण बोलणं ते! पोलीस, त्यातही भारतातले पोलीस! त्यातही आमच्यासारख्या सुशिक्षितांबरोबर! ''मल्लेस्वर पोलीस ठाण्याच्या इन्स्पेक्टर साहेबांनी तुम्हाला घेऊन यायला सांगितलंय.'

''पण माझं काय अडलंय तुमच्या स्टेशनवर यायला? मी कशाला येऊ? जे काही आहे ते आधी एका कागदावर नीट लिहून द्यायला सांगा तुमच्या साहेबांना!''

''सर, क्रिमिनल कंप्लेण्ट दाखल झाल्यावर तुम्ही स्टेशनला यायचं नाकारू शकत नाही! बऱ्या बोलानं आला नाही तर जबरदस्तीनं घेऊन या, असा हुकूम आहे.''

लगोलग एखाद्या वकिलाला फोन करून सोबत घेऊन यायला हवं होतं, सुचलं नाही. केवढा घाबरलो होतो मी! आजवर एकही कायदा किंवा नियम मी मोडलेला नाही. कंपनीचा हिशोब-कागदपत्रं, आर्थिक व्यवहार, सगळ्याच बाबतीत चोख आहे आपला व्यवहार! कुठल्याही बाबतीत खोटेपणा नाही. इतक्या वर्षांत कर-खात्यालाही एका पैशाचीही लाच दिलेली नाही मी! मग काय झालं असेल? ड्रायव्हरनं कुठं अपघात करून कुणाला जखमी तर केलं नसेल?

''सर, उशीर करू नका! लवकर चला!'' त्यांची घाई सुरू झाली, तेव्हा मीही

गडबडीनं पायात चप्पल सरकवून कारमध्ये जाऊन बसलो. माझी परवानगी न विचारता दोघेही कॉन्स्टेबल्स गाडीच्या मागच्या सीटवर घुसून बसले.

"हे काय सर! तुम्हीच ड्राईव्ह करताय? ड्रायव्हर नाही ठेवला? कार फारच छान आहे. तेवढा ए.सी. लावा बघू! व्वा! टोयाटा लक्झुरी! किती पडले सर?" दहा लाखाची ती कार आपल्याच मालकीची असल्यासारखे आत घुसून बसणारे ते कॉन्स्टेबल्स! त्यांच्याबरोबर पोलीसस्टेशनात शिरत असताना तोल जाऊन गर्तेत कोसळल्यासारखं होत होतं. हे पोलीसस्टेशन! पोलीस म्हणजे जनतेचा मित्र म्हणून भाषणं ठोकली जातात! हे महिला-ठाणं. पहारेकरी- स्वागतकर्तीनं विचारलं, "कुणाला भेटायचं होतं?"

"मला ठाऊक नाही. यांनी मला जबरदस्तीनं आणलंय."

"म्हणजे इन्स्पेक्टर! चला आत, जरा थांबा. मी आधी विचारून येते... हं! चला."

आत बसलेल्या त्या खाकी कपड्यातल्या आडदांड देहामध्ये, आत आलेल्याला खुर्ची दाखवून 'बसा' म्हणण्याइतकं सौजन्यही नव्हतं, त्यात, स्त्रिया जन्मजात सौजन्यशील असतात, म्हणून भाषणं ठोकली जातात!

"नमस्कार मॅडम!" म्हणत मी स्वत:च तिच्या समोरची खुर्ची ओढून घेतली. माझ्या केसापेक्षा काळाभोर रंग, भुंडे कान, हाता-गळ्यात काही नाही. चापून-चोपून सपाट छातीला घेरलेला खाकी कोट आणि धगधगणारी नजर.

"मी तुम्हाला बसायची परवानगी दिलेली नाही! आणि तुम्ही ती विचारलीही नाही."

"आत आलेल्याला 'बसा' म्हणून सांगत तुम्ही आधी सौजन्य दाखवायला हवं होतं."

"काय राव! आम्हाला सौजन्याचे धडे देताय काय? गुन्हेगारांना कुठल्याही पोलीस ठाण्यात सौजन्याची वागणूक मिळत नसते!"

"मॅडम! मी तुमच्याशी सौजन्यानं बोलतोय! मी काय केलंय क्रिमिनल कृत्य?" म्हणत खुर्चीवर बसत असतानाच इन्स्पेक्टरनं टण्ण... कन टेबलावरची घंटा वाजवली आणि दोन कॉन्स्टेबल्स धावत आत आले. त्यांना "याला आधी ओढून आत टाका" अशी आज्ञा सोडताच त्यांनी दोन्ही दंडांवर घट्ट पकड केली. एकीकडे मी म्हणत राहिलो, "हे काय चालवलंय तुम्ही? या देशात काही कायदा कानून आहे की नाही? मला माझ्या वकिलाला बोलावू द्या!..."

पण तिकडं लक्ष न देता तिनं पुन्हा एकदा टेबलावरची घंटा वाजवली. आता आणखी दोन पुरुष कॉन्स्टेबल्स येऊन हजर झाले; खरं तर त्यांची काही गरज नव्हती. 'या आधी असलेल्या दोन बायका म्हणवणाऱ्याच पुरेशा होत्या, मला आत टाकायला! हे दोघं कशाला आले,' असंच वाटलं मला! म्हटलं, "तुम्ही सगळे

मिळून मला मारताय की काय! जर मला काही इजा झाली तर तुम्हा सगळ्यांना फाशी होईल, लक्षात ठेवा! कोण समजलात मला!''

नाही म्हटलं तरी माझा आवाज फाटलाच.

"कोण समजलात मला! इण्डस्ट्रियालिस्ट जयकुमार!"

कदाचित माझं ते किंचाळणं त्या बाहेरच्या लेडी-इन्स्पेक्टरला ऐकू गेलं असावं. ती आत आली. माझ्याएवढीच उंची असेल- पाच नऊ, अर्थात त्यात बुटाचीही उंची असेल. बांधा दणकट असल्यामुळे उंची तितकीशी वाटत नव्हती. त्या खाकी कोटात दडपून टाकलेला स्त्री-वैशिष्ट्यं असलेला देह त्याही अवस्थेत माझ्या लक्षात आला.

"अरे वा! स्वतःला इण्डस्ट्रियालिस्ट म्हणवतोयस ना! पोलीस-ठाण्यात कॅपिटॅलिस्टला आणि प्रॉलिटेरियटला सारखंच लेखलं जातं! नो एक्सप्लॉयटेशन. तुमच्या अपराधासाठी काहीही एक्सक्यूज नाही!"

"पण माझा अपराध तरी काय?"

"बायकोला मारणं म्हणजे काय वाटलं? डोमॅस्टिक व्हॉयलन्स! नॉन-बेलेबल ऑफेन्स. वकिलाच्या नावानं शंख करत होतास ना? सुप्रीम कोर्टात गेलं तरी जामीन मिळणार नाही." तिची नजर आग ओकत होती. तीच दंडाधिकारी आणि तीच न्यायदान करायच्या जागेवर असल्यासारखी. एखाद्या हिंस्र पशूसारखी पाच-नऊच्या देहातली ती बया! ती थयथयाट करत तिथून जायला वळली तेव्हा एखादं वाक्य कसलं, एक शब्दही बोलायला सुचू नये अशी माझी अवस्था झाली होती, त्यातच गजांचा दरवाजा बंद झाला. बाहेरून कुलूप लावून सगळ्या निघून गेल्या. ते दोघं कॉन्स्टेबल्सही निघून गेले. मनगटावरच्या घड्याळात पाहिलं, रात्रीचे दहा वाजले होते. दोन्ही हात, दोन्ही पाय, गळा-मान, विरळ केसांतून डोकं - जागा मिळेल तिथं तुटून पडणाऱ्या, मुद्दाम असल्या लॉकअपसाठी म्हणून पाळल्या-पोसलेल्या भयानक डासांच्या झुंडीच्या झुंडी! हातातल्या घड्याळावरचे काटे-आकडेही नीट दिसणार नाही असा तिथला अंधूक उजेड.

२

भरपूर दमणूक जाणवत होती. साडेदहा वाजून गेले असावेत. भिंतीला टेकून दोन्ही पाय जवळ घेऊन तो जमिनीवर बसला. तेवढीच पाय, कंबर आणि मांड्यांना विश्रांती मिळाली. अजून डास चावतच होते. पोटात भूक जाणवू लागली.

'तुला चांगली अक्कल शिकवते!' म्हणत पायात चपला चढवून ती तरातरा बाहेर पडून कारचा दरवाजा धप्पकन ओढून निघून गेली तेव्हा संध्याकाळचे पाच वाजले होते. पोलीस त्याला पकडून नेण्यासाठी घरी आले तेव्हा तिनं आपल्याविरुद्ध पोलिसात तक्रार केल्याचं आपल्याला समजलं कसं नाही? तेव्हाही कंपनीच्या संदर्भात न केलेले कितीतरी अपराध मनात तरळून गेले, पण बायको या टोकाला जाईल याची कल्पना तरी कुठून येणार? शिवाय ती दररोज जे काही बोलते, त्यावर एवढा एक मार म्हणजे काहीच नाही, हे कुठलाही न्यायाधीश सांगू शकेल...

त्याला एकाएकी राणीची आठवण झाली. पोर अप्पा नसतील तर जेवणार नाही. काही नीट सांगताही येणार नाही तिला! असं काही झालं तर 'अप्पप्पा...' म्हणत थरथर कापत राहते! घरात ही सावत्र आई आल्यानंतर तर ती आणखी-आणखी बापाला चिकटते आहे. मी तरी का या सावत्र आईला घरात आणली? ही यायच्या आधी आठ-पंधरा दिवस मी घरात नसलो तरी द्यावक्काशी जुळवून घेऊन राहायची बिचारी! मधूनच 'अप्पप्पा...' चालायचं, तरी वेळच्यावेळी जेवण-खाण करायची. हिच्याशी लगट करायची चूक केल्यामुळे मला जो काही त्रास व्हायचा तो होऊ दे, पण त्या बिचाऱ्या लेकराला का म्हणून हे सगळं भोगायला लागावं? आज ही तिला काय करेल कोण जाणे! भीती दाखवून, मारहाण करून 'तू या घरी राहायचं नाही! तुला मंदबुद्धीच्या हॉस्टेलवर राहायला गेलं पाहिजे! नाही म्हणशील तर मारेन बघ!' असं धमकावेल की काय? तिला सगळं समजतं. 'अप्पप्पा...' म्हणून ती जेवण सोडून रडत उभी असेल!

आता त्याला जाणवणारी भूक नाहीशी होऊन त्याची जागा तळमळीनं घेतली होती.

उद्याचा दिवस उजाडेपर्यंत ही कोठडी उघडणार नाही, याची आता खात्री झाली होती. मलमूत्रविसर्जनाची इच्छा कितीही प्रबल झाली तरी इथं त्यासाठी वेगळी जागा नव्हती. इथंच करायचं काय? मग ती दुर्गंधी सहन कशी करायची?

या विचारात असतानाच बाहेर काहीतरी चाहूल जाणवली. रात्रभरासाठी इथंही कुणीतरी शिपाई असतील, हे आठवलं. त्यानं ओरडून विचारलं, "मला लघवीला जायचंय. कुणी आहे का तिकडं?"

इमारत काही फार मोठी नव्हती. बाहेर हालचाल जाणवली. एक शिपाई आला. देह आणि वेश दोन्हीही पुरुषाचा. गजांच्या दारापाशी येऊन त्यानं विचारलं, "ओरडायला काय झालं?"

"लघवीला जायचंय!"

त्यानं मागच्या बाजूचा दिवा लावला. त्या उजेडात त्याचे जाड पाय दिसले.

"आवरायला येत नाही काय?"

"आलं असतं तर कशाला हाका मारल्या असत्या?"

"अशीच कारणं सांगून दार उघडायला लावतात आणि पळून जातात शिंचे!" तो शांतपणे म्हणाला, "तसं काही करायला गेलास तर तंगडं मोडून ठेवीन! जरा थांब. बाहेरचा बोल्ट लावून तिथल्या शिपायाला सांगून येतो..." म्हणत तो गेला. दाराचा कोयंडा लावल्याचा आवाज ऐकू आला. माघारी येऊन त्यानं कोठडीचं दार उघडलं आणि त्याला शेजारीच असलेल्या जुजबी संडासाकडे घेऊन गेला. आत प्रचंड दुर्गंधी होती. दिव्याचीही व्यवस्था नव्हती.

माघारी आल्यावर त्यानंच विचारलं, "डास चावताहेत?"

"हे बघा..." म्हणत यानं मनगटं, मान, गळा दाखवला.

"कॉईल लावली तर डास पेंगुळून झोपी जातात. थांबा. एक घेऊन येतो. पैसे आहेत?"

यानं पिक पॉकेटमधली पर्स काढली. त्यात सगळ्या हजार आणि शंभरच्या नोटा होत्या, त्यातली एक शंभरची नोट पुढं करत म्हणाला, "सुटे पैसे नाहीत."

त्या पोलिसाचा चेहरा खुलला. त्यानं विचारलं, "बाहेर उभी असलेली गाडी तुमची? टोयाटो लक्झुरी?" आता त्याच्या बोलण्यातही आदरार्थी संबोधन आलं.

"होय."

"काय करता?"

"फॅक्टरी आहे."

त्याच्या वागण्यात आणखी फरक पडला. म्हणाला, "रात्रीचा एक वाजलाय. कुठलंही हॉटेल उघडं नसेल. थिएटराच्या बाहेरच्या टपरीत बिस्किटं किंवा केळी मिळतील. थांबा, आणून देतो."

"मला खायला काहीही नकोय. प्यायला घोटभर पाणी मिळालं तर बरं होईल."

"पण पोटात काही नसेल तर डोकं गरगरेल..."

"माझी सोळा वर्षांची मुलगी घरात आहे. तिच्या मेंदूचा थोडा प्रॉब्लेम आहे. मी घरात नाही म्हटल्यावर तिच्या सावत्र आईनं तिला उपाशी ठेवलं असेल! मग इथं मी कसा केळं आणि बिस्किटं खाऊ?" म्हणताना त्याला रडू आलं. पोटात काही नसेल तर डोकं गरगरेल, असं त्या परक्या पोलिसानं म्हणताच त्याच्या भावनांचा बांध फुटला होता.

"आता समजलं! गळ्यात मंगळसूत्र बांधायला कुणी भेटला नव्हता तेव्हा तुम्ही सगळं ऐकणारे भेटला असणार! आधीच्या मुलांना पोटच्या मुलांप्रमाणे बघेन असं वचन देऊन आधी लग्न होईल असं करतात! आणि घरात पाऊल ठेवताच त्या मुलांच्या वाट्याला आमच्या पोलीसस्टेशनात नसेल, असला नरक येतो! माझी पहिली बायको वारली तेव्हा मलाही दोन मुलं होती. मुलगा आठ वर्षांचा आणि

मुलगी पाच वर्षांची. ओळखीच्या घरातली गरिबाघरची मुलगी दुसरेपणावर घरी आणली तर काय! घरात पाय टाकल्याच्या दुसरे दिवशीच तिनं रंग दाखवायला सुरुवात केली! तेव्हा मी आमच्या नागमंगल तालुक्याच्या गावी होतो. मीही बरेच दिवस बघितलं. फार त्रास भोगला बघा तेव्हा! बऱ्या शब्दांत सांगून पाहिलं. शेवटी तुम्हाला आमचा पोलिसी खाक्या ठाऊक आहे ना! आम्हाला तसं ट्रेनिंग दिलेलं असतं ना! कुठल्या कुठल्या जागी मारलं तर काय-काय होतं, ते सगळं ठाऊक असतं आम्हाला. महिनाभरात सरळ आली! तिचं बकोटं पकडून तिला एकदा घराबाहेर काढली. तुम्ही असलं काही केलेलं दिसत नाही. किती दिवस झाले दुसरं लग्न होऊन?''

एवढ्यात बाहेरच्या सेण्ट्रीनं एक कॉईल आणून दिली. ती पेटवून ठेवल्यावर तो म्हणाला, ''एवढ्यात सगळ्या डासांना मूर्च्छा येईल. तुम्ही आत जावा. मी इकडं बाहेर बसून बोलतो. अचानक कुणी इन्स्पेक्टर इन्स्पेक्शनला आले तर माझी पंचाईत नको. ती लेडी-इन्स्पेक्टर आहे ना शीलाराणी; पुरुषांवर भयंकर राग आहे तिचा! या जगातून समस्त पुरुष-जातीचं उच्चाटन करून सगळीकडे प्रमिलाराज्य स्थापन करायची तिची इच्छा आहे!''

जयकुमार त्याच्या म्हणण्याप्रमाणे आत गेला. लवकरच डासांचा उपद्रव कमी झाला. तो कॉन्स्टेबलही बाहेरच्या बाजूला एक स्टूल घेऊन बसला. थोड्या वेळानं त्यानं विचारलं, ''सर, काय शिकलाय तुम्ही?''

''बी. ई.''

कॉन्स्टेबल गालातल्या गालात हसला. त्याच्या त्या खेडवळ हसण्यामागचं मंद हास्य आणि खदखदून हास्य यातला फरक जयकुमारच्या लक्षात आला नाही.

''हसलात का?'' त्यानं विचारलं.

''काही नाही! सगळे शिकलेले पुरुष बायका होतात आणि सगळ्या शिकलेल्या बायका पुरुष होतात. म्हणून, जर पुरुष पुरुष राहायचे असतील आणि बायका बायका राहायच्या असतील तर शिक्षण घेता कामा नये, बघा!''

आता कुठं जयकुमारच्या चेहऱ्यावरही हसू उमटलं. मनात दाटलेली व्याकूळताही थोडी हलकी झाल्यासारखी वाटलं. दोघांमध्ये थोड्या गप्पा झाल्या.

''तुमचं नाव काय? गाव कुठलं?''

''नंजुंडेगौडा. नागमंगलजवळचं सुरगीमंडी.''

''मला का पकडून आणलंय? इथून बाहेर पडायला काय करायचं, सांगाल का? त्यासाठी काहीही खर्च आला तरी मी करेन.''

''आमच्या पोलीसखात्यात फी भरल्याशिवाय कुठलंही काम होत नाही. तुम्ही फॅक्टरीचे मालक! तुम्हाला ठाऊक नाही का हे? सगळं सांगतो. बाहेर पडायचा

मार्गही दाखवतो. मला काही एका नया पैशाचीही आशा नाही. गावाकडे भाऊ आहे, तीन मुलं आहेत, बायकोही आहे. शेतात काही पिकत नाही. तुमच्या फॅक्टरीत एक नोकरी द्या. राबायला वाघ आहे तो!''

जयकुमार काही क्षण विचारात पडला, त्यानंतर म्हणाला, ''हे पाहा, मी कधीही कुठल्याही कारणासाठी खोटं बोलणारा माणूस नाही. माझ्या कंपनीत काम करणारा मेकॅनिकल डिप्लोमा शिकलेला असणं आवश्यक आहे. त्याला कॉम्प्युटरचं ज्ञान आवश्यक आहे. तुमच्या भावासाठी माझ्याकडे कुठलीही नोकरी नाही, पण माझ्या इतरही काही कारखानदारांशी ओळखी आहेत, तिथं कुणालातरी सांगून त्याला नोकरी मिळवून देईन. आधी एक वर्षभर ॲपरेंटीस म्हणून काम करावं लागेल. त्या वेळी कमी पैसे मिळतील. कायम झाल्यावर फिक्स्ड स्केल मिळेल. काय शिकलेत ते?''

''हायस्कूलचं पहिलं वर्ष झालंय. काही डोक्यात शिरेना, सोडून टाकलं. ते पुढचं पुढं बघू या. तुमचं लक्ष राहू दे म्हणजे झालं! सर, तुम्हाला इथं आणून टाकलंय ते शनिवारी संध्याकाळी. आता मध्यरात्र संपून रविवार सुरू झालाय. आज कोर्टाला सुट्टी. तुम्हाला उद्या मॅजिस्ट्रेटच्या समोर हजर केलं जाईल. तेवढा वेळ इथंच डासांकडून चावून घेत राहावं लागेल. तुम्हाला पोलीस खातं ठाऊकच आहे! तुम्ही इथं हताश असता. तुम्हाला हवं तसं वाकवून घेता येतं. तुम्ही सुशिक्षित आहात हे या बयेला ठाऊक आहे, नाहीतर तिनं तुम्हाला चार दंडुके लगावले असते. आमच्यासारख्यांकडून! नाही तर आम्हाला रक्षणासाठी उभं करून तिनंच तुमची हाडं ढिली केली असती.''

''हे महिला-ठाणे आहे ना? याचं काय कारण?''

''तुम्हाला ठाऊक नाही? सगळीकडे बायकांवर अन्याय होतो आहे, कंप्लेण्ट घेऊन गेलं तरी पुरुष-पोलीस ॲक्शन घेत नाहीत, म्हणून अन्याय करणाऱ्या पुरुषावर कारवाई करायला बायकाच पोलीस पाहिजेत, म्हणून सरकारनं ही चौकी स्थापन केली आहे. कुठल्याही बाईनं, 'नवऱ्यानं हुंडा आणला नाही म्हणून मारपीट केली, सासू-सासऱ्यानं आणि दीर-नणंदेनं छळ केला, तू एवढंच का आणलंस म्हणून हिणवलं' अशी तक्रार केली की त्या सगळ्यांना पकडून इथं आणून डांबतात, मग जामीनही नाही, काही नाही! सगळ्यांना सात वर्षांची शिक्षा! समजलं? तसंच कुठल्याही बाईनं इथं येऊन 'माझ्या नवऱ्यानं मला मारलं' म्हणून तक्रार केली, किंवा 'नणंद-दीर-नणदेचा नवरा-सासरा यांनी छळलं.' अशी कंप्लेण्ट दिली की त्यांनाही लॉकअपमध्ये आणून टाकतात. जामीनही देत नाहीत. कुणाला चार वर्षं, कुणाला पाच वर्षांची शिक्षा! यासाठी बायकाच पोलीस पाहिजेत, पुरुष पोलिसांवर विश्वास नाही, असं सरकारनंच ठरवलंय...''

हे ऐकत असताना जयकुमारच्याही डोळ्यासमोर आपल्या घरातली परिस्थिती तरळून गेली. हुंडा दिला नाही म्हणून छळ केला असा आरोप करून केशवण्णाच्या बायकोनं आईविरुद्ध तक्रार करून तिला तीन वर्षं शिक्षा भोगायला लावल्याचं आठवलं. जेलमधून सुटका झाल्यावर ती कुठं गेली कोण जाणे! हयात तरी आहे की नाही कोण जाणे! कुणालाच ठाऊक नाही. केशवण्णा तर बायकोचा गुलाम! शोभक्का ही एकटीच आईच्या आठवणीनं व्याकूळ होणारी. हे सगळं आठवून जयकुमारला स्वत: अडकलेल्या परिस्थितीचं काही क्षण विस्मरण झालं.

नंजुंडेगौडा पुढं सांगत होता, ''या इन्स्पेक्टर शीलाराणीचं लग्न झालं नाही. कोण लग्न करणार म्हणा या पुरुषाशी? लग्न करून एखाद्या मुलाला जन्म दिल्यावरच समजणार ना पुरुष माणसाचं सुख-दु:ख!...''

पण जयकुमारचं त्या बोलण्याकडे तितकंसं लक्ष नव्हतं. तिकडं लक्ष गेलं तेव्हा तो सांगत होता, ''माला केरूर नावाची एक वकील बाई आहे. ती आणि ही एकत्र येतात आणि असली काही तक्रार असेल तर शिक्षा होईलच, असं करतात. सरकारी वकील आणि जज्जही बाईच असली पाहिजे म्हणून चळवळही चाललीय यांची! सगळी चळवळ बायकांची, त्यात कॉलेजच्या मुलींना बरोबर घेतात, धिक्कार करायला पाहिजे ना कुणीतरी! ठाऊक नाही तुम्हाला?''

अम्माला हुंड्याविषयी विचारण्यात आलं तेव्हा मी कोर्टात नव्हतो. त्या वेळी तिनं न्यायाधीशांनाच विचारलं होतं, 'घरची गरिबी होती. लोकांच्या घरात मसाले-सांडगे करत मी माझ्या मुलाला शिकवून या अवस्थेला आणलं. आता तो शिकून नोकरीला लागलाय, कमावतोय. अशा वेळी आई आणि धाकट्या भावाला सांभाळून त्यांचं पोटपाणी बघणं हे त्याचं कर्तव्य नाही काय? हे त्याला करू न देता, आपण नवरा-बायको वेगळं राहू या, म्हणणाऱ्या या सुनेनं आपल्या बाप्पाच्या घरून चार दमड्या तरी आणल्या आहेत का?' नव्या कायद्याच्या कक्षेत हे चुकीचं ठरलं, हे मलाही नंतर समजलं.

आता या परिस्थितीतून माझा बचाव कसा करून घ्यायचा?

''आता मी काय करायला पाहिजे? तुम्हीच सांगा, नंजुंडेगौडा!''

''फॅक्टरीचे मालक आहात तुम्ही. हातात पैसा आहे. मोठालं डबोलं दिलं की शीलाराणी तुम्हाला सोडून देईल. तुमच्या वतीनं कुणीतरी तशी व्यवस्था केली तर ही खात्रीनं कुलूप खोलेल. का सांगतोय, ऐका. तुम्हाला बोलावून आत टाकलं ते रात्री साडेसातच्या नंतर - रेकॉर्डमध्ये अजून काहीही लिहिलेलं नाही. एकदा लिहिलं तर पुढं काय झालं, त्याचा तपशील द्यावा लागतो. पैसे घेऊन सोडायला म्हणूनच हे असं करतात.''

त्याला, नाही म्हटलं तरी बरं वाटलं. पाठोपाठ आठवलं, आजवर आपण

कधीही या असल्या मार्गाचा अवलंब केलेला नाही. त्यानं विचारलं, ''त्याऐवजी मी कोर्टात भांडलो तर कसं म्हणता?''

''तुम्हाला पाच वर्षांची शिक्षा होईल हे निश्चित! त्याचबरोबर तुमची बायको घटस्फोट मागेल, तुमच्या इस्टेटवरही हक्क सांगेल!'

त्याला आणखी पुढच्या अडचणी दिसू लागल्या. आपण आणि वैजयंतीनं मिळून रक्त आटवून - घाम गाळून उभारलेली 'जयंती हाय प्रोसीजन' ही कंपनी नष्ट होऊन जाईल! आपली राणी रस्त्यावर भीक मागत फिरेल! तिला रस्त्यावरचे लांडगे-कुत्रे फाडून खातील, मारून टाकतील!

त्याच्या सर्वांगाचा थरकाप झाला. सगळं अंग घामानं भिजलं. त्यानं घड्याळाकडे नजर टाकली. मध्यरात्र सरून पहाट होत होती. ती उपाशी असेल. रात्रीचं औषध पोटात गेलेलं नसेल. माझी वाट बघत भिंतीपाशी बसली असेल. बसल्या बसल्या जमिनीवर कलंडली असेल. भेदरली असेल बिचारी! तिच्यामुळेच हे भांडण झालं ना!

अशा वेळी लाच देणार नाही, असा तत्त्वाचा प्रश्न केला तर काय होईल?

कंपनीचं जे काही व्हायचं ते होऊ दे, पण बाप म्हणून मला माझ्या मुलीला वाचवलंच पाहिजे! माझ्या राणीला मी असं बरबाद होऊ देणार नाही!

तो तल्लख झाला. काही क्षण विचारात पडला. आठवलं, अशा प्रसंगी आपण सी. एन. शेखरप्पांची मदत घेऊ शकतो. 'कन्व्हेयर बेल्ट'चे कारखानदार. बन्नेरु घट्टा रोड. फोननंबर? नाही आठवत!

''तुम्ही शोधून काढून त्यांना इथली परिस्थिती सांगाल काय?''

''सर, मी या ठाण्याचा पोलीस असल्यामुळे अशी मदत करता कामा नये. या स्टेशनचा फोन वापरला तर ठाऊक होईल. जवळच एक टेलिफोन-बूथ आहे, तिथून करू शकेन. फॅक्टरी बंद असेल तरी वॉचमन तरी असेलच ना? त्याच्याकडून घरचा फोन मिळेल, पण मी हे सगळं केलं म्हणून तुम्ही कुणालाही सांगू नका.''

''ती काळजी नको. मी शब्दाचा पक्का आहे!''

३

लॉकअपमधून सुटका झाली तेव्हा दुपारचा दीड वाजून गेला होता. नंजुंडेगौडाचा फोन येताच शेखरप्पा लगोलग जे. पी. नगरहून कार घेऊन मल्लेश्वरच्या महिला-ठाण्यात येऊन पोहोचले तेव्हा पहाटेचे पाच वाजले होते. इन्स्पेक्टरच्या परवानगीशिवाय कैद्याला भेटू देणं नियमाला धरून नसलं तरी नंजुंडेगौडानं तेवढं धैर्य दाखवून त्यांना आत सोडलं. पुढं काय आणि कसं करायचं याविषयी शेखरप्पाला कुणी काही

सांगायची गरज नव्हती. सकाळचे सात वाजायची त्यांनी वाट पाहिली आणि त्यानंतर ते इन्स्पेक्टरच्या घरी गेले. प्राथमिक बोलण्यातच हिला पटवणं फारसं अडचणीचं जाणार नाही हे शेखरप्पांच्या लक्षात आलं. खरी घासाघीस चालली ती रकमेच्या बाबतीतच. जेव्हा 'हे काही माझ्या एकटीचं नाही, वरच्यांपर्यंत पोहोचवावे लागतात...' असं ती म्हणाली, तेव्हाच आपलं काम झालं याविषयी त्यांची खात्री पटली. तिची पाच लाखाची मागणी यांना आपलं व्यवहार-कौशल्य वापरून दोन लाखापर्यंत उतरवेपर्यंत कितीतरी औपचारिक गप्पा, मंद हास्य, भुवयांचे विभ्रम, आपल्या व्यवसायातली सुखं- दुःखं सांगत तासभर गप्पा माराव्या लागल्या. एवढं सगळं होऊन ती ठाण्यावर आली तेव्हा साडेदहा वाजले होते.

तिथून सुटका होऊन जयकुमार घरी येऊन पोहोचला तेव्हा दाराआड उभी राहून त्याचीच वाट बघणारी वत्सला 'अप्पप्पा...' म्हणत धावत आली आणि त्याच्या गळ्यात पडली. तिची ही मिठी किती सुखावह असते, हे त्याला पुन्हा एकदा जाणवलं... आणि याचाच हिच्या सावत्र आईच्या पोटात आगीचा डोंब उसळतो!

त्यानं तिचं डोकं कुरवाळत म्हटलं, "आलोय बघ, बेटा!" तिचे डोळे पाणावले. प्रवासासाठी त्याला बाहेरगावी जावं लागलं तर तो तिला समोर किंवा शेजारी उभं करून सांगतो, 'हे बघ, मी किनई, कामासाठी गावाला जाणार आहे. कधी परत येईन? इतक्या दिवसांनी!' आणि एका हाताची पाचही बोटं उघडून दाखवायचा. हे समजून घेऊन ती 'पा.. ..च!' म्हणते. दोन्ही हातांची बोटं उघडून दाखवली की 'द.. द.. दहा!' म्हणते. कधी-कधी पंधरापर्यंतही ती मोजू शकते; त्यानंतर मात्र तिच्या चुका व्हायला लागतात. पंधरा दिवसांनी येतो असं सांगितलं तर कसाबसा हिशेब ठेवून ती शांत राहते. तशी तिच्या हिशेबात एक-दोन दिवसांची चूकही होऊ शकते. त्यानंतर मात्र ती 'अप्पप्पा.. ..' म्हणून अस्वस्थ होऊ लागते. द्यावक्का 'आज येतील- उद्या येतील, आपण फोन करू या' असं काहीतरी सांगून तिचं समाधान करत राहते. द्यावक्काला तिची भाषा समजते आणि त्या भाषेत तिची समजूत घालायलाही जमतं. जयकुमारला ठाऊक होतं, या घरात हे आपल्याव्यतिरिक्त फक्त द्यावक्कालाच जमतं, त्यामुळे फोन करतानाही साधी सरळ वाक्यंच वापरायची, म्हणजे द्यावक्कालाही समजतं, मग ती बोटांचा वापर करून तिला समजावून सांगते. तिला न सांगता जाऊन संपूर्ण रात्रभर बाहेर राहिलं तर संपूर्ण रात्रभर तिची तडफड चालते. या रात्रीही तसंच घडलं असणार!

जयकुमारनं सांगितलं, "अर्जंट काम होतं, बेटा! या नंतर तुला न सांगता जाणार नाही!"

या नंतर तिच्या चेहऱ्यावर थोडं समाधान दिसलं.

बायकांची वाढ सोळाव्या वर्षांपर्यंत पूर्ण झालेली असते, की ही आणखी

एक-दोन इंच वाढेल? आताच हिचा चेहरा तिच्या आईसारखा दिसायला लागलाय, असं त्याला पहिल्यांदाच जाणवलं. तो किंवा द्यावक्का तिची तिपेडी वेणी घालायची. पद्धतही थेट तिच्या आईसारखीच होती. एकदा द्यावक्कानं अशीच तिची लांबलचक वेणी घातली होती, तिच्या आईची आकाशी रंगाची तलम साडी नेसवली होती, कपाळावर कुंकूही लावलं होतं तेव्हा किती छान दिसली होती ही! हिची आई सोळाव्या वर्षी साडी नेसायची की नाही कोण जाणे! कदाचित ती या वयाची होती तेव्हा सलवार-कमीजची पद्धत आली असेलही, पण सणासुदीला तरी ती आपल्या आईची साडी हौसेनं नेसत असावी, पण तसा एखादा फोटोही नाही. मीही हिला साडी नेसायला शिकवू शकेन, पण आता काळ बदललाय. आजकाल सोळाव्या वर्षी कोण साड्या नेसतं म्हणा! साठ-एकसष्ठीच्या प्रौढाही सलवार-कमीज घालतात. हे सगळे विचार गेल्या आठवड्यातच मनात आल्याचं त्याला आठवलं.

त्यानं विचारलं, ''खाणं झालं?''

तिनं काहीच उत्तर दिलं नाही. आपण आधी न सांगता रात्रभर बाहेर राहिल्यामुळे तिनं काही खाल्लं नाही हे त्याच्या लक्षात आलं. घरात द्यावक्काही दिसली नाही. मंगळाही घरात नाही. सावत्र आई असा शब्द आहे, तसा सावत्र बायको असा काही शब्द आहे का?

''मीही काही खाल्लं नाही. मला खायला देशील?''

वत्सला त्याला हात धरून स्वयंपाकघरात घेऊन गेली. टेबलावर ताटल्या ठेवल्या. स्वयंपाकिणीनं, शांतम्मानं बनवून ठेवलेला स्वयंपाक न चुकता वाढून घ्यायची तिला सवय होती.

४

रात्रभर जागरण झालं असलं तरी खाऊन आंघोळ केल्यावर त्याला डुलकी आली नाही. वत्सलेच्या खोलीतच असलेल्या दुसऱ्या पलंगावर तो मुकाट्यानं डोळे मिटून पडला होता. दुसरं लग्न होईपर्यंत हीच त्याची झोपायची जागा होती. वत्सलाही खोलीत एकटी झोपायला घाबरत होती. सुरुवातीला त्यानं दोन पलंग शेजारी शेजारी घातले होते. हळूहळू तिची समजूत काढत त्यानं तिला पलंग एका भिंतीकडे सरकवून आपला पलंग बाजूला घेतला होता. आताही जर तो या खोलीत झोपला असेल तर ती संपूर्ण रात्रभर एकदाही जागी न होता गाढ झोपी जात होती. दुसरं लग्न झाल्यावरही जोपर्यंत तो तिच्या डोक्यावरून हात फिरवून तिच्याशी चार

गप्पा मारत नाही, तोपर्यंत तिला गाढ झोप येत नाही, हे तो पाहात होता. रात्री जाग आल्यावर एकदा तरी तिच्या खोलीत जाऊन, ती गाढ झोपल्याची खात्री करून घेतल्याशिवाय त्याचं समाधान होत नसे.

याचाच मंगळेला अतिशय संताप यायचा. काल तोच संताप पराकोटीला पोहोचून ती काल बोलू नये ते बोलली होती, परिणामी माझाही संयम सुटून हात उगारला गेला होता. यावर तिनं पोलीस-कंप्लेण्ट देऊन... नंतर काल रात्रीचा सगळा प्रकार झाला होता. पाठोपाठ, आजवर हजारवेळा आठवलेली अपघाताची घटना पुन्हा आठवू लागली.

सोमवार... सकाळचे दहा वाजले असतील. मीच गाडी चालवत होतो. शेजारच्या सीटवर वैजयंती होती. तिनंही सीटचा बेल्ट लावला होता. मागच्या सीटवर दहा वर्षांची वत्सला. समोर हिरवा दिवा स्पष्टपणे दिसल्यावरच मी गाडी स्टार्ट केली होती. एक कार आणि दोन रिक्षा पुढं गेल्यानंतर.

डावीकडून वेगानं आलेल्या वाहनानं इतक्या जोरानं धडक दिली होती की वैजयंती जागीच मरण पावली होती. तिचा जीव गेलाय हे समजूनही जयकुमारनं आपलं मनोधैर्य ढळू न देता वत्सलेला एका रिक्षात घालून निम्हान्स हॉस्पिटलमध्ये नेलं होतं. त्या वेळी तिथल्या डॉक्टर उमेशनी तर त्याचं मनापासून कौतुक केलं होतं! 'मिस्टर जयकुमार, त्या प्रसंगी तुम्ही दाखवलेलं धैर्य असामान्य आहे! वत्सलेच्या मेंदूत रक्त साखळलं असतं तर मोठाच प्रॉब्लेम झाला असता! लगोलग ऑपरेशन केलंय. कदाचित हिच्या बुद्धीवर आणि स्मरणशक्तिवर काहीसा परिणाम होऊ शकेल; पण बाकी देहाला काहीही अपाय झालेला नाही. बोलणं, शिक्षण या गोष्टींना सुरुवातीपासून प्रारंभ करावा लागेल कदाचित. बघू या. दोनेक आठवड्यात चित्र स्पष्ट होईल.'

निदान राणी तरी वाचली या भावनेत तिच्या पुढच्या शिकवण्यात मी वैजयंतीच्या मृत्यूचं दुःख मागे सारलं. त्यात कंपनीची कामं तर होतीच. सुरुवातीपासून तिच्या सर्वांगीण वाढीपर्यंत मला पदोपदी साथ देऊन तिनंच वाढवलेली संस्था ही! जशी आमची राणी ही आम्हा दोघांची निर्मिती होती, तशीच ही कंपनीही. तिच्या वैजयंती या नावात माझंही जय हे नाव गुंफलं गेलं होतं, हाही एक योगायोग होता! त्यामुळे कंपनीचं नाव 'जयंती हाय प्रोसिजन' ठेवताना दोघांच्या नावाचा विचार करून ते नाव ठरवलं होतं.

याच वस्तूची निर्मिती करणाऱ्या एका मारवाडी कंपनीत दोघंही कमी पगारावर जास्त वेळ नोकरी करत होते. दोघेही इंजिनियर आणि एका कामामुळे जवळ आलेले. दोघांच्याही मनात एकमेकांविषयी प्रेम निर्माण झालं होतं, त्यामुळे दोघांनीही लग्नाचा निर्णय घेतला. त्यानंतर सहा महिन्यांनी मीच विषय काढला, "यांच्या

हाताखाली कितीही राबलं तरी काहीही चीज होणार नाही. त्याऐवजी आपण स्वत:ची कंपनी काढून त्यात एवढेच राबलो तर आपल्या मेहनतीचं चीज होईल.'

"त्यासाठी भांडवल आवश्यक आहे, ते आपण कुठून उभं करणार? आपल्यासारख्यांच्या दृष्टीनं हे केवळ स्वप्नच राहील!"

"आता परिस्थिती बदलली आहे. तंत्रज्ञानात तरबेज असणाऱ्या आपल्यासारख्यांना बँकाही मदत करू शकतात, अर्थात तसा मार्केटिंगसकट सगळा नीट प्लॅन मात्र द्यायला हवा. मला खात्री आहे की आपल्याला ते नीट जमणं शक्य आहे!"

यावर ती म्हणाली होती, "तुम्ही सगळ्याच बाबतीत आशावादी आहात!"

मीही म्हटलं, "एकदा तू मिळाल्यावर या जगात काय अशक्य आहे?"

तिच्या गालांवर सुखाची लाली पसरली.

ठरल्याप्रमाणे सुरुवातीला मी कंपनीच्या कामात बुडालो. त्या काळात तिची नोकरी सुरू होती, शिवाय संसाराची जबाबदारीही तिनंच पेलली. लग्नाच्या वेळी स्त्री-धन म्हणून आलेले दागिने मोडून भांडवल उभं करायचा विचारही तिचाच. मी सुचवलं, "एकदम मोडायला नकोत. त्याऐवजी बँकेत ठेवून त्यावर कर्ज काढू या."

"नको. उगाच व्याजाचा भार! उलट चांगले दिवस येतील तेव्हा आपण नवेच दागिने करू या."

मग मारवाड्याकडे बनणाऱ्या वस्तू कॉम्प्युटरच्या मदतीनं बनवाव्यात, हा विचार तिचा. तसं असेल तर आणखी गिऱ्हाइकं मिळवून त्याचं प्रमाण वाढवणं फायदेशीर ठरेल, हा विचार माझा- यासाठी अशाच प्रकारचं एक यंत्र मारवाड्याकडे मागवलं जात असल्याचं आमच्या लक्षात आलं. त्या वेळी मी धैर्य करून जर्मनीला एका यंत्रप्रर्दशनासाठी जाऊन आलो आणि तिथं आम्हाला हवी तशी यंत्रं दिसली. त्यांच्यापैकी आवश्यक त्या यंत्राची खरेदीची पद्धत, नियम, पाठवायची पद्धत जाणून घेऊन भारतात आलो. बँकेशी संपर्क साधला, त्यानंतर त्यासाठी आवश्यक असलेल्या जागेची व्यवस्था करण्यात पुढचं दीड वर्षं गेलं. अशा प्रकारे साडेतीन वर्षांनंतर त्या कारखान्यातून उत्पादन मिळू लागलं. त्यानंतर वैजयंतीनं आपली जुनी नोकरी सोडली आणि खाकी शर्ट आणि पॅण्ट घालून कामगारांबरोबर फॅक्टरीत कामाला येऊ लागली. संपूर्ण उत्पादनाची जबाबदारी तिनं स्वत:कडे घेतली, त्यानंतर मी पुढील विस्ताराच्या योजनांच्या मागं लागू शकलो. मार्केटिंगमध्येही विशेष लक्ष घालू लागल्याचा परिणाम म्हणून जर्मन कंपनीचाही विश्वास लाभला. अशा रितीनं कंपनीची भरभराट होत राहिली. पॅरिस आणि तोयोतोहून येताना तिच्यासाठी म्हणून मुद्दाम सोन्याचे दागिने आणून दिले, तरी तिनं त्यातले कुठलेही दागिने वापरले नाहीत. तिला सोन्याची आवडच नव्हती.

याचा अर्थ, तिला सौंदर्यदृष्टी नव्हती, असा मुळीच नाही. एकदा भरत शहा

दहा एकर जमीन विकतोय असं समजल्यावर तिनं ती विकत घ्यायला लावली तर होतीच, शिवाय आर्किटेक्टबरोबर बसून तिनं नव्या इमारतीचं बांधकाम देखणंही व्हावं म्हणून त्यातही तेवढाच रस घेतला होता. प्रत्येक कामगार कारखान्यात प्रवेश करण्याआधी ज्या मार्गानं यायचा तिथं तिनं विस्तीर्ण बगिचा ठेवला होता. कामाच्या मध्ये कामगारांना सहज फेरी मारून येता येईल अशा प्रकारे तिनं कंपाऊंडमध्ये वृक्ष-राजी वाढवली होती. या संपूर्ण बागेची देखभाल करायची जबाबदारी संपूर्णपणे तिच्यावरच होती. तसे या फॅक्टरीत कामगार असे कमीच आहेत म्हणा! कॉम्प्युटरमध्ये कुशल मंडळीच जास्त. पॅकिंगसारख्या विभागात मात्र कामगार आहेत. त्या सगळ्यांमध्ये सहजपणे तिनंच शिस्त पेरली होती. पगार अपुरा आहे, ही तक्रार तर आमच्या कंपनीत कधीच नाही. ह्या सगळ्या जबाबदाऱ्या स्वीकारताना कधी तिनं घराकडे दुर्लक्ष केलं नाही. या घराच्या निर्मितीतही तिनं लक्ष तर घातलंच, शिवाय वत्सलेला ती सहा वर्षांची असतानाच किरकोळ स्वयंपाकाची कामं आणि विणकाम-भरतकामाचे प्राथमिक धडेही दिले होते; त्या वेळी मीच म्हटलं होतं, 'आजच्या जगात या सगळ्या गोष्टींची काय गरज आहे आपल्या मुलीला?' यावर तिनं उत्तर दिलं होतं, 'आकारातला सुरेखपणा निर्माण करायची सवय मुलींना लहानपणापासूनच येणं आवश्यक आहे. हा फक्त स्वावलंबनाचा प्रश्न नाही. मला कळायला लागलं त्या वयालाच मला माझ्या आईनं या गोष्टी शिकवल्या. गाणं, भाजी चिरणं, स्वयंपाक करणं असं सगळं. या सगळ्या गोष्टी येत असल्या की आत्मविश्वास वाढतो. त्याचा फायदा इतर शिक्षणातही मिळतो. आपल्याला मुलगा झाला असता तरी मी त्याला हे सगळं शिकवलं असतं.'

नाहीतरी वत्सलेला या गोष्टी येतातच, त्यातच तिला आणखी शिक्षण द्यायला पाहिजे.

५

दोघींमधला हा फरक हिच्याशी लग्न झाल्यावरच नव्हे, कामभावना प्रबल होऊन तिच्या प्रभावाखाली आल्यापासूनच त्याला जाणवत होता. त्याच बरोबर, आपण वैजयंतीच्या स्मृतीशी प्रतारणा केल्याची शिक्षा म्हणून हे भोग आपल्या नशिबी आले आहेत, असं वाटून त्याचं मन खंतावत होतं. त्यात काल दोन लाख लाच देऊन स्वतःची सुटका करून घेऊन आल्यावर तर, तिच्यावरच्या रागाबरोबरच परमेश्वरानं आपल्याला अगदी योग्य शिक्षा केली असं वाटून स्वतःवर आसूड उगवल्यावर जाणवावी तशी आत्मनिर्भर्त्सनेची भावना जाणवत होती. आता आपल्या

व्यक्तित्वाचा कडेलोट झाला आहे, आपण आता व्यक्तित्वहीन माणूस आहोत अशी त्याची भावना झाली होती.

त्या वेळी तिला अपघातात मृत्युमुखी पडून अडीच वर्षं झाली होती नाही का! मी मार्केटिंग आणि इतर कामासाठी गावाबाहेर गेलेल्या काळात फॅक्टरीतल्या गुणवत्ता आणि इतर काही गोष्टींवर नजर ठेवायला म्हणून फॅक्टरीतल्या भद्रय्यांची जनरल मॅनेजर म्हणून नेमणूक केल्यावर मनाला थोडा निश्चिंतपणा आला होता. मधल्या काळात मन आणि देहाच्या सप्तपाताळात दडून बसलेल्या कामभावनेनं देवमाशाच्या वेगानं वर येऊन छळायला सुरुवात झाली होती. त्या वेळी हिच्याकडे लक्ष गेलं, त्यात आश्चर्य ते काय! वस्तुत: हिची वैजयंतीनंच पर्सनल सेक्रेटरी म्हणून नेमणूक केली होती. हीही इंग्लिशमध्ये एम. ए.पर्यंत शिकली होती. दिलेलं डिक्टेशन उत्तम भाषेत मांडताना ती कुठल्या देशासाठी कशा भाषेचा वापर केला तर चांगलं, याचाही विचार करायची. तशा भाषेत उत्तम प्रकारे कॉम्प्युटर प्रिंट काढून समोर आणून ठेवायची, तेव्हा मनात न कळत 'वाहावा' उमटायचं.

वैजयंतीच्या हयातीत हिच्या वैशिष्ट्याचा चांगला परिचय असला तरी तिच्याशी माझा प्रत्यक्ष संबंध येत नव्हता. ती विधवा असावी अशी माझी समजूत होती, कारण कपाळावर कधीही कुंकू किंवा टिकली नसायची. अंगावर बहुतेक वेळा सलवार-कमीज असायचा. क्वचित कधीतरी साडी, चेहऱ्यावर नेहमी वैधव्याची किंवा सुतकी कळा! हसण्याचं नामोनिशाण नाही, पण तरीही चेहरा जन्मजात सुंदर आणि देहयष्टीही आकर्षक!

वैजयंती मरण पावल्यावर ही माझी पी.ए. झाली. कार्यशक्ती आणि बुद्धिमत्ता यामुळे तिनं माझं लक्ष वेधून घेतलं. प्रेम आंधळं असतं, असं म्हणायची पद्धत आहे, पण कामभावना आंधळी असते, असं म्हणणं अधिक योग्य होईल. मनात कामभावना निर्माण झाली की त्यावर परिहार म्हणून हिचीच आठवण न चुकता व्हायची. घेतलेल्या पगाराच्या बाबतीत तिची निष्ठा वादातीत होती.

एकदा, कुठून तरी गप्पा सुरू करायच्या म्हणून मी म्हटलं, ''इंग्लिशमध्ये एम.ए. केलंत. कुठं तरी लेक्चरर व्हायच्याऐवजी इथं का आलात?''

''मिळायला हवी ना तशी नोकरी! आणि हे कामही तसं इण्टरेस्टिंग आहे!'' ती म्हणाली.

पुढं काय बोलायचं ते सुचलं नाही. माझी नजर एकाग्रतेनं तिच्या चेहऱ्यावर खिळली होती. मला अपेक्षित असलेले मृदु भाव तिच्या चेहऱ्यावर उमटलेले दिसले नाहीत. मलाच शरम वाटून मी नजर खाली वळवली. एक कामाचा कागद पुढं करत मी म्हटलं, ''हे डॉक्युमेण्ट तयार करा...''

तीही तो कागद घेऊन तिथून निघून गेली. अशा परिस्थितीत बाईला आपल्याकडे

खेचण्याचं कौशल्य आपल्यात नाही, याची जाणीव झाली. दुसऱ्या दिवशी मात्र वाटलं, असं होत राहिलं तर या विषयात आपली प्रगती होणं शक्य नाही. 'नाही तर नाही,' अशी मनाची समजूत घालून मी गप्प बसलो.

पण ती डिक्टेशन घ्यायला दुपारी आली तेव्हा मनाची चुळबुळ पुन्हा सुरू झाली, पण आवाज किंवा नजरेतून यातलं काहीही बाहेर पडणार नाही, याविषयी मी सावधगिरी बाळगली.

असाच आठवडा गेला. होय, संपूर्ण एक आठवडा! स्वतःच्या नकळत दुपारच्या वेळी मी माझ्या मोठ्या चेंबरच्या शेजारी असलेल्या तिच्या छोट्या खोलीत गेलो. ती कॉम्प्युटरवर काम करत होती. टेबलावरची बेल वाजवून हव्या त्या अधिकाऱ्याला आपल्या चेंबरमध्ये बोलावून घ्यायची माझी नेहमीची पद्धत. सगळ्याच अधिकाऱ्यांची ती पद्धत असते म्हणा! पण माझ्या फॅक्टरीत तसा मोठेपणा दाखवायच्या प्रथांचं मी अवडंबर ठेवलं नव्हतं.

दाराचा आवाज ऐकून तिनं मान वळवून पाहिलं, त्या क्षणी मी भानावर आलो. "तुम्हाला मी जी वेळ सांगितली होती, त्यात बदल करायचा होता." माझ्याकडे कारण तर तयारच होतं. ती उठून उभी राहिली. तिला बसायला सांगत असतानाच माझं तिच्या टेबलावरच्या पुस्तकाकडे लक्ष गेलं. पेपरबॅक आवृत्ती होती. नावही दिसतच होतं. 'स्त्री-मुक्तीची बारा पावले.' ते मी हातात उचलून घेतलं. वेळ असेल तेव्हा तिला वाचायची सवय असल्याचं वैजयंतीनं सांगितल्याचंही आठवलं. वाचायची सवय कधीही चांगलीच! 'स्त्री-मुक्ती' हा विषयही मला काही पूर्णपणे नवा नव्हता. मार्केटिंगच्या कामासाठी युरोप-अमेरिकेचे दौरे करणाऱ्याला हे न ठाऊक असून कसं चालेल? मी विचारलं, "हे पुस्तक मी वाचायला घेऊन जाऊ?"

"जरूर!" ती म्हणाली.

मी पुस्तक चाळलं तेव्हा त्या बारा प्रकरणांपैकी चौथ्या प्रकरणानं माझं लक्ष वेधलं. त्या साठीच मी ते पुस्तक न्यायचा प्रस्ताव ठेवला होता. त्या प्रकरणाचं नाव होतं, 'स्त्री-मुक्ती आणि लैंगिक स्वातंत्र्य.' माझ्या चेंबरमध्ये आल्या-आल्या मी ते प्रकरण वाचायला सुरुवात केली. '...पुरुषप्रधान समाजानं निर्माण केलेल्या नीति- नियमाच्या कल्पना कवटाळून जगत राहिलं तर स्त्रीला लैंगिक स्वातंत्र्याचा अनुभव येणं शक्यच नाही. तिला हे स्वातंत्र्य मिळू नये म्हणून जगात सर्व ठिकाणी आणि समाजात अनेकानेक नैतिकतेच्या कल्पना निर्माण करण्यात आल्या आहेत. आपल्या इच्छेप्रमाणे हव्या असलेल्या पुरुषाशी रत व्हायचा अधिकार स्त्रीला का असू नये? तिच्या अशा प्रकारच्या वागण्याला हीन कल्पून तिची अवहेलना करणं हे असांस्कृतिक आहे... सोळा वर्षे होऊन गेलेल्या कुठल्याही स्त्री-पुरुषाला लैंगिकतेचं मुक्त स्वातंत्र्य समाजात असलं पाहिजे... पण यात कुठेही बळजबरी असता कामा नये...

या बाबतीत पुरुषापेक्षा स्त्रीला अधिक स्वातंत्र्य दिले जावे... समाजात घडणारे अनेक अत्याचार आणि स्त्रीवरील अन्यायाला हे विचारच कारणीभूत आहेत, असं मनोवैज्ञानिकांचं मत आहे...'

एवढ्यात मंगळेनं टाईप केलेला कागद माझ्यासमोर आणून ठेवला. मी काय वाचतोय हे तिच्या लक्षात आलं असेल की काय, या विचारानं मला संकोच वाटला, पण काहीही न दाखवता ती कागद टेबलावर ठेवून निघून गेली.

त्या रात्री मी ते प्रकरण पूर्णपणे वाचलं. स्त्री-मुक्ती आणि आर्थिक स्वातंत्र्य, स्वतंत्र समाजात कुटुंबाचे स्थान वगैरे इतर प्रकरणांवर फक्त नजर फिरवली. रात्री बराच वेळेपर्यंत झोप आली नाही. मंगळेपाशी विषय कसा काढायचा हा प्रश्न सुटला होता.

सकाळी पावणे अकरा वाजता मी ऑफिसमध्ये गेलो. काही वेळ जाऊ देऊन नंतर मी पी.ए.साठी म्हणून असलेली विशिष्ट बेल दाबली. ती डिक्टेशनची वही घेऊन माझ्यासमोर येऊन बसली. मला ती नेहमीपेक्षा आकर्षक वाटली. तिचे बॉब केलेले काळेभोर केस चमकदार दिसत होते. ही केस डाय करत असेल का? पण चेहरा बघून वाटलं, हिचं केस डाय करायचं वय अजूनही आलेलं नसावं. आतापर्यंत कधीही तिच्या वयाचा इतक्या बारकाईनं विचार करायची इच्छा झाली नव्हती. आता वाटलं, ही तीस ते पस्तीस, म्हणजे बत्तीस वर्षांची असावी. तिच्या शुष्क चेहऱ्यावर आता किंचित मार्दवता जाणवली. नजर खिळवून ठेवणारा चेहरा आणि बांधा!

तिचीही नजर माझ्यावर खिळली होती. खरं तर हाताखालच्या नोकर माणसानं आपल्या धन्याकडे एवढं निरखून पाहणं योग्य नव्हे. असे समोरासमोर बसून काहीही न बोलता राहणं मला विचित्र वाटलं, त्यामुळे मीच तिच्याकडून नेलेलं पुस्तक समोर धरत विचारलं, "हे पूर्ण वाचलंत?"

"शेवटचं प्रकरण वाचलेलं नाही."

"यातल्या चौथ्या प्रकरणाविषयी तुमचे स्वत:चे विचार काय आहेत?"

"कशाविषयी?" तिनं विचारलं.

"पान एक्याण्णव! दुसरा पॅरेग्राफ!" माझ्या आवाजातला कंप माझा मलाही जाणवत होता.

तिनं पुस्तक उघडून त्यातल्या त्या विशिष्ट मजकुरावरून नजर फिरवली. माझी नजर तिच्या चेहऱ्यावर खिळली होती. मी पुन्हा विचारलं, "या संदर्भात तुमचे विचार काय आहेत, म्हणून विचारलं मी!"

तिनं नजर वर करून माझ्याकडे रोखून पाहिलं. मीही तिच्या नजरेत नजर मिसळून पाहिलं. तिच्या नजरेची निरगाठ माझ्या नजरेला बसली. मी सोडवून

घ्यायचा प्रयत्न केला तरी ती सुटली नाही, की मीही त्या नजरानजरेत आणखी एवढी गोंद मिसळत होतो?

आता विषय कसा काढायचा, यासारखे प्रश्न राहिले नव्हते.

''आमचं घर पाहिलंय?''

''हो!''

''उद्या सकाळी दहा वाजता येणार? जमेल?''

''हो!'' ती उत्तरली.

''बरोब्बर दहा वाजता! त्या आधीही नको आणि त्या नंतरही नको! समजलं?''

कारण वत्सलेला राजाजीनगरमधल्या वाचा आणि स्मरणशक्ती वाढवायच्या क्लासला घेऊन जायची वेळ. साडेबारा वाजता ती घरी परतायची वेळ.

''बरं!'' ती म्हणाली.

त्या रात्री मला नीट झोप लागली नाही.

ठरल्याप्रमाणे मंगळा ठीक दहा वाजता आली. मी तिचा हात धरून बेडरूममध्ये घेऊन गेलो. तिनं आढेवेढे घेतले नाहीत. तिला पलंगावर बसवली. जवळ घेतली. तिनं प्रत्येक बाबतीत सहकार्य दिलं. मी आदले दिवशी दुकानातून आणलेला रबरी निरोध जवळच्या टेबलाच्या ड्रॉवरमध्ये ठेवला होता. तो काढून मी त्यावरचं कव्हर काढू लागलो.

''नको! ते नको!'' ती म्हणाली.

''काही झालं तर?''

''काही नाही होणार!''

वाटलं, ही विधवा असली तरी एक-दोन मुलं झाल्यावर ऑपरेशन झालं असावं, म्हणून असं म्हणत असावी.

कामवासना प्रबल असताना सगळंच आपल्याला सोयीस्कर असंच वाटतं ना!

मग काय! अडीच वर्षांची भूक एकदम भडकल्यासारखी झाली... मी तिला एकवचनानं हाक मारली. तिनंही.

क्षणभर मी चमकलो, तरीही त्यामुळे सुखात बाधा आली नाही.

त्या नंतरच्या श्रांत क्षणी तिनं विचारलं, ''कसं वाटलं?''

''छान!''

''काहीतरी लपवालपवी चाललीय! का बरं?''

''तू विचारलंस ते बरंच झालं म्हणा! काही नाही. तू मध्ये मला ये-जा केलंस ना! त्यामुळे रसभंग झाल्यासारखं वाटलं.''

''अस्सं! तर मग तूही मला आदरार्थी बोलवायला हवं होतं!''

''पण भावना अनावर झाल्यावर...''

“माझ्याही भावना अनावर झाल्या होत्या!...”

त्या क्षणी मला काहीही उत्तर सुचलं नाही. सुचलं ते सांगितलं, “माझ्या आणि माझ्या बायकोच्या परस्परांविषयीच्या भावना काही कमी नव्हत्या! पण तिनं कधीही एकवचनानं माझा उल्लेख केला नाही!”

तिनं काही क्षण माझ्याकडे रोखून पाहिलं आणि म्हटलं, “मी तुमची नोकर! मी तुम्ही सांगाल तेवढंच काम करायचं! तेच माझं कर्तव्य! नाही का!”

यावर काय बोलायचं हे मला सुचलं नाही.

प्रेमी किंवा विवाहित दांपत्यानं अशा प्रसंगी एकमेकांशी एकेरीत संभाषण करण्यात मलाही काही नवं नव्हतं, तरीही हिनं माझ्याशी एकेरीत बोलल्यावर मी का अस्वस्थ व्हावं? मलाही हे समजलं नाही.

“आता या विषयावर चर्चा नको! आपण दोघेही जवळचे मित्र आहोत! मग तर झालं? चल आता! ऑफिसला उशीर नको व्हायला!” मी म्हटलं. दोघेही गाडीनं फॅक्टरीपाशी आलो. तिला जवळच्या चौकात उतरवून मी पुढं गेलो.

६

फॅक्टरीत जाऊन पोहोचलो तेव्हा मन अपराधी भावनेनं भरून गेलं होतं. इमारतीच्या मोठाल्या भिंतीवर लावलेला वैजयंतीचा मोठा फोटो नजरेला पडताच मी तिचा अपराधी असल्याची भावना आणखी गडद झाली. इमारतीच्या समोरच्या भागात चाफ्याच्या झाडाखाली प्रतिष्ठापना केलेल्या लक्ष्मीच्या मूर्तीची दररोज विधिवत पूजा करायला येणारे गुरुजी रोज या फोटोलाही जुईचा भला मोठा गजरा घालायचे, हळद-कुंकू लावायचे. माझ्या केबिनमध्येही मी बसत असलेल्या खुर्चीमागच्या भिंतीवर असलेल्या तिच्या मोठ्या फोटोलाही मोठा हार घातलेला असे. तिकडे पाहिलं नाही तरी मी तिची फसवणूक केल्याची भावना मनाला टोचू लागली. त्याचबरोबर ‘तूच हिला नोकरीवर नेमलं होतंस!’ अशीही आठवण तरळून गेली. जाऊ दे. बायको वारल्यावर दुसरं लग्न करणं ही काही फार वेगळी गोष्ट नाही आणि मीही काही लग्न केलेलं नाही म्हणा! करणारही नाही. शरीरधर्म म्हणून ती एक घटना घडून गेली, एवढंच...

यासाठी स्वत:ला क्षमा करता येईल, पण याच फॅक्टरीत माझ्या हाताखाली काम करणाऱ्या एका स्त्रीशी असे संबंध आल्यावर संस्थेची शिस्त काय राहिली? ह्या फॅक्टरीची सुरुवात करत असतानाच ज्या नैतिकतेची पायाभरणी केली होती, तीच नष्ट झाल्यासारखं वाटू लागलं, पण हे सगळं चूक करायच्या आधी का लक्षात

आलं नाही? हे त्याच वेळी लक्षात आलं असतं तर ही चूक घडलीच नसती, असं तीव्रपणे वाटलं. संपूर्ण दिवसभर मन शरमेत बुडून गेलं होतं. खरं तर कितीतरी महत्त्वाची पत्रं पाठवायची होती, पण त्यासाठी तिला बोलावून, समोर बसवून डिक्टेशन देणं अवघड वाटत होतं. हिच्याऐवजी आणखी कुणाला तरी... नको. त्यापेक्षा हिलाच बोलावून घेऊन स्पष्टपणे 'झालं ते होऊन गेलं... त्यात चूक कुणाची या चर्चेला आपण थारा द्यायला नको... तुम्हाला दोन-तीन लाख देतो. तुम्ही आणखी कुठे तरी नोकरी बघा, त्यासाठी मीही हवं तर मदत करेन... म्हणजे आपली दोघांचीही या अवघड परिस्थितीमधून सुटका होईल...' असं सांगितलं तर?

हो! हे बरं होईल... असं वाटून घंटीवर ठेवलेलं बोट त्यानं मागं घेतलं. यावर तिची प्रतिक्रिया काय असेल? प्रौढ स्त्री-पुरुष आपल्या इच्छेनं एकमेकांच्या जवळ आले तर त्यात काहीही चूक मानता कामा नये, असं त्या पुस्तकात म्हटलं होतं, ते आठवलं. हे मंगळेलाही मान्य असलं पाहिजे. नाही तर ती का याला तयार झाली असती? असा विचार असताना ती पैसे घेऊन निघून जा, म्हटलं तर कशी ऐकेल?

रात्री लवकर झोप आली. सकाळी जाग आली तेव्हा मन हलकं झालं होतं. मी काही दुसरं लग्न केलेलं नाही. वैजयंतीच्या गळ्यात बांधलेल्या पवित्र मंगळसूत्राशी द्रोह केला नाही! ही फक्त शरीराची अपरिहार्य गरज म्हणून घडलेली घटना होती. त्याच मन:स्थितीत आंघोळ झाली. साडेनऊ वाजता फॅक्टरीत पोहोचलो तेव्हा मंगळा आली होती. जी पत्रं तयार करायची होती, त्यांची पूर्वतयारी करून बेल दाबली. शॉर्टहॅण्डची वही घेऊन आत आलेल्या मंगळेनं माझ्याकडे पाहिलं. मी म्हटलं, "बरीच पत्रं आहेत!"

"काही कालच्या तारखेलाच पाठवायची होती ना?" तिनं विचारलं.

आदल्या दिवसाच्या माझ्या मन:स्थितीविषयी हिला सांगणं म्हणजे वादावादीला निमंत्रण, एवढं मला निश्चित कळत होतं. त्याच वेळी आदल्या दिवशी अनुभवलेल्या सुखद स्पर्शाच्या आठवणीही तिला बघताच जागृत झाल्या होत्या. माझ्याही नकळत मी म्हटलं, "उद्याही त्याच वेळी घरी ये!"

तिनं माझ्याकडे रोखून पाहिलं. त्या नजरेत राग नव्हता, पण कुठलंसं बंधन मात्र होतं. मीही त्या नजरेत नजर मिसळली. काही क्षण तशीच नजरानजर राहिली. तिनं नजर हटवली नाही. अखेर मीच म्हटलं, "समजलं? उद्या सकाळी दहा वाजता!"

आता मात्र ती म्हणाली, "एकेरी हाक मारली तर तुम्हाला आवडणार नाही..."

"आपण दोघंच असू तेव्हा चालेल... पण बाकीचे असतील तेव्हा आदरार्थी..."

७

असाच एक महिना गेला. एक दिवस मी बेल दाबण्याआधी ती वही आणि पेन्सिल घेऊन माझ्या केबिनमध्ये आली. मी कामात मग्न हातो. जपानला पाठवलेल्या मालाचा आणि आलेल्या पैशांच्या हिशेबात काहीतरी गोंधळ होता, त्यामुळे त्या विभागानं ती सगळी कागदपत्रं माझ्याकडे पाठवली होती, त्यामुळे चढलेलं माझं डोकं हिला बघताच थोडं उतरल्यासारखं झालं.

"काय बातमी? तुझा चेहरा खुललाय!" मी तिला खूश करायला म्हणून म्हटलं.

असल्या फुटकळ गप्पांना कधीही दाद देण्याची तिची पद्धत नव्हती. आताही तिचं वागणं काही फार वेगळं नव्हतं. ती शांतपणे म्हणाली, "माझी पाळी आली नाही! वर दहा दिवस गेले आहेत."

'अरेच्चा!...' या आघातसूचक उच्चाराव्यतिरिक्त आणखी काहीही माझ्या मनात आलं नाही. तिची नजर माझ्या चेहऱ्यावर खिळली होती. आता मीही तिच्याकडे पाहू लागलो. तिच्या चेहऱ्यावर कसलेही भाव नव्हते. एक प्रकारची सुतकी कळा त्यावर होती. गेला महिनाभर मी त्या चेहऱ्यावर अनेक संचारी भाव पाहिले होते. काही क्षण मला काहीही सुचेनासं झालं. नंतर विचारलं, "पण तू तर म्हणाली होतीस काही होणार नाही!"

"पण मला असं काही होईल म्हणून कुठं ठाऊक होतं? म्हणून मी तसं म्हटलं! तू अनुभवी होतास ना? तू घ्यायची होतीस काळजी!"

"म्हणजे? तुला या आधी कधीच अनुभव नव्हता?"

"एखाद्या स्त्रीला अशा प्रकारचे प्रश्न विचारणं अपमानास्पद नाही का? कायद्यानुसार हा अपराध आहे!"

मी चकित झालो! माझ्या घरात आमच्या भेटीच्या वेळी ही इतर कुठल्याही विषयावर बोलू देत नव्हती. तिचा सगळा आविर्भाव 'इथं शब्दांची काय गरज आहे?' अशा प्रकारचा असायचा.

मी मनोमन कोसळून गेलो. स्त्रीत्व हे मुलीचं महत्त्वाचं शील; त्याचा निष्ठेनं सांभाळ करून अग्नीच्या साक्षीनं ते पतीच्या स्वाधीन करणं हा तिचा धर्म; त्या नंतरही देहसुखाच्या संदर्भात परपुरुषाचा विचार करणंही पाप; अशा प्रकारच्या नैतिकतेच्या कल्पना धुडकावून दिल्याशिवाय स्त्रीमुक्ती शक्य नाही, ही स्त्रीवादी विचारसरणीतली प्रमुख कल्पना. अशा विचारसरणीचा प्रभाव असलेली बत्तीस वर्षांची ही अनुभवी असल्याचं मला पहिल्या संबंधाच्या वेळीच लक्षात आलं होतं. मला तर वाटलं होतं, ही दोन मुलांची आई असावी किंवा विधवा. अर्थात याविषयी

मी तिला कधीच स्पष्टपणे विचारलं नव्हतं म्हणा! तिनंही कधी तेवढी सलगी दाखवली नव्हती. मी कितीही कौतुकाची बडबड केली तरी तिच्या चेहऱ्यावर ते सारं मौनपणे स्वीकारल्याचे भाव असायचे. आम्हा दोघांनाही थेट कामक्रीडेत उतरायची घाई असे. सगळं संपल्यावरही ती तत्परतेनं कपडे करून निघायच्या घाईत असे आणि ते माझ्याही दृष्टीनं सोयीचं होतं. आता तीच कायद्याची, अपराधाची भाषा बोलत होती! तेही या कंपनीचा मालक असलेल्या माझ्या केबिनमध्ये! तेही माझ्या कंपनीची एक नोकर!

माझं अंग सूक्ष्मपणे घामेजलं होतं, पण हे तिला कळू देऊ नये, एवढं मला भान होतं. कितीतरी जटिल प्रकरणांतून आपण मार्ग काढल्याचं आठवून पुन्हा आत्मविश्वासानं उभारी घेतली. "पण तूच म्हटलं होतंस, काही होणार नाही म्हणून! नाही का?"

"काहीही ठाऊक नसलेली स्त्री काहीही म्हणेल! पण दहा-बारा वर्षं संसार तू केलायस! तुला नको का हे समजायला?" तिचं फटकन प्रत्युत्तर आलं. म्हणजे ही खरोखरच एवढी मुग्ध होती का? माझ्याही मनात शंका निर्माण झाली. त्या वेळी परिस्थितीचं नेमकं आकलन होण्याइतकं भान आपल्याला होतं की नव्हतं, हेही कळेनासं झालं. तूर्त सामोऱ्या आलेल्या बिकट परिस्थितीतून सुटका करून घ्यायच्या मार्गाचा शोध मन घेऊ लागलं.

मी विचारलं, "आता काय करायचं, बोल!"

"तू सांग. तू पुरुष आहेस!"

"काढून टाकू या! त्यात काहीही कठीण नाही. कुठलाही डॉक्टर काहीही जास्तीची चौकशी करणार नाही."

तिनं माझ्या चेहऱ्याकडे निरखून पाहिलं. नंतर तिची रोखलेली नजर तीक्ष्ण झाली. माझ्या तोंडून एकही शब्द बाहेर पडेनासा झाला. मला एवढं बलहीन केल्यानंतर ती म्हणाली, "काढून टाकू या, म्हणणं पुरुषाच्या दृष्टीनं सोपं आहे, पण आपल्या गर्भातल्या भ्रूणाला काढून टाकणं बाईच्या दृष्टीनं इतकं सोपं नसतं आणि काढून टाकायची गरज तरी काय आहे?"

"मग काय करायचं?" काही न सुचून मी विचारलं.

"तेही मीच सांगायला पाहिजे काय? जबाबदारी समजून घेऊन तूच सांग!"

"मला नाही समजत!"

"अशा प्रसंगी सगळे पुरुष असंच म्हणतात! लग्न करू या, असं पुरुष म्हणेल तर खरं!"

"म्हणजे?" बुद्धीला समजलं तरी मनाला न पटल्यामुळे तोंडून उद्गार निघाला. ती पुढं काही बोलली नाही. जे सांगायचं होतं ते सांगून झालंय, असा

तिचा आविर्भाव होता. ती ताठ बसली होती. ही तिची नेहमीची बसायची पद्धत! तिची नजरही अविचल होती.

निदान बोलण्यात तरी हार मानू नये म्हणून मी म्हटलं, "आपण एक मतानं जवळ आलो. गर्भही राहिला असेल, पण आपल्या दोघांत लग्नाचा विषय कधीही आला नव्हता. प्रौढ वयातल्या स्त्री-पुरुषांना लग्नासारख्या कुठल्याही बंधनाशिवाय, आपापल्या इच्छेनं परस्परांशी संबंध ठेवायचं स्वातंत्र्य आहे! तू त्या दिवशी दिलेल्या पुस्तकात सुरुवातीपासून अखेरपर्यंत या वादाचं समर्थन केलं आहे! तूही काही वयात न आलेली मुलगी नाहीस! शारीरिक संबंध आल्यावर स्त्रीनं गरोदर राहणं निसर्गाला धरूनच आहे. काही होणार नाही, असं तूच सांगितलं होतंस! काही का असेना, मी लग्नाला तयार नाही! माझ्यावर जबरदस्ती करणं अन्यायकारक आहे."

"कुठल्याशा पुस्तकात काहीतरी छापलंय आणि ते तुला सोयीस्कर आहे म्हणून तू त्याला माझा विचार मानत असशील तर त्याला मी काय करू? ते कुणा अमेरिकन बाईनं लिहिलेलं पुस्तक. मी भारतीय स्त्री आहे हे विसरून, मी तुझ्या हाताखाली काम करणारी नोकर आहे म्हणून तू मला आपल्या घरी घेऊन गेलास हे योग्य आहे का? तू मला तुझ्या घरी घेऊन गेलास! तेही तुझ्या बेडरूममध्ये! तुझ्या पलंगावर! याचा अर्थ काय? लग्न करेन, असाच होतो ना? मी साहित्यात रमणारी आहे, त्यामुळे निदान मला तरी तसं वाटलं. मीही होकार दिला! एवढंच! असं नसतं तर मी कसा या विवाहपूर्व संबंधांना होकार दिला असता? मुळीच दिला नसता! पुन्हा सांगते, मी एक भारतीय स्त्री आहे. कंपनीच्या मार्केटिंगसाठी युरोप-अमेरिकेला तू फिरत असतोस. तिथं काहीही करत असशील तू! तिथल्या बायकाही त्याला तयार असतील. त्यावरून तू भारतीय बाईशी हवं तसं वागायला लागलास तर चालणार नाही!"

तिचं मानभावीपणाचं बोलणं ऐकून मला राग आला. हे सगळं साफ खोटं होतं. मी कधीही कुठंही असे संबंध ठेवले नव्हते. वैजयंतीशी लग्न होईपर्यंतही मी शुद्ध ब्रह्मचारी होतो. वैवाहिक जीवनातही एकपत्नी व्रत निष्ठेनं पाळलं होतं. हिच्याशी संबंध येईपर्यंत मी शुद्धच होतो. मी जोरात सांगितलं, "खोटं आहे हे! मी कुठेही कधीही असे संबंध ठेवलेले नाहीत!"

"उत्तम! तर मग सांग, माझ्याशी संबंध ठेवताना मला काय म्हणून समजत होतास?"

"लग्नाचा शब्द दिलेला नसताना तू कशी तयार झालीस या संबंधांना? मी बोलावताच आलीस. निरोधही नको म्हणालीस! म्हणजे तू कोण मोठी सीता-सावित्री लागून गेलीस?" मी म्हटलं. मी बेल दाबताच अत्यंत नम्रपणे येऊन डिक्टेशन घेणारी, मी सुचवताच कंपनीची इतर कामंही मोठ्या तत्परतेनं करणारी

एक कंपनीची नोकर माझ्यासमोर बसून, माझ्याकडे नजर खिळवून कायद्याची भाषा बोलत होती! मग माझा संयम तरी किती वेळ माझ्या ताब्यात राहणार म्हणा!

क्षणभर तिच्या नजरेत आग भडकली. ती ताडकन उठली. टेबलावरचं नोटबुक आणि पेन्सिल घेऊन ती ताडताड निघून गेली. केबिनचा दरवाजा आपोआप बंद झाला. आत नि:शब्दता पसरली. त्या वेळेपुरती पीडा टळल्यासारखं वाटलं तरी मनाच्या एका कोपऱ्यात आशंका होतीच.

८

ती दुसरे दिवशी कामावर आली नाही. त्या नंतरही दोन दिवस आली नाही. रजेचा अर्जही पाठवला नाही. फोनही आला नाही. ही कंपनी सोडून गेली की काय? बहुतेक लाज वाटली असेल! बरं झालं, मी आवाज चढवून बोललो ते! माझ्यावर नैतिक दबाव आणू पाहत होती; पण नाही चाललं. तिनं माझं ऐकलं असतं तर डॉक्टरचा खर्च मीच केला असता आणि मैत्रीही राहिली असती. चूक तिचीच आहे... तरीही दररोज ती कामावर आली आहे की नाही, याकडे मी लक्ष ठेवून होतो. न सांगता ही रजेवर राहिली तर तिच्यावर आपोआपच ॲक्शन घेतली जाईल म्हणा! मला कळवायचीही गरज नाही.

तरीही का आली नसेल ही? गर्भपात केल्यावर डॉक्टरांनी काही दिवस विश्रांती सांगितली असेल का? की एखाद्या अयोग्य डॉक्टराकडे गेल्यामुळे काही गोंधळ झाला असेल? मनात आशंका निर्माण झाली. काही का असेना, एका महिन्यासाठी हिनं मला आनंद दिला आहे! योग्य त्या डॉक्टरकडे नेऊन तिच्या प्रकृतीची काळजी घ्यायला लावणं हे खरं तर माझं कर्तव्य आहे, पण तिचा फोननंबर माझ्याकडे नाही. ऑफिसमध्ये मिळू शकेल, त्यासाठी काहीतरी कारणही सांगणं शक्य आहे, पण मन का कोण जाणे, मागं हटत होतं.

असेच पाच-सहा दिवस गेले, सात-आठ दिवस गेले. तिचा काहीच पत्ता नव्हता. म्हणजे हिनं नोकरी सोडली, हे निश्चित! कामात तयार असेल तर दुसरी नोकरी मिळणं हे खाजगी उद्योगाच्या बाबतीत नेहमीचंच. गेली असेल, 'तू नको आणि तुझी नोकरीही नको,' अशा भावनेनं! या विचारानंही मनाला बरंच वाटलं.

दहाव्या दिवशी तिनं घरी फोन केला, तेव्हा मी राणीला सांडलवंड न करता जेवण वाढून घ्यायचं शिकवत होतो. असं वाढून घेतल्यावर नंतर दोघांनी मिळून जेवायची आम्हा दोघांची नेहमीची पद्धत. जेवताना तिचं बोलणं सुधारणं, हाही माझ्या दिनक्रमाचा भाग होता.

मी फोन उचलून "हॅलो..." म्हटलं.

"मिस्टर जयकुमार?"

मला आवाजाची ओळख पटली.

"होय. बोलतोय..."

यावर आणखी काहीही प्रास्ताविक न करता ती म्हणाली, "मला सतत उलट्या होताहेत. अशा परिस्थितीत कामावर आले तर बातमी फॅक्टरीभर होईल, म्हणून मी आले नाही. तू पुढचं पाऊल कधी उचलायचं ठरवलं आहेस?"

विषय संपला म्हणून निश्चिंत असताना पुन्हा तेच भूत समोर ठाकलं होतं! काय बोलावं ते मला सुचलं नाही. हातात रिसीव्हर घेऊन तसाच उभा राहिलो.

तीच पुढं म्हणाली, "पुढं काय करायचं, या विषयी काहीच बोलत नाहीयेस तू!"

"जे बोलायचं ते बोलून झालंय ना!"

"असं तुला वाटतंय! पण मला ते मान्य नाही. गर्भ ठेवायचा की नाही हा संपूर्णपणे बाईचा विषय आहे. या संदर्भात तिच्यावर कुणीही दडपण आणू शकत नाही. एक गोष्ट लक्षात ठेव! एकमेकाला समजून घेऊन आपण दोघांनी एकत्र जीवन काढायचं आहे. आपल्यामध्ये कायदा आणणं योग्य ठरणार नाही, असं मला वाटतं! या उप्पर तुझी मर्जी! आधीच माझी शारीरिक स्थिती अशी आहे, त्यात मानसिक अस्थिरता त्रासदायक आहे! याचा बाळाच्या मनावर आणि बुद्धीवर विपरीत परिणाम होऊ शकतो! तीन दिवसांच्या आत मला तुझा निर्णय कळव. माझा नंबर सांगते... नंतर लक्षात राहिला नाही, म्हणशील! लिहून घे!..." म्हणत तिनं दोनवेळा सावकाश नंबर सांगितला आणि फोन खाली ठेवला.

माझ्या छातीचे ठोके थांबलेच होते! राणी 'द..द..दही...' म्हणत होती ते मनाच्या परिघाबाहेरच फिरत होतं.

मला लग्नाच्या पिंजऱ्यात अडकवायचा तिचा निश्चय झालाय! कायद्याची भाषा करत्येय! सुप्रीम कोर्ट असो किंवा सुप्रीम कोर्टाचा वकील, त्यासाठी कितीही खर्च झाला तरी हरकत नाही, मी गप्प बसणार नाही! मनात निश्चय उमटला.

रात्री झोप लागणं शक्यच नव्हतं. काहीतरी मोठी अडचण उभी राहताच - एखाद्या परदेशी कंपनीबरोबरचे मतभेद असोत किंवा इथल्याच इलेक्ट्रिसिटी बोर्डानं जाणूनबुजून केलेली कटकट असो, किंवा एखादं काम पुरं करून देण्यामध्ये होत असलेला विलंब असो; अशा प्रकारे झोप न लागणं त्याला सवयीचं होतं, पण हा माझ्या सगळ्या जीवनालाच व्यापून टाकणारा शनीचा त्रास! हे ठाऊक असलं तरी त्यामुळे समस्येवर उपाय सापडला नव्हता. काही का असेना, दुसरे दिवशी एखाद्या चांगल्या वकिलाची भेट घेतली पाहिजे, अशा निर्णयाप्रत रात्री दोन वाजता आलो आणि त्यानंतर थोडंफार हायसं वाटलं. 'कुणाकडे जायचं' हा प्रश्न होताच. तसे

आमच्या कंपनीचे वकील होते, पण त्यांचं ज्ञान आणि अनुभव होता तो कंपनीच्या कायद्याविषयी. ते कदाचित या विषयातल्या उत्तम वकिलाशी गाठ घालून देऊ शकतील, पण हे सगळं प्रकरण त्यांच्यापर्यंत गेलं तर त्यांचा माझ्याकडे बघायचा दृष्टिकोन बदलेल.

या विचारात सकाळपर्यंत झोप आली नाही.

सकाळी कॉफी पिताना सुब्बरामय्यांचं नाव आठवलं. चार मित्रांबरोबर जेवत असताना चामराजपेटेमधल्या एका भल्या मोठ्या बंगल्यात राहणाऱ्या सुब्बरामय्या नावाच्या वकिलाचा विषय निघाला होता. आजच्या जगातही हे पैशासाठी काम करत नाहीत, अशिलाला कायद्याचं नेमकं भान देण्याविषयी त्यांची ख्याती आहे, असं कुणीसं सांगत होतं. त्यानंतर कुणाला कोर्टात जायचं असेल तरच ते केस घेतात आणि संपूर्ण निष्ठेनं केस चालवतात, अशी पुस्तीही चंद्रशेखरनं जोडली होती.

लगोलग डिरेक्टरीमधून त्यांचा फोन नंबर मिळवला. जी. एल. सुब्बरामय्या, हायकोर्ट वकील, चामराजपेटे... काही त्रास झाला नाही. लगेच फोन केला,

"सर, तुमच्याशी एका विषयावर चर्चा करायची होती. माझं नाव जयकुमार. मध्यम आकाराचा स्वत:चा व्यवसाय आहे माझा."

"संध्याकाळी साडेसहाला या. माझ्या घरीच माझं ऑफिस आहे."

जुन्या काळचा दणकट बंगला, तिथल्या सगळ्या गोष्टीही जुन्या काळच्याच होत्या. आत प्रवेश केल्या-केल्या अशिलांना बसायला प्रशस्त जागा होती. तिथंच दोन ज्युनियर आणि तीन कारकुनांना बसायला टेबल-खुर्च्या ठेवल्या होत्या.

आतल्या केबीनमध्ये जाऊन वकिलांशी नमस्कार-चमत्कार झाल्यावर मी सरळ विषयाला हात घातला, "सर, माझ्या एका मित्राचा त्याच्या ऑफिसमधल्या एका स्त्रीशी संबंध आला आहे. ती आता गरोदर आहे आणि माझ्या मित्रावर लग्न कर, म्हणून दडपण आणते आहे. त्यानं लग्न केलंच पाहिजे का?"

डोक्याचे केस कमी झालेले, रुंद कपाळ, तीक्ष्ण नजर, अंगात पांढरा शर्ट, साठीचं वय. ते दुसऱ्या क्षणी म्हणाले, "मिस्टर जयकुमार, जर रोगी समोर आला नाही तर वैद्य योग्य औषध कसा देईल? तसंच अशील समोर नसेल तर वकील कशी केस घेईल? वकिलांना ज्या तपशिलाची गरज असते, तो सगळा मित्रांना ठाऊक नसतो. डॉक्टर असो वा वकील, काहीही लपवता कामा नये! आपल्या अशिलाचं हित बघण्यासाठीच ते असतात! त्यामुळे संकोच करायचं कारण नाही."

केस माझीच आहे, हे यांनी ओळखलं आहे हे माझ्या लक्षात आलं. थोडं अवघडही वाटलं, शरम वाटली, पण आता सांगितल्याशिवाय गत्यंतर नव्हतं. मी म्हटलं, "सगळी पार्श्वभूमी सांगायला पाहिजे, सर?"

"अगदी तपशीलवार सांगा. कुठलीही प्रमुख घटना टाळू नका."

"मी आणि माझ्या बायकोनं ही कंपनी स्थापन केली..." मी सांगायला सुरुवात

केली. कंपनीसाठी घेतलेले कष्ट, तिचा अपघाती मृत्यू, त्याच अपघातामुळे मतिमंद झालेली मुलगी याविषयी सांगून अलीकडे शरीराची गरज म्हणून कंपनीतल्या एका तरुणीला घरी नेलं, त्या आधी तिच्याजवळचं स्त्रीमुक्तीचं पुस्तक कसं वाचलं होतं... ती कशी कसलाही विरोध न करता तयार झाली, निरोध वापरायला तिनं केलेला विरोध... याविषयी सविस्तरपणे सांगितलं.

माझं सगळं त्यांनी शांतपणे ऐकून घेतलं. माझ्या केसचं अंतरंग त्यांच्या मन:चक्षूंपुढे स्पष्ट झालं असावं. ते म्हणाले, ''मालकाची सगळी इस्टेट गिळंकृत करावी असं बऱ्याच जणांना वाटत असतं. या बाईला तुम्ही स्वत:च अशा प्रकारची संधी मिळवून दिली आहे! आता तुम्ही पन्नास लाखच काय, एक कोटी देईन म्हणालात तरी ती ऐकणार नाही! का ऐकेल? तुम्हीच आता सांगितलंत, वर्षाला एकशे वीस कोटींची उलाढाल असलेली तुमची कंपनी आहे! अशा आणि ज्या कंपनीला आणखी उज्ज्वल भविष्यकाळ आहे अशा कंपनीची मालकीण व्हायची संधी कुणीही सोडणार नाही!''

''पण लग्नाचा आग्रह धरायचा तिला कुठला अधिकार? मी बोलावलं, ती आली. काहीही होणार नाही, असं तिनंच सांगितलं...''

''ती म्हणू शकेल, यानं लग्न करू या म्हटलं, म्हणून मी तयार झाले! काही होणार नाही, असं मी म्हटलंच नाही. काय होईल आणि काय होणार नाही, हे लग्न होऊन बारा-चौदा वर्षं झालेल्या याला ठाऊक की मला? मी अनुभवी आहे! अशा प्रकारच्या वादात कोर्ट बाईचंच बोलणं ऐकतं. पुरुषाच्या बोलण्याकडे लक्ष दिलं जात नाही. जर गरोदर राहिलेल्या बाईनं, यानं लग्नाचं आश्वासन दिलं होतं, असं सांगितलं तर त्याला अत्याचार मानून सात वर्षांची शिक्षा देऊ शकते!''

मी आतल्या आत हताश झालो. म्हटलं, ''तर मग न्यायाचं काय?''

''न्याय-अन्याय-मूल्य-अवमूल्य यांचा कायद्याशी काही एक संबंध नाही! असलेले कायदे वापरून प्रत्येक व्यक्ती शक्य असेल तेवढं ओरबाडून घेत असते! आणि या बाबतीत न्यायाधीशांना काहीही स्वातंत्र्य नसते!'' त्यांनी बोलणं आटोपतं घेत म्हटलं.

९

वकिलांनी काहीही सांगितलं तरी आपण घाबऱ्या-घाबऱ्या लग्नाच्या जाळ्यात अडकता कामा नये, असा मी निश्चय केला. खरेदी-विक्रीच्या वेळी अशा कितीतरी वाटाघाटी होतच असतात ना! दोन कोटींच्या अजिबात खाली येणार नाही, असं

म्हणत असलेल्याला आपणच अनेकदा पाच लाखांपर्यंत उतरवला होता ना! नाहीतरी आणखी दोन आठवड्यांत मला युरोपच्या दौऱ्यावर जायचंच होतं. त्या आधी तिला फोन करून सांगायचं, "तुझ्या वैद्यकीय उपचारासाठी लागतील तेवढे देईन - पाच लाख? दहा लाख?" ती मान्य केल्याशिवाय राहणार नाही, या विचारानं मन थोडं शांत झालं. पाचव्या दिवशी तसं सांगितलंही.

ती काहीही बोलली नाही.

"किती पैसे ते तूच कळव. मी काही ते तुला असेच देत नाहीये. तुझ्या उपचारासाठी, यामुळे आपल्या नात्याला काहीही बाधा येणार नाही!" असंही सांगितलं.

काही वेळ ती तसाच फोन हातात धरून राहिली होती. दहा लाख म्हणजे काही कमी नाही! कदाचित तीही पुनर्विचार करत असेल, असं मला वाटलं. मी पुढं म्हटलं, "विचार करून तूच फोन कर. पुढच्या आठवड्यात मी युरोपला चाललोय. दहा दिवसांसाठी. त्या आधी कंपनीत कुणालाही कळणार नाही अशा प्रकारे पैसे पोहोचते करेन. तूही काहीतरी कारण सांगून, परगावी जावं लागणार आहे, असं सांगून रजेसाठी अर्जही दे." एवढं सांगून मी फोन खाली ठेवला.

दुसरे दिवशी बुधवार होता, सकाळचे अकरा वाजले असतील. प्रवासासाठी आवश्यक असलेली कागदपत्रं चाळत बसलो होतो. पी. ए. वरदप्पा आत येऊन म्हणाला, "चार बायका तुम्हाला भेटायला म्हणून आल्या आहेत. कंपाउंडच्या बाहेर सुमारे शंभर मुली जमल्या आहेत. बहुतेक कॉलेजच्या विद्यार्थिनी असाव्यात, असं वाटतं!"

"कॉलेजच्या मुली? कुणालाही आत सोडू नका, म्हणून वॉचमनला सांगा. त्या बायकांना आत सोडा."

आत आलेल्या चौघींनाही खुर्चीवर बसायला सांगितलं.

पन्नाशीचं वय, माझ्या डोक्यावरच्या केसांपेक्षा बारीक कापलेले पांढरे शुभ्र केस, भुंडे हात, अंगावर खादी वाटणारी साडी, उजव्या हातात कामावर जाणारे पुरुष घेतात, तशी काळ्या रंगाची बॅग घेतलेल्या बाईनं आधी बोलायला सुरुवात केली. थोडा जास्तच गोरा चेहऱ्याचा रंग, कानातही काही नव्हतं, नाकात काही घालायचा प्रश्नच नव्हता. चेहऱ्यावरची कळा ही विधवा असावी किंवा हिला कसलंसं सुतक असावं, असं वाटणारी!

"गुड मॉर्निंग मिस्टर जयकुमार! फॅक्टरीच्या भोवताली चांगली बाग केलीय! सगळ्या उद्योगपतींना तुमच्यासारखी आवड असती तर पर्यावरण किती उत्तम राहिलं असतं! मी माला केरूर! सुप्रीम कोर्ट ॲडव्होकेट. राष्ट्र महिला संघटनेची व्हाईस प्रेसिडेण्ट. या वाणी शेट्टी. डी. एम. कॉलेजमध्ये इकॉनॉमिक्सच्या प्रोफेसर आहेत. या डॉक्टर सुनीता राव. ओ.व्ही. जी. त्यांचे स्वत:चे क्लिनिक आहे. आणि या जया गौड. त्यांची ट्रॅव्हल एजन्सी आहे. त्या स्वत: लक्ष घालतात. तुमच्या

कंपनीची एअरतिकिटं किंवा व्हिसाची काही कामं असतील तर देऊन बघा. उत्तम सर्व्हिस आहे यांची!'' त्यांच्या चेहऱ्यावर बिझिनेस-हास्य होतं. यातल्या ट्रॅव्हल-एजन्सीच्या जया गौड मात्र कपाळावर कुंकू, कोरलेल्या भुवया आणि माफक मेकअपबरोबर फिकट निळ्या रंगाची साडी नेसल्या होत्या. दिसायलाही त्या आकर्षक होत्या.

''कॉफी घेणार की कोल्ड्रिंक?'' मी विचारलं. यांच्या येण्यामागचा उद्देश एव्हाना माझ्या लक्षात आला होता!

''नो थँक्स! तुम्ही बिझी उद्योगशील आहात. तुमचा आम्ही फार वेळ घेणार नाही. तुम्ही तुमच्या एका सहकारी महिलेबरोबर स्नेह वाढवला आणि आता शब्द फिरवताहात, हे आमच्या महिला संघटनेच्या नजरेला आलं आहे. संघर्षाला वाव न देता सामोपचारानं प्रकरण मिटवणं हा आमचा उद्देश आहे. एवढा सगळा व्यवहार पाहणारे तुम्ही, एव्हाना तुम्ही वकिलाची भेट घेऊन परिस्थिती समजावून घेतली असेल. आम्ही कुणा एकाची बाजू घेणाऱ्यांपैकी नाही. कायद्याच्या संदर्भात मी, वैद्यकीय बाबतीत डॉक्टर राव, आम्ही दोघी तुम्हाला समज देत आहोत. या दोघींनाही आपापल्या कुवतीनुसार अन्यायाविरुद्ध लढायची ताकद आहे. बातमी समजताच शंभर मुलींनी तुमच्या गेटपाशी घेराव घातला आहे. आजवर एकही स्ट्राईक न झालेली फॅक्टरी, असा नावलौकिक तुम्ही बाळगून आहात! यासाठी संपूर्ण बेंगळूरमधले व्यावसायिक तुमच्याविषयी असूया बाळगून आहेत! जर इथं बायका घेराव घालताहेत असं समजलं तर मजूर-संघटना लाखानं माणसं आणून उभी करतील! फॅक्टरीतल्या महिला-कर्मचाऱ्यांवर अत्याचार झालाय, म्हणून महिला-कर्मचारी संघटना पुढाकार घेतील. एकाच घटनेवर चार-सहा प्रकारच्या केसेस घातल्या जातील! तुम्ही हुशार आहात. कंपनीचा विस्तार करायची आकांक्षा आहे तुम्हाला! तुम्ही तुमच्या गर्भाचा स्वीकार करा! कंपनीचा उत्तराधिकारीही जन्माला येईल! नाहीतरी तुमच्या थोरल्या मुलीची बुद्धी कुंठित झाली आहे ना! मग तुम्हाला कंपनीच्या भविष्याचाही विचार करावा लागेल. तुम्हाला सात वर्षांची शिक्षा झाली तर तुम्ही उभारलेल्या या कंपनीची काय गत होईल, याचाही विचार करा! शिवाय तुम्हाला त्या स्त्रीला आणि तिच्या मुलाला तुमच्या आजच्या समाजातल्या स्थानाप्रमाणे नुकसान-भरपाई द्यावी लागेल.''

मी घाबरलो. माझ्या फॅक्टरीत आजवर कधीही 'बंद' झालेला नाही, कामगारांची समस्या उद्भवली नाही. माझे सगळे कर्मचारी सुशिक्षित आणि सुसंस्कृत होते. बाकीच्यांनाही इतर फॅक्टऱ्यांमध्ये मिळतो त्यापेक्षा जास्तीचा पगार मिळत होता; शिवाय वैजयंतीनं सगळ्यांनाच वागण्याची शिस्त लावली होती, त्यामुळे सगळ्या समाजात आम्हा सगळ्यांनाच उत्तम मालक आणि उत्तम कर्मचारी म्हणून मान

होता. आता त्या सगळ्यांना केवळ माझ्यामुळे चूड लागायची वेळ आली होती! आमची ख्याती अशी होती की, संपूर्ण गावात 'बंद' पाळला जात असतानाही आमच्याकडे काम सुरूच असायचं, त्यामुळे कधीही उत्पादन खंडित झालं नाही की निर्यातीवर त्याचा प्रतिकूल परिणाम झाला नाही, त्यामुळे कर्मचाऱ्यांचे पुढारी ही संधी सोडणार नाहीत, हे निश्चित! असं काही घडलं तर माझ्याच माणसांसमोर माझं स्थान मातीमोल व्हायला वेळ लागणार नाही!

पण यातलं काहीही न दाखवता मी विचारलं, ''मॅडम, हा दोन प्रौढ, सज्ञान व्यक्तींमधला, त्यातही दोन सुशिक्षितांमधला निसर्गसुलभ देहसंबंध आहे! त्या वेळी तिनंच निरोध नको म्हटलं, आता अशा प्रकारे माझ्यावर दडपण आणताय! हे योग्य आहे का?''

ही तर सुब्बरामय्या वकील म्हणत होते, तेच सांगत होती!

''हे पाहा! करायचं ते करून आता त्यातून बाहेर पडण्यासाठी खोट्याचा आधार घेऊ नका! तिनं त्या वेळी तसं म्हटलं, याला पुरावा काय? ती भारतीय स्त्री आहे! शीलाविषयी तिच्या काही भावना आहेत! तुम्हाला युरोप-अमेरिकेतल्या स्त्रियांबरोबर आलेला अनुभव इथं सांगू नका!... म्हणजे मला अगदी असंच घडलं असेल, असं म्हणायचं नाही. एक सांगते. तुम्हाला तिच्याशी लग्न हे करावंच लागेल! जिच्याबरोबर मरेपर्यंत तुम्हाला राहायचं आहे, तिच्याविषयी कशाला मन कटू करून घेताय? आनंदासाठी तुम्ही तिला जवळ केलंत ना! आता आनंदानं तिच्याबरोबर संसार करा, एवढंच आमचं म्हणणं! एक तुमच्या लक्षात आलं असेल, मिस मंगळा यांची केस आम्ही, म्हणजे आमच्या महिला-संघटनेनं हाती घेतली आहे. ही क्रिमिनल केस होईल. उगाच वेळ वाया घालवायला मला आवडत नाही!'' म्हणत ती उठून उभी राहिली. पाठोपाठ बाकीच्या तिघीही उठून उभ्या राहिल्या. मी निरोप द्यायचा सोपस्कार करण्याआधीच त्या दारापर्यंत पोहोचल्या. आपोआप बंद होणारा दरवाजा उघडून त्या बाहेर निघून गेल्या.

मी उठून खिडकीतून बाहेर पाहिलं. गेटपाशी अठरा ते बावीस वर्षे वयाच्या शंभरएक तरुण मुली हातात झेंडे घेऊन आज्ञेची वाट पाहात असल्याप्रमाणे उन्हात उभ्या होत्या.

१०

एकदा वैजयंतीला मी म्हटलं होतं, ''आणखी एक मूल असेल तर बरं, नाही का?''

"आपल्या राणीला आपण बीई, एमबीए केलं तर ती कंपनी वाचवून वाढवणार नाही का?'' तिनं विचारलं होतं.

"ती मुलगी आहे, तिला जमणार नाही, म्हणून मी हे म्हटलं नाही!''

"या विषयावर मीच तुमच्यापाशी विषय काढणार होते. आपली कंपनी मोठी होणार, यात शंका नाही आणि आताही काही लहान नाही ही! उद्या हीच याची मालकीण होणार. अशा मुलीशी लग्न करायला कदाचित मुलं मागं-पुढं बघतील. लग्न झाल्यावरही कदाचित हिच्या नवऱ्याच्या मनात कमीपणाची भावना निर्माण होऊ शकेल. अशा परिस्थितीत दांपत्य-जीवनातली समरसता नाहीशी होते, म्हणून मग मोठ्या उद्योगपतीच्या घरचं नातं शोधायला हवं का? आणि शोधलं तरी असा कुणी मिळेल का? तो काही शहाणपणाचा मार्ग नाही! त्याऐवजी, त्याची प्राप्ती कितीही असली तरी त्यात त्याच्या कुटुंबाला सांभाळून त्याला साथ करायचे संस्कार आपण हिच्यावर केले तर ती संसारातही सुखी राहू शकेल आणि कंपनीही वाढवू शकेल! म्हणून मी तिला कशिदा, गाणं, घरकाम, स्वयंपाक वगैरे आतापासूनच शिकवते आहे.''

एवढ्या मोठ्या फॅक्टरीचा व्याप सांभाळतानाही घराकडे अजिबात दुर्लक्ष न करणाऱ्या आपल्या आईसारखी का होणार नाही आपली राणी? दुसरी गोष्टही आठवली. राणीच्या वेळी वैजयंतीला बराच त्रास झाला होता. डॉक्टरांनीही सांगितलं होतं, ह्यांची गर्भाशयाची रचनाच तशी आहे, पुढचं गरोदरपण अशक्य किंवा जीवघेणं ठरेल, असंही नाही; पण त्रासाचं मात्र निश्चित! हे आठवताच मीही गप्प झालो.

भविष्यकाळाचा विचार करताना त्यात राणीला आय.आय.टी. किंवा एम.आय.टी.मध्ये शिकवायचा विचार आपसूकच येत होता.

अपघातात वैजयंती गेल्यावर कंपनी वाढवणं हेच माझं तिच्याविषयीचं कर्तव्य असल्याची माझी भावना तीव्र झाली आणि मी त्यानुसार वागू लागलो. माझी सगळी मेहनत त्या दृष्टीनं सुरू झाली. आमची राणी सर्वसाधारण मुलीसारखीही वागू शकणार नाही, हे तेव्हा माझ्या लक्षातच आलं नाही. डॉक्टर उमेश सांगायचे, "लेट अस बी ऑप्टिमिस्टिक! नथिंग इज इम्पॉसिबल!'' या त्यांच्या उत्साहवर्धक बोलण्यावर मी शब्दश: विश्वास ठेवला होता. डॉक्टर आणि वकील "पुढं अमुक होईल'' असं खात्रीनं काहीही सांगत नाहीत. निदान आपल्या देशात तरी!

पण अलीकडे मलाही वस्तुस्थितीचं भान येत चाललं होतं. आमची राणी पूर्ववत् होणं शक्य नाही यावर माझं मन स्थिरावू पाहात होतं. ती उंची आणि शरीराच्या पातळीवर छान वाटत होती. तेराव्या वर्षी तिचा चेहराही जसा हवा तसा छान दिसत होता, पण चेहऱ्यावर बुद्धीची कळा नव्हती. केर काढणं, माझं आणि

आपलं अंथरूण घालणं, आपली आपण आंघोळ करणं, जेवण झाल्यावर ताटं उचलून ठेवणं यांसारखी प्राथमिक कामं ती बिनचूक करत होती. दूध तापवायची जबाबदारी टाकली तर समोरच उभी राहायची आणि दूध उतू यायला लागलं की गॅस विझवायला विसरून जात होती.

माला केरूर... मिसेस की मिस? काही समजलं नाही. तिनंही सांगितलं नाही. कपाळावर कुंकू, गळ्यात मंगळसूत्र किंवा हातात काचेच्या बांगड्या यासारखी कुठलीच सौभाग्यदर्शक चिन्हे नसल्यामुळे काही अंदाज करणंही शक्य नव्हतं, पण तिनं सांगितलेले सगळे मुद्दे धमकीवजा असले तरी तिचा कंपनीच्या उत्तराधिकाऱ्याचा मुद्दाही पटण्यासारखा होता. मंगळेशी लग्न करणं अपरिहार्य असेल तर त्यातला हा मुद्दा थोडा समाधानकारक होता!

लग्न सब-रजिस्ट्रारच्या ऑफिसमध्ये झालं. त्यांनी वाचून दाखवलेल्या दोन वाक्यांना दोघांनीही, "हो. मान्य आहे..." असं दोन वाक्यांत उत्तर दिलं आणि दोघांच्या सह्या झाल्या, बस्स! ना हार, ना अंगठी. आपला या कुठल्याही उपचारावर विश्वास नाही, असं तिनं आधीच सांगून टाकलं होतं. कपाळावर कुंकूही नव्हतं. जवळपासच्या लोकांना "ही ख्रिस्ती की मुसलमान?" अशी शंका आली असावी.

तिला घेऊन घरी आलो आणि द्यावक्काला सांगितलं, "मी हिच्याशी लग्न केलंय!"

हे ऐकताच ती अवाक् झाली.

ती घरी येऊन चार दिवस झाले तरी तिला एकदाही उलटी झालेली दिसली नाही. मी विचारलं, "तू उलटीवर काही औषध घेतलंस का?"

"काही जणींना अजिबात उलट्या होत नाहीत, काही जणींना आठवड्याभरात सुरुवात होते, काही जणींना दोन-चार आठवड्यानं सुरुवात होते. काही जणींना सुरुवात होते आणि लगेच थांबते! प्रत्येकीचं वेगवेगळं असतं. का विचारलंस? मी खोटं सांगून तुला फशी पाडलंय अशी शंका येतेय का तुला?" तिनं फटकारलं. मीही वार चुकवत म्हटलं, "काही नाही... सहज विचारलं मी..."

११

मागं काही वेळा मी तिला घरी बोलावलं असलं तरी तिला सगळं घर दाखवलं नव्हतं. तिनंही तशी उत्सुकता दाखवली नव्हती. आता आणखी जवळीक साधण्याच्या दृष्टीनं म्हटलं, "चल, घर बघ, ये." मास्टर-बेडरूमच्या शेजारीच वत्सलेची-आमच्या राणीची खोली होती. त्या वेळी ती द्यावक्काबरोबर नुकतीच तिच्या शाळेतून येऊन स्टॅण्डवरचे मणी "एक... दोन... तीन..." म्हणत मोजत होती. मला

अनपेक्षितपणे घरी पाहताच तिचा चेहरा खुलला. 'अप्पप्पा...' म्हणत तिनं हातातला स्टॅण्ड टेबलावर ठेवला आणि धावत येऊन मला बिलगली. तिच्या पाठीवरून आणि डोक्यावरून हात फिरवताना ही एकटीच माझी आहे, अशी भावना मनात उसळली. थोडं सावरल्यावर मी माझ्या मागं असलेल्या नव्या व्यक्तीकडे तिचं लक्ष वेधत म्हटलं, "राणी, पाहिलंस का, कोण आहे ते! अम्मा! कोण? अ.. म्मा! म्मा! म्मा! काय? सांग बघू! अम्मा!"

तिला काय बोलायचं ते समजलं नाही. तसा तिनं काही प्रयत्नही केला नाही. तिच्या मनात अम्मा म्हणजे भिंतीवरचा मोठा फोटो, असंही असेल कदाचित! कदाचित दहाव्या वर्षापर्यंत केस विंचरणाऱ्या, न्हाऊ-माखू घालणाऱ्या व्यक्तीची प्रतिमा बसली असेल! त्या अपघातालाही नुकतीच तीन वर्षं होऊ पाहात होती ना! त्यामुळे तोच शब्द एखाद्या अपरिचित व्यक्तीला उद्देशून म्हणणे तिला शक्य झालं नसेल.

तिच्या चेहऱ्यावर गोंधळ उमटला.

मीच म्हटलं, "यांना नमस्कार कर बघू!"

हे मात्र तिनं ऐकलं आणि हिच्या दोन्ही पावलांवर कपाळ टेकवून नमस्कार केला. हिनंही तिच्या पाठीला ओझरता स्पर्श केला. जवळ घेतलं नाही किंवा डोकंही कुरवाळलं नाही.

मीच विचारलं, "तू हिला पाहिलं असशील, नाही का?"

"तुझ्या पहिल्या पत्नी कधी-कधी फॅक्टरीला घेऊन यायच्या." ती म्हणाली.

मी आणि वैजयंती दोघेही कामात असताना ती राणीला माळी किंवा चौकीदाराकडे सांभाळायला देत असे. मोठ्या कंपाऊंडमध्ये पसरलेल्या भल्या मोठ्या हिरव्यागार बागेत ती खेळत राही किंवा एकटीच छोटा फावडा घेऊन चिखलात खेळून अंगावरचे सगळे कपडे मळवून टाकत असे! हे पाहून वैजयंतीही अभिमानानं फुलून जाई. तिनं माळ्यांना सांगून ठेवलं होतं, "तिला कुणीही अडवायचं नाही. मुलं अशीच वाढली पाहिजेत. उलट तिला सगळी कामं नीट शिकवा."

मी मंगळेला विचारलं, "अपघातामध्ये हिच्या बुद्धीवर परिणाम झाल्याचं तुला ठाऊक असेल ना?"

तिनं नुसतीच मान हलवली.

१२

दिल्लीच्या प्रगती मैदानावर भरलेल्या राष्ट्रीय औद्योगिक प्रदर्शनात यंदाही आमचा गाळा होता. उद्घाटनाच्या दिवशी स्वतः उपस्थित राहायचं आणि नंतरचे तीन

दिवस संभाव्य गिऱ्हाइकांना भेटून पुढची चाचपणी करायची, त्यानंतर हाताखालच्यांकडे सोपवून माघारी यायचं, अशी माझी नेहमीची पद्धत! पण यंदा मात्र पुढचे दहा-बारा दिवसही तिथंच राहायचा मी निश्चय केला. मंगळेला लग्न करून घरी आणून दोन दिवस झाले होते आणि मला तिच्यापासून दूर राहायची इच्छा होत होती, त्यातच ही एक संधीही चालून आली!

निघायच्या आधी मी द्यावक्काला बोलावून सांगितलं, "मी गावात नसताना तूच हिची आई आहेस आणि तूच वडीलही आहेस, हे लक्षात असू दे! तुला कुणीही कितीही त्रास दिला तरी तू या लेकराला सोडून जायचं नाही! तशी हिच्या आईची शपथ घेऊन सांग!"

द्यावक्का काही क्षण गप्प राहिली.

"तुझ्या ज्या काही अडचणी असतील त्या मी बघून घेईन, पण आपल्या राणीची काळजी घ्यायची जबाबदारी मात्र तुझीच! इतर कामासाठी आणखी कुणालातरी घे हवं तर!"

द्यावक्का बाहेर आली आणि तिनं बाहेरच्या भिंतीवरच्या वैजयंतीच्या मोठ्या फोटोला दोन्ही हात लावून तशी शपथ घेतली. माझं मन शांत झालं.

या द्यावक्कालाही वैजयंतीनंच नेमलं होतं! हा बंगला बांधायच्या आधी आम्ही फ्लॅटवर राहात होतो, त्या वेळी ही तिथल्या तीन घरांतली धुणी-भांडी करत होती. राणीचा जन्म झाल्यावर वैजयंतीनं तिला संपूर्ण वेळ आमच्या घरीच ठेवून घेतलं. हे मोठं घर बांधल्यावर तर तिची निवड फारच योग्य वेळी केल्याचं दोघांनाही जाणवलं होतं. ती गुब्बी भागाची होती. दोन मुलं होऊन मरून गेली होती. नवरा दारुड्या, जुगारी! आम्ही कुणी घरात नसताना यायचा, धाक दाखवून तिच्याजवळचे पैसेही चोरून न्यायचा. "तू कशाला जवळ पैसे ठेवतेस? बँकेत खातं काढून देते. शिवाय तुला कशाला पैसे लागतात? तुझं जेवण-खाण, कपडा-लत्ता, औषध-पाणी आम्ही बघतोय ना!" असं वैजयंतीनं तिला बरेचदा समजावून सांगितलं.

पण तिचा नवरा येऊन म्हणायचा, "कर्ज काढलंय, ते फेडायला पाहिजे; नाहीतर ते माझा जीव घेतील! तू माझा जीव वाचवणार आहेस की रांड-मुंड होऊन पांढऱ्या कपाळानं फिरणार आहेस?" वर त्यांच्या ग्रामदेवतेची भीती घातली की ही घाबरायची, विरघळून जायची; त्याच्याबरोबर बँकेत जायची, त्यानं भरलेल्या फॉर्मवर अंगठा लावायची! मग तिच्या खात्यावर खातं टिकण्यासाठी आवश्यक असलेले पाच-पन्नास रुपये तेवढे राहायचे! नेहमी निम्मं कपाळ भरेल एवढं कुंकू, गळ्यात काळ्या मण्यांची पोत आणि हातात काळ्या काचेच्या बांगड्या हे तिचे दागिने. एक-दोनदा तिला वैजयंतीनं म्हटलं, "तुझ्या नवऱ्यालाही आमच्या फॅक्टरीत काम देईन. तो नीट काम करेल की नाही?"

यावर मात्र ती म्हणाली, "नको बाई! भारी खराब मानूस हाय! बाकी लोकांनाही नादाला लावल तो! लई खोटं बोलतो!"

अशी पाच-सहा वर्षं गेली, त्यानंतर मात्र त्यानंही हिच्याशी पूर्णपणे संबंध तोडले. हिनंही वाट पाहिली, जमेल तेवढा शोध घेतला, माणसंही धाडली. त्यानंतर समजलं, दुसऱ्या कुणाच्यातरी नादी लागून तो बेंगळूर सोडून निघून गेला होता. नशिबाला बोल लावून द्यावक्कानं आपल्या मनाचं समाधान केलं होतं, त्यानंतर ती संपूर्णपणे या घरची होऊन गेली होती.

दिल्लीहून परतल्यावर एअरपोर्टवरून मी सरळ घरी आलो. मला बघताच राणीचा चेहरा खुलला! 'अप्पप्पा...' म्हणत ती नेहमीप्रमाणे धावत जवळ येऊन गळ्यात पडली. मीही तिला कुरवाळलं. ती मला बाहेरच्या ओसरीकडे ओढून नेऊ लागली. हिला इतक्या तातडीनं काय दाखवायचं असेल, हे माझ्या लक्षात येईना. भिंतीकडे हात दाखवत ती खुणेनंच म्हणाली, 'अ.. म्म.. म्म.. म्मा...!'

मान वर करून पाहिलं तर त्या जागी वैजयंतीचा फोटो नव्हता. हे मंगळेचं काम, हे कुणी सांगायची गरज नव्हती, तरीही मी विचारलं, "कुठं गेला फोटो?"

यावर तिनं फक्त "नाही... नाही" एवढेच हातवारे केले- म्हणजे ही घटना हिच्यासमोर घडलेली नाही. कदाचित तिनं स्वत: स्टूल किंवा खुर्चीवर उभं राहून तो काढला असला पाहिजे.

घरात पाऊल टाकल्या-टाकल्या हा विषय नको असं ठरवून मी आत गेलो. विस्तीर्ण बेडरूममध्ये खिडकीपाशी एका वेताच्या खुर्चीत बसून ती एक पुस्तक वाचत होती. मी तिच्या जवळ जाऊन चौकशी केली, "कशी आहेस?"

"जशी असायची तशी आहे! तू दिल्लीची ट्रिप एन्जॉय केलीस की नाही?" तिला न नेल्याचं असमाधान तिच्या बोलण्यात स्पष्ट दिसत होतं, ते लक्षात न आल्यासारखं दाखवत त्यानं सूटकेस जागेवर ठेवत म्हटलं, "लगेच फॅक्टरीत गेलं पाहिजे. अर्जंट काम आहे. संध्याकाळी आल्यावर बोलू या..." म्हणत बाहेर आलो. कारमध्ये बसण्याआधी द्यावक्का जवळ येऊन हळूच म्हणाली, "इकडं या!"

ड्रायव्हरच्या न कळत हिला काही सांगायचंय, हे लक्षात येऊन मी बागेतल्या बदामाच्या झाडापाशी गेलो. उंच वाढू न देता शांत छायेसाठी विस्तार पावावं म्हणून वैजयंतीनं विशेष कष्ट घेतले होते या झाडासाठी! जवळ येऊन द्यावक्कानं हलक्या आवाजात सांगितलं, "राणी मोठी झाली! तुम्ही गावाला गेलात त्या दिवशीच! बाईसाहेब असत्या तर आरती केली असती. मीच चारही दिवस तिची आरती केली. चौथ्या दिवशी न्हाऊ घालून महालक्ष्मीला घेऊन गेले. मुलीची जात! आता तीन महिने गूळ-खोबरं-चिंचेची चिगळी खाऊ घालायला पाहिजे!"

का कोण जाणे, मला माझा श्वास थांबल्यासारखं वाटलं! राणी तेरा वर्षांची.

तेरा संपताहेत. निसर्गनियमानुसार होणारा हा स्त्री-देहातला बदल! पण बायका याचं उत्साहानं स्वागत करतात! मागच्या पिढीच्या! आजच्या पिढीच्या मुली हा नैसर्गिक बदलच मान्य करायला तयार नसतात, त्यामुळे त्याचं विशेष कौतुक करायचा प्रश्नच नाही! लाज वाटते त्यांना! एक खरं! जर वैजयंती जिवंत असती तर, तिनं डांगोरा पिटून काही ही बातमी सगळ्यांना सांगितली नसती, तरी तिनंही हिची आरती करून देवाची पूजा केलीच असती! या निमित्तानं तिला एखादा गळ्यातला बारीकसा दागिना, नवी साडी आणि नव्या बांगड्या आणून भरल्या असत्या, हे निश्चित! नंतर तिनं साडीच नेसली पाहिजे, असा हट्ट न करता तिनं तिच्या नव्या-नवलाईच्या स्त्रीत्वाचं कौतुक केलं असतं. आणि ही? ही स्वत:च कपाळाला कुंकू लावत नाही! मग सावत्र मुलगी वयात आली, याचं तिला का कौतुक वाटेल म्हणा! पाठोपाठ, तिनं वैजयंतीचा फोटो काढून टाकल्याचं आठवलं.

कंपनीतल्या कर्मचाऱ्यांची निवड करताना बहुतेक वेळा आम्ही दोघंही परस्परांशी चर्चा करत असू. अनेकदा कितीतरी अतांत्रिक कर्मचाऱ्यांची निवड ती एकटीच करायची. तिनं निवड केलेल्यापैकी एक अत्यंत योग्य ठरली आणि दुसरी? जाऊ दे!

पण, वैजयंती, तुझी ही निवड मात्र चुकली! तुझ्या ओळखीच्या, राजलक्ष्मीच्या शिफारशीला तू बळी पडायला नको होतंस! त्या वेळी मलाही न सांगता तू हिची नेमणूक केलीस! तुला वाटलं, बिचारीनं इंग्लिश घेऊन एम. ए. केलंय, लेक्चररची नोकरी मिळत नाहीये, शॉर्टहॅण्ड - कॉंप्युटरचं ज्ञान आहे, तिला तू मदत केलीच पाहिजेस, असं दडपण आणलं गेलं आणि तूही त्याला बळी पडलीस! तिच्या सापासारख्या, दूध पाजणाऱ्यालाच डसणाऱ्या स्वभावाचा तुला अंदाज आला नाही! सगळा आरोप वैजयंतीवर घातल्यावर थोडं बरं वाटलं.

हॉर्नचा एकच गलका उडाला होता. शेवटी एक ट्रक-ड्रायव्हर खाली उतरला आणि तो वाहतुकीचं नियोजन करू लागला. सगळे त्याच्या सूचना मानू लागले आणि रहदारी पूर्ववत् झाली.

फॅक्टरीत पोहोचल्यावर तिथला मोठाला वैजयंतीचा फोटो बघितल्यावर तिच्या चेहऱ्यावरचे आश्वासक भाव त्याच्या मनातही पसरले. पाठोपाठ आठवलं, ती म्हणाली असती, "मी मंगळेला तिच्या उत्तम इंग्लिशसाठी आणि चांगल्या शॉर्टहॅण्डच्या स्पीडसाठी निवडलं होतं! त्यात ती कुठं कमी पडली होती का? तिला अंथरुणावर कुणी नेलं? म्हणजे निवड चुकलीच असेल तर ती कुणाची?"

१३

रात्री राणीच्या केसांमधून हात फिरवत तिला शांत करत सांगितलं, ''तू या खोलीत झोप, मी त्या खोलीत झोपतो. रात्री उठून मी एकदा बघून जात जाईन. घाबरू नको.'' आणि मंगळेबरोबर झोपायला बेडरूममध्ये आलो. राणीनं आपल्याआपण आपलं अंथरूण घातलं आणि मच्छरदाणीही लावून घेतली. मी तिच्या खोलीत झोपत असताना ती माझंही अंथरूण घालून मच्छरदाणी लावत होती. आता अप्पांसाठी आपल्याला ही सेवा करता येणार नाही, अशा प्रकारची भावना तिच्या चेहऱ्यावर तरळून गेली.

मी बेडरूममध्ये गेलो तेव्हा मंगळा कुठलंसं पेपरबॅक पुस्तक वाचत होती. मी कपडे बदलत असताना माझ्याकडे न बघता ती म्हणाली, ''आय वॉण्ट टू स्पीक टू यू!''

मीही म्हटलं, ''आय ऑल्सो वॉण्ट टू स्पीक टू यू!''

''बोल!'' म्हणत तिनं मान इकडं वळवली.

''आधी तू म्हणालीस, तूच आधी सांग.''

''कुणीही सुरुवात केली तरी विषय एकच असणार आहे! आधी तू सांग!''

हिची बोलायची पद्धत मला लग्नाची नोंदणी केलेल्या दिवसापासून समजली होती. म्हणजे गेले सोळा दिवस...

मी थेट विषय काढला, ''हॉलमधला वैजयंतीचा फोटो का काढून टाकलास?''

''समजून घ्यायची इच्छा असेल तर याचं उत्तर आपोआपच समजेल! मला विचारून आणखी मनस्ताप द्यायची गरज नाही!''

''समजलं नाही म्हणूनच विचारतोय मी! यात मनस्ताप द्यायचा प्रश्न आलाच कुठं?''

''बाळाचं व्यक्तिमत्त्व पुढं पूर्णपणे विकसित व्हायचं असेल तर गर्भवती प्रसन्न असली पाहिजे! तिच्यावर कसलंही दडपण असता कामा नये!''

''म्हणजे?''

''आपले वडील सतत दुसऱ्या बाईच्या चिंतनात असतात, आपल्या आईशी ते एकनिष्ठ नाहीत, असं गर्भाला जाणवलं तर त्याला अस्थिरपणाची भावना छळणारी नाही का? तो दुर्बल नाही का निपजणार?''

''माझं आधी एक लग्न झालं होतं, हे तुलाही ठाऊक होतं. ती तुझी मालकीणही होती! तुला नोकरी नव्हती तेव्हा तिनं तुला नोकरी दिली, भरपूर पगार दिला आणि उत्तम वागणूकही दिली! तिच्याविषयी किमान कृतज्ञता तरी नको का मनात?''

''पगाराला पुरेसं मी कामही केलेलं आहे! तेवढ्या कारणासाठी मी कुणाची का

म्हणून मिंधी राहू? आता तुझं-माझं नातं आहे ते नवरा-बायकोचं! आता त्या नोकर-मालकाच्या नात्याची आठवण तरी कशाला?"

"आपल्याकडे धाकटी बायको थोरलीला थोरली बहीण मानते! तिचा चेहरा बघितला नसला तरीही! दरवर्षी एक दिवस एखाद्या सवाष्णीला जेवायला बोलावलं जातं, पाय धुवून नमस्कार केला जातो..."

"हे बघ कुमार! मला ते सगळं पुराण कशाला सांगतोयस? आपला नवराच पूर्णपणे आपला नाही, या भावनेत असलेल्या गर्भारशीचं मूल तरी कसं चांगलं जन्मेल?"

या मुद्यावर नाही म्हटलं तरी मी दिङ्मूढ झालो, पण पाठोपाठ या अहंकेन्द्रित वादातल्या भावनेतून मी स्वत:ला सोडवून घ्यायचा प्रयत्न केला. हे सगळं ठाऊक असताना हिनं का मला फशी पाडून माझ्याशी लग्न करायचा हट्ट धरला? माझ्या असंख्यवेळा उमटणाऱ्या प्रश्नाचं उत्तरही तिच्या वागण्या-बोलण्यातून मिळत होतं.

तिनं माझ्यावर आपली तीक्ष्ण नजर रोखत विचारलं, "एक विचारते, खरं-खरं उत्तर देशील?"

काय विचारणार ही?

"लग्नाच्या आधी माझ्यामध्ये इतका रस होता तुला! लग्न झाल्यावर एवढा का नीरस झालास? कुठलीही जबाबदारी नसताना जो उत्साह होता तो लग्नाची जबाबदारी अंगावर येताच का मावळला? लग्न झाल्यापासून आपला फक्त एकदा संबंध आलाय! तोही..."

नाही म्हटलं तरी मी गडबडलो. सावरून म्हटलं, "पण गरोदर स्त्रीशी असं काही झालं तर गर्भाला धोका असतो..."

"...शेवटच्या महिन्यात! आणि तुलाही हे ठाऊक आहे! हा अप्रामाणिकपणा नाही का? आणि अशा नवऱ्याविषयी कुठल्याही बायकोला काय वाटेल?" फाडकन उत्तर आलं.

आता मात्र गप्प राहणं शक्य नव्हतं. अनेकदा मनात येऊन गेलेला विचार जिभेवर आला, "नोंदणीच्या आधी होता मला तुझ्यात भरपूर रस! धमक्या देऊन तू मला लग्नाच्या फंदात अडकवलंस! त्या नंतर माझा यातला रस वठून गेलाय! नंतरही आपल्या वागण्यानं तू माझं मन जिंकायचा प्रयत्न केला नाहीस! तुझी मालकीण किंवा माझी बायको कशी होती ते एकदा आठवून पाहा! तिचं रूप, तिचं राहणं, तिचं वागणं, तिची लांबलचक वेणी, त्यात गजरा, गळ्यात मंगळसूत्र... तिला बघितलं की वाटायचं, नवऱ्याच्या आयुरारोग्यासाठी ही हे सगळं करतेय, त्याचं क्षणोक्षणी हित चिंततेय! मनाला अभय वाटायचं तिच्याकडे बघितल्यावर! प्रसन्न वाटायचं. अशा वेळीच पुरुषाचं पुरुषत्वही बहराला येतं. सुतकात असल्यासारखं राहणाऱ्या बायकोबरोबर कसा उत्साह येईल?"

आणखी कुठल्या शब्दात आम्हा दोघांच्या संबंधांचं वर्णन करायचं? पण फटकन म्हणाली, ''तुझी ती मालकीण, तू तिची दासी, तिनं कंपनीसाठी घेतलेले कष्ट... बरंच सांगितलंस तू! हे सगळं मला मागंही मान्य नव्हतं आणि आता मानण्याचा प्रश्नच नाही! ते जुनं नातं आठवून तू जर मला माझ्या ''पत्नी'' या स्थानापासून वंचित करणार असशील तर चालणार नाही! या नात्याला कायद्याचं रक्षण आहे! म्हणजे आता तू माझ्यावर... पुरुषाची गुलामगिरी नाकारणारीवर कुंकू-मंगळसूत्र आणि बांगड्यांसारख्या गुलामगिरीची प्रतीकं असलेल्या वस्तू लादायचा प्रयत्न करू नकोस! मी जर ह्यातलं काही पाळलं नाही तर मला तुझ्याकडून देहसुख मिळणार नाही, अशी धमकी देतोयस काय? एक लक्षात ठेव! देहसुख हा संसारात दोघांचाही अधिकार आहे! तुला पुरुषासारखं वागलं पाहिजे! कमॉन...''

तिनं हातातल्या पुस्तकात खुणेचा कागद ठेवला, जवळ आली आणि म्हणाली, ''कमॉन! म्हण, आय लव यू!'' तिनं गच्च मिठी मारली. काय बोलावं ते मला सुचलं नाही.

पण अहंकार वितळवून टाकणारी मार्दवता नसेल तर शृंगार कसा शक्य आहे? तोही पुरुषाला? तिनं कितीही प्रयत्न केले तरी शरीरातलं हिव वितळलं नाही. नाटक करायची किळस वाटली मनाला!

काही क्षणांतच तिची पकड ढिली झाली आणि ती तशीच पलंगावर कोसळली. आपणही शेजारच्या राणीच्या खोलीतल्या आपल्या पलंगावर जाऊन का झोपू नये, असंही वाटून गेलं, पण आपण आपल्या हातानं परिस्थिती आटोक्याबाहेर घालवण्याचा मूर्खपणा करू नये म्हणून संयम बाळगत माझ्याच बेडरूममध्ये कॉटवर येऊन झोपलो, तरीही मनात येत राहिलं, हा मी आणि वैजयंतीनं मुद्दाम करवून घेतलेला पलंग! एकमेकांमध्ये पराकोटीचा राग असला तरी अशा प्रकारे दोघांना एकत्र बंदिस्त करून ठेवलं तर तो वितळल्याशिवाय राहणार नाही, वितळलाच पाहिजे. अशाच प्रकारची परिस्थिती निर्माण करण्यासाठीच मानवी समाजानं विवाहसंस्थेची निर्मिती केली असेल का?

नाही, फक्त एवढंच नाही. हे मी माझ्या आणि वैजयंतीच्या दांपत्यजीवनावरून छातीठोकपणे सांगू शकतो.

१४

या नंतर एक आठवडा गेला. मी आठ वाजता घरी परतलो, तेव्हा ती म्हणाली, ''आय वॉण्ट टू टॉक टू यू!''

मला तिच्या या बोलण्याची माहिती झाली होती. सरळ विषय काढून थेट बोलायचा आपला स्वभाव आहे, हेच तिला दाखवायचं असतं, हे आता माझ्या लक्षात आलं होतं. मीही विचारलं, "येस?"

"तुला घरी यायला रोज आठ वाजतात. त्यानंतर तुझ्या, तुझ्या मुलीबरोबर अर्धा तास जिवाभावाच्या गप्पा! जेवतानाही तिनं सोबत असलं पाहिजे, असा तुझा आग्रह असतो. तेवढं होईपर्यंत तुला झोप यायला लागते. नंतर माझ्याबरोबर काढायला तुझ्याकडे कुठं वेळ असतो?"

"सात वाजेपर्यंत फॅक्टरीची कामं करावीच लागतात. थोडा वेळ तरी दिला नाही तर राणी घाबरी होते. तिचा अभ्यास घेण्यात तू का तुझा वेळ गुंतवत नाहीस?"

या प्रश्नाचं तिनं उत्तर दिलं नाही, पण उत्तर म्हणून लाडात येत म्हणाली, "तुला फॅक्टरीत सात वाजेपर्यंत काम करावं लागतं, हे मलाही ठाऊक आहे, पण माझाही एवढ्या मोठ्या घरात वेळ जात नाही! मीही फॅक्टरीत काम केलं तर कसं?"

"जरूर करू शकतेस! काम करण्याला माझा नेहमीच पाठिंबा असतो!"

"काय काम देशील मला?"

"तुझं हातखंडा काम!"

"म्हणजे? मी पीए म्हणूनच राहावं असं तुला म्हणायचंय?"

"का? काय हरकत आहे?"

"तू गावात नसताना भद्रय्या जनरल मॅनेजर असतात! मालकाच्या बायकोनं भद्रय्यानं बेल वाजवताच धावत जायचं? तुझ्या इभ्रतीला शोभेल का?"

"नाही तर कुठलं काम करू शकशील तू?"

"तुझ्या पहिल्या बायकोला तू सी.ई.ओ नव्हतं का केलंस?"

मनात तिरस्कार आला तरी मला हसू आलं.

"आपल्या फॅक्टरीत सी.ई.ओ. व्हायचं असेल तर मेकॅनिकल इंजिनियरिंगमध्ये पदव्युत्तर डिग्री आवश्यक आहे. बरोबर चार-सहा वर्षांचा फ्लोअरवरचा अनुभव पाहिजे, शिवाय व्यवस्थापनाचा अनुभव, आर्थिक व्यवहाराचा अनुभव, आवश्यक ते कायद्याचं ज्ञान, मजूर-कायद्याचं ज्ञान पाहिजे. ह्या सगळ्या गोष्टी तिच्यामध्ये असल्यामुळेच ती आमच्या कंपनीची सी.ई.ओ. होती! मी काही तिच्यावर कृपा नव्हती केली! कंपनीची स्थापना करून वाढवता-वाढवता ती त्यात तज्ज्ञ झाली होती!" मी शक्यतो आवाजात तिरस्कार येऊ न देता म्हटलं.

"मला तुच्छ लेखण्यासाठी म्हणूनच तू तुझ्या पहिल्या बायकोचं माझ्यापुढे इतकं कौतुक करतोयस! समजतंय मला हे!" म्हणत ती आपल्या खोलीत गेली.

अलीकडे तिनं स्वत:ची अशी एक स्वतंत्र खोली करून घेतली होती. एकूण सात स्वतंत्र खोल्या असलेल्या, वैजयंतीनं विचार करून बांधलेल्या या दुमजली बंगल्यात रिकाम्या खोल्यांची कमतरता नव्हती. लग्न झाल्यावर थोडे दिवस ती आमच्या बेडरूमचाच एक भाग आपल्या वाचनासाठी वापरत होती, त्या व्यतिरिक्त आपली स्वतंत्र खोली निर्माण करून आपलं स्वतंत्र अस्तित्व प्रस्थापित करायचा तिचा हा हट्ट आहे, हे मीही जाणून होतो.

दोन

१

मीही सायकॉलॉजी वाचली आहे. फ्रॉईड वाचलाय! फ्रॉईड न वाचता आधुनिक कसं होता येईल? आधुनिक साहित्य, आधुनिक पात्र-विश्लेषण हे सगळं कसं ठाऊक होईल? मुलांना जन्मत:च आईविषयी आकर्षण असतं आणि बाप आपला प्रतिस्पर्धी आहे अशी त्यांच्या मनात सुप्त भावना असते, आईचंही असंच असतं. बापाचा मुलीवर जेवढा जीव असतो, तेवढा मुलावर नसतो, मुलीचंही तसंच असतं.

याला आधीच पहिल्या बायकोविषयी पराकोटीचा मोह! किती? अगदी विकृत वाटावा इतका! फॅक्टरीच्या दाराशी, त्याच्या ऑफिसच्या भिंतीवर, घरात - सगळीकडे तिचे मोठाले फोटो! ती आपल्या दृष्टीनं भाग्यलक्ष्मी असल्याची श्रद्धा - श्रद्धा कसली म्हणा! अंधश्रद्धाच! तिच्यासारखाच चेहरा आणि बांधाही. हा हिला मिठी काय मारतो, छातीशी कवटाळतो काय! केस काय कुरवाळतो! नाहीतरी अक्कल वाढलेलीच नाही, वाढणारही नाही. अशा निकट स्पर्शाच्या मार्गानं मनात उफाळणाऱ्या कामभावनेचं शमन... पेपरात तर रोज बातम्या येतात, बापानंच मुलीवर बलात्कार केला, लैंगिक शोषण केलं, वगैरे... अशांना कोर्टात शिक्षाही झाल्याच्या बातम्या मला ठाऊक आहेत. मन अशा विकृत विचारात गुंतलं असताना कायद्याप्रमाणे पत्नी ज्या सुखाची अधिकारी आहे, ते तिला देणं कसं शक्य आहे? तिच्याविषयी आसक्ती तरी कशी निर्माण होणार? होय. मी हे सत्य बोलून दाखवलं. मला अक्कल नाही असं समजून याचे खेळ चालले होते! खरं ते बोलून दाखवल्यावर लाही-लाही झाली! हात उगारला त्यानं माझ्यावर. मी कशी गप्प बसणार? मीही दिले दोन! मग मात्र त्यानं दणादण हाणलं मला! कौटुंबिक रक्षणाचा कायदा नसता तर काय झालं असतं बाईचं! पोलीस-स्टेशनात महिला-पोलिसांनी बुटाच्या पायांनी

लाथा हाणल्या तर समजेल बाईच्या अंगावर हात उगारल्याचा परिणाम!

त्याला पोलीस-स्टेशनला नेल्याचं समजलं. आता मी घरी जावं की न जावं? तो घरी आला आणि मी नजरेला पडले तर त्याचा राग आणखी पराकोटीला पोहोचेल! आणि त्याचा क्रूरपणाही! मग हातात चाकू येऊ दे किंवा काठी, काहीही करू शकेल! किती केलं तरी पुरुष ते पुरुषच! हल्ला करायची शक्ती पुरुषाला जितकी आहे, तितकी... नो नो! लहानपणापासून तसं शिक्षण दिलं तर त्याच्याइतकीच काय, त्याच्यापेक्षाही जास्त प्रतिहल्ला करायची शक्ती येऊ शकते. लहानपणापासूनच 'तू मुलगी आहेस, तू असं वागायचं नसतं!' असं आजी सारखं सांगायची. आईही तसंच सावध करत राहायची सारखी! संध्याकाळी अंधार पडायच्या आधी घरी आलं पाहिजे. माझ्या वयाची आजूबाजूच्या घरांमध्ये राहणारी मुलं त्या नंतरही कितीतरी वेळ घराबाहेर कुठं-कुठं फिरत असायची.

समोरच्या घरातल्या नागराजबरोबर देवळाच्या ओसरीत खेळत असताना एकदा मी म्हटलं होतं, "मुलगा म्हणून उगाच जादा भाव खाऊ नकोस!" तर त्यानं गुर्मीत विचारलं, "माझ्यापाशी आहे ते तुझ्यापाशी आहे का?"

मी म्हटलं, "तुझ्याकडे काय आहे ठेंगा!"

तोही यावर इरेला पडला. आणि त्यानं चड्डीचा एक पाय वर करून... छी:! थू:! हलकट! काय हा निर्लज्जपणा! मला तर केरसुणी घेऊन त्याला झोडपून काढायचं होतं. म्हटलं, "थांब तू! आत्ता सांगते कमलत्तेला!" तर म्हणाला, "सांग जा, धैर्य असेल तर!"

तेव्हा तो असेल आठ वर्षांचा. मीही तेवढीच होते, तरीही त्याच्या हलकटपणाविषयी सांगून त्याला शिक्षा होईल असं करायची लाज वाटली मला. का? सगळा अपमान गिळून गप्प बसले मी!

आणि तोही सगळं विसरून गेलाय. खरंच विसरून गेलाय की विसरल्याचं नाटक करतोय कोण जाणे! आता भेटला की... भेटला होता ना, गेल्या वर्षी! म्हणतो कसा!

"कशी आहेस, मंगळा?" शेजारी उभ्या असलेल्या बायकोला म्हणाला, "मी आणि मंगळा लहानपणी एकत्र खेळलो-वाढलो. हिच्या वडलांची शिवमोग्याहून बदली होईपर्यंत."

आपण त्या वेळी असं काही बोललो की त्याची बोच ही आयुष्यभर विसरू शकली नाही, याची खंत त्याच्या वागण्या-बोलण्यात कुठेही दिसली नाही.

सहा महिन्यांपूर्वी विजया भेटली तेव्हा, हा विषय निघाला होता, तीही शिवमोग्याची ना! त्या आठवणी निघताच मीही त्या घटकेपर्यंत कुणालाही न सांगितलेली ती घटना सांगितली. तिच्या चेहऱ्यावर आधी हसू उमटलं, नंतर ती

सहानुभूतीनं म्हणाली, "नागराजचं सांगतेस का? अगं, चांगला मुलगा आहे तो! कुतूहलापोटी बोलला असेल काहीतरी! एकदा माझ्याशीही असंच काहीतरी बोलला होता तो...!"

"म्हणजे त्याला तेव्हापासून तसला काहीतरी रोग होता, तर! फ्रॉईड सांगतो, तसा!..."

मला अडवत ती म्हणाली, "याला रोग तरी काय म्हणायचं? बालपण संपून किशोरवयात जाताना वाटलं असेल काहीतरी कुतूहल त्याला! त्या वयाला आपलं विशेष असं स्त्रीत्व दिसत नसतं, म्हणून वागला असेल तसा! एवढ्याशा गोष्टीचा कशाला मनात राग धरायचा? तो खूपच चांगला आहे, असं त्याची बायको माझ्या मावशीला सांगत होती. तो बायकोशी चांगला वागतो, तिच्या आईलाही त्यानं आपल्या घरी नेऊन सांभाळलं आहे. तिलाही आणखी कुणी नाही ना! सासरा वारला तर सगळा खर्च त्यानंच केला म्हणे उत्तरक्रियेचा!"

मी विजयाशी फारसा वाद घालत बसले नाही. या चांगुलपणामागची प्रेरणा काय? स्वत:ला उत्तम म्हणवून घ्यायचा पुरुषी अहंकार! विजयासारख्यांनी सायकॉलॉजी वाचलेली नाही. अशा बायकांना वाचूनही समजत नाही म्हणा! किंवा त्याचं ते बोलणं हिनं त्या वयाला एन्जॉय केलं असेल! आजही ते आठवलं तर हिच्यावरही राग येतो!

तेव्हा वर्गातही माझी उत्तरं बरोबर यायची आणि वर्गात "पाहा, मुलगी असून हिनं कसं बरोबर लिहिलंय! तुम्हाला लाजा नाही वाटत?" म्हणून दाखवलं जायचं. रुक्मम्मा मॅडमच नव्हे, इतरही शिक्षक दाखवायचे तेव्हा काय आनंद व्हायचा मला! तेव्हा एवढंच वाटायचं, मुलांपेक्षा हुशार आहे मी! त्यातला मथितार्थ समजायचा नाही मला. म्हणजे ज्या मुलीनं चुकीचं लिहिणं अपेक्षित आहे, तिनं बिनचूक लिहिलं, हे विशेष! आणि सामान्यत: ज्यांनी सगळं बरोबर लिहायचं त्यांनी चुकीचं लिहून मुलीला पुढं जाऊ दिलं, हे अपमानास्पद! हेच सगळे मास्तर सुचवायचे, नाही का! अगदी स्त्री असलेल्या रुक्मम्मा मॅडमही!

बी. ए. झाल्यावर आई म्हणाली, "एम. ए. करायला नको. एकट्या मुलीला म्हैसूरला, एखाद्या हॉस्टेलमध्ये ठेवायला मी तयार नाही." तर बाबा म्हणाले, "आता हॉस्टेलचा खर्च आणि नंतर लग्नाचा खर्च करायला मला नाही परवडणार! सुब्रह्मण्यला शिकवेपर्यंतच माझा सगळा प्रॉव्हिडंट फंड संपून जाईल!"

मीही वाद घातला, "त्याला बी. ई. शिकवताय, मला का एम. ए. ला नाही म्हणताय?"

"तूही का बी. ई.ला नाही गेलीस? म्हणजे नोकरीची गॅरंटी. एम. ए. झाल्यावर कोणीही ढुंकून बघणार नाही!" ते म्हणाले.

मला इंजिनियर होण्यात तेव्हाही रस नव्हता आणि आताही नाही. मी उत्तर दिलं, ''मला इंग्लिश घेऊन एम. ए.च व्हायचंय. नोकरी नक्की मिळेल.''

''आणि लग्न? तो खर्च?''

''लग्न करायलाच पाहिजे असं कुणी सांगितलंय?''

''आपल्या घरातली मुलगी बिनलग्नाची राहिली तर पितर तळमळत राहतील!''

ह्या असल्या बाबांच्या श्रद्धा आणि मुलगी कुठल्याही क्षणी बिघडेल, अशी आईला भीती! मग मी आईला ''मी अजिबात बिघडणार नाही'' असं वचन दिलं, ''एम. ए. झाल्यावर नक्की नोकरी मिळेल आणि मिळणारा सगळा पगार तुम्हालाच आणून देईन'' अशी बाबांना खात्री दिली, तेव्हा कुठं मला परवानगी मिळाली.

यात नवं तरी काय आहे म्हणा! इतिहासाच्या अगदी सुरुवातीपासून स्त्रीला गुहेत आणि झोपडीच्या भिंतीआड बंदिवान करून तिच्यावर स्वयंपाकपाणी, घरकाम, बाळंतपण-संगोपन इत्यादी जबाबदाऱ्या टाकून तिला जखडून टाकल्याचं, पदवी मिळवताना कॉलेजमध्ये काही प्रमाणात समजलं असलं तरी ते मनात खोलवर रुजण्यासाठी सामाजिक आणि शैक्षणिक वातावरण हासनच्या पारंपरिक वातावरणात नव्हतं. कॉलेजच्या ग्रंथालयातही या विषयावरची फारशी पुस्तकं नव्हती, तरीही सुनंदा मॅडम आणि नलिनी मॅडम आम्हा विद्यार्थिनींनी रस दाखवला तर आपल्या खाजगी संग्रहातली पुस्तकं काढून द्यायच्या. त्यांच्याशी मी या विषयावर थोडीफार चर्चा केली असली, तरी त्या दोघीही तशा गृहिणी होत्या. त्यांच्यापैकी एकीला दोन आणि दुसरीला तीन मुलं असल्यामुळे त्यांचा सहभाग केवळ बौद्धिक पातळीवरच होता. त्या कुटुंबरचनेची पाळंमुळं हलवणाऱ्या कुठल्याही टप्प्यापर्यंत जायला तयार नव्हत्या. सरकारी कॉलेजमध्ये लेक्चरर असलेल्या आपल्या नवऱ्याचा काही प्रमाणात स्वयंपाकघरात सहभाग असून मुलांना तयार करून शाळेत पोहोचवण्यातही त्याची मदत असल्यामुळे परस्परांना समजून घेऊन चाललेलं आपलं दांपत्यजीवन आहे, असं सुनंदा मॅडम समजत असल्यामुळे त्यांचे विचार फारसे तीव्र नव्हते. ''काहीही झालं तरी बाईनं सांभाळून घेतलं पाहिजे, तिच्यात ती ताकद असल्यामुळेच ती दैहिक, नैतिक आणि मानसिकदृष्ट्या पुरुषापेक्षा जास्त शक्तिवंत आहे.'' असं अनेकदा त्यांचे यजमानच पुढं होऊन सांगायचे.

२

विद्यापीठातलं पदव्युत्तर विभागातलं वातावरणच वेगळं होतं. घरातल्या रोजच्या बंधनापासून दूर, मैत्रिणींच्याबरोबर गप्पा मारत जेवताना वेगवेगळ्या विषयांमध्ये पुढे

शिकायला आलेल्या तरुण-तरुणींबरोबर मोकळेपणानं गप्पा मारत झाडांच्या सावल्यांमधून फिरताना, मऊ गवतावर निवांत बसून चर्चा करताना, रस्त्याच्या कडेला असलेल्या दगडी पुलावर बसून अंतरीच्या भावभावनांना मार्ग मोकळा करून देताना आजवर बाहेर यायला न धजावलेले कितीतरी विषय जिभेवर येत होते. वर्षानुवर्षं मनात गाडल्या गेलेल्या विचाराच्या बीजांना कोंब फुटत होते. त्यांना पानं फुटत होती. ती छोटी-छोटी रोपटी धीटपणे डोकी वर काढू लागली होती. त्याच बरोबर केवळ वर्गातच नव्हे, वर्गाच्या बाहेरही चर्चांना प्रोत्साहन देऊन आपलेही ठाम विचार दृढपणे मांडणाऱ्या प्राध्यापिकाही तिथे भेटल्या. इथे डाव्या विचारसरणीचे अनेकानेक पैलू उलगडत होते. बंडाय आणि दलित साहित्यावर अनेक अंगांनी चर्चा झडत होत्या. स्त्रीवाद, इतर ज्ञान-शाखांवर त्याचा परिणाम, धर्म-पंथ-देव या विषयांचे विश्लेषण आणि समर्थन करणारे वादविवाद मोठ्या आस्थेनं होत. आणखी काय हवं?

आमच्या इंग्लिश विभागातल्या मॅडम इला या एक निष्ठावान स्त्रीवादी होत्या. स्त्रीवादाच्या अनेक पैलूंवर देश-विदेशांत प्रकाशित होणारे सगळे ग्रंथ त्यांनी विकत घेऊन आपल्या संग्रही ठेवले होते. त्यांचा त्या विषयावर बराच अभ्यासही होता. विसाव्या शतकातील इंग्लिश कथा हा त्यांच्या अध्यापनाचा विषय असला तरी तो विषय आपल्या पद्धतीनं पुढे नेऊन त्या प्रामुख्यानं स्त्रीवादावरच चर्चा करत. वर्गातही मुलांमुलींनी वेगवेगळं बसायला त्यांचा विरोध होता. प्रत्येक बेन्चवर एक तरुण आणि एक तरुणी अशी रचना केल्यानंतरच त्या आपल्या तासाला प्रारंभ करायच्या. सुरुवातीला मुलांमुलींना हे थोडं अवघड वाटलं, तरी लवकरच त्याची सगळ्यांना सवय झाली, इतकंच नव्हे, तेच बरंही वाटू लागलं. 'रोमॅण्टिक कादंबरी' शिकवणारे, बोटभर लांब गंध लावणारे प्रा. अय्यंगार भलतेच विद्वान गृहस्थ! पण मॅडम ऑक्सफर्ड विद्यापीठात शिकून आल्या होत्या. त्यांचे इंग्लिशचे उच्चारही ऑक्सफर्डसारखेच होते, ते राखण्यासाठी त्या दिवसातून किमान दोन तास तरी बी.बी.सी.वरच्या बातम्या बघतात, अशी बातमी होती.

तरुण-तरुणी एकत्र बसताना बहुतेकवेळा मी आणि प्रभाकर शेजारी-शेजारी बसत असू. असं काही आम्ही मुद्दाम ठरवून बसत नव्हतो. सुरुवातीला जे सहज म्हणून सुरू झालं, तो नंतर नियमच बनला. हे फक्त आमच्याच बाबतीत झालं असं नाही, तर इतरही अनेक जोड्या नियमितपणे शेजारी-शेजारी बसू लागल्या. इतरांचं आमच्यासारखं आपोआप झालं की त्यांचा आधीच स्नेह होता आणि त्यांनी परिस्थितीचा फायदा करून घेतला हे मला ठाऊक नाही.

एकदा मॅडम म्हणाल्या, "खऱ्याखुऱ्या स्वातंत्र्याचं मी एक उदाहरण तुम्हाला देते. मी ऑक्सफर्डमध्ये असताना घडलेली खरी घटना आहे ही. ती माझी एक

मैत्रीण होती. शारन तिचं नाव. त्या देशात सोळा वर्षांचे होईपर्यंत मुलामुलींनी एकमेकांशी शरीरसंबंध येऊ देता कामा नये, असा कठोर नियम आहे. सोळा वर्षं पूर्ण झाली की आई-वडील-सरकार-शिक्षणसंस्था यांपैकी कुणीही त्यांना अडवू शकत नाही. रेल्वे स्टेशन, बसस्टॅण्ड यांसारख्या ठिकाणी जशी सार्वजनिक स्वच्छतागृहं असतात तशी, अगदी शाळा-कॉलेजांमध्येही नाणी टाकून मिळणाऱ्या गर्भनिरोधकांची मशिन्स ठेवलेली असतात. मनात असेल ते परस्परांच्या संमतीनं देह-संबंध करू शकतात. अट एकच, सोळा वर्षं पूर्ण झालेली असली पाहिजेत. कंडोमचा वापर करत असल्यामुळे रोग आणि गर्भधारणेपासून त्यांना अभय मिळू शकतं. तसे बोर्डही तिथे लावलेले असतात. हॉस्टेलमध्ये मुलाच्या खोलीत मुलगी किंवा मुलीच्या खोलीत मुलगा एकांतात असण्यात तिथं कसलीच अडचण नसते, त्यासाठी त्यांचे रूममेटही त्यांना सहकार्य देतात. तिथं कुणीही कुणाची छेडाछेडी करत नाही, शीळ वाजवत नाही. इथल्यासारखं कुणीही असभ्यपणानं वागत नाही. तिथं 'फ्रेण्ड' म्हटला की तो ऑपोझिट सेक्सचाच असतो. ज्यांना कुणी 'फ्रेण्ड' नाही अशा व्यक्तीला तिथं विचित्र मानलं जातं. ते राहू दे, मला सांगायचीय ती घटना अशी :

शारन मिडलॅण्डमधल्या एका शहरातली होती. निम्न-मध्यम वर्गातली. हायस्कूलमध्ये शिकत असताना शेवटच्या वर्षी ती गरोदर राहिली. सतरा वर्षांची होती. तिचा बॉयफ्रेण्डही त्याच गावातला होता. अतिशय चपळ आणि शक्तिवान असा फुटबॉल-खेळाडू. असं घडल्यावर आईवडलांनी आपल्या मुलीला दोष दिला. गर्भपात करायचाही सल्ला दिला. ती याला तयार नव्हती. बॉयफ्रेण्डही "तुला हवं असेल तर मूल होऊ दे" म्हणाला. अशा परिस्थितीत लग्न नको, पुढं बघू या, असं दोघांनीही ठरवलं. मुलगी झाली. परीक्षेचाही रिझल्ट लागला. ती उत्तम मार्कांनी पास झाली होती, तो मात्र नापास झाला होता. तिला शिष्यवृत्तीसह ऑक्सफर्डमध्ये प्रवेश मिळाला. आईवडलांनी सांगितलं, "आमच्या घरात कुणीही ऑक्सफर्डला गेलं नाही, तू जा, आम्ही मुलीला सांभाळू!' त्याचे आई-वडीलही म्हणाले, 'ही आमची नात आहे, आम्ही सांभाळू.' ती म्हणाली, 'माझ्या मुलीला मीच सांभाळणार आहे' आणि आपल्याबरोबर घेऊन गेली. तिच्या हॉस्टेलमधल्या मुलींनीही तिला भरपूर मदत केली. आम्हाला सवड असेल तेव्हा आम्हीही सगळे त्या बाळाची देखभाल करत असू. आमचीही फार लाडकी होती ती! तो मात्र पुन्हा त्या गावात परीक्षेला बसला नाही. तो एका रेस्टोरामध्ये वेटर म्हणून कामाला लागला. रिकामा वेळ असेल तेव्हा तो फुटबॉल खेळायचा. ऑक्सफर्डला आल्यावर दोनेक महिन्यांत तिच्या लक्षात आलं, आपल्यात आणि त्याच्यात फार अंतर आहे, कणभरही पटत नाही, उतावळेपणा करून मुलीला जन्म दिला आहेच, आणखी अविचारीपणा

करून लग्नाच्या बंधनात अडकण्यात अर्थ नाही. तसं तिनं त्याला पत्र लिहून कळवून टाकलं. त्यानंही कळवलं, मलाही तसंच वाटतंय, तू शिकून मोठी हो, कमवायला लागल्यावर मीही जमेल तितके पैसे मुलीसाठी म्हणून पाठवत राहीन. जमेल तेवढे तो पाठवायचाही, शिवाय सरकारकडूनही लहान मुलाच्या संगोपनासाठी दर आठवड्याला पैसे मिळायचे. तिथलं सरकारही मूल लग्नानंतर जन्मलंय की लग्नाआधी, असा भेद करत नाही. शारन चांगल्या प्रकारे पास झाली. ब्राईटनच्या एका कॉलेजमध्ये ती लेक्चरर म्हणून कामाला लागली. आता तिला एक पार्टनर भेटलाय. दोघेही एकत्र राहताहेत. त्यानंही या मुलीचा स्वीकार केलाय. मुलीचे वडील त्या प्रांताचे फुटबॉल-चॅम्पियन आहेत. तो त्या भागात आला की मुलीला भेटायला येऊन जातो म्हणे. अलीकडे माझा शारनशी संपर्क नाही...

इथं आपण एक गोष्ट लक्षात घेतली पाहिजे. सोळा वर्षं हा समाजशास्त्र, वैद्यकीयशास्त्र यांसारख्या शास्त्रांचा विचार करून बनवलेला नियम आहे. काही मुलं त्या आधीच जवळ येतात, हेही खरं आहे. हा अविचारीपणा असला तरी तो काही गुन्हा नाही. समाजही त्याला नावं ठेवत त्यांच्या मनात पाप केल्याची भावना प्रबळ करत नाही. विवाहित मातेला जेवढी मान्यता आहे, तेवढीच अविवाहित मातेलाही आहे. समाजानं ते मान्य केलं आहे. स्त्री-मुक्तीच्या मार्गातला हा एक मैलाचा दगड आहे!''

३

मॅडमनी ही घटना सांगून एक आठवडा झाला होता. एका संध्याकाळी मी आणि प्रभाकर पदव्युत्तर विभागाबाहेरच्या बागेत, एका झाडाखाली बसलो होतो. तिथल्या बहुतेक सगळ्या झाडांमागे अशा अनेक जोड्या गुलुगुलु गप्पा करत बसल्या होत्या. हे नेहमीचंच दृश्य होतं.

प्रभाकरनं विचारलं, ''एक विचारू? खरं खरं उत्तर देशील?''

मीही म्हटलं, ''विचार ना! त्यात परवानगी घेण्यासारखं काय आहे?'' परस्परांशी एकवचनानं बोलल्यामुळे कृत्रिमपणा नष्ट होतो, असंही मॅडमनी सांगितलं होतं.

मी म्हटलं तरी प्रभाकर काही क्षण घोटाळला. मी पुन्हा विचारल्यावर त्यानं विचारलं, ''तुला केव्हा सोळा वर्षं संपली?''

''का?...''

त्या क्षणी त्या प्रश्नामागचा मथितार्थ लक्षात येऊन राग आला. म्हटलं, ''माझा

मित्र आहेस तू! तू असं विचारणं...''

''यात रागावण्यासारखं काय आहे? खरं सांग. गेलं वर्षभर आपण वर्गात एकत्र बसतोय. दंडाला दंड लागला तर आत काहीतरी होत नाही का? संध्याकाळी इथं येऊन बसतो तेव्हा मनात रोमॅण्टिक भाव तयार होत नाहीत का? आपणही इथल्यापेक्षा तिथं असतो तर बरं झालं असतं, असं नाही का वाटत? इथं मी तुझ्या हॉस्टेलवर येऊ शकत नाही, कारण हा इंडिया आहे, पण मी तर फ्लॅटमध्ये राहतो. तिथं सकाळी सात वाजल्यापासून संध्याकाळी सातपर्यंत कुणीही नसतं आणि इथंही कंडोम मिळतो. मग भय कशाचं?''

त्यानं माझा हात हातात घेतला. मला त्याचा स्पर्श सर्वस्वी अपरिचित होता, असंही नाही, पण अशा संदर्भात त्यानं कधीही माझा हात हातात घेतला नव्हता. त्याचा हात उबदार होता. थोडा कंपही होता. माझ्या हातालाही कंप सुटला, तरीही मी म्हटलं, ''पण मी भारतीय तरुणी आहे...''

''हा कर्मठपणा सोडला नाही तर स्त्रीमुक्ती कशी शक्य आहे? पाश्चात्त्य जगही असल्या मूढ कल्पना मागं सारून पुढं चाललं आहे! आपणही सावकाश त्याच मार्गानं पुढं चाललो आहोत. यात मुक्ती फक्त स्त्रियांचीच आहे, असं नाही. स्त्री मुक्त झाल्याशिवाय पुरुषालाही मुक्ती नाही, असं मॅडमनीच सांगितलंय. नाही का आठवत?''

सगळे संदर्भ बदलून यानं आता आपल्याला सोयीस्कर असं सांगितलंय, हे मलाही समजत होतंच, पण त्या मुद्दयावरून त्याच्याशी वाद घालायची इच्छा झाली नाही.

त्याचा फ्लॅट कुठं होता तेही मला ठाऊक होतं. विद्यापीठापासून केवळ चार किलोमीटर अंतरावर होता तो. एक हॉल, छोटं किचन, छोटी बेडरूम-विथ अ‍ॅटॅच्ड टॉयलेट आणि बाथरूम. रात्री मेसमध्ये जेवायचा, दुपारी विद्यापीठाच्या कॅण्टीनमध्ये. इतर फ्लॅट्समध्ये बहुतेक सगळे आय.टी., बी. टी.मध्ये काम करणारे तरुण-तरुणी. अनेकदा परदेशवाऱ्या करून आलेले. कुठल्या फ्लॅटमध्ये कोण आलं आणि कोण गेलं याकडे लक्ष न देणारे. त्यातले काही लग्नाशिवाय एकत्र राहात होते, त्यामुळे तिथं सलग दोन-तीन किंवा तीन-चार तास एकांत मिळणं सहज शक्य होतं, शिवाय त्याच्या हातात एक उत्तम बाईक होती.

सुरुवातीला मला थोडी भीती वाटायची, कारण या सगळ्या आनंदाचा जो काही परिणाम व्हायचा तो बाईवरच ना! पण तीन महिन्यांतच माझी त्या बाबतीतली भीड चेपली आणि मीही एकांतात आकंठ सुखाचा आस्वाद घ्यायला शिकले.

शेवटी व्हायचा तो परिणाम झालाच! मी गडबडले, तोही घाबरा झाला. दोन दिवसांनंतर म्हणाला, ''घाबरू नकोस. प्रत्येक परिस्थितीवर उपाय हा असतोच. मी काढतो काहीतरी उपाय!'' दुसरे दिवशी त्यानं बाईक काढली आणि मला एका

डॉक्टरांकडे घेऊन गेला. त्यांनी आमची भीती खरी असल्याचं सांगितलं. तो म्हणाला, ''क्लीन करायचंय, सर!''

त्यांनी सगळी तपासणी करून सांगितलं, ''नर्सिंगरूममध्ये करावं लागेल. अंदाजे दहा हजार खर्च येईल.''

बाहेर आल्यावर त्यानं सांगितलं, ''तू काळजी करू नकोस. दोन दिवसांत पैशाची काहीतरी व्यवस्था करतो!''

हॉस्टेलमध्ये एकटी असताना त्याचा राग येऊ लागला. माझ्याशी कसलाही विचारविनिमय न करता, आपण एकटाच मालक असल्यासारखा यानं 'क्लीन' करायचा निर्णय घेतला! याच्या आत दडलाय तो एक स्वत:चंच चालवणारा पुरुष! यानंच माझ्या मनात काही नसताना नाही ते भरवलं, फ्लॅटवर घेऊन गेला! रास्कल! बाई म्हणजे आपल्याला सुख देणारं एक साधन, असं वाटतंय याला! हाही सगळ्या पुरुषांसारखाच! क्लीन म्हणजे! म्हणजे? ही घाण आहे?

मनात कितीही भय दाटलं तरी मला त्या गर्भाविषयी माया निर्माण झाली. अजून त्याला कसलाही आकार उमटला नसला तरी 'हे माझ्या स्त्रीत्वाचं प्रतीक आहे,' अशी भावना मनात प्रबल झाली. संध्याकाळी घनदाट झाडांच्या आडोशाला गुजगोष्टी करणाऱ्या जोड्यांपेक्षा आपण थोडे श्रेष्ठ आहोत, अशी भावना मनात निर्माण झाली. या सगळ्यांपेक्षा मी अधिक धीट आहे, हे का सिद्ध करू नये?

शेवटी मी माझ्या या अवस्थेविषयी मॅडमबरोबर चर्चा करायचं ठरवलं. त्या नक्कीच या विचाराला पाठिंबा देतील याविषयी माझी खात्री होती. त्याही आधी प्रभाकरशीही या विषयावर बोलणं चांगलं, असं वाटलं.

तिसरे दिवशी आलेल्या प्रभाकरनं सोबत दहा हजार रुपयांचं एक बंडल आणलं होतं. त्याच्या फ्लॅटवर गेल्यावर एकांतात मी विचारलं, ''पैसे कुठून गोळा केलेस?''

''घरी कळवलं, प्रायव्हेट ट्यूशन लावणं आवश्यक आहे, त्यासाठी आवश्यक आहेत, म्हणून हट्ट धरला. दिले अप्पांनी कुठून तरी कर्ज काढून!''

''आपण हे ठेवलं तर पैसे परत करता येतील, नाही का?''

''काय म्हणालीस?'' तो गोंधळला.

''हे बाळ राहू दे!''

तो काही क्षण चिंताक्रांत झाला. नंतर म्हणाला, ''तुलाही शारनसारखं व्हायचं आहे?''

''तसं काही नाही. तिचा मित्र फुटबॉल-खेळाडू होता. हॉटेल-बॉय व्हायलाच फक्त लायक. तुझं तसं नाही. तू माझ्या बरोबरीनं शिकतोयस. आपला काही तितका विसंवाद नाही. आपण लग्न करू या.''

पुन्हा काही वेळ शांत राहून तो म्हणाला, "हे बघ, आपण परस्परांशी प्रामाणिक असलं पाहिजे! आपण एकत्र आलो तेव्हा आपला हेतू स्वच्छ होता, तो म्हणजे आनंद मिळवणे. तेव्हा लग्नाचा विचारही मनात नव्हता, तसं कुणी कुणाला आश्वासनही दिलं नव्हतं, यात काही टक्के दिवस राहण्याची शक्यता असते, पण म्हणून एकमेकांना लग्नाच्या बेडीत अडकवणं कसं काय योग्य ठरेल?"

काय बोलावं ते मला सुचलं नाही.

त्यानं पुढे विचारलं, "खरं सांग. तुला पोटातल्या गर्भाविषयी प्रेम वाटून हे म्हणतेयस की आपण काहीतरी जगावेगळं करावं, अशा उत्साहानं? लग्न न करता मुलाला जन्म देऊन स्वतःला 'सिंगल-पेरेण्ट' म्हणवून घेतल्याची काही उदाहरणं मुंबई-दिल्लीसारख्या शहरांमध्ये घडली आहेत, अशा बातम्या आपण पेपरमध्ये वाचतो, पण ही माणसं कुठल्या आर्थिक आणि सामाजिक स्तरातली असतात हे आपल्याला ठाऊक नाही. जर तू सिंगल-पेरेण्ट व्हायचं ठरवलंस तर तुझे आई-वडील, भावंडं, नातेवाईक काय म्हणतील; त्यांच्यावर होणारे सामाजिक परिणाम, शिवाय तुझी वैयक्तिक आर्थिक शक्ती या सगळ्याचा विचार कर. मला काय झेपणार आहे, हे मला ठाऊक असल्यामुळे मी डॉक्टरांना द्याव्या लागणाऱ्या खर्चाची व्यवस्था केली आहे!"

मला त्याचा प्रचंड राग आला. सगळं करून-सवरून आता हा नामानिराळा राहू पाहतोय! सगळ्या डिपार्टमेण्टपुढे याच्या अब्रूचे धिंडवडे काढले पाहिजेत! नरसिंह अय्यंगारांकडे तक्रार केली तर याला या जन्मी एम.ए.ची डिग्री मिळणार नाही. इला मॅडमही माझ्याच बाजूनं उभ्या राहतील!

पण पाठोपाठ वाटलं, ही परिस्थिती हाताळण्याइतकी सामाजिक आणि आर्थिक ताकद माझ्यात तरी आहे का? या विचारासरशी माझ्या पायाखालची वाळूच सरकल्यासारखी वाटली.

दोन दिवस तशीच तळमळले. उन्मळून येणारी वांत आवरता येणार नाही हे लक्षात आल्यावर मीच त्याच्याशी संपर्क साधून "डॉक्टरकडे जाऊ या" म्हटलं.

सगळं संपवून, त्याच्या म्हणण्याप्रमाणे 'क्लीन' झाल्यावर माझ्या मनात त्याच्याविषयी पराकोटीचा तिरस्कार निर्माण झाला, पण म्हणून त्याच्याशी बोलणं सोडलं किंवा मॅडमच्या वर्गात वेगवेगळं बसलं तर सगळ्यांच्या मनात नाही ती उत्सुकता निर्माण होईल, हेही मला समजत होतं, त्यामुळे मी तो सगळ्यांत दाखवून दिला नाही, पण पुन्हा त्याच्या फ्लॅटवरही गेले नाही. त्यानं एकदा म्हणून बघितलं, "आपलं काय चुकलं ते आता माझ्या लक्षात आलंय, चल..." पण एकदा तो 'क्लीन' करायचा मानसिक धक्का खाल्ल्यामुळे मी त्याला मान्यता दिली नाही; त्या वेळेपर्यंत परीक्षा जवळ आली होती. इकडं-तिकडं भटकणं बंद होऊन

आता लायब्ररीमध्ये बसून अभ्यास करायला सुरुवात झाली होती. क्लास संपल्यावर त्याचा चेहरा बघायचा प्रसंगही आला नाही. परीक्षेच्या वेळी त्याची आणि माझी सीट एकाच खोलीत आली असली तरी मी त्याला ओळखही दिली नाही. त्यानं पहिल्या दिवशी बोलायचा प्रयत्न केला, पण नंतर त्यानंही प्रयत्न सोडला. त्यानंतर तोही माझ्याशी अपरिचितासारखा वागू लागला. रास्कल! लोफर! एक्सप्लॉयटर! पेपर लिहितानाही माझ्या मनात शिव्यांची लाखोली तरळत होती.

४

परीक्षेचा शेवटचा पेपर देताच, मी या विद्यापीठात परकी आहे, अशी भावना माझ्या मनात प्रबल झाली. दुसऱ्या दिवसापासून हॉस्टेल बंद होणार. जेवण नाही, राहायला जागा नाही. प्राध्यापकही येत नव्हते. सगळे आपापल्या गावाला निघाले. मीही सगळं सामान घेऊन हासनला गेले. बाबा निवृत्त झाले होते. भविष्यनिधीवर कर्ज काढून त्यांनी मला शिकवलं होतं. त्या आधी निम्म्या कर्जावर यांनी अण्णाला इंजिनियरिंगपर्यंत शिकवलं होतं. येणाऱ्या निवृत्तीवेतनात ते कसंबसं भागवत होते. स्वत:चं घरही नाही. 'लक्ष्मी कॉफी कंपनी'त त्यांनी पुन्हा नोकरी धरली होती. पगार अडीच हजार. खालावलेल्या आर्थिक परिस्थितीची लक्षणं पदोपदी दिसत होती.

आई-बाबांनी माझं मनापासून स्वागत केलं. बेंगळूरमध्ये नोकरी करणारा अण्णा दर महिन्याला काही पैसे पाठवत होता. आई ते पैसे त्याच्या लग्नासाठी म्हणून साठवून ठेवत होती. "येणाऱ्या मुलीच्या अंगावर चार बांगड्या आणि कानात काहीतरी घातलं नाही तर काय किंमत राहील" असं तिचं म्हणणं. तिनं बोलता-बोलता त्याच्या लग्नात येणाऱ्या अडचणींविषयी सांगितलं. कुणी विचारतं, "शिक्षण संपल्यावर बहीण इथेच राहणार आहे की वेगळी राहणार आहे?" कुणी विचारलं होतं, "तुम्ही नंतर इथंच राहणार की मुलाकडे बेंगळूरला जाणार?" "बघितलंस काय! सगळ्यांना वाटतं, लग्नानंतर आपली मुलगी फक्त तिच्या नवऱ्याबरोबर राहावी! सोबत आणखी कुणीही नको! त्यानं कुणाचीही, अगदी जन्म दिलेल्या आईवडलांचीही जबाबदारी अंगावर घेता कामा नये! तुझे बाबा तरी रिटायर्ड झाल्यावर किती दिवस नोकरी करणार आहेत? त्यांनाही शुगर-बी.पी. आहे."

मला वाटलं, निदान मी तरी एखादी नोकरी धरून आई-बाबांची जबाबदारी अंगावर घ्यायला पाहिजे. निदान दर महिन्याला पैसे तरी पाठवायला पाहिजेत. परीक्षेचा रिझल्ट यायची मी वाट बघत होते. उत्तम प्रकारे पास झाले तर या हासनमध्ये कुठेही नोकरी मिळणार नाही हे नक्की होतं.

रिझल्ट लागला. मार्कलिस्टही हातात आली. पहिल्या वर्गापेक्षा दोन टक्के कमी पडले होते, वाईट वाटलं. त्याच्या फ्लॅटवर गेले नसते तर पहिला वर्ग मिळणं काहीही कठीण नव्हतं. रास्कल! लोफर! पुन्हा शिव्यांची लाखोली मनात तरळून गेली. हासनच्या जनरल लायब्ररीत जाऊन सगळ्या वृत्तपत्रांमधल्या जाहिराती बघू लागले. एखाद्या कॉलेजमध्ये व्याख्यातीची नोकरीच मला मिळणं शक्य होतं. नाही तर वेगवेगळ्या स्पर्धात्मक परीक्षा द्यायला पाहिजेत, त्यासाठी बेंगळूरच योग्य गाव. पण तिथं कसं जगायचं? पुन्हा बाबांना विचारायची लाज वाटत होती. आईनं सुचवलं, "सुब्बण्णा बेंगळूरमध्ये राहतोय. त्याच्याकडे आठ-पंधरा दिवस राहा, नोकरी शोध. उगाच इथं दिवस काढण्यात काय अर्थ आहे?"

"पण भावाबरोबर बहीण राहतेय म्हटल्यावर त्याला बायको मिळायला अडचण नाही का येणार?" मी विचारलं.

आई म्हणाली, "त्या येणारीणीला घाबरून आई-वडील-बहीण-भाऊ दूर होणार असतील तर माझ्या मुलाचं लग्नच न झालेलं बरं!"

५

इला मॅडमना भेटले, तेव्हा त्यांनी विचारलं, "तुला इतके कमी मार्क्स पडलेले बघून मला आश्चर्य वाटलं! का नीट अभ्यास केला नाहीस?"

त्यांच्या नजरेला नजर देणं कठीण वाटून मी नजर वळवली. त्यांनी आग्रह धरला. का कोण जाणे, घडलेलं सगळं यांना सांगावंसं वाटलं. त्या आधी मी हे कुणापुढेही सांगितलं नव्हतं, तरीही म्हटलं, "ही आणखी कुणापुढे सांगायची घटना नाही आणि घडून गेलंय ते सांगून तुमचा वेळ तरी का वाया घालवू?"

"तुला सांगायचं असेल तर सांग, पण एक सांगते, माझ्याकडून आणखी कुठेही जाणार नाही हे! शिवाय वेळ वाया घालवायचाही विचार करू नकोस!" त्या म्हणाल्या.

मग मीही शारनच्या कथेच्या पार्श्वभूमीवर प्रभाकरशी जे काही घडलं ते सगळं सांगितलं आणि यामुळे चार महिने फुकट गेल्याचंही सांगितलं.

त्यांनी विचारलं, "तू तेव्हाच का नाही सांगितलंस मला?"

"काय करता आलं असतं तेव्हा?"

"लग्न करायला लावलं असतं. अजिबात पळवाट ठेवली नसती!"

"पण जबरदस्तीनं जोडलेल्या संसारात प्रेम कसं राहिलं असतं?"

"बाकी सगळ्या वाटा बंद करून संसारात बंदिस्त केलं तर दुसरा मार्गही

राहणार नाही! नाहीतरी वैवाहिक नात्याचा दुसरा अर्थ काय?''

मला हे पटलं नाही, पण त्याचबरोबर त्या मुद्द्यावर वाद घालायची इच्छाही नव्हती.

त्या पुढं म्हणाल्या, ''स्त्रीला स्पर्श करायच्या आधी पुरुषानं परिणामाची जबाबदारी घ्यायची तयारी ठेवली पाहिजे, एवढंच! बेजबाबदार पुरुषाला अक्कल शिकवणारे कितीतरी कायदे आहेत, ते आणखी कठोर करण्यासाठी लढा चालला आहे. शिक्षणाचा एक भाग म्हणून ते सारे शिकवले गेले पाहिजेत!''

मला हे अगदी पटलं. त्यानंतरही मॅडम कितीतरी वेळ या विषयावर बोलत राहिल्या, नंतर म्हणाल्या, ''माझ्या पाहण्यात लेक्चररची जागा आली तर तुला नक्की सांगेन, पण तूही फक्त या नोकरीवर लक्ष ठेवून राहू नकोस. जर्नालिझमचं क्षेत्रही खूप चांगलं आहे. इंग्लिशवर प्रभुत्व असेल तर आर्थिक दृष्टीनंही खूप फायदेशीर क्षेत्र आहे हे! तुझ्यासारख्या आकर्षक व्यक्तिमत्त्व असलेल्या तरुणीच्या दृष्टीनं तर इंग्लिश टेलिव्हिजन जास्त योग्य ठरेल! तू शॉर्टहॅण्ड-कॉम्प्युटर शिकलीस?''

''नाही.''

''शिकून घे, म्हणजे कुठेही नोकरी मिळाली तर सोयीचं ठरेल. अगदी हासनमध्येही तुला हे शिक्षण मिळू शकेल. भरपूर प्रॅक्टीस कर. इथं मीही चौकशी करत असेन. असं काही समजलं तर कळवेनच.''

६

सुरुवातीला थोडा कंटाळा आला तरी लवकरच दोन्ही विषयांमध्ये रस वाटू लागला.

तीन महिने संपले. मॅडमकडून एक पत्र आलं.

''... तुझं शॉर्टहॅण्ड आणि कॉम्प्युटरचं शिक्षण चांगल्या प्रकारे सुरू असेल, अशी अपेक्षा आहे. एक चांगली संधी आहे. तू माला केरूर हे नाव ऐकलं असशील. त्या कर्नाटकातल्या हायकोर्टाच्या प्रसिद्ध वकील आहेत. सुप्रीम कोर्टातही त्या जातात. अखिल भारतीय महिला चळवळीच्या त्या कर्नाटकाच्या अध्यक्षा आहेत. पुढच्या वर्षी याचं राष्ट्रीय संमेलन बेंगळूरला होणार आहे. अनेक परदेशी प्रतिनिधीही येणार आहेत. एक वर्ष आधी त्याची तयारी सुरू व्हायला पाहिजे. तू त्यांची मदतनीस म्हणून काम बघायला तयार असशील तर त्यांच्याकडून ठरावीक कालावधीसाठी का होईना, भरपूर पगार मिळेल. मन लावून काम करशील तर महिला चळवळीलाही तुझा हातभार लागेल! अशा प्रकारे तुला बेंगळूरमध्ये पाय

रोवायची संधी मिळाली तर तुला आणखीही पुढं नोकरी मिळेल. त्या स्वत:ही त्यासाठी शब्द टाकतील. वेळ न घालवता निघून ये.''

७

माझ्या सर्वशक्तीनिशी आणि निष्ठेनं केलेल्या कामाचं आठवडाभर निरीक्षण केल्यावर मॅडम केरूरनी दरमहा आठ हजार पगार पक्का केला. संमेलनाच्या तयारीसाठी मल्लेश्वरम येथे एक चार खोल्यांचा फ्लॅट भाड्यानं घेतला होता, त्यातच राहायची सवलतही देण्यात आली, त्यात त्यांनी आपल्याच फायद्याचा विचार केला होता, कारण त्यामुळे मी चोवीस तास त्यांच्या दिमतीला राहू शकत होते! काही का असेना, त्या निमित्तानं या स्त्रियांच्या उन्नतीसाठी काय काय करताहेत, हे समजून घेण्याची एक संधीच मला उपलब्ध झाली होती! शिवाय बेंगळूरमध्ये राहायच्या जागेसह आठ हजार म्हणजे काही कमी रक्कम नव्हती!

केवळ संमेलन भरवणे एवढंच नव्हे, संपूर्ण कर्नाटकात कुणाही स्त्रीवर कुठल्याही प्रकारचा अन्याय झाला की सामाजिक आणि कायद्याच्या मार्गानं त्याला विरोध करायचा, पोलिसांवर दडपण आणायचं, बायकांमध्ये-त्यातही कॉलेजमधल्या विद्यार्थिनींमध्ये जागृती करायची, यांना एकत्र करून त्यांना बायकांवर होणाऱ्या अत्याचाराची माहिती द्यायची आणि विरोधाचे मार्गही सांगायचे, त्यांच्यासाठी व्याख्यानं ठरवायची, अशा अन्यायाविरुद्ध रान उठवण्यासाठी पत्रकारांची मदत घेणे अशी अनेक प्रकारची कामं तिथून केली जायची. मॅडम मला भरपूर प्रोत्साहन द्यायच्या. म्हणायच्या, ''आधी आमची भाषणं ऐक, संमेलन संपल्यावर तू स्वत:ही भाषणं द्यायला लागशील!''

अपेक्षेपेक्षा संमेलन अधिकच यशस्वी झालं. देशातल्या सगळ्या माध्यमांनी डोळे दिपून जातील एवढ्या प्रमाणात प्रसिद्धी दिली. प्रचंड जनसमुदाय आणि त्यांच्याकडून मिळणारा प्रचंड टाळ्यांचा प्रतिसाद पाहून परदेशी पाहुण्याही प्रभावित झाल्या. ''लग्न झालेल्या क्षणापासून नवऱ्याच्या सगळ्या मालमत्तेत समान वाटा मिळाला पाहिजे, तसा कायदा झाला पाहिजे आणि या संदर्भात सगळ्या महिलांनी पक्ष-भेद विसरून सहकार्य केलं पाहिजे!'' या ठरावावर तर वरच्या छताचे तुकडे होऊन उडून जातील की काय असं वाटण्याइतक्या जोरात टाळ्यांचा कडकडाट झाला! कुणीतरी, कपाळावर मोठालं कुंकू लावलेल्या प्रौढ बाईनं म्हटलं, ''असा कायदा झाला तर कुणीही श्रीमंत तरुण लग्नच करायला तयार होणार नाही! संपन्न घरातले पालक आपल्या मुलाच्या लग्नाचा विचारही करणार नाहीत!'' पण व्यासपीठावरील

आणि सभेतल्या बहुसंख्य बायकांनी आरडा-ओरडा करून तिला गप्प केलं. संमेलनाच्या यशानं प्रभावित झालेल्या फ्रान्स-स्वीडन आणि जर्मनीच्या प्रतिनिधींनी माला केरूरना जागतिक महिला संघटनेची भारतातील उपाध्यक्ष नेमलं. राजधानी दिल्लीमधल्या कुणाची तरी नेमणूक करायच्या ऐवजी कुठल्यातरी कोपऱ्यातल्या कर्नाटकातल्या स्त्रीला हा मान मिळताच दिल्लीतल्या महिला-प्रतिनिधी आपसात कुजबुजल्या, पण केरूर मॅडमही काही लेच्यापेच्या नाहीत!

८

संमेलन संपलं. दुसऱ्या दिवशी दुपारी मला सराफ मॅडमकडून फोन आला. त्या स्वत: मुंबई येथे मोठ्या उद्योजिका होत्या. शिवाय गर्भश्रीमंत असल्याचं चित्रा मॅडमनी सांगितलं होतं. त्यांनी खरं तर आपल्या पी.ए.ला आपल्याबरोबर आणलं होतं, पण तिची तब्येत अकस्मात बिघडल्यामुळे त्यांना संमेलनात करायच्या भाषणाची तयारी करताना माझी मदत घ्यावी लागली. त्या वेळी मी संमेलनाची कामं ज्या चपळाईनं करत होते, ते बघून त्यांचं माझ्याकडे लक्ष गेलं होतं. चित्रा मॅडमनीही "हिला फक्त मुद्दे दिले तरी ती सुरेख भाषण तयार करून, प्रिंट काढून आणून देते..." असं कौतुक केल्यामुळे त्यांचं भाषणही तयार करायची जबाबदारी माझ्याकडे दिली होती. त्यांना माझं काम इतकं आवडलं की "स्वीटी, तुझे कसे आभार मानावेत हे मला समजत नाही!" म्हणत त्यांनी माझा चेहरा हातात घेऊन डाव्या गालाचा मुकाच घेतला! लिपस्टिक पुसलं जाईल याची तमा न बाळगता!

या सराफ मॅडमचं वय नक्की किती असावं हे सांगणं कठीण होतं. त्यांचे ते बॉब केलेले आणि कितीही लक्ष देऊन पाहिलं तरी रंगवल्याचं कळू न देणारे काळे कुळकुळीत चमकदार केस! गोरा पान रंग. त्या अधूनमधून साड्याही नेसायच्या. मध्येच कधीतरी इनशर्ट करून पॅण्टही घालायच्या. ताठ, चटपटीत चालणं. जिथं असतील तिथं सगळ्यांचं लक्ष वेधून घेणारं त्यांचं व्यक्तित्व - पण खाजगी बोलताना मात्र यातलं काहीही न दाखवणारं त्यांचं वागणं होतं.

"हाय मंगळा! आज रात्री आपण दोघी एकत्र जेवूया! तुला आलंच पाहिजे. विसरू नकोस. ही काही पंगत नाही. आपण दोघीच जेवायचंय! तुझ्यासारख्या बुद्धिमतीशी आणखी ओळख करून घ्यायची आहे मला! नाही म्हणायचं नाही. हॉटेलची कार पाठवून देईन. इतर काही इन्डस्ट्रियालिस्ट्सबरोबरची मीटिंग संपवून सहा वाजता येईन मी! तू साडेसहा वाजता इथं येशील असं बघ!"

मी काही क्षण भांबावून गेले. एवढी मोठी बाई! दर महिन्याला परदेश-प्रवास

करणारी, अमेरिकन लोकांशी अमेरिकन उच्चार आणि ब्रिटिश माणसांशी तसे उच्चार करून बोलणारी, फ्रेंच आणि जर्मन लोकांनाही पटेल अशा भाषेत बोलणारी! आधीच त्यांच्याविषयी माझ्या मनात आदर ओसंडून वाहात होता. त्या शेरेटॉन हॉटेलमध्ये उंची सूटमध्ये उतरल्या होत्या. त्या आधी मी कधीच पंचतारांकित हॉटेलची खोली पाहिलीही नव्हती, त्यामुळे तो आलिशान सूट बघून मी थक्क होऊन गेले होते. आता त्याच मला आपल्याबरोबर जेवायला बोलवत होत्या! या संमेलनानंतर माझ्यासमोर बेकारीची भीती होतीच. वाटलं, चला, यांच्या ओळखीनं मुंबईत कुठंतरी पाय रोवायला जागा मिळते का ते पाहता येईल!

जेवणासाठी म्हणून असलेल्या सूटमधल्या एका टेबलालगतच्या खुर्चीवर त्यांनी मला बसवलं. त्या स्वत: समोरच्या खुर्चीवर बसल्या. नंतर म्हणाल्या, ''खरंच! स्वीटी! काही नावं विशिष्ट व्यक्तींसाठीच बनवलेली असतात बघ! मी काही तुझ्यासारखी भाषा-शास्त्र शिकले नाही, पण पाच दिवसांपूर्वी तुला मी पहिल्यांदा पाहिलं, तेव्हाच वाटलं, हाऊ स्वीट!''

''मॅडम, गोड बोलणं तुम्ही कला म्हणून आत्मसात केलेलं नाही! तो तुमचा सहज-गुण आहे!'' मीही जरा सलगी दाखवली.

''थँक यू, डार्लिंग!'' आता तर त्यांच्या चेहऱ्यावरून मधच गळत होता! ''आपण आधी ऑर्डर देऊ या. तुलाही ठाऊक आहे, असल्या हॉटेलमध्ये सर्व्हिस फारच संथ असते! इथं माणसं काही फक्त खायला येत नाहीत, निवांत गप्पा मारायला येतात, हे त्यांनाही ठाऊक आहे. तू काय घेणार? फ्रेंच वाईन? एक लक्षात ठेव. आपण स्त्री-मुक्तीच्या कार्यातल्या आहोत. बायकांनी एकदम लाईट ड्रिंक घेतलं पाहिजे आणि स्ट्रॉंग पेयं फक्त बलदंड पुरुषांसाठी आहेत, हे मान्य करणं म्हणजे ते मुळात स्ट्रॉंग आणि आपण मुळातच विक आहोत, हे मान्य केल्यासारखं होईल! स्कॉच चालेल?''

मला नेमकं काय बोलावं ते समजलं नाही. कदाचित माझ्या चेहऱ्यावर ते उमटलं असावं.

''तू या आधी कधीच हे ट्राय केलं नाहीस का? कुठलंही?''

''एम. ए. करताना विद्यार्थ्यांबरोबर डिपार्टमेण्टमध्ये सेण्डऑफ पार्टीच्या वेळी वाईन घेतली होती.''

''आज एक ग्रेड वरची घे! काही होणार नाही. मी आहे ना!...'' म्हणत त्यांनी फोन उचलला.

लवकरच मिरपूड लावलेले काजू आणि मिरचीची भजीही आली. त्याच्या बरोबर घेतली तरी मला ती चव अजिबात आवडली नाही, तरीही मनात स्वत:ला स्ट्रॉंग म्हणवून घ्यायची इच्छा प्रबल होती.

"पुढं काय करायचा विचार आहे? नोकरी हवी का? पण बायकांना नोकरी मिळवून देण्यात मला फारसा रस नाही. काही स्वतंत्र व्यवसाय करणाऱ्या बायकांना मी माझ्याकडून जमेल तेवढी मदत करते. बायकांनी महत्त्वाकांक्षी झालं पाहिजे, असं माझं म्हणणं!''

हे मलाही पटलं. खरंच, काय हरकत आहे?

जेवण झालं तेव्हा साडेदहा वाजले होते. वेटर आला आणि प्लेट्स नेऊन टेबल पुसून गेला.

"स्वीटी, इतक्या उशिरा मी तुला एकटीला जाऊ देणार नाही. हॉटेलची कार असली तरी या ड्रायव्हरवर कसा विश्वास ठेवायचा? अलीकडे बेंगळूर सेफ राहिलं नाही, हे सगळ्यांनाच ठाऊक आहे. आज तू इथंच रहा.''

यावर काही निश्चित उत्तर द्यायच्या परिस्थितीत मीही नव्हते.

"चल...'' म्हणत त्या मला कवेत घेऊन झोपायच्या खोलीत घेऊन गेल्या. तिथं डबल-बेड होती. लगतच्या खोलीत सिंगल-बेड. तिथं झोपावं की...!

त्यांनी मला आपल्या बेडवर बोलवत म्हटलं, "इथंच ये. अजून खूप बोलायचंय तुझ्याशी! आपण मैत्रिणी आहोत ना!'' मला मिठीत घेत त्यांनी डबलबेडवर बसवलं. आपण होऊन काही करावं एवढं भान मला नव्हतं. शेजारी बसवून घेत त्यांनी मला विचारलं, "खरं खरं सांग! तुला कधीच अनुभव नाही? या ज्या नैसर्गिक गोष्टी आहेत, त्यांना नीतिच्या तागडीत मोजू नये, हा मुक्तीचा पहिला नियम आहे, हे तुला ठाऊक आहे ना? सांग.''

मनातली ती आठवण तीव्रपणे बाहेर आली. मनात उमटणाऱ्या शिव्या म्हणजे केवळ शिव्या नाहीत, त्याचं वर्णन आहे!

"स्वीटी, नक्कीच काहीतरी आहे! संकोच बाळगू नकोस. सगळेच अशा अनुभवांतून जात असतात! कमॉन! सांग!'' त्यांनी माझे केस कुरवाळत विचारलं. मला एकाएकी रडू कोसळलं. कितीही प्रयत्न केला तरी आवरता आलं नाही, पण मी खरोखरच आवरायचा प्रयत्न केला का? आजही मला ते समजत नाही. दारूचा तो अंमल होता का? सवय नसलेल्यांचा असा भावनिक उद्रेक होतो, म्हणतात.

"स्वीटी, बोल! मन मोकळं कर. हलकं वाटेल तुला! माझ्यापुढे कसला संकोच?'' म्हणत त्यांनी मला उबदार मिठीत घेतलं आणि मला कुरवाळू लागल्या.

मी प्रभाकरविषयी सगळं काही सविस्तारानं सांगितलं. मला काय वाटतं याचा विचारही न करता "क्लीन'' करण्याच्या मनोवृत्तीविषयीही! सगळं लक्षपूर्वक ऐकल्यावर त्या म्हणाल्या, "यातून काय शिकायचं? स्त्रीनं आपल्या नैसर्गिक भावना दडपायचं कारण नाही, त्याचबरोबर त्या पुऱ्या करण्यासाठी कुणा पुरुषाची यजमानकी स्वीकारायचंही कारण नाही. त्यासाठी स्त्रीनं स्त्रीवरच अवलंबून राहिलं

पाहिजे. ही स्त्री-मुक्तीची सर्वांत उच्च पायरी आहे! आलं का लक्षात?''

या संबंधांविषयी मी केवळ ऐकून होते. त्या बाबतीतला पुढचा धडा द्यायला मॅडम तयारच होत्या! माझा थंडपणा बघून त्या म्हणाल्या, ''सवय झाली की तुलाही मी काय म्हणते ते समजेल!''

माझ्या मनात अशा नात्याविषयी आस्था निर्माण झाली नसली तरी मी नकारही दिला नाही. तो एक वेगळाच अनुभव होता. प्रभाकरबरोबरच्या आठवणी या अनुभवाला ऊब देत होत्या.

कितीतरी वेळानं अंगावरचा मॅडमचा हात जाणवून जाग आली आणि मला वस्तुस्थितीचं भान आलं. मनात आलं, हिनं मला वेश्या म्हणून वापरलं की विटपुरुष म्हणून? मद्याचा प्रभाव नसता तर मी हिला सहकार्य दिलं असतं की नाही? आता तरी मी हिला सहकार्य दिलं की हिनं माझ्या थंडपणाचा फायदा घेतला? मनात असे अनेक प्रश्न निर्माण होत होते आणि त्याची कुठलीही स्पष्ट उत्तरं सापडत नव्हती.

एकाएकी मला सगळं असह्य वाटलं. त्या क्षणी तिथून निघून आपल्या घरी जावंसं वाटलं. मी धाडकन उठून बसले. तिनं झोपेतच मला जवळ ओढत म्हटलं, ''का उठलीस? झोप!''

''नको! जाते मी'' मी स्वत:ला सोडवून घेत म्हटलं.

''इतक्या लवकर पुढचा दरवाजा उघडलेला नसतो. सिक्युरिटीवाले नको ती सगळी माहिती विचारतील. झोप!'' तिनं पुन्हा मला जवळ ओढून घेतलं. नाइलाज होऊन मीही मुकाट्यानं पुन्हा झोपले.

९

संमेलन संपल्यावर महिनाभर मला पगार मिळाला. घर भाड्याचं होतं. महिन्याभरात सगळे हिशेब पुरे करून कागदपत्रं पूर्ण करायची होती, त्यामुळे रात्रंदिवस कामं होती. त्याचा एक फायदा म्हणजे, माझा आत्मविश्वास आणखी वाढला. संमेलनातली सगळी भाषणं शॉर्टहॅण्डमध्ये लिहून घेऊन मी त्याच्या कॉम्प्युटरवर प्रती तयार करून दिल्या होत्या, त्यामुळे माझी इंग्लिश भाषाही अधिक टोकदार झाली होती. घर सोडताना माझ्या हातात पंचेचाळीस हजार रुपये शिल्लक होते. त्या आधारावर राहायला एखादी खोली आणि ते संपायच्या आत एक नोकरी धरणं आवश्यक होतं. माला मॅडमना माझ्या परिस्थितीविषयी मी सांगितलं. त्यांनीही 'काही तरी करू या,' असं आश्वासन दिलं.

बेंगळूर किंवा मुंबईमध्ये एखादी नोकरी हवी, म्हटलं तर सराफ मॅडम नक्की मिळवून देतील या विषयी माझी खात्री होती, त्यातही मुंबईमध्ये. मनात येईल तेव्हा मला वापरता येईल, अशा अंतरावर! या विचारानंही किळस आली. सुरुवातीला किळसच वाटेल, सवय झाली की दारूसारखी त्याचीही चटक लागेल, असंही मी स्वत:ला समजावून पाहिलं. मॅडमबरोबर व्हिस्की प्यायले तरी मला त्याची आवड निर्माण झाली नव्हती. कधी मनात यायचं सराफ मॅडमच्या त्या रात्रीच्या वागण्याविषयी माला मॅडमना सांगितलं पाहिजे, पण पाठोपाठ भीती वाटली, त्यांनी विचारलं, 'तू का प्यायलीस? का सहकार्य दिलंस?' तर काय उत्तर देणार? या संदर्भातले त्यांचे विचार मला माहीत नव्हते. समलिंगी संबंध ही स्त्रीवादी चळवळीतली महत्त्वाची पायरी मानणाऱ्या काहीजणी तशा पद्धतीनं जगत असल्याचं मी काही पाश्चात्त्य ग्रंथांमध्ये वाचलं होतं, पण माला मॅडम या बाबतीत कसा विचार करतात हे मला ठाऊक नव्हतं, त्यामुळे मी असं काही बोलले तर त्यांना ते चालेल की नाही, अशी मला भीती वाटली.

काही का असेना, सराफ मॅडमचे उपकार घेण्यात अर्थ नाही, हा विचार मात्र पक्का होत होता.

१०

प्रत्यक्ष स्त्री-चळवळीत भाग घेतला नसला तरी राजलक्ष्मींना त्या विषयी सहानुभूती होती त्यांच्या शिफारशीवरून मला 'जयंती हाय प्रोसीजन'मध्ये नोकरी मिळाली आणि ती तळमळ शांत झाली. मिसेस वैजयंती कुमार यांनी माझा इण्टरव्ह्यू घेऊन माझी नेमणूक केली. त्याच माझ्या बॉस होत्या. सहा महिने काम शिकण्यासाठी म्हणून दिले होते. काम पटलं तर नोकरी कायम होणार होती. महिन्याला बारा हजार पगार. या कंपनीत शिक्षित कामगारांना दरमहा पंचवीस हजार पगार असल्याचंही समजलं! इथं एकदा नोकरी धरली की कुणीही ती सोडून जात नाही, संप वगैरेही करत नाही, अशी ख्याती कानावर आली. माझ्यासारख्या अतांत्रिक व्यक्तीलाही बाहेर कुठंही मिळणार नाही एवढा पगार होता. सकाळी गरम रुचकर जेवण विनाशुल्क. आठवड्यातून पाच दिवस काम, दोन दिवस सुट्टी. खाजगी शिक्षण-संस्थेत व्याख्यातीची नोकरी मिळाली असती तरी याच्या चौथ्या भागाएवढाही पगार मिळाला नसता. शिवाय, जेवण काय, एक कप कॉफीही मिळायची शक्यता नव्हती.

तरीही सुरुवातीला माझा इथल्या वातावरणात जीव घुसमटायचा. फॅक्टरीच्या

प्रवेशद्वारापाशी लक्ष्मीची दगडात कोरलेली मूर्ती. रोज सकाळी एक पुजारी यायचा, बागेतली फुलं खुडून तिची साग्रसंगीत पूजा करायचा. त्यानंतर चढ्या आवाजात मंगळारती! शिवाय दुकानातून मुद्दाम आणलेला जाडजूड हार तिच्या गळ्यात घालून तिला हळद-कुंकू लावून तिची पूजा करायचा. आत येणाऱ्या प्रत्येकानं आत प्रवेश करण्याआधी चपला दूर ठेवून या मूर्तीला हात जोडायचे. काहीजणं तर अगदी साष्टांग नमस्कार घालायचे. माझी बॉस वैजयंती तर जमिनीवर गुडघे टेकून बसायची, कपाळ मूर्तीच्या पावलांना लावून नमस्कार करायची. नंतर त्या पावलांवर असलेलं कुंकू बोटानं कपाळावर लावून घ्यायची, तिथं वाहिलेल्या फुलांपैकी एक उचलून घरातून माळून आलेल्या गजऱ्यात गुंफून नंतरच पुढं जायची! केसातला गजरा, कानातल्या कुड्या, मंगळसूत्र - सगळ्याच बाबतींत ही त्या मूर्तीची नक्कल करतेय, असं मला वाटायचं! तिच्या प्रशस्त चेंबरमध्येही तिनं लक्ष्मी, सरस्वती, विष्णू यांसारख्या अनेक देवतांची चित्रं लावली होती. जेवायच्या हॉलमध्ये अन्नपूर्णेश्वरीचं चित्र लावलं होतं. जेवण सुरू करायच्या आधी सगळ्यांनी 'अन्नपूर्ण सदापूर्ण शंकरप्राणवल्लभे...' अशी प्रार्थना करायचा नियम होता. धन्याची मर्जी राखायची म्हणून सगळे त्याचं अनुकरण करायचे की पगाराद्वारे ती आपल्या श्रद्धा त्या सगळ्यांवर लादत होती, याचा मला उलगडा होत नव्हता. मी तर एम. ए. करत असताना मार्क्सवाद, देव-धर्म आणि इतर अनेक वादांचं वाचन करायची. प्रभाकरनं धोका दिल्यानंतर ते सगळे विचार मनात स्थिरावू लागले. स्त्री-संमेलनासाठी काम करताना, तिथल्या लेखांच्या प्रती तयार करताना, ते आणखी दृढ झाले होते. हा धर्म एकीकडे स्त्रीची देवी म्हणून पूजा करतो, पण प्रत्यक्षात मात्र तिला गुलाम करून ठेवलंय! मार्क्स म्हणतो तेच खरं! धर्म ही गरीब जनतेला पाजण्यात येणारी अफू आहे!

एकदा वैजयंतीनं एकूण आठ कागदांचं डिक्टेशन दिलं. आणखी डिक्टेशन असेल अशा अपेक्षेनं मी तशीच बसले होते. एवढ्या मोठ्या प्रमाणात मिळणाऱ्या पगाराचा त्याग करून नोकरी सोडणं मला शक्यच नव्हतं, पण असल्या बाईच्या हाताखाली नोकरी करणं मला मुळीच आवडत नव्हतं. तिनं अचानक विचारलं, "मंगळा, एक विचारू? रागावणार नाही ना?"

"नाही!"

"तुम्ही कपाळावर कुंकू का लावत नाही? गळ्यात-हातात काही नाही घातलं तरी हरकत नाही, पण भारतीय स्त्रीच्या कपाळावर कुंकू नसेल तर अशुभ वाटतं. सुतक किंवा वैधव्याचा भास होतो. प्रत्येक देशाच्या संस्कृतीमध्ये एकेका चिन्हाचा विशिष्ट अर्थ असतो."

मी काही बोलले नाही.

तीच पुढे म्हणाली, ''वाटलं म्हणून बोलले! आवडलं नसेल तर सोडून द्या!''

मीही 'थँक्यू मॅडम' म्हणत उठले. ही आपलं कॅपिटॅलिस्ट दडपण या मार्गानं माझ्यावर लादू पाहात आहे, याला बळी पडता कामा नये असं मी मनोमन ठरवलं. खाजगी क्षेत्रात मालकांच्या विरोधात जाऊन नोकरी टिकवणं शक्य नाही, एवढं मलाही कळत होतं.

दुसरे दिवशी कामावर जाताना टाचणीच्या आकाराची, दिसेल न दिसेल अशी कुंकवाची टिकली लावून ऑफिसला गेले. तिच्या चेंबरला गेले तेव्हा तिच्याही हे लक्षात आल्याचं माझ्या लक्षात आलं. त्यानंतर पुन्हा लावलं नाही आणि तिनंही विचारलं नाही. तिला हे आधुनिक विचार ठाऊक नव्हते, असंही नाही म्हणा!

त्या दिवसापासून - की त्या आधीपासून? नीट आठवत नाही- मन या वैजयंतीची सराफ मॅडमशी तुलना करत होतं. तिचं लग्न झालंय की नाही, नवरा आहे की नाही, मुलं आहेत की नाही यातलं काहीच मला ठाऊक नाही. मनावर तिचं दडपण नसतं आणि दारूचा प्रभाव नसता तर तिनं मुलांना जन्म दिलाय की नाही, हे समजलं असतं. माझं तिकडं लक्ष नव्हतं. हिचं मात्र लग्न झालंय, नवरा आहे, तोच कंपनीचा चेअरमन आहे, एक मुलगी आहे, अधूनमधून ती कंपनीत येते, बागेत मातीत खेळून कपडे मातीनं भरवून घेते, हे तर आम्ही सगळेच पाहात होतो. मला हे सराफ मॅडमचंच दुसरं रूप वाटत होतं. सगळ्या कॅपिटॅलिस्टांची एकच जात! संधी मिळताच हाताखालच्या बाईला आपल्या म्हणण्याप्रमाणे वागवणार!

११

जीवनात मी नेहमीच अन्यायानं पिडली गेली आहे, ही भावना मनात सतत खदखदत होती. प्रभाकरच याला कारणीभूत आहे, हेही स्पष्टच होतं. त्याची आठवण आली की ती शिव्यांच्या लाखोलीसहच यायची. त्या शिव्यांमध्ये आणखी भरही पडायची.

एकदा एम. ए.मधली मैत्रीण- प्रमिला भेटली. आता ती दोड्डबळ्ळारीपूरच्या एका खाजगी कॉलेजमध्ये लेक्चरर होती. पगार दीड हजार रुपये म्हणून सांगत होती. घराचं भाडं दिल्यावर राहिलेला पगार जेवण-खाणासाठी पुरत नाही, म्हणत होती. ''पोट भरण्यासाठी शिकवण्या कराव्या लागतात! तू नशीबवान आहेस! बारा हज्जार पगार! शिवाय नाश्ता-जेवण! आणि वर आठवड्यातून पाचच दिवस काम!''

बोलता-बोलता आमच्या विद्यार्थी-जीवनाचा विषय निघाला. तिनंच विचारलं,

"प्रभाकर कुठं आहे, ठाऊक आहे?''

मी सावध होऊन म्हटलं, ''कोण जाणे! माझा काही संपर्क नाही.''

"आता मोठा माणूस झालाय तो! ट्रान्सपोर्ट खात्यात मोठा ऑफिसर आहे! पगार तर आहेच, वरकमाईही भरपूर आहे! पगाराच्या दहापट! काय थाट त्याचा! कार घेतलीये! ते जाऊ दे. भेटला होता मला! स्त्री-चळवळीचा विषय निघाला होता. बहुतेक चळवळीत काम करणाऱ्या कुणाशीतरी संबंध आला असावा. म्हणत होता, कुठलाही शहाणा पुरुष असल्या चळवळीतल्या बाईशी लग्न करणार नाही! ऑफकोर्स, तू काही त्यातली नाहीस ना, म्हणाला. मी म्हटलं, आता कशाला तो विषय? तर म्हणाला, आपण सगळे इला मॅडमचे विद्यार्थी ना, माझा कुणी लग्नाचा मित्र असेल तर तुझं नाव सुचवू का!''

"खरं सांग! लग्न करायची तुझी इच्छा आहे?'' मी मुद्दामच तिला विचारलं.

"सेटल व्हायला काहीतरी करायलाच पाहिजे ना! तसा कुणीतरी भेटायला पाहिजे. चांगला पगारदार किंवा भरपूर इस्टेट असलेला. माझ्याएवढा शिकलेला किंवा माझ्याहून जास्त शिकलेला.''

त्या दिवसापासून त्या लोफरवरचा राग अनेक पटींनी वाढला. चळवळीकडे बघायची याची किती दूषित नजर! चपलेनं सडकून काढायला पाहिजे याला! सगळे पुरुष असेच. सगळी पुरुषजातच अशी! पगाराच्या दहापट लाच खाणारे, भ्रष्ट!

दर शनिवारी-रविवारी स्त्री-मुक्तीच्या संदर्भात व्याख्यानं द्यायला जात होते. भाड्याच्या खोलीत असताना थोडी अडचण व्हायची. जवळचे पंचेचाळीस हजार डिपॉझिट देऊन विजयनगरमध्ये एक हॉल-किचन-एक बेडरूमचा एक फ्लॅट भाड्यानं घेतला. दर शनिवारी-रविवारी त्याची स्वच्छता आणि आठवड्याभराची कामं करण्यात वेळ जाऊ लागला आणि व्याख्यानांना जायला वेळ मिळेनासा झाला. गेलं नाही तर केरूर मॅडम रागावतील अशी भीती वाटत होती.

एक दिवस ऑफिसमध्ये असताना मला एक फोन आला, ''मी मिस मंगळा यांच्याशी बोलतोय ना?''

"पी.ए. टु एम.डी. जयंती हाय प्रोसीजन!'' मी मुद्दामच सांगितलं.

"ते ठीक आहे, तुमचं नाव मिस मंगळा, नाही का!''

"आपण?'' मी विचारलं.

"आधी सांगा तुम्ही मिस मंगळा ना?''

स्त्री-चळवळीशी काहीतरी संबंध असावा, असं वाटून मी होकार दिला.

"आवाज कितीही ओळखीचा असला तरी फोनवर ओळख पटत नाही आणि मुख्य म्हणजे आपण कधीही फोनवर एकमेकांशी बोललेलो नाही. बोल! ओळख

पटली की नाही?''

सर्वांग घामेजून गेलं. तोच! रास्कल!! आता का यानं फोन केला असेल? मला काय प्रतिक्रिया दाखवावी ते समजेना, त्यात ऑफिसमध्ये सगळे शांतपणे काम करत असताना मी रागानं आवाज चढवून बोलणंही शक्य नव्हतं.

"तुला शोधायचा मी किती प्रयत्न केला! पण कुणाला विचारणार? गेल्या शनिवारी बसवन गुडीजवळच्या कॉलेजमधल्या विद्यार्थिनींसाठी झालेल्या कार्यक्रमात तुझं नाव वाचलं, पेपराच्या आठव्या पानावर आठव्या कॉलममध्ये त्याची बातमी आली होती, त्यात तुझं नाव वाचलं. मग तुझा शोध घेणं काही अशक्य नव्हतं म्हणा! तू बोलत नाहीयेस. मध्ये इतका काळ गेला तरी बाईच्या जातीची लाज काही जात नाही! पुन्हा लाजू नकोस. तुला भेटायचंय! उतावळा झालोय मी! सांग, कुठं आणि केव्हा भेटायचं? आता सांगणं शक्य नसेल तर माझा नंबर टिपून घे!...''

"मला गरज नाही!'' मी म्हटलं. खालच्या आवाजात.

"राग उतरला की भासेल गरज! घे लिहून! नाही तर लक्षात ठेव...'' म्हणत त्यानं सावकाश आपला नंबर सांगितला. एकदा नव्हे, चार-चारदा!

दुसऱ्या दिवशी त्यानं पुन्हा फोन केला, "काल तू माझा नंबर नीट लिहून घेतला नाहीस, म्हणून पुन्हा फोन करतोय. तुझ्या बाबतीत मला कसल्याही प्रकारचा इगो-प्रॉब्लेम नाही. तू कितीही उपेक्षा केलीस तरी माझी अपेक्षा व्यक्त करायला मला कसलाही संकोच नाही!''

त्याच्या त्या फोननंतर मी का वितळले? आजही माझं मलाच कळलं नाही ते! नंतर कधीतरी त्यानंच सांगितलं, ज्याच्याशी संबंध येताना मनसोक्त आनंद मिळालेला असतो, त्यांना विसरणं, जन्मभर शक्य नसतं. खरं असेल का ते? एक मात्र खरं, त्याच्या फ्लॅटमधल्या त्या तीन महिन्यांपेक्षा अधिक काळात अनुभवलेलं सुख अवीट होतं, यात शंका नाही! मनात आलं, अशा परिस्थितीत दुसरा कुठला उपाय होता, गर्भपात करण्याशिवाय? यात त्याची तरी काय चूक म्हणा! मी उगाचच इतकी आगपाखड केली त्याच्यावर! आता माझ्या मनातले विचार वेगळ्या प्रकारेच वाहू लागले. खोटं कशाला, आणि कुणाला सांगायचं? माझंच मन पाघळलं हे खरं! त्याचा संपर्क तुटून तीन वर्षं झाली होती. उत्तम पगार, स्वतंत्र फ्लॅट! बाकी मनात बरंच असमाधान असलं तरी मुळातली भूक कुठं जाईल म्हणा! तेही तो आपण होऊन इतका डेस्परेट होऊन बोलवत असताना!

पुढच्या सोमवारी त्यानं तिसऱ्यांदा फोन केला, 'तिथं इतर माणसं असतील याची मलाही कल्पना आहे. तू फक्त कुठं भेटायचं ते सांग.' जणू काही मी भेटायची तयारी दाखवलीच होती!

माझीही फोनवर फार बोलायची इच्छा नव्हती. समोरासमोर चांगलं फैलावर

घेता येईल असा विचार करून मी म्हटलं, "माझ्या फ्लॅटचा पत्ता घे लिहून! विजयनगर... आज मला घरी पोहोचायला साडेसहा वाजतील."

खरंच! या मनाचं काही सांगता येत नाही! फोनवर त्याचा आवाज ऐकत असताना त्याच्याबरोबर एकांतात काढलेले क्षण मनात का गुंजत राहावेत? मनात त्या व्यक्तीविषयी असलेल्या तिरस्काराचा असंख्य वेळा उच्चार केलेला असताना? त्यातही मन सराफ मॅडमबरोबरचे क्षण आठवून म्हणत होतं, त्या तिरस्करणीय क्षणांपेक्षा हे कितीतरी सुंदर होते! त्याच्या नावागणिक मनात उमटणाऱ्या शिव्यांच्या लाखोलीच्या जागी 'तो माझा अगदी जवळचा मित्र आहे' अशी भावना येऊ लागली होती. नाही तर मी त्याला माझ्या फ्लॅटचा पत्ता का लिहून घ्यायला सांगितलं असेल?

१२

तो आता पहिल्यापेक्षा भरला होता. अंगावरचे कपडे भारीच म्हटले पाहिजेत! कापड घेऊन स्थानिक शिंप्याकडून शिवलेले नव्हेत, प्रसिद्ध कंपनीचे! बहुतेक परदेशी कंपनीचे! पायात चमकदार शूज. चेहऱ्यावर आधीपेक्षा जास्तीचा आत्मविश्वास! मी त्याचं तोंड उघडून स्वागत केलं नसलं तरी तो आत आला आणि वेताच्या खुर्चीवर अंग सैल टाकून बसला. त्यानंच बोलायला सुरुवात केली,

"त्या वेळी माझा फ्लॅट होता, आज तुझा फ्लॅट!"

मला काय बोलावं ते सुचलं नाही.

तोच पुढं म्हणाला, "आपल्या दोघांच्या संबंधांमध्ये खोटेपणा असता कामा नये! आधीच सांगतो, माझं लग्न झालंय."

कुणीतरी छातीत सुरा खुपसावा तसं मला झालं, पण ते दाखवून न देता विचारलं, "हुंडा किती घेतलास?"

"अरे वा! हुंड्याचा विषय काढून जेलमध्ये पाठवायचा विचार आहे काय?" तो थोड्या रागात म्हणाला.

"मी नाही पाठवणार! तुझ्या बायकोला हे करायला सांगेन!" मीही म्हटलं.

"ती नाही ऐकणार कुणाचं! कारण त्याचा फायदा तिलाच मिळतोय!"

"म्हणजे?"

"तिच्या अप्पांनी संबंधित मंत्र्याला पंचवीस लाख दिले आणि मला ही नोकरी मिळाली! या नोकरीचा फायदा त्यांच्या मुलीचाच मिळतोय ना!" म्हणत त्यानं माझ्याकडे रोखून पाहिलं. मीही त्याच्याकडेच पाहात होते. तोच पुढे म्हणाला,

''तुझं माझ्याबरोबरचं वागणं, हा एक अक्षरही बोलण्याच्या लायकीचा नाही, अशा प्रकारचं होतं! मी तुला आधीपासूनच सावध करायचा प्रयत्न करत होतो, कारण याचा परिणाम बायकांनाच भोगावा लागतो, हे सगळ्यांनाच ठाऊक असतं. तुला माझा राग आला होता, पण मनस्ताप पुरुषांनाही होतो. खरं सांगतो, त्या वेळी लग्न करून सेटल होण्यासारखी परिस्थिती नव्हती. ती स्थिती यायच्या वेळी तू भेटलीच नाहीस. मी लग्न केलं, पण तुला विसरणं मला शक्यच झालं नाही, म्हणून तुला डेस्परेट होऊन शोधत राहिलो.''

''हं! मग आता काय करायचं, म्हणतोस?''

''पहिल्यासारखे प्रेमानं राहू या! तेव्हा माझा फ्लॅट होता, आता तुझा फ्लॅट आहे!''

''म्हणजे तुला तुझा संसारही ठेवायचा आहे आणि मीही पाहिजे! मी तुझी कीप होऊन राहू म्हणतोस?''

''कीप कशाला म्हणायचं? तुला काही माझ्याकडून पैशाची अपेक्षा नाही! फक्त मैत्रीची अपेक्षा ठेवायला काय हरकत आहे? जर तुला कुणाशी लग्न करावंसं वाटलंच तर तसं सांग! मी दूर होईन आणि तुला लग्नानंतरही संबंध ठेवायचे असतील तर तसेही ठेवता येतील! मला तू हवी आहेस. आय लव्ह यू! लग्न म्हणजे कॉफिन! त्यात दोघांना कोंबून वरून खिळे ठोकून बंद केलं जातं! खरं सांगतो, तुझ्या सान्निध्यात जो आनंद मिळाला तो त्यानंतर कधीच मिळाला नाही! माझी बायको काही अशिक्षित नाही, बी. ए. झालीये. दिसायलाही वाईट नाही, पण माणूस आपलं पहिलं प्रेम, पहिला संबंध आयुष्यात विसरू शकत नाही. हा फक्त माझा अनुभव नाही, तूही तुझ्या आत डोकावून पाहा! तुलाही तोच अनुभव येईल!''

काही क्षण थांबून तो म्हणाला, ''त्या वेळी आपण दोघंही अननुभवी होतो! काहीतरी उगाचच प्रयोग करत राहिलो. त्यातही काही चुकीचं आहे, असंही नाही! पण परिणामी तू शारीरिक आणि मी मानसिक तळमळ अनुभवली! पुन्हा तसं काही घडणार नाही, याची मी हमी देतो.''

मी काहीच बोलले नाही. तो माझ्या नजरेत नजर मिसळून एकटक बघत होता. मीही त्याच्यावरची नजर हटवली नाही, चुकवली नाही.

तो उठला. जवळ आला. म्हणाला, ''चला!...''

मी उठले नाही.

''प्लीज! प्लीज!'' तो म्हणाला.

आता मला काहीतरी बोलणं भागच होतं. मी म्हटलं, ''आज नको! आय वॉण्ट टाईम!''

त्यानंही बळजबरी केली नाही. त्यानं विचारलं, ''एक कप चहा मिळेल?''

तीन दिवसांनंतर त्यानं ऑफिसमध्ये फोन करून सांगितलं, ''आज संध्याकाळी मी येतो. आणखी थांबणं शक्य नाही मला!'' यावर ऑफिसमधून मी काही उत्तर देणं शक्य नव्हतं आणि बोलण्यासारखं काही नव्हतंही. मी 'ओके' म्हटलं.

संध्याकाळी तो आला आणि सरळ आतल्या खोलीत येऊन पलंगावर बसला. मलाही त्यानं जवळ ओढून घेतलं. मीही त्याच्या जवळ बसत विचारलं, ''तुझा स्त्री-चळवळीतल्या काहीजणींशी संबंध आला ना? अशा बायकांशी शहाणा पुरुष कधीच लग्न करणार नाही, असं तू म्हणालास ना? खरं आहे का?''

''कोण म्हणालं तसं?''

''ते महत्त्वाचं नाही. माझ्या कानावर आलं. सांग ना! खरं आहे का?''

''तुझी शपथ! माझ्या तोंडूनच काय, माझ्या मनातही असं काही येणं शक्य नाही! मीही तुझ्यासारखा इला मॅडमचा विद्यार्थी आहे ना! सांग, कुणी चहाडी केली? नाव सांग मला! इथं तुझ्यासमोर आणून बुटानं झोडपून काढेन डोक्यावरचे केस झडून जाईपर्यंत!''

त्याच्या चेहऱ्यावरील संताप बघून माझ्याही मनात येऊन गेलं, खरंच, हा दोन प्रेमींच्या मध्ये येण्याचा मत्सरीपणा कुणीतरी केला असेल का? मला मिळालेली उत्तम पगाराची नोकरी पाहूनही अनेकांना मत्सराची भावना निर्माण झाली नसेल कशावरून?

मग मीच म्हटलं, ''जाऊ दे! ते सगळं नंतर बघू या!...'' आणि त्याच्या शर्टच्या बटणांना हात घातला.

रात्रीचे आठ वाजले. मी म्हटलं, ''कुकर लावते. जेवू या...''

''आज नको. कुकर होऊन जेवून निघायला उशीर होईल. आधी न सांगता जायला उशीर झाला तर ही रुसून बसते! उद्या येईन. एखाद्या स्टार हॉटेलमध्ये टेबल बुक करून ठेवीन.''

''पण उगाच चार-चौघांमध्ये फिरायला माझी तयारी नाही!''

तो बुटांचे बंद बांधताना मी म्हटलं, ''थांब. मला एक प्रश्न नेहमी त्रास देतो. त्याचं उत्तर दे. मला सांग, शरीर-संबंधाशिवाय स्त्री-पुरुषांमध्ये प्रेम राहूच शकत नाही का?''

''हा रोमॅण्टिक साहित्याच्या वर्गात चर्चा करायचा प्रश्न आहे! व्यवहारामध्ये मात्र हे नसेल तर मात्र शुष्कता येते. आणखीही सांगतो! एकदा शरीर-संबंध आला की त्या दोघांमध्ये त्याशिवाय संबंध शक्यच नाही!''

दोन दिवस आम्ही भेटत राहिलो. आता मलाही ते पटलं.

तीन

१

इला मॅडम एकट्या आहेत की त्यांचं लग्न झालंय, त्यांना काही मुलं-बाळं आहेत की काय अशा प्रकारचे अनेक प्रश्न विद्यार्थ्यांच्या मनात नेहमीच असत, त्यामुळे त्यांच्या मनात संशोधनात्मक कुतूहल सतत असे. त्या आधी विद्यापीठाला कारमधून यायच्या म्हणे. ड्रायव्हर त्यांना सोडून जायचा आणि त्या जाताना बसनं जायच्या. आता मात्र त्या बसनंच यायच्या आणि बसनंच जायच्या. असं का बरं? कारनं का येत नसाव्यात? पैसे नाहीत की स्वतःला ड्राइव्हिंग येत नाही? की बेंगळूरच्या ट्रॅफिकची अडचण वाटते? पण त्याचं संशोधन फुटकळपणे चाललं असल्यामुळे त्यांना त्याचं योग्य उत्तर मिळायचं नाही. सगळ्यांनी एकत्रितपणे शोध घेतला असता तर ते काही एवढं कठीण नव्हतं.

पण इला मॅडम या आपल्या आयुष्याचं खाजगीपण जपणाऱ्या होत्या, हे सगळ्यांना ठाऊक होतं. शिक्षणाच्या संदर्भात त्या कितीही मोकळेपणानं बोलत असल्या तरी आणि विद्यार्थिनींना उपलब्ध होत असल्या तरी आपल्या खाजगी जीवनाविषयी त्या काहीही बोलायच्या नाहीत, तरीही त्यांच्या स्त्री-मुक्तीच्या विषयातले विचार सगळ्या विद्यापीठालाच ठाऊक होते, त्यातही इंग्लिशच्या विद्यार्थ्यांचा तर तो अगदी जवळचा अनुभव होता. शिकवताना कुठल्याही स्त्री-पात्राला काहीही दुःखे अनुभवाला यायला लागली की त्यांचं सगळं विवेचन स्त्रीवाद, स्त्री शोषण आणि स्त्री चळवळीकडे वळत होते. अनेकदा त्या सांगितलेलंच सांगत राहायच्या, पण त्यातच इतक्या रमून जायच्या की त्याचंही त्यांना भान राहायचं नाही. त्याचा विद्यार्थ्यांना कंटाळा यायचा. त्यांची नजरानजर सुरू व्हायची आणि नजरेनंच ते कंटाळा व्यक्त करायचे.

स्त्रीवादाव्यतिरिक्त मॅडम आणखी एका गोष्टीचा पुनरुच्चार करायच्या. ती

म्हणजे व्यक्तिस्वातंत्र्याचा. ''पाश्चात्त्य देशात कुणीही कुणाच्याही खाजगी आयुष्यात डोकावत नाही. दिवसभर जोडीनं प्रवास केला तरी ते परस्परांशी हवापाण्याच्या गप्पा मारतात. कुणीही आई-वडील किंवा घरगुती विषयावर बोलत नाही. सोबत असणाऱ्या स्त्री-पुरुषांनाही कुणी ''तुमचं परस्परांशी काय नातं?'' म्हणून विचारत नाही. अशा प्रकारे ते एकमेकांच्या खाजगी जीवनाचा आदर बाळगतात. हा सुसंस्कृततेचा पहिला महत्त्वाचा गुण आहे! याची आपल्या देशातल्या गलिच्छ उत्सुकतेशी तुलना करून पहा!...'' असं सांगून त्या इथली उदाहरणे द्यायच्या.

जीवनात खाजगीपणाची अपेक्षा करणाऱ्या त्या तरुण-तरुणींना हा विचार अत्यंत आकर्षक वाटत होता.

२

इलाच्या जीवनाला महत्त्वाचं वळण लागलं ते तिच्या नवऱ्याची दिल्लीला बदली झाली तेव्हा. त्याच्या पाश्चिमात्य कंपनीचा दक्षिण-भारताचा मुख्य म्हणून तो बेंगळूरला असेपर्यंत सगळं ठीकच चाललं होतं. महिन्याला दीड लाख पगार. चार मोठाल्या बेडरूम्स आणि दोन लाऊंज असलेलं, दोन मोठ्या बाल्कन्या आणि दोन स्वयंपाकघरं असलेला, कार-पार्किंगसाठी प्रशस्त जागा असलेला फ्लॅट, लक्झुरी कार-ड्रायव्हर सगळं काही कंपनीकडून मिळत होतं. त्यामुळे एकदाही विनयनं ''तुला किती पगार आणि तू त्याचं काय करतेस,'' या विषयी चौकशी केली नव्हती. सकाळी सहापासून रात्रीपर्यंत घरी राहून स्वयंपाक-खाणं आणि सगळी कामं करणारी रत्नम्मा घर तर सांभाळत होतीच, त्याचबरोबर सुजयालाही शाळेला सोडून घेऊन यायचं कामही मोठ्या जबाबदारीनं करत होती.

''मला दिल्लीला जायचं नाही, इथंच राहतो, म्हणून सांग.''

''तो मूर्खपणा ठरेल!आता आली आहे ती काही बदली नाही, प्रमोशन आहे ते! संपूर्ण भारताचा प्रमुख म्हणून! अडीच लाख पगार. दिल्लीत याहून मोठा फ्लॅट! घरकामासाठी दोन नोकर. शिवाय कार, पेट्रोल तर आहेच. तिथं व्यवस्थित प्रोग्रेस दाखवली तर महिन्याला चार लाख पगार मिळेल! आणखी प्रगती दाखवली तर जागतिक पातळीवर प्रमोशन मिळेल! जिनिव्हामध्ये! डॉलर किंवा युरोमध्ये पगार मिळेल! आणखीही कितीतरी...''

यावर इला लगेच काही बोलली नाही. त्यानंही तिच्या मौनाचा सोयीस्कर अर्थ लावला, यात तिला न पटणारा काही मुद्दा असेल अशी त्याला कल्पनाही नव्हती आणि आली असती तरी आपल्या प्रगतीच्या आड येणारी कुठलीही गोष्ट त्याच्या

दृष्टीने अगदी नगण्य होती.

इलानं रात्रभर विचार केला. तिचा दुसरा सगळा दिवसही याच विचारात गेला. त्याला मिळणाऱ्या सुखसोयी अनुभवतानाच मोठी मॅडम व्हायचं आकर्षणही काही कमी नव्हतं. दोन वर्षं ऑक्सफर्डमध्ये शिक्षण घेताना तिनं युरोपही फिरून पाहिला होता. स्वित्झर्लंडही पाहिलं होतं. तिथलं मानवनिर्मित सौंदर्य, तिथली नेटकी संस्कृती, तिथली औपचारिक, नम्रता हे सगळं या देशात कधी येईल, असंही तिला अनेकदा वाटून गेलं होतं. वर्गात विद्यार्थ्यांना अनेकदा सांगितलेलं तिला पुन्हा आठवलं.

दुपारी तिला एक विचार सुचला. तूर्त विनयला एकट्याला दिल्लीला जाऊ दे. तीन-चार वर्षांनंतर त्याला आणखी प्रमोशन मिळून तो जिनिव्हाला जायला निघाला तर मी त्याच्याबरोबर जायला हरकत नाही.

ती घरी आली तेव्हा सुजया शाळेतून आली होती. आईला बघताच ती उत्साहानं म्हणाली, ''मॉम! डॅडींना प्रमोशन मिळालंय! दिल्लीला!''

''एवढं काय आहे दिल्लीत?''

''इट इज दी कॅपिटल ऑफ द कंट्री! पार्लमेंट हाऊस! व्हेरी बिग रोड्स! आय लाईक इट!'' ती आणखी उत्साहानं म्हणाली.

''लेट्स सी स्वीटी! आधी होमवर्क कर बघू!''

विनयचंद्र कधीच रात्री साडेआठच्या आधी घरी यायचा नाही. कंपनीत कामं असायची. ती नसली तरी दोन पेग घेऊन मित्रांबरोबर गप्पा आणि व्यावसायिक चर्चा करून घरी उशिरा परतायचा. त्या दिवशी तो साडेनऊ वाजता आला. सुजयाला जेवू घालून आपलंही जेवण उरकून इला एक अफ्रिकन कादंबरी वाचत बसली होती. अलीकडे इंग्लिश साहित्यात अफ्रिकन साहित्याचं बरंच नावं होतं. आपल्या भाषेत लिहून आपल्या भाषेचा विकास करण्यापेक्षा इंग्लिशमध्ये लिहिणं हा एका अर्थी वसाहतशाहीचा विजय नाही का? आणि त्यात वसाहतशाहीवर टीका करणं हा तर केवढा विरोधाभास! तिच्या मनात एकीकडे हे विचार होते, तर दुसरीकडे सुजयाची कशी समजूत घालायची याचा विचार सुरू होता.

तो साडेनऊ वाजता आला तेव्हा नेहमीप्रमाणे टेबलावर जेवण मांडलं होतं. ताटही पालथं ठेवलं होतं. कपडे बदलून त्यानं जेवण वाढून घेतलं आणि जेवू लागला. तीही टेबलाच्या दुसऱ्या बाजूला एका खुर्चीवर पुस्तक घेऊन बसली.

''शक्य तितक्या लवकर दिल्लीला येऊन रिपोर्ट करायला सांगितलंय, शक्यतो अगदी उद्याच. फार-फारतर सोमवारी.'' तो म्हणाला.

ती त्याच्याकडे पाहू लागली. चूक केलेल्या लेकीकडे बघावं तसं! हे त्याच्याही लक्षात आलं. तिच्या वागण्याच्या पद्धतीची सवय असल्यामुळे तिकडे दुर्लक्ष करून

तो म्हणाला, "काहीही म्हण! रत्नम्मांचा स्वयंपाक म्हणजे, मस्त! नाहीतरी दिल्लीत स्वयंपाक्याचा पगार कंपनीच देणार आहे. ह्यांनाच तिथं घेऊन गेलं तर बरं!"

आता ती म्हणाली, "म्हणजे तू जायचं पक्कं केलंयस तर! मला केवळ औपचारिकता म्हणून विचारलंस?"

"यात औपचारिकता कुठं आली? दुसरा पर्याय तरी काय आहे?"

"मला बेंगळूर सोडून यायची इच्छा नाही. कुटुंब इथून हलवणं शक्य नाही असं सांगितलं तर कंपनीवाले काय करतील?"

तो गालातल्या गालात हसत म्हणाला, "व्हेरी गुड क्वेश्चन! जर मला कंपनीच्या प्रगतीत इंटरेस्ट नसेल तर खाजगी कंपनीत त्यांनाही माझ्यात रस राहत नाही. सहा महिने होताच ते मलाच नोकरीवरून काढून टाकतील! माझी काही सरकारी नोकरी नाही! आणि तिथं न यायला तुला तरी काय अडचण आहे?"

"माझी नोकरी. विद्यापीठात मी रीडर आहे. एकदा मी ही नोकरी सोडली तर पुन्हा मला मिळणार नाही!"

"माझंही तसंच आहे. एकदा ही संधी गमावली तर पुन्हा मिळणार नाही. फक्त याच कंपनीत नव्हे, कुठल्याही कंपनीत! आतापर्यंत मी तू किती मिळवतेस आणि किती खर्च करतेस याविषयी कधीही विचारलं नाही, आता विचारतो. तुझा पगार किती?"

"तेरा हजार."

तो हसला. तिला त्यातला कुत्सितपणा लक्षात आला. ती काही बोलली नाही. तो काहीतरी बोलायची ती वाट पाहात राहिली. तोही काही न बोलता चपातीचे तुकडे करू लागला. चेहऱ्यावरचं हसू तसंच होतं.

ते सहन न होऊन तिनं विचारलं, "काय अर्थ या हसण्याचा? कामाचं महत्त्व पैशांनी जोखणं ही हीन मेण्टॅलिटी आहे."

"मी तसं कुठं म्हटलं?" त्यानं आत्मसंरक्षणाच्या आविर्भावात म्हटलं.

"उगाच शब्दात पकडू नकोस! तुझा जसा तुझ्या व्यवसायात उत्कर्ष अपेक्षित आहे, तसा मला नको का? तुझ्या उत्कर्षाचा तू विचार केलास! आणि मी? मी हे सगळं सोडून देऊ?"

"तिथंही तू तुझं लेखन-वाचन करू शकशील. घरात सगळ्या कामाला नोकर-माणसं असताना तुला दुसरा काय उद्योग आहे? हवं तर तिथल्या एखाद्या कॉलेजमध्ये नोकरी धरू शकशील! तिथं काही प्रसंगी मला पार्ट्या द्याव्या लागतील तेव्हा तू थोडा वेळ तिथं हजर राहिलीस तर पुरेसं आहे. बाकी सगळी व्यवस्था करायला माणसं असतील."

"वा! मी विद्यापीठात एवढ्या वरच्या हुद्यावर आहे! तिथं कॉलेजमध्ये नोकरी करू? विनय! तुला स्वत:च्या प्रगतीचं महत्त्व आहे! बायकोचा उत्कर्ष नाही बघवत तुला! इतर नवऱ्यांत आणि तुझ्यात काहीही फरक नाही! जरा आजच्या आधुनिक पुरुषांप्रमाणे वागायला शीक! तुझ्या पार्ट्यांमध्ये दात विचकून फिरणं एवढीच का माझ्या शिक्षणाची किंमत?"

वातावरण तापलं की एखादा जोक करून ते तरल करायची विनयची नेहमीची पद्धत, पण त्याचा हिच्यावर काहीही परिणाम होत नाही, हा त्याचा आजवरचा अनुभव. शिवाय हे गाव सोडून जायच्या आधी त्याला काही महत्त्वाची कामं उरकायची असल्यामुळे तो दमून गेला होता, त्यातही हिच्याबरोबर वाद घालायला त्याच्या कितीतरी पट शक्ती खर्च होते हा त्याचा गेल्या दहा वर्षांचा अनुभव होता; त्याच वेळी फोन वाजला- हैद्राबादचा. काहीतरी तेवढंच महत्त्वाचं काम असल्याशिवाय या वेळी कुणी फोन करणार नाही. घरी असताना फोन वाजला की हिच्या कपाळावर आठ्या! हिच्या कामात कधीच कसलं टेन्शन नसतं. घरी आल्यावर तर ही फोनही बंद करून ठेवते.

त्यानं मच्छरदाणी लावली आणि आडवा झाला. तिलाही बोलावलं तरी ती आली नाही. तो आडवा झाला, दमलेला असल्यामुळे त्याला लगेच झोप आली.

३

विमान आकाशात दिल्लीच्या दिशेनं उडालं. त्याचं मन पुन्हा विचारात बुडून गेलं. असली बढती ही काही फक्त पैशानं मोजता येत नसते. वाढलेला दबदबा, मिळणारे अधिकार, या काही जोखता येणाऱ्या गोष्टी असतात का?

खाद्यपदार्थ देणाऱ्या हवाई-सुंदरीनं पडदा ओढला. एक्झिक्युटिव्ह क्लास त्याला काही नवा नव्हता. गेली अनेक वर्षं त्याला याची सवय होऊन गेली होती. यातून प्रवास करताना त्याला इथल्या अनेक गोष्टी सुखावत होत्या. इथली बसायची व्यवस्था, स्वच्छतागृह, सुखावह खाद्यपदार्थ आणि मापांमध्ये कणाचीही कमतरता नसलेल्या आकर्षक हवाई-सुंदरी! विना-मोबदला मिळणारं मद्य! त्याच्या मनात आलं, माझी एवढ्या मोठ्या पगाराची नोकरी नसती तर इलानं माझ्याशी लग्न केलं असतं का?

त्या वेळी मीही लग्नाच्या वयाचा होतो. आईचाही आग्रह चालला होता, "तुझ्या धाकट्या भावाचं लग्न करायचं आहे, लवकर तुझंही ठरव बाबा!" "माझ्यासाठी थांबू नका, त्याचं उरकून घ्या" असं अनेकदा सांगितल्यावर त्याचं लग्न ठरवण्यात

आलं. त्याच्या लग्नात सगळे मला विचारू लागले, 'तुझं लग्न का नाही केले? ब्रह्मयानं तुझ्यासाठी मुलगी तयार केली नाही की काय?'

का कोण जाणे, मला अशा प्रकारे पाहून बायको करायची कल्पना पटली नव्हती. मी बत्तीस वर्षांचा झालो. एकदा हरीशनं मला आपल्या घरी जेवायला बोलावलं होतं. 'माझी बायको आजच्या युगातली असली तरी उत्तम पुरणपोळ्या करते..' असं सांगितलं होतं. तिथं गेलो तेव्हा तिथं इलाही होती. त्यानं ओळख करून दिली. इला त्याच्या बायकोची कॉलेजमधली मैत्रीण होती. बेंगळूरमध्ये बी.ए. आणि ऑक्सफर्डमध्ये एम्.ए. केल्याचंही सांगितलं. युनिव्हर्सिटीत इंग्लिशची लेक्चरर असून पी.एच.डी. करत असल्याचंही सांगितलं. तिलाही सांगितलं, 'याच्याविषयी तुलाही सांगितलंय मी. तुम्ही एकमेकांशी बोला, आम्ही आलोच' असं सांगून ते दोघंही तिथून निघून गेले. मला जेवायला बोलवायचा हेतू लक्षात आला तरी मला त्याचा राग आला नाही. बाई ही शिकलेली हवी, धीट हवी, नवरा गावात नसतानाही एकटीनं संसाराचा गाडा ओढायची तिला धमक हवी, या सगळ्या अपेक्षा पूर्ण करणारं तिचं व्यक्तिमत्त्व असल्याचं एव्हाना माझ्याही ध्यानात आलं होतं. दिसायलाही देखण्यात जमा होईल अशी होती. वयानं थोडी जास्त वाटली तरी त्याचबरोबर वाटलं, एवढं शिक्षण घेऊन एवढ्या मोठ्या पोस्टवर नोकरी मिळेपर्यंत एवढं वय होणं साहजिकच आहे म्हणा! माझं शिक्षण प्रॉडक्शन इंजिनियरिंगमधलं असलं तरी माझ्या नोकरीची सुरुवात झाली होती ती मार्केटिंगचा माणूस म्हणून! इंग्लिश, कन्नड, तेलुगु, हिंदी, मराठी, तमिळमध्ये संभाषण करता येईल एवढी चलाखी, बाई-पुरुष-कुरूप-सुंदर याची कसलीही तमा न बाळगता विनोदाची पेरणी करत संभाषण करायचं वाक्चातुर्य अवगत नसतं तर या कंपनीत इतक्या लवकर मी इतक्या वरच्या पोस्टवर जाऊन पोहोचलो असतो का?

तिचंही ऑक्स्फर्ड उच्चाराचं ब्रिटिश इंग्लिश. रेन ॲण्ड मार्टिनच्या पलीकडचं व्याकरण वाचलं नसलं तरी, बिझनेस-जगतात वापरले जाणारे आणि आर्थिक व्यवहारात ठाण मांडून बसलेले शब्दप्रयोग आणि सेल्स-जगतात प्रचलित असलेले ठरावीक जोक्स ऐकून तीही प्रभावित होत असलेली बघून मीही उत्साहित झालो. एकूण काय, चारवेळा तिला डिनरला घेऊन जाईपर्यंत आम्ही दोघंही एकमेकांबरोबर आयुष्यभर एकत्र राहू शकू, अशा निर्णयापर्यंत येऊन पोहोचलो. तेव्हा ड्रायव्हर नव्हता. मीच कार चालवत होतो. एक दिवस आम्ही गावाबाहेरपर्यंत फिरून आलो. तिच्या सगळ्या प्रश्नांना मी प्रामाणिकपणे उत्तरं दिली होती. पार्टीव्यतिरिक्त मी पीत नाही, तेही दोन पेगहून जास्त नाही. वर्षाला एक-दोन सिगारेटी ओढल्या तर खूप! प्रवासात, एअर-पोर्टवर टाईमपास म्हणून कादंबऱ्या वाचतो. साहित्याच्या बाबतीतलं ज्ञान खोलवरचं नाही. माझी बायको कोत्या बुद्धीची असता कामा नये. या सगळ्या

माझ्या अपेक्षा मी स्पष्टपणे सांगितल्या होत्या. तिनंही उत्तर दिलं होतं, ''मी तर कोत्या मनाची अजिबात नाही, पण पुरुषानंही कोत्या मनाचं असता कामा नये!''

थोडक्यात मी तिच्याकडे आकर्षित झालो आणि तीही होईल असं केलं.

हुंडा-मानपान यांसारख्या गोष्टींमध्ये पुरुषार्थ आहे असं मी कधीच मानलं नव्हतं. भावाच्या, सुवीच्या लग्नातही आम्ही काही मागितलं नव्हतं. प्रथेप्रमाणे त्यांनी अंगठी, चेन, उपरणं, पोशाख, बूट, पळी-फुलपात्र दिलं होतं. मुलीच्या अंगावरही चार बांगड्या, गळ्यात चेन आणि पाच रेशमी साड्या दिल्या होत्या. लग्न मुलीच्या दारात करून दिलं होतं. अलीकडे लग्नाचा खर्च दोन्हीकडच्यांनी वाटून घ्यायची पद्धत येऊ पाहात होती. इलानं सांगितलं, 'आपल्या लग्नात कसलंही अवडंबर नको.' मलाही ते पटलं, पण धार्मिक विधी, समाजातल्या ज्येष्ठांनी दिलेला आशीर्वाद, सप्तपदी आणि इतर मोजके विधी टाळावेत असं मला वाटलं नाही. मी हे बोलून दाखवताच ती म्हणाली, 'तुझा हट्टच असेल तर मी तयार आहे.'

म्हटलं, 'हा हट्ट नाही. दोघांनाही आनंद असेल तरच हे विधी करू या.'

लग्न ठरलेल्या दिवसापासूनच तिनं मला एकेरीत संबोधायला सुरुवात केली होती, मीही याला विरोध करायचा प्रश्नच नव्हता. लग्नासाठी तिच्यावर एका पैशाचाही बोजा येणार नाही, याची मी काळजी घेतली. तिला आई-वडील तर नव्हतेच. मिल्ट्रीत कर्नल असलेला तिचा मोठा भाऊ आणि त्याची बायको लग्नाला आले होते. कॅण्टोन्मेंटमधल्या गेस्ट-हाऊसमध्ये उतरून, ते लग्नाला हजर राहिले. माझ्याशी हस्तांदोलन करून त्यांनी मला बेस्टविशेस दिल्या आणि निघून गेले.

माझी निवड आणि लग्न दोन्हीही आईला आवडलं नाही, तरीही तिनं ते अजिबात दाखवून दिलं नाही. संयम आणि धीरगंभीरपणा हे तिचे महत्त्वाचे गुण होते.

परिचारिकेनं खाण्याच्या डिशेस उचलल्या. परिचारिका म्हणावं की गगनसखी? की एअरहास्टेसच म्हणावं? कानावर विमानाच्या कॅप्टनचा आवाज आला, 'आपल्या उजव्या बाजूला उन्हात चमकणारं गाव आहे नागपूर... आता आपण पस्तीस हजार फूट उंचावरून उडत आहोत... थँक्यू...!'

तीन गोष्टी एकत्रितपणे आठवल्या. गर्भज्ञान इतकं प्रगत होऊन इतक्या प्रकारचे गर्भनिरोधक बाजारात सहजपणे उपलब्ध असताना बाईनं जीवघेणे डोहाळे आणि मरणप्राय प्रसूती-वेदनांना सामोरं जाण्यात काहीही अर्थ नाही हे मला समजत असलं तरी इलानं लवकर अपत्य व्हावं यासाठी आग्रह धरला.

मी म्हटलं, ''इतक्या लवकर? एक दोन वर्षं मस्त एन्जॉय करू या!''

''बरोबर आहे, पण आता मी तीस वर्षांची आहे. आणखी उशीर केला तर मूल

कसं जन्मेल कोण जाणे! आणि, मला एकच मूल हवं आहे.'' पुढच्याच महिन्यात तिला दिवस राहिल्याचं लक्षात आलं. मी म्हटलं, ''गावाकडे जाऊन येऊ. सगळ्यांना भेटून येऊ. येताना आईलाही बरोबर घेऊन येऊ.''

''का?'' तिनं विचारलं.

''तुझं पहिलं गरोदरपण. तुझा विश्वास नसेल तर धार्मिक विधी असलेले उपचार सोडून देऊ, पण तिच्या अनुभवाचा तुला फायदा नक्कीच करून घेता येईल.'

''विनय, तू पाश्चात्त्य देश पाहिले आहेस ना? अर्थात तुझ्या सगळ्या बिझनेस-ट्रिप्स! अथवा टुरीस्ट व्हिजिट्स! मी तिथं राहून पाहिलंय. तिथं बाळंतपणाला कधीही आई किंवा मोठ्या बायका येत नाहीत. तिथले डॉक्टर आधीच बाईला सगळं सांगून ठेवतात. तिच्या सगळ्या शंकांना चित्रासहित उत्तरं देऊन तिला तयार ठेवतात. तिला तीन दिवसांपेक्षा जास्त हॉस्पिटलमध्येही ठेवून घेत नाहीत. आता तर एकच दिवस ठेवून घेतात...''

''ते इन्शुरन्स कंपनीच्या फायद्यासाठी!'' मी मध्येच म्हटलं.

ती लगेच म्हणाली, ''अलीकडे इन्शुरन्सविरुद्धही चळवळ सुरू झाली आहे. महत्त्वाची गोष्ट म्हणजे, मुलाचा सांभाळ करणं ही आई-वडील दोघांचीही जबाबदारी आहे. बाळंतपण ही नवऱ्याची जबाबदारी. नवऱ्यालाही बाळंतपणाच्या वेळी त्या खोलीत हजर राहावं लागतं, आपलं मूल कसं जन्मतं, ते बघण्यासाठी. असं झालं तरच बापाला आपल्या मुलाविषयी तादात्म्य जाणवतं.''

''पण जर हे खरं असतं तर त्या देशांत इतक्या मोठ्या प्रमाणात का डायव्होर्स होतात?'' मी विचारलं. ती काही क्षण गडबडली. मी विचारलं, ''म्हणजे तू मुलाला जन्म देताना मी समोर उभं राहून बघावं अशी तुझी इच्छा आहे का?''

''येस!'' ती म्हणाली. मला हे काही फारसं पटलं नाही. ती पुढं म्हणाली, ''तुझ्या आईनं आपल्या घराला भेट द्यायला माझी काही हरकत नाहीये. आय वेलकम हर! पण आपलं घर म्हणजे माझं, तुझं आणि आपल्या मुलाचं! इंग्लिशमध्ये फॅमिली म्हणजे नवरा-बायको-मुलं! प्लीज, समजून घे!''

नाही म्हटलं तरी मी निराश झालो. लग्नाच्या आधीच मी 'माझ्या बायकोची कोती बुद्धी असता कामा नये' म्हटलं होतं आणि तिनं ते मान्यही केलं होतं. याला कोती बुद्धी म्हणायचं नाही तर आणखी काय? विधवा आईनं आपल्या मुलाच्या घरी राहायचं नाही तर आणखी कुठं राहायचं? बाळंतपणाच्या निमित्तानं माझ्या आईनं किमान एक वर्षभर तरी माझ्या घरी राहावं अशी माझी इच्छा होती. नाही तरी ती एरवी भावाच्या घरीच राहायची, पण हिच्या मनात नसताना आपण तिला घेऊन आलो तर ही नक्कीच काहीतरी गोंधळ करेल, असं वाटून मी गप्प राहिलो.

दोन दिवस गेले. मनात एक विचार आला. गावात बऱ्यापैकी जमीन आहे.

त्यात नीट कष्ट घेतले तर उदर-निर्वाह सहज शक्य आहे. त्या भावाला माझ्याइतकी बुद्धी नाही, त्यानं शिक्षणासाठी म्हणावे तसे कष्टही घेतले नव्हते, त्यासाठी अप्पांकडून बोलणीही खायचा. पंधरा वर्षांचा झाल्यावर त्यानं शेतीत लक्ष घालायला सुरुवात केली होती. त्या वेळी परिस्थिती बदलत चालली होती. कामाला माणसं मिळणं दिवसेंदिवस कठीण होत चाललं होतं. ते मागतील तेवढे पैसे द्यायचे झाले तर मालकाच्या हाती नरोटीच यायची पाळी होती. अशा वेळी त्यानं शेतीत लक्ष घालून शेतीला नवं जीवन दिलं. मी त्यासाठी थोडाफार आर्थिक भार उचलून त्याला मदत केली. लवकरच आर्थिक परिस्थिती आटोक्यात आली. आईला घराची जबाबदारी, नोकरांचं जेवण-खाण, जनावरांची देखभाल, दुभत्याची उठाठेव या गोष्टी झेपेनाशा झाल्या, तेव्हा तिनं सुरीच्या लग्नाची घाई करायला सुरुवात केली. शेती करणाऱ्या मुलाला बायको मिळणं कठीण वाटत असतानाच सुदैवानं पार्वती भेटली. दिसायला तर सगळ्यांना आवडलीच, शिवाय ती शेती असलेल्या घरातीलच होती. हायस्कूलपर्यंतचं शिक्षण झालं होतं. चांगल्या घरची मुलगी होती ती.

आता एकाएकी एक विचार मनात आला. गावाकडे माझ्या नावावर असलेली जमीन कागदोपत्री सुरीच्या नावानं केली पाहिजे. हा विचार मागंही अनेकदा माझ्या मनात आला होता, कधी करायचं याचा निश्चय होत नव्हता, पण आता इला गरोदर राहिली होती. त्या बाळाचा जन्म होताच त्याचा त्या जमिनीवर जन्मानं हक्क प्रस्थापित होईल. बेंगळूरमध्ये जन्मून नंतर दिल्ली, न्यूयॉर्क किंवा टोरांटोला जाऊन स्थायिक होणाऱ्या त्या बालकाला खेड्यातल्या त्या जमिनीविषयी आस्था वाटायचं कारण नाही. असं असताना सुरीच्या संसारावर या बालकाची छाया पडता कामा नये. या संदर्भात त्या मुलालाही काही समजणार नाही, पण त्याची ही आई त्याला नक्की भरवून देईल!

इलाशी काहीही न बोलता मी एक आठवड्याची सुट्टी काढून गावी जायचं ठरवलं. इलानं विचारलं, "आता काय काम आहे गावाकडं?"

"थोडं काम आहे." मीही मोघम उत्तर दिलं. गावी जाताना घरात प्रत्येकासाठी कपडेलत्ते, पार्वतीसाठी एखादा दागिना आणि घरासाठी काहीतरी वस्तू घेऊन जायची माझी पद्धत होती. पार्वतीलाही त्याचं फार कौतुक होतं. तिच्या मनातला माझ्याविषयीचा आदर तिच्या वागण्यातून, आवर्जून केलेल्या स्वयंपाकातून आणि स्वच्छ धुवून वाळत टाकलेल्या माझ्या कपड्यातून व्यक्त व्हायचा. सुरुवातीला तिला माझ्याशी बोलायचा संकोच वाटत असला तरी हळूहळू तो दूर होऊन ती मला भरलेल्या मनानं 'भाऊजी' म्हणून हाक मारत होती. मी तिथं गेलो की सुरीचा मुलगा सतीश तर 'काका' म्हणत धावत येऊन माझ्या मांडीवर धप्पकन पडायचा! मी नेलेले कपडे तो त्या क्षणी अंगावर चढवून मला दाखवत होता.

आता मी गावी गेलो तेव्हा पार्वती पांढरट दिसायला लागली होती. अंगात रक्त नव्हतं. काय आजार आहे, तेही समजत नव्हतं. सुरी म्हणाला, "इकडचे डॉक्टर उगाच इन्जेक्शन देतात, नीट औषध देत नाहीत."

"मला का कळवलं नाहीस? एखादा फोन करायचा!"

"तुझ्या उद्योगात तू असतोस, म्हटलं उगाच कशाला..."

या सगळ्यांनी इलाचा स्वभाव लग्नाच्या वेळीच जाणलाय, हे मलाही ठाऊक होतं. मी पार्वतीच्या डोळ्यांची तपासणी केली. रक्त कमी झाल्याचंच पुन्हा समजलं. मला तरी त्याहून जास्तीचं काय समजणार म्हणा!

'हे बघ, आपण लगेच तिपटूरला जाऊन येऊ या. तिथं ॲडव्होकेट सीतारामय्यांशीही माझं थोडं काम आहे. मी राहीन. सोमवारी डॉक्टरांना दाखवून घेऊ या. तिपटूरहून गरज पडली तर मी आई आणि पार्वतीला घेऊन बेंगळूरला जाऊ, तू गावी जा परत हवं तर!"

अप्पांच्या माघारी माझा शब्द म्हणजे आज्ञाच झाली होती.

बेंगळूरमधले प्रसिद्ध स्त्री-रोग तज्ज्ञ डॉ. कुलकर्णींची अपॉइण्टमेंट घेऊन पार्वतीला दाखवलं. त्यांनी सांगितलं, "पाच-सहा दिवस नर्सिंगहोममध्ये ठेवलं पाहिजे." एक लहानशी शस्त्रक्रिया करून त्यांनी सहाव्या दिवशी तिला जायची परवानगी दिली. नंतरही त्यांनी तिला महिनाभर याच गावात ठेवून घेऊन दर आठवड्याला दाखवायला आणायला सांगितलं. घरात स्वयंपाकाच्या रत्नम्मा होत्या, शिवाय कामाला माणसं होती. आई तर डॉक्टर कुलकर्णी म्हणजे प्रत्यक्ष देवच आहेत, असं म्हणू लागली.

मध्ये मला आठवडाभर परगावी जावं लागणार होतं, त्या काळात मी ड्रायव्हरची व्यवस्था करून ठेवली होती. फळं आणि इतर खर्चासाठी म्हणून आईच्या हातात पाच हजार रुपये देऊन मी निघून गेलो.

घरात हे 'व्हिजिटर्स' आल्यावर इला त्यांच्याशी आवश्यक तेवढं बोलून पुन्हा आपल्या खोलीत निघून जात होती. मध्ये एकदा सुरीही येऊन गेला होता.

मी परतल्यावर एक दिवस इला विद्यापीठात गेल्यावर आईनं विचारलं, "इलाला दिवस गेल्याचं तू मला सांगितलं नाहीस!"

"तुला कसं ठाऊक?"

"सतत खोलीचा दरवाजा लावून बसलेली असायची, तरीही मधूनच उलटीचा आवाज ऐकू यायचा. पित्ताची उलटी आणि गरोदरपणातल्या उलटीचा फरक बायकांना चटकन समजतो, मग मीच तिला विचारलं. तर, 'त्यात काय कळवायचं,' म्हणून उडवून लावलं! नातवंडं जन्माला येतंय म्हणून मला आनंद वाटू नये काय?"

"जाऊ दे गं! तू नको वाईट वाटून घेऊस!" म्हणत मी तिची समजूत काढली.

महिनाभरात पार्वतीची तब्येत सुधारली. चेहरा पूर्ववत लालसर झाला. नखंही लाल दिसू लागली. डॉक्टरांनी तिला गावी जायची परवानगी दिली. तिला नंतरही लागणारी सगळी औषधं बांधून देऊन मी तिच्यासाठी आणि आईसाठी नवी लुगडीही आणली. ड्रायव्हर देऊन त्यांना गावी पाठवून दिलं. निघताना ती माझ्यासमोर गुडघे जमिनीला टेकवून वाकली आणि कामं करून निबर झालेल्या हाताच्या तळव्यांनी माझ्या पायांना स्पर्श केला. नंतर ती इलाला नमस्कार करायला वाकली. इला म्हणाली, "नो, नो! हे मला मान्य नाही! ह्या सगळ्या दास्याच्या पद्धती आहेत! हवं तर थँक्स म्हटलं तरी पुरेसं आहे!" आणि मागं सरली.

पार्वती बावरून उभी राहिली. छोट्या सतीशनं मला नमस्कार केला. काकूला नमस्कार नको असल्याचं त्याच्या लक्षात आलं होतं. कारमध्ये बसताना पार्वतीचे डोळे भरून आले होते.

ते निघून गेल्यावर त्या रात्री इलानं विचारलं, "मी विचारलं तरी कारण न सांगता तू गावी गेलास! आधी मला सांगितलं नाहीस. माझी परवानगीही न घेता आपल्या वाट्याची जमीन तू भावाच्या नावानं लिहून दिलीस!"

संयमानं मी विचारलं, "त्यात काय विचारायचं?" कंपनीच्या व्यवहारात समोरच्यानं कितीही उचकवायचा प्रयत्न केला तरीही संयम गमावायचा नाही याची मला सवय होती.

"तूच सांगतोस ना, लग्न म्हणजे पवित्र संस्कार असतो, 'धर्मेच कामेच अर्थेच नातिचरामि' ही त्याची प्रमुख तत्त्वं आहेत, म्हणून?"

"पण तुझा कुठं या संस्कारांवर विश्वास आहे? तू केलंयस ते रजिस्ट्रेशन! ते एक कॉण्ट्रॅक्ट! त्यात कुठं आलं धर्मेच अर्थेच?"

"मला हर्ट करण्यासाठी म्हणून हे मला सांगतोयस ना! ऑलराईट! आपल्या आपल्या संसदेनं केलेले कायदे म्हणजेच आपला धर्म आहे! त्यातही 'अर्थेच कामेच'चा समावेश आहे!"

"म्हणजे? नवऱ्याच्या अर्थार्जनावर बायकोचाही हक्क आहे, असंच ना!"

"येस! आणि त्याच्या संदर्भातले निर्णय घेण्यातही! वडिलोपार्जित संपत्ती असली तरी मला न विचारता, माझी संमती न घेता भावाला लिहून दिलीस ना? ते योग्य नाही! दुसरे म्हणजे एकदा गर्भ राहिल्यावर त्या संपत्तीत त्या गर्भाचाही वाटा असतो. त्याच्या वाट्याचं रक्षण करायचा अधिकार मला आहे!"

"व्वा! तर मग त्यासाठी कोर्टात जा! सुप्रीम कोर्टापर्यंत लढाई होऊन निर्णय लागू दे! वडिलोपार्जित संपत्ती कठीण परिस्थितीत असलेल्या धाकट्या भावाला देऊ नये, असं काही तुझ्या आधुनिक धर्मशास्त्रानं, संविधानानं सांगितलेलं नाही!

त्याच्या आजारी बायकोवर औषधोपचार करून तिला वाचवू नका असं तुझं आधुनिक धर्मशास्त्र सांगतं का?''

मला पार्वतीचा राग आला होता. जमिनीवरचा हक्क सोडल्याचं अम्मानं नक्कीच सांगितलं नसणार! तेवढं व्यवहारज्ञान तिला नक्की आहे. जास्त न बोलणाऱ्या, दर महिन्याला भक्कम पगार मिळवणाऱ्या, परदेशात शिक्षण घेतलेल्या जावेविषयी दडपण आल्यामुळे तिच्या नवऱ्याचं वारेमाप कौतुक करण्याच्या नादात तिनंच ही गोष्ट हिला सांगितली असली पाहिजे किंवा हिनंच हुशारीनं तिच्याकडून सगळी बातमी विचारून घेतली असली पाहिजे.

''पार्वतीकडून सगळी माहिती काढून घेतलीस ना?'' मी विचारलं.

इला काही बोलली नाही. मी तोंडावरून चादर घेऊन झोपलो. ती बाथरूममध्ये जाऊन उलटी करू लागली. याला बायकी बुद्धी म्हणण्यापेक्षा बायकोची बुद्धी म्हटलं पाहिजे...

''तुमचं विमान आणखी पाच मिनिटात दिल्लीला पोहोचत आहे, कृपया आपले बेल्ट्स बांधावेत...'' हवाई-सुंदरीच्या यांत्रिक आवाजात उद्घोषणा कानावर येताच तो भानावर आला.

४

दिल्लीला चाललोय, वरच्या हुद्द्यावर, रिपोर्ट करायला, एवढंही न सांगता निघून गेलाय हा! अलीकडे फार चाललंय त्याचं हे असं. वरचेवर बाहेरगावी जातो. जाताना सांगूनही जात नाही. मी तरी का विचारू? डॅडी टुरवर कुठं गेला हे सुजयाला ठाऊक असतं! तो कधी जाणार आणि कधी येणार हे या कामवाल्या रत्नम्मांनाही ठाऊक असतं. कुठल्या गावाला आणि कुठल्या फ्लाईटनं जाणार हे ड्रायव्हरला ठाऊक असतं. मी त्याला विचारून जाणून घ्यायचं? बायको मी! आणि हा माझा मान!! या खेपेला तीन मोठाल्या सुटकेसेस घेऊन गेलाय. त्याचा वॉर्डरोबही रिकामा दिसतोय. एकदा कधीतरी त्यानं सांगितलं होतं, प्रवासाची तयारी करणं, सूटकेस भरून देणं, परत आल्यावर पारोसे कपडे स्वच्छतेसाठी वेगळे करणं हे गृहिणीचं काम आहे! इतर काहीही उद्योग नसलेल्या 'हाऊस वाईफ'चं असेल ते काम! त्याला नीट समज दिल्यावर गप्प बसला! त्यानंतर मात्र त्यानं कधी हा विषय काढला नाही. याच्या रक्तातच समानतेचा अंश नाही!

घड्याळ पाहिलं. बेंगळूर विमानतळ आता अतिशय बिझी असतो. दिल्लीला

जाण्यासाठीही आता वेगवेगळ्या विमानकंपन्यांची विमानं असतात. 'बाराची फ्लाईट होती' असं ड्रायव्हरनं सांगितलं. दोन वाजलेत, म्हणजे एव्हाना दिल्लीला पोहोचून हॉटेलवरही पोहोचला असेल... की थेट कामावरच गेला असेल? परतीची फ्लाईट संध्याकाळी सहा वाजता...

"मॉम, डॅडी निघून गेले? आपल्याला कधी बोलावून घेणार आहेत ते?" सुजयानं विचारलं.

"मला नाही ठाऊक! तुला फोन येईल ना, तेव्हा त्याला विचार तूच!"

"हे काय मॉम! मी 'अहो डॅडी' म्हणते कन्नड बोलताना! तू का एकेरी उल्लेख करतेस? डॅडी तुझ्याहून लहान आहेत?"

हिला कुठल्या शब्दात समजवावं हे तिला सुचलं नाही. हे बघ, नवरा-बायकोमध्ये दोघंही समान असतात, असं सांगता येईल. पण 'म्हणजे, एक जण लहान आणि एक मोठं असलं तरी दोघेही इक्वल?' असंही विचारेल ही शहाणी! निदान आता तरी तिला हा विषय नको होता. त्यामुळे तिनं 'नंतर सांगते, आता गप्प बैस बघू!' म्हणत तिला गप्प केलं.

तिनं सुजयाला जेवू घातलं, स्वत: जेवली आणि झोपायला गेली. का कोण जाणे, तिला एकटं एकटं वाटलं. त्यानं वरचेवर प्रवासाला जायची तिला तशी सवय झाली होती, पण आता तो काही दोन-तीन दिवसांच्या प्रवासासाठी गेलेला नाही हे तिला ठाऊक होतं. तो गावात असतानाही कितीतरी वेळा तो बेडरूममध्ये झोपलेला असे आणि मी आपल्या खोलीत उशिरापर्यंत एखादं पुस्तक वाचत जागी असे. काही वेळा मी झोपलेली असे आणि तो आपल्या खोलीत कॉम्प्युटरवर काम करत असायचा, पण आता तो दिल्लीला निघून गेला आहे. 'संसार हवा असेल तर विद्यापीठातली रीडर म्हणून असलेली नोकरी सोडून ये,' असं स्पष्टपणे सुचवून! त्यानं आपल्याला काय हवं आहे हे सांगितलं आहे. आता माझी निवड मला करायची आहे. हा अस्तित्ववादी प्रश्न आहे. मला माझी निवड केलीच पाहिजे! एक्झिस्टन्शिॲलिस्ट चॉईस म्हणजे काय, हे त्याला ठाऊक नाही. तो एक सेल्समन आहे. सुंदर शब्द-समूहाची निवड करून गंभीर विचार आणि समालोचनाचा आव आणून गिऱ्हाइकाला फशी पाडण्यात तो वाकबगार आहे, एवढंच! यश मिळालं तर आनंद, नाही मिळालं तरी काहीही दुःख नाही! 'शंभर गिऱ्हाइकांचं लक्ष्य ठरवलं आणि त्यातले वीस गळाला लागले तरी बस्स! टारगेट साधलं जातं,' असं त्यानंच एकदा सांगितलं होतं ना! पाठोपाठ वर्गात शिकवताना मनाच्या मागच्या बाजूला असलेल्या कामू, काफ्का, सार्त्रची काही वाक्यं आठवली. अस्तित्ववाद आला नसता तर स्त्रीवाद एवढा बलिष्ट झाला असता का? सार्त्रची संगत आणि विचारानं प्रभावित झाल्यामुळेच सिमन दे बोवाला स्त्रीशक्तीला चालना देणाऱ्या त्या

सुप्रसिद्ध ग्रंथाची निर्मिती करणं शक्य झालं ना!

कितीतरी वेळ झोप लागली नाही. सकाळी जागही उशिरा आली.

ती जागी होऊन खोलीबाहेर आली त्या वेळेपर्यंत सुजयाला जागं करून, तिला शाळेसाठी तयार करून आणि तिचं खाणं-दूध आटोपून रत्नम्मांनी तयार केलं होतं. मम्मीला टाटा केल्यावर नोकर तिला शाळेच्या बसमध्ये बसवायला घेऊन गेला. विद्यापीठातही आपला तास घेऊन झाल्यावर आणखी काहीही वाचायची इच्छा झाली नाही. खिडकीबाहेर सहज पाहात बसली असताना एक मार्ग सुचला. हा दुसरा मजला. बाहेरची दूरवर पसरलेली हिरवळ स्पष्टपणे दिसत होती. नियमितपणे पाईपनं पाणी शिंपडून ती हिरवीगार ठेवली होती, मधूनच पोपटी रंगाची रोपंही लावलेली दिसत होती. अशी हिरवळ पाहिली की माझं मन सचेतन होऊन उठतं. जंगलात गेलं, त्यातही पावसाळा संपल्यावर आणि तिथली हिरवाई पाहात राहिलं की माझं तर देहभानच विसरून जातं!

नाहीतरी त्याला वर्षातून एक महिना रजा असतेच. मधूनमधून कंपनीच्या कामासाठी तो बेंगळूरला येऊ शकेल. मलाही महिन्याची रजा असतेच. शिवाय अडीच महिने उन्हाळ्याची सुट्टी. स्वीटीच्या शाळेची सुट्टी धरून आम्हीही त्याच्याकडे जाऊ शकतो. हा विचार त्यानं 'नको' म्हणायला काहीच कारण नाही, कारण हे अतिशय न्याय्य आहे. या विचारासरशी मन हलकं झालं.

त्या संध्याकाळीही त्याच्याकडून फोन आला नाही, रात्रीही नाही आला. रागावलाय हा! मीच किती वाकायचं? जितकं नम्रपणे वागेन तितका याचा जोर वाढेल! तिलाही राग आला. एकदा वाटलं, इथल्या कंपनीच्या शाखेकडून नंबर घेऊन मीच फोन केला तर? नको! तेही वाकल्यासारखंच होईल. ती नेहमीप्रमाणे विद्यापीठात गेली.

त्या संध्याकाळी घरी जाऊन ती कपडे बदलत असताना फोन वाजला. त्याचाच! फोन उचलताना तिनं पाहिलं, लाउंजमध्ये फोन उचलून स्वीटी बोलत होती. ते तिच्या हातातल्या रिसिव्हरमधूनही ऐकू येत होतं. आता तासाची निश्चिती! तो समोर असला तरी असंच! दहा वर्षांची झाली तरी अजूनही त्याच्या मांडीवर लोळण घेते आणि आपली शाळा, आपली मिस, आपले मित्र-मैत्रिणी यांच्याबरोबर घडलेलं सगळं काही सांगितल्यावाचून तिला करमत नाही. शिवाय त्याच्या कामाचीही चौकशी करत राहते! आताही तिचं चाललं होतं, 'तुम्ही केव्हा येणार? आम्हाला कधी दिल्लीला घेऊन जाणार? तिथल्या शाळेतही मिस चांगल्या आहेत ना?' ...वगैरे.

बऱ्याच गप्पा झाल्यावर तोच म्हणाला, ''तुला सगळं नंतर सांगतो. आधी मम्मीकडे फोन दे बघू!'' तिनं ''मॉम ...'' म्हणून हाक मारल्यानंतर तिनं 'हॅलो' म्हटलं.

''तुला एक कळवायचं होतं, म्हणून फोन केला. आता तू राहतेस तो फ्लॅट कंपनीच्या नावावर आहे. मी तिथून रिलीव्ह झाल्यापासून तीस दिवसांच्या आत तो रिकामा करावा लागेल. कंपनीच्या संपूर्ण भारतातल्या व्यवहाराचा मीच मुख्य असल्यामुळे एक दिवसही उशीर होता कामा नये. आता तुझ्यापुढे दोन पर्याय आहेत. एक, तुला दिल्लीला यायचं असेल तर कधी निघणार आहेस ते कळव. तसं मी बेंगळूरच्या कंपनीला कळवेन. ते सामानाचं पॅकिंग करतील आणि तुम्हा दोघींच्या विमानाच्या तिकिटाचीही व्यवस्था करतील. तिथलंही फर्निचर, टी.व्ही. आणि कितीतरी सामान कंपनीचं आहे. त्यांच्याकडे त्याचा सगळा तपशील आहेच. जर तू तिथंच राहायचा निर्णय घेतला असशील तर महिन्याभरात राहायची वेगळी व्यवस्था करून फ्लॅट रिकामा करून द्यावा लागेल. समजलं? ठेवतो.''

त्यानं समोर उभ्या केलेल्या परिस्थितीमुळे तिला सर्वप्रथम धक्काच बसला. क्षणार्धात स्वतःला सावरून ती म्हणाली, ''लिसन! तुला वर्षातून महिनाभर रजा असते. शिवाय कंपनीच्या कामासाठी इथं यायची संधीही मिळत राहील. मला टर्मिनल सुट्टी महिनाभर असते, उन्हाळ्याची सुट्टी अडीच महिने असते. तेव्हा आम्ही तिकडं येऊ. आपण एकूण...''

''म्हणजे तुझा तिथंच राहायचा निर्णय आहे तर ! तुझ्या निर्णयाचा मीही मान राखतो. तू शक्य तितक्या लवकर फ्लॅट सोडायची व्यवस्था कर.'' तिचं बोलणं मधेच तोडत तो म्हणाला.

''म्हणजे ही सगळी फक्त माझ्या एकटीची जबाबदारी आहे काय?''

''निर्णय तुझा आहे!''

''तू ये आणि माझ्यासाठी एक फ्लॅट बघून दे! माझ्यासाठी म्हणजे तुझ्या मुलीसाठीही! किंवा ऑफिसमधल्या कुणाला तरी सांगून व्यवस्था केलीस तरी चालेल.''

''तिथं तू राहणार आहेस! त्यामुळे तुलाच ठरवावा लागेल.''

''कुठलाही फ्लॅट म्हटलं तरी दहा महिन्यांचं भाडं ॲडव्हान्स म्हणून मागतात.''

''मग द्यायचे! जो नियम सगळ्यांना लागू पडतो, तो तुलाही लागू पडणारच.''

''पैसा?''

''माझ्यापाशी नाही. इतक्या वर्षांत मुलीच्या शिक्षणासाठी आणि पालनपोषणासाठी मी तुझ्याकडून एक पैसाही घेतलेला नाही.''

तिला क्षणभर काहीही सुचलं नाही. नंतर ती स्वतःला सावरून म्हणाली. ''वॉट डू यू मीन?''

''सुजयाच्या शिक्षणाच्या आणि पालनपोषणाचा खर्च मी या नंतरही देईन. तिला ठेवून घेणं तुला शक्य नसेल तर मी तिला बोर्डिंगमध्ये ठेवून शिकवेन.''

"विनय, मी जुळवून घ्यायचं बोलतेय, तर तू तुझं-माझं करतोयस! तू काय बोलतोयस हे तुझ्या लक्षात येतंय का?"

"मी काय जबाबदारी घेऊ शकतोय, ते मी सांगतोय! बाय! गुड नाईट!" म्हणत त्यानं रिसीव्हर ठेवून दिला.

त्याच्या बोलण्याचा अर्थ समजायला तिला फार वेळ लागला नाही. त्यानं मुलीची सगळी जबाबदारी घेईन असं स्पष्टपणे सांगितलं आहे. आता, माझीही तूच घे असं मी सांगायला पाहिजे? तू दिलंच पाहिजे, तो माझा हक्क आहे, असं बजवायला पाहिजे?

"मॉम, कधी जायचं दिल्लीला?" स्वीटीनं उत्साहानं विचारलं. वडलांशी बोलल्यापासून ती आनंदानं बागडत होती.

"गप्प रहा बघू! तुझा होमवर्क झालाय का? कर जा! मलाही माझं काम आहे..." असं सांगत ती आपल्या खोलीत गेली. गंभीर विचार करताना मुलीची पिटपिट तिला डिस्टर्ब करत होती.

"माझ्या म्हणण्यानुसार मी म्हणेन तिथं आलात तर तुमच्या पालनपोषणाची जबाबदारी माझी, नाही तर तुमचं तुम्ही बघून घ्या!" हा त्याच्या बोलण्याचा मथितार्थ! असं म्हणून हा मी माझी नोकरी सोडून याच्या पाठोपाठ यावं असं दडपण आणू बघतोय! स्वीटीला जेवायला घालून आपलं जेवण संपवून ती झोपायला खोलीत गेली तेव्हा तिच्या मनात विचारांचं काहूर माजलं होतं. याच्या या दडपणाला बळी पडायचं का नाही ? हाच निवडीचा क्षण आहे. हाच अस्तित्ववादी विचारातला ऐरणीचा प्रश्न आहे! तो आपल्या व्यवसायातल्या आपल्या प्रगतीचा त्याग करायला तयार नाही. माझीही प्रगती होईल अशा प्रकारे जुळवून घ्यायलाही तो तयार नाही. माझ्या करियरचा संपूर्णपणे त्याग करून मी त्याच्याशी एकरूप व्हायला पाहिजे, असं याचं म्हणणं! हाच पुरुषी अहंकार! नो! मी याला आजवर कधी वाकले नाही, या नंतरही कधी वाकणार नाही. नंतर मनात आलं, यानं तर सुट्टीत आणि रजेत एकत्र राहायचा विचार ऐकूनही घेतला नाही! आता फोन येईल तेव्हा याचाही सोक्षमोक्ष लावायला पाहिजे. नंतर उगाच आक्षेप नको घ्यायला!

दुसरे दिवशी तिनं ऑफिसमधून त्याचा नंबर मिळवून फोन केला, "नीट विचार करा!.." म्हणत तिनं आपला विचार विस्तारानं सांगितला. सगळं ऐकल्यावर तो म्हणाला, "म्हणजे तुझा बेंगळूरमध्ये राहायचा विचार कायम आहे तर! चार-पाच दिवस गेलेत. आणखी सव्वीस दिवसांत कंपनीचा फ्लॅट रिकामा करून द्यावा लागेल. तुझ्या इतर प्रॉब्लेम्सविषयी विचार करायला मला वेळ नाही. प्रचंड बिझी आहे. बाय!" आणि त्यानं रिसीव्हर ठेवून दिला.

विद्यापीठात शिकवताना मनात आलं, या नंतर ॲडव्होकेट माला केरूरना

भेटून चर्चा करायला पाहिजे. एकीकडे विसाव्या शतकात कादंबरीच्या रचनेत झालेल्या बदलाविषयी सांगत असलं तरी मन मात्र विचार करत होतं, माला मॅडम अतिशय बिझी असतात. त्या या फंदात पडणार नाहीत. त्या भेटही देणार नाहीत. त्यांच्या ज्युनियर चित्रा मॅडम भेटू शकतील. त्यांनाही वेळ नसतोच, पण स्त्रियांची समस्या म्हटल्यावर तेवढा वेळ नक्की काढतील, असा विश्वासही वाटला. तसा त्यांच्या ऑफिसला फोन केला तेव्हा संध्याकाळी आठ वाजता यायला सांगण्यात आलं. त्या वेळी स्वीटीला एकटीला घरी सोडून जाणं शक्य नव्हतं. तिला बरोबर नेलं तर? चलाख आहे. सगळं समजून आणखी गोंधळ वाढेल. कानावर पडलेलं बापाच्या कानावर घातल्याशिवाय राहणार नाही ती! तिला बरोबर न्यायचं, तिथं बाहेर बसवून एकटीनं आत जायचं, असं केलं तर? हा पर्याय तिला पटला.

सगळं ऐकल्यावर चित्रा होसून मॅडम म्हणाल्या. "कदाचित त्याला डिव्हॉर्स मागायचा नसेलही. कदाचित असेलही, पण भारतात एका कोपऱ्यात नवरा आणि दुसऱ्या कोपऱ्यात बायको राहात असले तरी घटस्फोट मिळता कामा नये असा कोर्टानं एका केसमध्ये निकाल दिला आहे, शिवाय स्वतःच्या व्यावसायिक प्रगतीसाठी तो बेंगळूर सोडून गेला आहे. या संदर्भात तुम्ही भीती बाळगायचं कारण नाही. एकत्र राहिलं नाही तरी सुट्टी आणि रजेच्या काळात एकत्र राहण्याचा तुमचा विचार न्यायाला धरून आहे. असं राहिलं तरी तुमचा संसार एकजिनसी आहे, असंच मानलं पाहिजे. त्यामुळे तो तिथं ज्या पद्धतीनं राहतो, तसं तुम्हीही राहणं हा तुमचा हक्क आहे, त्यासाठी दोघांनीही आपलं इन्कम परस्परांशी वाटून घेतलं पाहिजे, यासाठी आपण केस बिल्टअप करूया. फोनवरचं संभाषण पुरावा ठरू शकत नाही. तुम्ही स्वत:कडे एक प्रत ठेवून त्याला पत्र लिहा. सुरुवात - 'तुम्ही नसल्यामुळे मला सुनंसुनं वाटतंय...' वगैरे प्रेमाच्या गोष्टी लिहा. नंतर मुलीला कपडेलत्ते आणण्यासाठी, तिला आणा-सोडायला, तुम्ही नोकरीवरून घरी येईपर्यंत मुलीकडे बघायला एका नोकराणीची गरज असल्याचं कळवा. शेवट पुन्हा प्रेमळ शब्दांनी करा. पत्र रजिस्टर्ड एडी करून पाठवा. बघू काय होतं ते!"

काही क्षण शांततेत गेल्यावर त्या पुढं म्हणाल्या, "बट, तू तुझ्या नोकरीनिमित्त बेंगळूरमध्ये राहिली आहेस, त्यामुळे तुझ्या पोटापाण्याचं बघणं ही माझी जबाबदारी नाही. मुलीचं पालनपोषण मी बघेन, मुलीची कुणाकडे राहायची इच्छा आहे, हे बघून तशी व्यवस्था करायचा निर्णय कोर्टाला घेऊ दे, अशीही तो भूमिका घेऊ शकेल. अशा प्रकारच्या खटल्यामध्ये कायदा कसा वळवला जाईल, हे अजिबात सांगता येत नाही; तोही व्यवहारी आहे. तोही एखाद्या कसलेल्या वकिलाची नेमणूक करेल. एव्हाना त्यानं तसा संपर्क साधलाही असेल. त्याची प्रतिक्रिया बघूनच आपण आपलं पुढचं पाऊल टाकूया.' आणि त्यांनी रिस्टवॉच पाहिलं.

आपल्याला दिलेली वेळ संपली असं समजून इलाही त्यांना 'थँक्स' म्हणून बाहेर आली. बाहेरच्या खुर्चीवर पेंगत बसलेल्या सुजयाला उचलून निघताना तिथल्या स्वागतिकेनं तिला हाक मारली. ही तिच्या जवळ जाताच ती म्हणाली, "फाय थाउजंड!"

कुणीतरी अवचितपणे थोबाडीत लगावून द्यावं तसं तिला झालं. तिचा चित्रा मॅडमशी चांगला परिचय होता. त्यांनी स्त्रियांच्या कायद्यात नाव कमावल्याचं तिला ठाऊक होतं. तशी त्यांची तिनं व्याख्यानंही ऐकली होती, पण आता त्यांनी आपल्याला सर्वसाधारण अशिलासारखं वागवल्याचं बघून तिला धक्का बसला होता. पाच हजार फी! आता दुसरा काही इलाज नव्हता. तिनं पर्समध्ये हात घातला. साडेतीन हजार होते.

"एवढे नाही आणले मी!"

स्वागतिका विनयानं म्हणाली, "चेक दिला तरी चालेल."

"चेकबुकही नाही आणलं."

"थांबा, मॅडमना विचारून येते." म्हणत ती आत गेली. दोन मिनिटांत बाहेर येऊन म्हणाली, "काही हरकत नाही, लगेच पाठवून द्या."

इला गोंधळून गेली. सुजयाला उचलून खाली बाहेर आली आणि रिकामी रिक्षा शोधू लागली.

५

दुसरे दिवशी चित्रा मॅडमना चेक पाठवल्यानंतर ती पुढचा विचार करू लागली. तिनं ठरवलं, आपल्यासाठी म्हणून त्याच्याकडून एक नया पैसाही घ्यायला नको, पण स्वीटीची शाळा, बस, कपडे वगैरेचा खर्च द्यायला तो आपणहोऊन पुढे झालाय. तो नको म्हणण्याएवढा पैसा आपल्याकडे नाही. शिवाय आपल्या खाजेपायी जन्माला घातलेल्या मुलीचा खर्च त्यानं केला तर काय बिघडलं?

तिनं त्याच दिवशी बँकेत जाऊन चौकशी केली. दर महिन्याला येणाऱ्या तिच्या पगारातला पैसाही खर्च न करता सगळी रक्कम चक्रवाढ पद्धतीनं जमा करत गेल्यामुळे सव्वीस लाख रुपये जमल्याचं समजलं. कोर्टात गेलं तर हा मुद्दा नक्की वर येईल. त्याचं हा भांडवल करेल. त्याचा वकीलही हाच मुद्दा उचलून धरेल. उलटतपासणीत माझी फजिती करतील. नको, त्याला काहीही मागायला नको. मला आत्मसन्मान आहे!...

तिनं तिसऱ्या मजल्यावरचा टू बेडरूम-किचन असा एक फ्लॅट भाड्यानं

घेतला. सात हजार भाडं. नंतर त्याच्या कंपनीतल्या वैभवच्या मदतीनं तिनं घर रिकामं करून दिलं.

एका आठवड्यानंतर तिच्या विद्यापीठाच्या पत्त्यावर एक पत्र आलं. पत्र इंग्लिशमध्ये असल्यामुळे त्यानं आपल्याला एकवचनात संबोधलं की आदरार्थी, हे तिला समजलं नाही, पण पत्र औपचारिक होतं. सुरुवात 'डिअर मिस इला...' अशी करून त्यानं पुढं लिहिलं होतं, 'आपण दुसरीकडे राहायला गेलात हे कंपनीकडून समजलं. मुलीची वर्षाची फी, पुस्तकं आणि इतर सर्व खर्च मी या आधीच केल्याचं आपल्यालाही ठाऊक आहेच. तिच्या पालनपोषणासाठी म्हणून या नंतर दरमहा रु. १०,००० फक्त आपल्याला पाठवायची व्यवस्था करत आहे. आपल्या बँकेचा पत्ता आणि आपल्या खात्याचा नंबर कळवावा, त्यावर दरमहा रक्कम जमा व्हायची व्यवस्था केली जाईल...' असं लिहून अखेरीस 'युवर्स सिन्सियरली...' म्हणून सही केली होती.

स्वीटीच्या जेवणा-खाण्यासाठी एवढी रक्कम जास्तच म्हटली पाहिजे. यानं यात स्वयंपाकिणीच्या खर्चाचाही हिशेब केलेला दिसतो! पत्राची भाषा पाहताच त्यानं एखाद्या वकिलाचा सल्ला घेतलेला दिसत होता. एकदा मनात आलं, काय असेल या मागची मसलत, या विषयी वकिलाला विचारावं का? फोनवर? चित्रा होसूर मॅडमनी एका भेटीचे पाच हजार घेतले. फोनवर सल्ला दिला तरी अडीच हजार मागतील आणि आपल्याला ते द्यावे लागतील! सगळीकडे शोषण चालतं ते हेच! दुसरं म्हणजे माझ्या मुलीला अन्न घालण्यासाठी कुणाची कशाला गरज आहे? मनात स्वाभिमान दाटून आला. पाठोपाठ आठवलं, तसं केलं तर सकाळपासून रात्रीपर्यंत स्वीटीला सांभाळण्याची जबाबदारी घेणाऱ्या, तिला शाळेच्या बसपर्यंत नेणाऱ्या-आणणाऱ्या रत्नम्मांना कायम ठेवायचं असेल तर त्याची मदत घ्यावीच लागेल. काय बिघडलं दिलं तर? स्वीटी त्याचीही मुलगी आहे!

तिनंही त्याच्याच पद्धतीनं 'डिअर विनय...' अशी सुरुवात करून लिहिलेल्या पत्रात आपला नवा पत्ता, नवा फोन नंबर आणि बँकेचा खातेनंबर लिहून कळवला.

सुजयाला मम्मापेक्षा डॅडीविषयी प्रेम वाटायला काही महत्त्वाची कारणं होती. मुलीनं आपल्या पायावर उभं राहावं म्हणून आई काही बाबतीत जरा जास्तच कठोर होती. मुलीनं सुरुवातीपासूनच आपलीआपण आंघोळ करावी, आपलेआपण कपडे बदलून न्हाणीबाहेर यावं, आपल्या शाळेचा युनिफॉर्म आपणच इस्त्री करून घ्यावा यासारखी कामं आपलीआपण केली पाहिजेत असा तिचा आग्रह होता. सुजया मुलगा असती तरी तिनं त्यालाही अशीच शिस्त लावली असती, कारण त्याच्या लग्नानंतरही त्यानं संसारातली अशा प्रकारची सगळी कामं केलीच पाहिजेत, अशी तिची अपेक्षा होती. तिनं पाहिलेल्या पाश्चात्त्य देशांतल्या पद्धती तिला आदर्शभूत

वाटत होत्या. स्वावलंबनाची सवय लावून घेतल्याशिवाय स्वातंत्र्य मिळत नसतं, लहान वयातच बायकांनी स्वावलंबी असलं पाहिजे असा तिचा गाढ विश्वास होता, पण लहानगी सुजया याला विरोध करत होती, हट्ट करत होती. आपल्याबरोबरीच्या कुणाही मैत्रिणीच्या आया आपल्या मुलींना करायला लावत नाहीत अशी कामं आपल्याला आपली आई करायला लावते, अशी तिची भावना होत चालली होती.

डॅडींचं वागणं मात्र याच्या अगदी उलट होतं. घरी असतील तेव्हा ते स्वत: तिला आंघोळ घालायचे. आठवड्यातून दोनदा शांपू घालून छानपैकी केस धुवून द्यायचे. आंघोळ घालताना गोष्टी सांगायचे. बाहेर फिरायला घेऊन जाऊन मागेल ती चॉकलेट्स देत, सांगेल त्या हॉटेलात घेऊन जात, नवे नवे कपडे देत. तिला डॅडींच्या रुंद छातीचा उबदार स्पर्श जितका आठवायचा तितका मम्मीचा आठवायचा नाही. डॅडींची मांडीही तशीच. 'मी बसण्यासाठी म्हणून देवानं मुद्दाम बनवली आहे.' अनेकदा तिनं त्या दोघांची वादावादी ऐकली होती, त्यात मम्मी म्हणायची, 'माझ्या मुलीला तुम्ही दुर्बल करताहात!' तिकडं लक्ष न देता माझं आणि डॅडींचं आपसात गुफ्तगू चालायचं! आता ते दिल्लीला निघून गेले आहेत! आता मला केव्हा बोलावून घेणार आहेत, कोण जाणे! दिल्लीची शाळा इथल्यापेक्षा छान असते म्हणून रेहाना सांगत होती ना! त्यांचा हल्ली फोनही येत नाही! या नव्या फ्लॅटमध्ये पाच दिवसांपूर्वी फोन आलाय हे त्यांना ठाऊकच नाही की काय? मी केला असता, पण नंबर ठाऊक नाही...

ती या मूडमध्ये असताना एका दुपारी फोन वाजला. नक्की डॅडींचा!... असं म्हणून तिनं धावत जाऊन घेतला. गॉड इज ऑलवेज गुड!

"मी! तुम्ही मला का फोन केला नाही? अजून का मला दिल्लीला घेऊन गेला नाही? वाईट्ट आहात तुम्ही!" तिनं मनातला राग एकदम व्यक्त केला. त्या आवाजानं रत्नम्माही बाहेर आल्या. तिच्या वडलांचा फोन असल्याचं लक्षात येताच त्या पुन्हा आत निघून गेल्या, तरीही त्या लहानशा घरात तिचं बोलणं त्यांच्या कानावर पडतच होतं.

"बेटा, इथल्या सगळ्या शाळांमधल्या जागा फुल्ल झाल्या आहेत! नंतर देऊ असं सांगितलंय..." डॅडी तिचं समाधान करत होते.

"मला नाही ते ठाऊक! मी येणार!" तिनं हट्ट केला. शेवटी 'किमान रोज फोन केलाच पाहिजे,' या बोलीवर त्यांची तडजोड झाली. त्यानंही आपल्या ऑफिसचा आणि घराचा फोननंबर देऊन न विसरता फोन करायचं आश्वासन दिल्यानंतर तिचं थोडं समाधान झालं. त्या नंतर 'तुम्ही मला भेटायला लवकर आलं पाहिजं.' असं आणखी एक आश्वासन घेतल्यावरच त्याची तिनं सुटका केली.

ती दुपारी साडेतीन वाजता घरी यायची. तिची मम्मी सहाच्या आधी घरी

यायची नाही. सुजयाला तो आठवड्यातून दोनदा फोन करायचा. मुलीनं फोन केला तरी तो तिला ठेवायला सांगून स्वत: फोन करायचा. बाप-लेकीचा सुमारे पंधरा-वीस मिनिटं संवाद चालायचा. आपल्या मम्मीचं आणि डॅडींचं काहीतरी बिनसलंय याची तिला आतल्याआत जाणीव झाली होती. तिला या संवादाविषयी समजलं तर मम्मी आपल्याला रागवेल याचंही तिला भय होतं, त्यामुळे ती घरात त्या फोनविषयी कधीही काहीही बोलत नव्हती.

रत्नम्मांना हे सगळंच समजत होतं. या संसारात नवरा-बायकोमध्ये काहीतरी बिनसलंय, हेही त्यांना समजत होतं. बाप-लेकीचा फोनवरचा संवाद त्यांच्या कानावर येत असला तरी त्या या संदर्भात मौन बाळगून होत्या. मोठ्या घरातून या लहान घरात आल्यापासून काम सोडायचा त्यांचाही विचार होता, पण मालकिणीनं आणखी हजार रुपये वाढवून द्यायचं कबूल केलं होतं.

६

असेच तीन महिने गेले. एका संध्याकाळी इला घरी परतली तेव्हा रत्नम्मांनी सांगितलं, "तुमच्या यजमानांचा फोन आला होता. ते बेंगळूरला आले आहेत. बेबीला ते शाळेतून परस्पर घेऊन गेलेत. उद्या रविवार आहे, उद्या संध्याकाळी ते तिला घरी आणून सोडणार आहेत. बेबीही बोलली. तुम्हाला निरोप सांगून जायचं म्हणून थांबले.''

क्षणभर तिच्या शरीरातला रक्तप्रवाह थांबल्यासारखा झाला. भानावर आल्यावर 'कुठलं हॉटेल?' म्हणून विचारावंसं वाटलं तरी तिनं स्वतःला आवरलं. नवरा-बायकोत तेढ असल्याचं कामाच्या बाईला कशाला कळू द्यायचं?

रत्नम्मा निघून गेल्या. काय असेल याचा उद्देश? मी शरण येऊन पाया पडावं? तीन महिने झाले तरी हिच्या डोक्यातलं टोकाचं पितृप्रेम कमी झालं नाही! जणू काही यानंच बाळंत होऊन हिला जन्म दिलाय! येऊ दे तिला! चांगली अक्कल शिकवेन!

रात्री नीट झोप लागली नाही. दुसरे दिवशी काही वाचायचा प्रयत्न केला तरी डोक्यात काही शिरेनासं झालं होतं. तिचं सगळं लक्ष घड्याळाकडे होतं.

संध्याकाळी सात वाजता दारावरची घंटा वाजली. दार उघडल्यावर सुजया आनंदानं नाचत आत शिरली. तिच्या मागं उभ्या असलेल्या ड्रायव्हरच्या हातात मोठमोठाल्या प्लॅस्टिकच्या पिशव्या होत्या. त्यावरच्या नावांवरून त्यांत नवे कपडे, बूट, विज्ञान-खेळणी असल्याचं स्पष्टपणे दिसत होतं. त्या पिशव्या आत घेऊन दार

लावायच्या आधीच स्वीटी फोनवर बोलत होती, "डॅडी! मी घरी येऊन पोहोचले हं! ड्रायव्हर अंकल फार चांगले आहेत... बाय!"

तिला दोन लगावून द्यायची जबरदस्त इच्छा झाली तरी इलानं स्वतःला आवरलं. दोन दिवस बापाबरोबर राहून एवढे लाड करुन घेऊन आलीय ही! भरपूर खरेदीही केलीय. आता, या क्षणी मी तिला मारलं तर तिचा कल आणखी बापाकडे झुकणार नाही तर काय होईल? आधीच ती माझ्यापासून दुरावली आहे, तिला हुशारीनं माझ्याकडे वळवलं पाहिजे!

"जेवायला चल, स्वीटी! टेबलावर सगळं ठेवलंय!" इला म्हणाली.

"माझं हाय-टी झालंय! म्हणजे काय ठाऊक आहे? ताज रेसिडेन्सी!" ती हसत म्हणाली. त्यात पुरेपूर अभिमान होता.

"न सांगता तू असं जायला नको होतंस, स्वीटी! मम्मीची परवानगी घेतल्याशिवाय असं जायचं नसतं! नाही का?"

"डॅडींबरोबर गेले होते मी! डॅडींबरोबर जायला तुला कशाला विचारायला पाहिजे?" तिनं सरळ विचारलं.

रास्कल! ब्रेनबॉश केलंय हिचं! तिचा आतल्याआत तिळपापड झाला. तरी तसं न दाखवता ती आणखी शांतपणे म्हणाली, "काय काय केलं तिथं?"

"ताज रेसिडेन्सीमध्ये मुलांना खेळायला मोठा हॉल आहे! तिथं काय काय खेळायला आहे ठाऊक आहे? आमच्या शाळेतही नाहीत तसली खेळणी! डॅडींची रूम किती लक्झुरियस आहे, ठाऊक आहे? सिनेमातले पॅलेस असतात की नाही, त्याहून मस्त! फोन केला की खोलीत जेवण, खाणं, सगळं काही येतं. किती स्वीट्स होते ठाऊक आहे? या नंतर डॅडी बेंगळूरला आले की मी त्यांच्याबरोबरच राहणार आहे!"

सुखोपलोलूप जीवनाची लालूच दाखवून मुलीला पूर्णपणे आपल्याकडे खेचून घेतोय, रास्कल! तेही कंपनीच्या खर्चानं! त्याच्या कंपनीच्या हेडऑफिसला हे कळवलं तर? पण कंपनीच आपल्या उच्च दर्जाच्या सेवकांच्या कुटुंबीयांनाही ही सुविधा देत असते! मागं तीही अनेकदा त्याच्याबरोबर अशा लक्झुरियस रिसॉर्ट्समध्ये राहिली होती. हे असंच चालतं म्हणा! सगळे मिळून सर्वसामान्य माणसाचं अशाच प्रकारे शोषण करतात. या सर्वसामान्य विचारापर्यंत येऊन तिचे विचार स्थिरावले.

चार

१

थोडासा पोटाचा फुगीरपणा वाढायला लागला तेव्हा एक दिवस मंगळानं विचारलं, ''बाळंतपणाची काय व्यवस्था? कोण येणार आहे करायला? याचा काही तू विचार केलास की नाही?''

''गार्नॅकॉलजिस्ट नियमित तपासताहेत. नर्सिंगरूममध्ये खोली रिझर्व्ह केली आहे.''

''बस्स? एवढंच? बायकांना गरोदरपणात, त्यातही पहिल्या खेपेला आईच्या देखरेखीखाली असावं असं वाटत असतं. तिची ती इमोशनल नीड असते! हे बाप होणाऱ्या तुला ठाऊक नाही? इतका कसा इनसेन्सिटिव्ह झालास?''

एव्हाना मला तिच्या बोलण्याची पद्धत लक्षात आली होती. प्रत्येक बाबतीत माझ्यावर दोषारोप करत बोलण्याची तिची सवयच होती, त्यामुळे मी काहीच बोललो नाही.

तीच पुढं म्हणाली, ''माझ्या आईला बोलावून घ्यायचं म्हणते!''

''माझी काही हरकत नाही, पण तुला आई आहे, माहेर आहे, असं तू आजवर एकदाही सांगितलं नाहीस! मुलीला बाळंतपणासाठी, त्यातही पहिल्या बाळंतपणासाठी माहेरी न्यायचं असतं ना? तशीच पद्धत असते ना?''

''मला हिणवायला म्हणून तू हे बोलतो आहेस! माझ्या आईकडे तेवढी कुवत नाही, म्हणून ना?''

''मी न बोललेलं माझ्यावर आरोपित करण्याची ही सवय तू सोडल्याशिवाय या घरात कुणीही शांतपणे राहणार नाही!'' एवढं म्हणून मी गप्प झालो. मासिक पाळीच्या वेळी बाईची मनःस्थिती ठीक नसते हे मला ठाऊक होतं. स्वत: वैजयंतीनंच हे सांगितलं होतं, तरीही ती त्याही काळात ऑफिसला नियमितपणे

यायची आणि आपली सगळी कामं करायची. गर्भारपणातही हे शक्य आहे, असं म्हणून मी स्वतःचं समाधान करून घेतलं. हिच्याही भरत असलेल्या पोटावरून हात फिरवून त्याचा मुका घ्यायची मलाही इच्छा होत होती, पण भुंडं कपाळ, विचित्र नजर आणि चेहऱ्यावरची सुतकी कळा बघितली की असं काही भावुक वागून तिची बोलणी खायचा मूर्खपणा करू नये, असंच वाटायचं.

मलाही समजत होतं, माझी राणी आता आहे त्यापेक्षा जास्त सुधारणार नाही. हिच्या पोटात असलेलं माझं मूलच माझ्या कंपनीचा वारस असणार आहे! काहीही- मुलगा किंवा मुलगी असली तरी. मुलगी असेल तर तिनं आपल्या थोरल्या आईसारखी क्रियाशक्ती घेऊन जन्माला यावं, अशीच माझी इच्छा होती. त्या इच्छेमुळेच मला हिचं शुष्क आणि भावनारहित वागणं सहन करायची शक्ती देत होतं.

मंगळाच्या आई घरी आल्या. पन्नास-पंचावन्न वय असावं. त्यांनी मात्र कपाळावर कुंकू लावलं होतं. मुलीशी साम्य दाखवणारा चेहरा, गोरा रंग, कलप लावलेले पांढरे केस. कानात चमकणाऱ्या खड्याच्या कुड्या. कदाचित हिऱ्याच्या. दोन्ही हातांत दोन-दोन सोन्याच्या बांगड्या. मीही सौजन्य दाखवत विचारलं, ''केव्हा आलात?''

शांताम्मा आल्या असल्या तरी रात्रीचा स्वयंपाक त्यांनीच केला होता असं वाटलं; किंवा त्यांनी शांतम्मांना सूचना देऊन त्यांनी स्वयंपाक करवून घेतला असावा. भेंडीचं गोज्जु आणि कटाच्या आमटीची चव नेहमीपेक्षा वेगळी होती. माझ्याबरोबर जेवायला बसलेल्या राणीच्या चेहऱ्यावरही स्वयंपाक आवडल्याची खुशी दिसत होती. ती रोजच्यापेक्षा चार घास जास्त जेवली.

दुसरे दिवशी मी आणि राणी नाश्ता करत असताना त्या समोर आल्या. मी विषय काढला, ''तुम्ही कुठल्या गावात राहता?''

त्या संकोचानं म्हणाल्या, ''आधी हासनमध्ये होतो. हे गेल्यावर मुलाकडे राहते.'' पण त्यांनी गाव सांगितलं नाही.

मीच विचारलं, ''मुलगा कुठं असतो?''

''इथंच, सॉफ्टवेअर इंजिनियर.''

''ओह!'' मी म्हटलं- 'आय सी' म्हणावं तसं!

त्यांना आणखी काहीतरी सांगायचं असावं, पण चेहऱ्यावर संकोच दिसत होता, मीच त्यांच्याकडे पाहिलं, 'बोला' असं सुचवत.

''तुम्ही आजकालचे. तुमचं तुम्ही लग्न जमवलंत, करूनही घेतलंत! गरोदर आहे. तिनं कळवून बोलावेपर्यंत मला काहीच ठाऊक नव्हतं. इथं आल्यावर सगळं समजलं मला!''

त्यासरशी मलाही तीव्रपणे लग्नाची पार्श्वभूमी आठवली! क्षणभर वाटलं, त्या वेळी काय घडलं ते सांगावं, पण त्यांच्यासमोर त्यांच्या मुलीविषयीच्या असल्या गोष्टी सांगायचा संकोच वाटला आणि सांगितलं तर मोठं रणकंदन माजेल हेही मला समजत होतं. तिनं आपल्या आईपुढे आणखी काय-काय खोटंनाटं सांगितलं असेल, त्याचीही मला कल्पना नव्हती. किती केलं तरी आईला मुलीचंच पटणार!

गावात राहणाऱ्या मंगळाच्या भाऊ-भावजयीनं एका रविवारी घरी येऊन आपला परिचय सांगितला. गरोदर बहिणीला एका शुभ-दिवशी आपल्या घरी बोलावून तिची ओटी भरणार असल्याचं सांगितलं, त्यासाठी माझी परवानगी घेतली आणि पाठोपाठ मलाही घरी येण्याचं निमंत्रण दिलं. एकदा मनात आलं, यांना विचारावं, 'तुमची बहीण या पद्धती मानते का?' पण प्रत्यक्षात म्हणालो, "या सगळ्या बायकांच्या गोष्टी! यात माझा संबंध कुठं येतो?"

"माझ्या बहिणीचं पहिल्यांदाच कौतुक करतोय मी! आणि भाऊजींचाही आम्ही नको का आदरसत्कार करायला?..." वगैरे बोलून सुब्रह्मण्यमनं व्यवहार केला.

ठरल्याप्रमाणे आम्ही एका दुपारी गेलो तेव्हा दुकानातून आणलेले गुलाबजामुन आणि घरी केलेला मसालेभात, एम.टी.आर.चा मसाला घालून केलेलं पुळिओगरे वाढलं, मंगळाला एक जरीच्या काठाची साडी आणि मला एक टाय देऊन आम्हा दोघांचा सत्कार करण्यात आला. मंगळाची आई मात्र या कार्यक्रमाला आली नव्हती! त्यांचा पाच वर्षांचा एक मुलगा होता. मंगळानं त्याच्या हातात शंभर रुपयांची नोट ठेवून त्याच्या डोक्यावरून हात फिरवला.

जेवण झाल्यावर ते ओटी भरण्याचं शास्त्र आटोपलं आणि आम्ही तिथून बाहेर पडलो. 'आणखी थोडा वेळ थांबा' असं ते तोंडदेखलंही म्हणाले नाहीत. त्या घरची संपूर्ण मालकीण त्याची बायको कलावती असल्याचं मला पदोपदी जाणवत होतं. जेवढं करणं लोक-रूढीला धरून होतं, तेवढं तिनं केलं होतं. 'या घरात तुमचं एवढंच स्थान आहे,' हे ती आपल्या प्रत्येक वागण्या-बोलण्यातून दाखवून देत होती.

२

बायकांच्या वागण्यातलं मर्म बायकांनाच समजतं, पुरुषांना ते समजू शकत नाही, याची मला त्या वेळेपर्यंत कल्पना नव्हती.

एकदा त्या मायलेकी भाजी आणायला म्हणून घराबाहेर पडल्यावर माझ्या कामाच्या खोलीत द्यावक्का आल्या आणि म्हणाल्या, "या बाईचं तिच्या सुनेशी तेल-

शिकेकाईचं नातं दिसतंय! मुलगा बायकोच्या बाजूचा दिसतोय. आता लेकीच्या बाळंतपणाचं निमित्त सापडलंय! आता घरात घुसलीय! यानंतर बाळंतपण, तान्हं बाळ, लहान मूल अशी सत्रासेसाठ कारणं सांगत इथंच मुळं रोवेल! बघा पाहिजे तर!''

''तुला कसं ठाऊक?''

''माझ्या पुढं कधी कधी सुनेची तक्रार सांगत असते, मग कुठं जाईल एकटी? समजतात मला असल्या सगळ्या गोष्टी!'' एक प्रौढ वयातली बाई, अगदी आयुष्यभर घरात राहिली तरी मी काही भिकेला लागणार नाही, एवढं मलाही समजत होतं, पण आईची साथ मिळाली तर हिची मस्ती आणखी वाढेल, अशी शंका माझ्या मनात निर्माण झाली.

म्हटलं, ''असू दे! मला काय त्रास आहे?''

''तुम्हाला ठाऊक नाही! मायलेकी एक झाल्या तर जावयाचा कचरा करतात, अशी म्हण आहे आमच्या भागात! लक्षात ठेवा!'' द्यावक्का म्हणाली. वैजयंती असताना या घराची रक्षक असलेली द्यावक्का आता तिच्या माघारी हितरक्षक होऊ पाहात होती! वैजयंती गेल्यावरही ती अनेकदा माझ्या मागं लागायची, ''बापापासून जन्मलेली एक मुलगी शोधून लवकर लग्न कर, बाबा! एकलेपणानं जीवन कसं जाईल?'' मीच तेव्हा म्हटलं होतं, 'एकदा संसाराची चव चाखलीय! पुन्हा पुन्हा कशाला घ्यायची? तिची आठवण पुरेशी आहे मला!' यावर ती गप्प बसली होती, पण त्या नंतर आई-वडील-भाऊ-बहीण कुणीच नसलेल्या मंगळेला कुठल्याही लग्नाच्या विधीशिवाय, त्यातही घरी आल्या-आल्या दोनच आठवड्यांत ही गर्भार असल्याचं समजल्यावर द्यावक्काला आणखी काही फोडून सांगायची गरज नव्हती, पण यातलं काहीही धन्यापुढे बोलून दाखवणाऱ्यापैकी ती नव्हती. घरात जे काही घडत होतं तेही ती मुकाट्यानं पाहात होती. अधूनमधून मंगळाच्या लक्षात येणार नाही अशा प्रकारे ती राणीच्या समस्या माझ्या कानावर घालत होती. अशा गुपितांच्या देवाणघेवाणीमुळे आमचं नातं नोकर-मालकापेक्षा आणखी जवळचं झालं होतं.

बाळंतपण होऊन बाळ तेजस सहा महिन्यांचा होईपर्यंत मला मायलेकीचं काय गुफ्तगू चालायचं हे समजलं नव्हतं. मुलगा झाला होता. देखणा आणि तेजस्वी! तेजस नाव माझ्या मनात आधीच आलं होतं. 'मुलगी झाली तरी तिला इंजिनियर करून कंपनीचा आणखी उत्कर्ष करू शकू' असा मला विश्वास होता, हाच विश्वास माझा माझ्या राणीच्या बाबतीतही होता. हा मुलगा झाल्यामुळे माझ्याही न कळत मला खूप आनंद झाला होता. निरोगी आणि तेजस्वी मुलगा दिला म्हणून मंगळाच्या स्नेहहीन स्वभाव सहन करणं सोपं जात होतं. तिनं जो डाव करून मला फशी

पाडलं आणि लग्नाच्या बेडीत जेरबंद केलं याच्या नुसत्या आठवणीनं होणारा मनस्ताप हळूहळू कमी होत चालला होता. सकाळी उठल्या-उठल्या पाळण्यात जागं होऊन खेळणाऱ्या आपल्या मुलाला बघायचा सुखद अनुभव आणि संध्याकाळी घरी परतल्यावर त्याला छातीशी कवटाळण्याचा अनुभव मला नवं बळ देत होता. राणीला मांडी घालून बसवून बाळाला तिच्या मांडीवर झोपवायचं आणि तिला 'ताई' 'ताई' म्हणायला शिकवायचं. 'हा तुझा भाऊ' असं सांगितल्यावर एकाच दिवसात ती 'भाऊ' म्हणायला शिकली! त्याचा चेहरा कुरवाळताना तिचाही चेहरा फुलून यायचा.

एका रविवारची गोष्ट. सकाळी नऊ वाजता मी माझ्या कामाच्या खोलीत बसून बिझनेस-न्यूज-पेपर वाजत होतो. नागम्मा तिथं आल्या. त्यांच्या अंगावरचे कपडे थोडे ओले झाले होते. बहुधा दायाक्कांच्या साहाय्यानं त्यांनी बाळाला नुकतंच न्हाऊ घातलं असावं. त्याला झोपवून त्या इथं आलेल्या दिसत होत्या. कधीतरी माझ्याबरोबर संसारातल्या सुख-दुःखाच्या गोष्टी करायला त्या यायच्या. हे सांगण्याआधी 'मंगळा यात लक्ष घालत नाही म्हणून म्हणते...' अशी प्रस्तावनाही त्या करायच्या.

आताही तशीच प्रस्तावना करत त्या म्हणाल्या, "हे पाहा, तुम्हाला एक गोष्ट सांगितली पाहिजे! या गोष्टी मंगळाच्या लक्षातही येत नाहीत."

"काय? सांगा. बसा!"

खुर्चीवर जेमतेम टेकत त्या म्हणाल्या, "कधी कधी काय होतं सांगते, वत्सला न सांगता-सवरता एकदम बाळंतिणीच्या खोलीत शिरते! पाळण्यात झोपलेल्या बाळाला उचलायला जाते. बाळ दचकून किंचाळायला लागतं! हिला बाळाला नीट घ्यायला नाही आलं आणि बाळ तिच्या हातून निसटलं तर काय होईल? तिला 'खोलीत येऊ नको' म्हणून सांगितलं तर तुम्ही काय म्हणाल, अशी भीती वाटते. तुम्हीच तिला सांगा. लहानपणीच मनात भीती बसली तर पुढं काय होईल कोण जाणे! त्यात मुलगा!"

मीही विचार केला. का करत असेल ही असं? नागम्मा चेहऱ्यावर मुग्ध भाव ठेवून बसून होत्या. माझं त्यांच्या चेहऱ्याकडे लक्ष गेलं. नवरा गेला तरी कपाळावर कुंकू ठेवणारी आधुनिक स्त्री ही! आणि हिची मुलगी सधवा असली तरी कपाळावर कुंकू लावत नाही! याला साम्य म्हणावं की फरक म्हणावा हे मला सुचलं नाही.

मी म्हटलं, "राणीचा तिच्या भावावर जीव आहे, म्हणून ती त्याच्या खोलीत येते. त्याला घ्यायचा प्रयत्न करते आणि न सांगता-सवरता म्हणाल तर! हे घर तिचं आहे, त्यामुळे या घरात कुठेही जायचं स्वतंत्र्य तिला आहे!"

'छेः छेः! तसं कोण म्हणतंय? या घरात सगळ्यात आधी जन्मलेलं मूल ते! तुम्ही कृपा करून माझ्या बोलण्याचा चुकीचा अर्थ लावू नका! घरातल्या मुलीचा

तळतळाट घराला चांगला नसतो! तरीही सगळ्यांच्या हितासाठी एक सांगते. तुमची हरकत नसेल तर!'

"बोला!"

"तुम्ही वत्सलेच्या शिक्षणासाठी प्रयत्न करताहात, हे खरंच! पण दिवसातून दोन तास शिकवून फारसा उपयोग होत नाहीये. आधीच बिचारीला स्मरणशक्ती नाही! शिकवलेलं घरी येऊन पोहोचायच्या आधीच विसरून जाते. बेंगळूरमध्ये अशा मुलांसाठी एक बोर्डिंग स्कूल आहे, म्हणतात. तिथंही मुलांची वेगळी आणि मुलींची वेगळी व्यवस्था असते. विशेष म्हणजे, तिथं प्रत्येकाला त्याच्या-त्याच्या गरजेनुसार शिक्षण दिलं जातं म्हणे. जेवण-खाण आणि राहणं तिथंच. सगळे तसेच असल्यामुळे ते त्याच भाषेत लवकर बोलायला शिकतात. सुट्ट्या असतात, तेव्हा घरीही आणता येतं. हवं तेव्हा तुम्हीही भेटून येऊ शकता!"

मला लगेच काय उत्तर द्यावं ते सुचलं नाही. माझ्या मनातली यावरची प्रतिक्रियाही स्पष्ट नव्हती. काहीतरी फोन करायच्या विचारानं रिसीव्हर उचलला. त्याही "निघते, बाळाला धूप घालायचाय..." म्हणत तिथून निघून गेल्या.

त्यांच्या बोलण्यातही काही अर्थ आहे, असं मला वाटू लागलं, पण दररोज राणीला बघायचं नाही, तिच्याशी बोलायचं नाही, तिच्या केसांवरून हात फिरवायचा नाही! मग या घरात राहायचं तरी कसं? छे!

दोन दिवस गेले. मनात एक विचार आला. माझ्या ओळखीचे वासुदेव गुप्ता बन्नेर घट्टाजवळच्या एरियात एक मध्यमवर्गीयांसाठी एक वृद्धाश्रम चालवत असल्याचं आठवलं. त्यांना फोन केला आणि राणीसारख्या मुलींसाठी योग्य अशी बोर्डिंग-स्कूल आहे का' याची चौकशी केली. त्यांनी सांगितलं, "या रविवारी आमच्या वृद्धाश्रमात यायला जमेल का? तोपर्यंत मी चौकशी करून ठेवतो."

वृद्धाश्रमाच्या परिसरात फिरत मी तिथं जाऊन पोहोचलो. काही जणांना स्वतंत्र तर काही जोडप्यांना एकेक अशा सर्व सोयींनी युक्त अशा खोल्या होत्या. रुचकर जेवण आणि खाणं-पिणं, वैद्यकीय सोयी, करमणुकीच्याही मुबलक सोयी. तिथं राहणारे सगळे आर्थिकदृष्ट्या बऱ्या घरांतले होते. आपापल्या आवडीप्रमाणे त्यातले काही वृत्तपत्रं, मासिके, धार्मिक ग्रंथ वाचत होते. काही जणं पत्ते खेळत वेळ घालवत होते, त्यात बायकाही होत्या. सगळ्यांच्या चेहऱ्यांवर परित्यक्त भाव होते.

वासुदेव गुप्ता म्हणाले, "यापैकी कुणालाही आर्थिक अडचण नाही, पण मुलांनी आपल्याला नाकारलंय, याची खंत प्रत्येकाला ग्रासतेय. इथले पुरुष आपल्या मागच्या जीवनातलं कर्तृत्व आठवत राहतात. बायका मात्र मुलांनातवंडांना आठवत राहतात. तुम्ही विकलांग मुलांच्या वेगळ्या हॉस्टेल्सची चौकशी केलीत.

अशा मुलांसाठी वेगळ्या शाळेची गरज आहे हे अगदी खरं, पण त्यानंतर त्यांना घर मिळणं आवश्यक आहे, असं मला वाटतं. काही पालक वैतागून मुलांना अशा हॉस्टेल्समध्ये कायमचे टाकून देतात! त्यासाठी हवा तेवढा पैसा ओततात. कधीतरी येऊन भेटूनही जातात.''

त्यांनी तशी एक संस्थाही दाखवली- तिथली मुलं बघून माझ्या पोटात तुटल्यासारखं झालं. आता माझ्या राणीची बोलायची शक्ती अधू झाली आहे. तिच्या मेंदूचा किंचितसा भाग दुखावला गेलाय. तिच्या शरीराची बाकी वाढ नैसर्गिकच आहे. तिची आई असती तर तिनं हिला असल्या बोर्डिंगमध्ये सोडून हात धुवून घेतले असते का? मग मी कसा तसं करू? नाही. मी जिवंत असेपर्यंत हिला घरापासून दूर करणार नाही!

स्वतःला पुन्हा पुन्हा बजावलं, तेव्हा कुठं थोडं बरं वाटलं.

यावरही आणखी एक महिना गेला. मी राणीबरोबर सकाळचा नाश्ता करत होतो. आमच्याबरोबर खाणं-पिणं करायची पद्धत मंगळेनं कधीच ठेवली नव्हती. मला मात्र राणीकडून वाढून घेऊन खायची इच्छा असायची. तिनंही मला जेवढं पाहिजे तेवढंच न सांडता वाढायची कला शिकून घेतली होती. तिनं तसं वाढल्यावर मी तिचं कौतुक केलं की तिचा चेहरा खुलत होता. मी तिला एखादा पदार्थ वाढून ''कसं आहे?'' म्हणून विचारलं की तीही 'छान आहे - नाही,' किंवा आणखी काही सांगायची. कामाला बाई असली तरी आमची जेवणं झाल्यावर ती आमच्या ताटल्या उचलून ठेवून टेबल पुसून घेत होती.

डायनिंग टेबलावर माझं लक्ष माझ्या मुलीकडे असतं, हे लक्षात येऊनच कदाचित, मंगळा त्यावर बहिष्कार घालायची! आणि असल्याबाबतीत वाद घालायची माझी इच्छा नसल्यामुळे मीही कधी तिला याविषयी विचारलं नव्हतं.

कणभरही खाली न सांडता राणी प्लेटमधलं उप्पीट खात असतानाच नागम्मा तिथं आल्या आणि म्हणाल्या, ''तुमचं खाणं झाल्यावर थोडं बोलायचं होतं तुमच्याशी!''

''बोला, काही हरकत नाही!''

''तुमच्या मुलीनं बाळंतिणीच्या खोलीत शिरून बाळाकडे हात पसरून धाव घ्यायचं सोडलेलं नाही! बाळ घाबरं होऊन थरथर कापतं! मनात या भीतीनं कायमचं घर केलं तर काय गत? त्यात मुलगा आहे हा! आत येऊ नकोस म्हणून आम्ही सांगणं बरोबर नाही, तुम्हीच सांगा म्हणून सांगितलं होतं मी महिन्यापूर्वी!''

''याविषयी मंगळा माझ्याशी काहीच बोललेली नाही!''

''काहीही सांगायला गेलं तरी भांडायलाच सुरुवात होते, अशी भीती वाटते तिला! तीही कापते भीतीनं!''

मला हसूच आलं, पण न दाखवता समजुतीच्या स्वरात म्हटलं, "बरं, आता मीच स्वत: बाळाला राणीच्या मांडीवर देतो, म्हणजे तो किती आनंदानं खिदळतो आणि बहिणीच्या चेहऱ्याचे ओरखाडे काढतो, केस ओढतो, पाहा!"

"म्हणजे, मी खोटं बोलतेय काय?"

"तसं मी म्हटलं नाही. बोलणंही न येणाऱ्या तान्ह्या बाळाला काय खरं-खोटं कळणार? राणीलाही ते समजत नाही. तुम्ही तिला खोलीत घेऊन जा. बाळाला मांडीवर कसं घ्यायचं ते शिकवा आणि तरीही बाळाची काळजी वाटली तर समोर बसून ती खाली टाकणार नाही इकडं लक्ष द्या. तिला जमत नाही असं वाटलं तर त्याला खाली झोपवा आणि हिला त्याच्याशी फक्त गप्पा मारायला सांगा."

"असल्या रोगट मुलीशी गप्पा मारता मारता त्यालाही बोलायला आलं नाही तर?"

"ती रोगट अजिबात नाही! तिला कुठलाही रोग झालेला नाही! संसर्गानं होणारा रोग तर अजिबात नाही! हे तुमच्या मुलीलाही उत्तम प्रकारे ठाऊक आहे. तिलाही तुम्ही सांगा, हे राणीचं घर आहे. तिच्या आईनं बांधलेलं! तिला मी कुठल्याही बोर्डिंगमध्ये ठेवणार नाही. दुसरं म्हणजे, माझ्या मुलाची वाढ, त्याचं शिक्षण, त्याचं भविष्य हे माझे प्रश्न आहेत. तसं भावंडांमध्ये प्रेम वाढवणं हीही माझी जबाबदारी आहे! हे प्रेम लहानपणापासूनच वाढलं पाहिजे!"

त्या तशाच उभ्या होत्या. मीच पुन्हा विचारलं, "आणखी काही सांगायचं आहे का?"

मग मात्र त्या आपल्या खोलीत निघून गेल्या.

३

त्या रात्री तेजस झोपल्यावर मंगळानं विचारलं, "मला काही बोलायचं आहे."

मी काही बोललो नाही.

"न बोलणं म्हणजे उपेक्षा करणं!" ती पुन्हा म्हणाली, यावरही मी काही बोललो नाही. खोलीत शांतता पसरली होती. शेजारच्या खोलीत राणी झोपली होती. तिला झोप लागेपर्यंत तिथंच थांबून मी परतलो होतो. मच्छरदाणीही तिनं तिची बांधून घेतली होती.

काही क्षण गेले. मंगळा पुन्हा म्हणाली, "माझ्या आईला तू खोटारडी म्हणालास ना? हीच सासूची किंमत?"

संतापानं माझ्या तोंडून शब्द फुटेना, पण मी असा गप्प राहिलो तर मी चूक

मान्य करतो आहे अशी हिची समजूत होईल असं वाटून मी म्हटलं, ''मी तसं त्यांना म्हटलं नाही, पण तुझ्यासमोर खोटं सांगून त्यांनी ते सिद्ध केलं आहे! ते जाऊ दे, मलाही तुझ्याशी दोन मुद्द्यांवर बोलायचं आहे! एक, राणीनं या खोलीत यायचं नाही आणि आपल्या भावाशी खेळायचं नाही, हा हट्ट कशासाठी? ती या घरची मुलगी आहे, पहिली मुलगी...''

माझं बोलणं मध्येच थांबवून मंगळा म्हणाली, ''पहिल्या बायकोची!! असंच मला ठासून सांगायचं आहे ना? तुझं आधी एक लग्न झालं होतं हे मला पुन्हा पुन्हा सांगायची संधीच बघत असतोस तू! पहिल्या बायकोची मुलगी! त्या बायकोच्या नावाची फॅक्टरी! तिथं डोक्यावर लटकणारा तिचा एवढा मोठा फोटो! माझी यातून कधीच सुटका नाही का?''

''या विषयावर आपलं याआधी अनेकदा बोलणं झालंय! मीही याचं सांगायचं ते उत्तर सांगितलंय. आताही तू पुन्हा वाद सुरू करणार नसशील तर पुन्हा एकदा सांगेन! नाही तर नको!''

''सांग!'' तिनं हट्टीपणे म्हटलं.

''सवती-मत्सर हा अडाणी बायकांचा विषय आहे. सुशिक्षितांनीही त्याकडे तसंच बघू नये. नाही शोभत ते! माझं आधी एक लग्न झालंय, मला एक मुलगी आहे, माझ्या पहिल्या बायकोनं कंपनी वाढवली आहे, हे सगळं तुला आधीच ठाऊक होतं. असं असताना मी बोलावल्यावर 'काही होणार नाही' म्हणत माझ्याजवळ येऊन गरोदर राहिलीस! नंतर मला लग्नाच्या सापळ्यात अडकवलंस, त्या वेळी नव्हतं का तुला हे सगळं ठाऊक? यावर तू मला उत्तर दिलंच पाहिजेस असंही नाही. हजार वेळा बोलूनही न संपणारा विषय आहे हा! मला विचारायचंय ते वेगळंच! साधारणत: बाळंतपण किती दिवस किंवा किती महिने चालतं? पाश्चात्त्य देशांत पाहिलंय मी! आणि तुलाही हे ठाऊक असलंच पाहिजे! तिथं कुठलीही बाई बाळंतपणासाठी आईला बोलावून घेत नाही! कुठलीही आई येत नाही! बाळंत झाल्यावर आठवड्यातच बाळाला डे-केअरमध्ये ठेऊन कामावर जाणाऱ्या बायकाही आहेत! सहाव्या महिन्यात तू तुझ्या आईला बोलावून घेतलंस! आणखी किती दिवस राहणार आहेत त्या इथं? आता तेजस आठ महिन्यांचा झालाय! घरात घरकामाला नोकर आहेत, स्वयंपाकाला बाई आहे! तूही काही नोकरी करत नाहीस! त्याची गरजही नाही!''

''माझ्या आईला घर सोडून बाहेर जा म्हणतोस?''

''मुलीच्या घरी तिची आई फार दिवस राहिली तर ते तिच्या संसाराच्या दृष्टीनं बरं नाही, असं अनेकांकडून ऐकलंय मी! त्यांचं स्थान इथं नाही, त्यांच्या मुलाच्या घरी आहे. तिकडं सुनेनं बाहेर काढलंय म्हणून इथं ठाण मांडलंय त्यांनी! जाऊ दे!

या विषयावर बोलायची माझी इच्छा नाही!''

या आधी मी कधीच एवढं बोललो नव्हतो, कारण शब्दानं शब्द वाढतो हा माझा नेहमीचा अनुभव होता.

आताही अपेक्षेप्रमाणेच झालं. ती लगेच फुत्कारली, ''का? मुलाच्याच घरी राहावं म्हणून कुणी सांगितलंय? मुलगा-मुलगी असा भेदभाव करणं सुशिक्षिताला शोभतं का?''

''वितंडवाद घातला म्हणून वास्तवतेत फरक पडत नाही! स्वत:ची कमाई असलेल्या बाईला आपल्या आई-वडिलांची जबाबदारी अंगावर घ्यायची धमक असते! तू काही मिळवीत नाहीस! आणि तुला त्या लायकीची नोकरी मिळणारही नाही म्हणा!''

''बायको म्हणून मलाही समान हक्क आहे!''

''कुठून आला समान हक्क? काय श्रम केलेस त्यासाठी? 'काही होणार नाही' म्हणून सांगून गरोदर राहिलीस, धमकी देऊन लग्न केलंस, हेच श्रम ना? माझ्याशी समबल होऊन जी राबली, तिनं कधीही समान हक्काची भाषा केली नाही! तिलाही आपल्या आई-वडिलांविषयी प्रेम होतं, कृतज्ञताही भरपूर होती! पण त्यांनाही मुलीकडून काहीही घ्यायची इच्छा नव्हती; तसा त्यांचा नियम होता. त्यांनीही मोठ्या कष्टानं आपल्या मुलीला शिक्षण दिलं होतं, कुवतीप्रमाणे लग्नही करून दिलं होतं, बाळंतपणासाठी गावी घेऊन गेले होते. आणखी एक सांगतो, ऐेक- उत्तर भारतात आई-वडील मुलीच्या घरी तर जेवतही नाहीत; पाहिलंय मी ते!'' मलाही कुठून अवसान आलं कोण जाणे!

बंगला तयार होण्याआधी आम्ही मल्लेश्वरला एका फ्लॅटमध्ये राहात होतो तेव्हाची एक गोष्ट. आमच्या शेजारच्या फ्लॅटमध्ये एक पंजाबी कुटुंब राहायचं. बेदी नावाचं. तो टाटा कन्सल्टन्सीमध्ये चांगल्या हुद्द्यावर नोकरीला होता. चांगली माणसं होती. एक दिवस त्याची बायको स्नेहलता सकाळीच आमच्या घरी आली आणि म्हणाली, ''माझी आई आमच्या घरी आली आहे. तुम्ही तिला तुमच्या घरी जेवायला बोलवा.'' वैजयंतीनं त्याप्रमाणे त्यांना जेवायला घरी बोलावलं. नंतर समजलं त्या आपल्या मुलीच्या घरी जेवत नाहीत, म्हणून. 'त्यानंतरही पुढे महिनाभर त्या तुमच्याकडे जेवायला आल्या तर तुमचा काही आक्षेप आहे का,' असं त्यांनी विचारलं. वैजयंती म्हणाली,''काहीही हरकत नाही. पण मी कामावर जाते. आल्यानंतर स्वयंपाक करून तुम्हाला जेवायला वाढायचं म्हणजे तुम्हाला उशीर होईल.'' 'तो प्रश्न नाही, मी स्वयंपाक करेन!' त्या म्हणाल्या. आम्ही कितीही सांगितलं तरी न ऐकता त्या दुकानातून डाळ-तांदूळ आणि भाजीपाला विकत आणायच्या आणि आपल्याबरोबर आम्हा दोघांचाही स्वयंपाक करायच्या. कधी

विशेष भाजी केली तर मुलीच्या घरी द्यायच्या. स्वयंपाक-जेवण झालं की मुलीच्या घरी राहायच्या. रात्री तिथंच झोपायच्या, मात्र भांडंभर पाणी प्यायचं असलं तरी आमच्या घरी येऊन कुलूप काढायच्या आणि नळाचं पाणी प्यायच्या. तोच नळ मुलीच्या घरीही असला तरी तिथलं पाणी प्यायच्या नाहीत. एकदा हिनं त्याविषयी विचारलं तर त्या निक्षून म्हणाल्या, "ते मुलीच्या घरचं पाणी! ते पिणं निषिद्ध असतं!" एकदा मी मिस्टर बेदींना विचारलं, "ही पद्धत उत्तर भारतात का आली असेल?"

त्यांनी सांगितलं, "काही जण आपल्या तरुण आणि देखण्या मुलींची श्रीमंत घरी लग्नं करून द्यायचे आणि नंतर त्यांच्याकडून पैशाची अपेक्षा करायचे. म्हाताऱ्या आणि रोगट माणसांनाही तरुण मुली देत- पैशांच्या आशेपायी. म्हणजे हा एक प्रकारे वेश्याव्यवसायच! हे पाहून समाजातल्या धुरिणांनी मुलीच्या घरचं लोटाभर पाणीही पिऊ नये, तसं करणं म्हणजे मुलीला विकल्यासारखं आहे, असा नियम केला. या परिस्थितीचा मुसलमानांच्या आक्रमणाशी संबंध असावा, ते मला नीट ठाऊक नाही. त्यांच्याइतका धार्मिक कडवेपणा आमच्यात नसला तरी, मुलीकडून काहीही घेता कामा नये, तिच्या सवलतीत आणि अन्नाच्या आधारानं जगता कामा नये, हे तत्त्व मात्र आमच्याकडेही पाळलं जातंच!"

ती काही क्षण मौन होती. कधी नव्हे ते मोकळेपणानं मनातली गरळ ओकल्यामुळे मलाही हलकं वाटत होतं. 'तुझं या घरातलं स्थान काय ते समजून राहा' हे तिला स्पष्टपणे सांगायला मिळालं, या समाधानात मी झोपलो. एकाच पलंगावर पद्धत म्हणून दोघंही झोपलो असलो तरी एकमेकांचे हात धरणं किंवा जवळ जाणं याची अपेक्षा दोघांनाही नव्हती. मी आपण काय-काय बोललो याचा विचार करत झोपलो होतो.

ती उठून बसली. म्हणाली, "संपूर्ण स्त्री-जातीला ज्यामुळे लकवा मारला गेला त्या व्यवस्थेचं वैभवीकरण करून स्त्रीचं आर्थिक स्वातंत्र्य संपूर्णपणे गमवायला कारणीभूत झालेल्या त्या पद्धतीचं काटेकोरपणे पालन करणाऱ्यांना माझ्याकडे सडेतोड उत्तर आहे!"

एवढा वेळ ही शांत होती ते यासाठी, हे माझ्या लक्षात आलं. हिच्या बोलण्यालाही अर्थ आहे. आर्थिकदृष्ट्या पुढारलेल्या पाश्चात्त्य देशांमध्ये तिथले वृद्ध आणि स्त्रिया मुलांवर अजिबात अवलंबून नसतात. आपल्या घरात ते एकेकटे राहणं पसंत करतात, पण अजूनही आर्थिकदृष्ट्या त्या पातळीवर न पोहोचलेल्या आपल्या देशात हे आजही संघर्षाचे विषय बनतात.

४

दुसऱ्या दिवसापासून तिच्या आई माझ्यासमोरून वावरेनाशा झाल्या. एका दृष्टीनं कटकट थांबली असली तरी अजूनही त्या माझ्या घरातच राहतात हा विचार मला अस्वस्थ करत होता. दोन महिन्यांनंतर एकदा मी घरी आलो तेव्हा मंगळेनं सांगितलं, ''आज माझी आई घर सोडून गेली! पुन्हा कधीही ती या घरात पाय ठेवणार नाही! आता तुझा जीव थंड झाला असेल!''

मी काहीही बोललो नाही. त्या 'कुठं गेल्या' असंही विचारलं नाही.

तीन दिवसांनी द्यावम्मांकडून समजलं, मंगळाचा विजयनगरमध्ये एक फ्लॅट आहे, लग्न झाल्यापासून तिनं तो भाड्यानं दिला होता, दोन महिन्यांपूर्वी तिथल्या भाडेकरूला तिनं रिकामा करायला सांगितलं होतं म्हणे, त्यांनाही यापेक्षा चांगला फ्लॅट मिळाला होता, म्हणून त्यांनी घर रिकामं केलं. तो स्वच्छ करून, या घरी आणून ठेवलेली आपली भांडी आणि गॅस नेऊन ठेऊन घर लावलं आणि त्यानंतर आपल्या आईला तिथं नेऊन ठेवलं म्हणे. ही सगळी माहिती मंगळेला या सगळ्या कामात मदत करणाऱ्या ड्रायव्हरला समजली होती, त्याच्याकडून द्यावम्माला समजली होती. हे सगळं झालं, पण त्यांचा रोजचा खर्च कोण देईल?

मंगळा दर महिन्याच्या खर्चासाठी म्हणून दरमहा तीन-चार हजार मागून घ्यायची, मीही तपशील न विचारता देत होतो- त्यातले ती आपल्या आईला देईल असा माझा अंदाज होता. त्याप्रमाणे पुढच्याच महिन्यात तिनं महागाईची सबब सांगत सहा हजार मागून घेतले, मीही दिले. नंतर तीच पद्धत पडून गेली. माझ्या दृष्टीनं तोच शांततेचा मार्ग होता.

पाच

१

उन्हाळ्याच्या सुट्टीत विविध देशांतल्या इंग्लिश आणि ब्रिटिश इंग्लिशमधली साम्यस्थळे आणि भेदाचा विसाव्या शतकातल्या कथा-साहित्याच्या आधारे वेध घेण्याच्या एका कार्यशाळेची योजना यू.जी.सी.नं योजली होती. ब्रिटिश कौन्सिलच्या सहयोगानं सिमलामध्ये भरणाऱ्या या कार्यशाळेसाठी भारत, अफ्रिका, ऑस्ट्रेलिया, न्यूझीलंड, श्रीलंका, पाकिस्तान, बांगलादेश, कॅनडा इत्यादी एकंदरीत तीस प्राध्यापकांना निमंत्रित केलं होतं. ऑक्सफर्डमध्ये शिकलेल्या आणि इंग्लिश कथा-साहित्याचा विशेष अभ्यास असलेल्या इलालाही या वर्कशॉपचं तज्ज्ञ या नात्यानं आमंत्रण आलं होतं. हा एक विशेष सन्मान होता. पुढच्या काळात विद्यापीठात प्रोफेसरची जागा रिकामी झाल्यावर आपला हक्क आणखी दृढ करणारा हा सन्मान! काहीही करून यासाठी गेलंच पाहिजे, असा तिनं निश्चय केला.

सुट्टीचा दिवस असल्यामुळे विद्यापीठाकडून यासाठी रजा मिळण्याची काही अडचण नव्हती, पण स्वीटीचा प्रश्न होता. एक तर तिलाही उन्हाळ्याची सुट्टी होती. सोबत न्यायचं म्हटलं तर तिला तिथं कंटाळा येईल. तज्ज्ञ म्हणून गेल्यावर रिकाम्या वेळीही आपलं काही ना काही काम निघत राहणार. ही सोबत असली तर गंभीर अभ्यास शक्य नाही. काय करावं? कुठं ठेवून जावं?

दिवसभर याच विचारात गेला. एकदा तिला तिची विद्यार्थिनी मंगळाची आठवण झाली. जागतिक महिला संमेलन संपल्यावर अलीकडे ती एका कॉर्पोरेट कंपनीत नोकरी करत असल्याचं तिच्या कानावर आलं होतं. गेल्या भेटीत तिनं स्वतःचा फ्लॅट घेतल्याचंही सांगितलं होतं. बहुतेक विजयनगरमध्ये म्हणून सांगितल्याचंही आठवत होतं. तिच्यावर हिची जबाबदारी टाकली तर कसं? हिला दुसऱ्याबरोबर कसं राहायचं ते समजेल. तिला भेटून विचारायला हरकत नाही. काही क्षण समस्या

संपल्यासारखं वाटून हलकं वाटलं. नंतर वाटलं नको! हिला मुळातच बडबडायची सवय आहे. बोलता बोलता ही ''माझे डॅडी दिल्लीला राहतात, आमच्या घरी येत नाही...'' वगैरे बडबड केल्याशिवाय राहणार नाही! आपले डॅडी कसे फार-फार चांगले आहेत. हेही सांगत बसेल! आपल्या विद्यार्थिनीच्या समोर आपल्या खाजगी आयुष्याचा ऊहापोह कशाला हवा? या नवरा म्हणवणाऱ्याला व्यवस्थित धडा शिकवल्यानंतर सगळी हकिकत कुणालाही समजली तरी चालेल! तरीही विद्यार्थ्यांनी आपल्या गुरुच्या खाजगी गोष्टीत नाक खुपसणं योग्य नाहीच!

संध्याकाळपर्यंत 'शेवट'चा वाटणारा उपाय सुचला. लाखांनी कमाई आहे म्हणून हिला महागाईचे कपडे आणून देतो, राजमहालासारख्या हॉटेलांमध्ये घेऊन जातो हा! नको ते लाड करतो! हातात पैसा आहे म्हणून उधळाउधळी करणं म्हणजे मुलीची काळजी घेणं नव्हे! माझी अडचण असताना स्वत: मुलीला सांभाळायची तयारी हवी! मनातली ईर्ष्या स्पष्ट झाली, तशी धडपड करून तिनं बेंगळूरच्या ऑफिसमधून त्याचा घरचा आणि ऑफिसचा फोन नंबर मिळवला. बेंगळूरमध्ये असताना तर रात्री बराच वेळपर्यंत तो ऑफिसमध्ये काम करत राहायचा. आता तर संपूर्ण भारतभरच्या व्यवहाराची जबाबदारी आहे! तिनं ऑफिसमध्येच फोन केला.

आधी एका स्त्री-आवाजानं फोन उचलला. ''मे आय नो हू इज स्पिकिंग?''

काय सांगायचं? त्याची बायको बोलतेय म्हणून? त्यानं नाकारलेल्या नात्याचा उल्लेख करायचा?

त्या आवाजानं पुन्हा तोच प्रश्न केला. इलानं उत्तर दिलं, ''बेंगळूरच्या ऑफिसमधून बोलतेय.''

''येस?'' होय. त्याचाच आवाज. तिनं कन्नडमध्ये विचारलं, ''का? राग आला? इथल्या ऑफिसमधून तुझा नंबर घेतला मी.''

''येस! गो ऑन!''

मी एकवचनानं उल्लेख करून समानता दाखवू पाहतेय, तर हा मुद्दाम इंग्लिशमध्ये बोलतोय! स्मार्ट भाषा! तिनं मनातलं इंग्लिशविषयीचं प्रेम आणखी एकदा कुरवाळलं, पण या मधेच उगवलेल्या विचारामुळे जे सांगायचं होतं त्यापासून मन काही क्षण दूर गेलं. तिनं त्याला पुन्हा आवरलं.

''येस?'' त्यानं पुन्हा विचारलं.

तिनंही इंग्लिशमध्ये आपण जात असलेल्या कार्यशाळेविषयी सांगितलं आणि म्हणाली, ''अशा वेळी तू तुझ्या मुलीला सांभाळणं तुझं कर्तव्य आहे!''

''ओके! कुठल्या तारखेपासून कुठल्या तारखेपर्यंत?'' त्यानं विचारलं. तिनं तारखा सांगितल्यावर तो म्हणाला, ''आय विल टेक केअर ऑफ हर! ॲण्ड आय विल कॉण्टॅक्ट यू व्हेन आय रिसिव्ह हर!'' एवढं सांगून त्यानं रिसीव्हर ठेवला.

तिला कुणीतरी थोबाडीत मारावं तसं झालं. रास्कल! एक-दोन दिवस हॉटेलमध्ये ठेवून घेणं म्हणजे दीड-दोन महिने मुलीला सांभाळणं नव्हे! समजेल म्हणा याला!

नंतर स्वीटीला तिनं आपल्या सिमलाच्या कार्यक्रमाविषयी आणि कालावधीविषयी सांगितलं. स्वीटीनं उत्साहानं म्हटलं, "मग मी पण येणार!"

"तुला तिथं नेता येणार नाही. तुला तुझ्या डॅडींकडे राहावं लागेल! तो तयार झालाय!"

हे ऐकल्यावर तर तिचा उत्साह आकाशाला भिडला. ती म्हणाली, "तर मग मी दिल्लीच्या शाळेत जाईन!"

दोन धपाटे ठेवून द्यावंसं वाटलं, तरी तिनं संयम राखला.

तिनं सांगितलेल्या तारखेला सकाळी आठ वाजता त्याचा फोन आला, इंग्लिशमध्येच. "आज संध्याकाळी माझ्या कंपनीची कार येईल. सुजयाच्या कपड्यांची सूटकेस भरून तयार ठेव."

"तू स्वत: येऊन तिला घेऊन गेलं पाहिजेस! अनोळखी ड्रायव्हरबरोबर मी तिला पाठवणार नाही!" ती कन्नडमध्ये म्हणाली.

"आमच्या कंपनीचा ड्रायव्हर विश्वासू आहे, शिवाय त्याच्याकडे माझं दिल्लीचं कार्ड असेल, ओके?"

तिनं उत्तर द्यायच्या आत त्यानं फोन ठेवून दिला.

२

आपली मुलगी त्याच्यावर एवढी खूश आहे याचा मनाला त्रास होत असला तरी सिमलात पाऊल टाकल्यावर तिथल्या सृष्टीसौंदर्यानं तिचं देहभान हरपलं. ब्रिटनप्रमाणे इथेही बरीच झाडी तिथलीच असली तरी कितीतरी भारतीय झाडंही मधेच डोकावत होती. थंडीच्या दिवसांत पालवणारी आणि उन्हामध्ये काळपट हिरव्या रंगानं चमकणारी झाडं मनाला भुरळ घालत होती. ही भूप्रदेशाची उंची ब्रिटनला नाही! इथलं थंड वातावरण ऑक्सफर्डची आठवण करून देत होतं. कार्यशाळा चालली होती तेवढं मोठं ब्रिटिश शैलीचं लॉज तर इंग्लंडमध्येही नव्हतं! तिथं असताना तर ब्रिटनमध्येच असल्याचा भास होत होता! निसर्गसौंदर्याच्या दृष्टीनं, त्या उंचीवर थंडगार वातावरणात फिरताना भोवताली दिसणारी अर्धवट झोपेत असल्यासारखी उंच पर्वतश्रेणी तर स्वित्झर्लण्डलाही मागं टाकत असल्याचा तिला अनुभव येत होता.

संध्याकाळच्या थंडीत जेवणाआधी सगळे जण, त्यात तज्ज्ञ म्हणून आलेलेही

सहभागी होत, एकत्र जमून संकोच बाजूला सारून एकमेकाचं कुशल विचारत आणि भीड चेपण्यासाठी आणि शरीराची ऊब वाढवण्यासाठी उत्तेजक पेयाचंही सेवन करत.

'मॅडम, हे समानतेवरचं चर्चासत्र आहे. इथं तुम्ही फक्त वाईनवर थांबलात तर आपण दुर्बल लिंगाचं प्रतिनिधित्व करत आहात, हे मान्य केल्यासारखं होईल!' न्यूझीलण्डचा व्हॅनिस्टर म्हणतो.

''डॉक्टर इला इज स्ट्राँगर दॅन मॅन! हियर पुट टुगेदर!'' ऑस्ट्रेलियाचा रेव्हन्स राईट हरभऱ्याच्या झाडावर चढवतो आणि मग मलाही मॅडमपणाचा बुरखा काढून टाकून मोकळं व्हावंसं वाटतं, तशी होतेही...

खरंच! दररोजची संध्याकाळ अशीच असती तर किती छान झालं असतं! छे:! बेंगळूरचं वातावरण श्वास कोंडून टाकणारं आहे!

३

सुजया आपल्या वडिलांबरोबर तिपटूरहून सहा मैलांवर असलेल्या गुड्डदकेरे या गावाकडे निघाली तेव्हा रस्ताभर कार नुसती उसळत होती! मागंही एकदा ती इथं आली होती, पण तेव्हा हा रस्ता कसा होता हे तिला आठवत नव्हतं, त्या वेळी इथं दोनच दिवस राहायला मिळालं होतं. आता आठवडाभर राहायचं आहे, असं डॅडींनी सांगितलं होतं.

जुनं, पण शुभ्र गाऱ्याची जमीन असलेलं भलं मोठं घर होतं! परसात खोलवर पाणी असलेली विहीर. विहिरीला रहाटाबरोबर विजेचा पंपही होता. चाफा आणि जास्वंदीची, फुलांची झाडं होती. एका आंब्याच्या झाडावर जुईचा वेल वरपर्यंत चढला होता. त्याच्या जवळच दुभत्या गाईंचा गोठा.

आजीला तर मला बघितल्यावर प्रेमाचं भरतं येतं. माझं कौतुक करताना ती अजिबात थकत नाही. धाकट्या काका-काकूलाही तसंच. गंमत म्हणजे कझिन सतीशकडे सायकल आहे! तो तिच्यावरूनच रोज तिपटूरच्या शाळेत जातो, म्हणे. शेवटच्या वर्षाची परीक्षाही दिलीय त्यानं.

तिनं परसातल्या संत्र्याच्या झाडाखाली त्याला म्हटलं, ''यू आर माय कझिन!''

''तुला कुणी इंग्लिश शिकवलंय?'' त्यानं कठोरपणे विचारलं. एवढा कठोरपणा तर शाळेतल्या कुठल्याही मिस दाखवत नव्हत्या! तिला रागच आला. हा काय माझा टीचर आहे?

''हू? हू टॉट यू इंग्लिश?'' तिनं विचारलं.

"तुला कुणी शिकवलं, ते आधी कन्नडमध्ये सांग!" त्यानं हुकूम केल्याच्या आविर्भावात विचारलं.

"माझ्या मिसनं, माझ्या मम्मीनं. माझी मम्मी इंग्लिश रीडर आहे!" ती उत्तरली.

"तर मग थांब, कुठंही जाऊ नकोस..." म्हणत तो धावत घरात गेला आणि एक पुस्तक घेऊन पुन्हा बाहेर आला. ते दाखवत त्यानं विचारलं, "म्हणजे हे?"

त्या पुस्तकावर मोठ्या अक्षरात "इंग्लिश रीडर" असं लिहून त्या खाली "फॉर हायस्कूल फायनल इयर" असं छापलं होतं.

तिचा गोंधळ उडाला. "माझी मम्मी रीडर म्हणजे...?" पुढं काय बोलावं ते न सुचल्यामुळे ती गडबडली. तो पुढं जोरात म्हणाला, "नीट लक्षात ठेव! मी तुझा कझिन नाही, ब्रदर आहे! भाऊ आणि तू माझी सिस्टर; म्हणजे बहीण!"

"असं कसं? माझे मम्मी-डॅडी वेगळे, तुझे आई-बाबा वेगळे!" तिनं मनातली शंका बोलून दाखवली.

"म्हणून काय झालं? माझे आप्पा आणि तुझे डॅडी परस्परांचे भाऊ-भाऊ आहेत ना! तू माझ्यापेक्षा लहान आहेस, म्हणून मी तुझा दादा आहे! कुणा दीड शहाण्यानं तुला इंग्लिश शिकवलंय, कोण जाणे!" त्यानं मास्तरकी करत म्हटलं.

तिनं घरात जाऊन आजी आणि काकाशी बोलत बसलेल्या डॅडींपाशी तक्रार केली. तिच्या डोक्यावरून हात फिरवत ते म्हणाले, "तो सांगतोय ते खरं आहे, बेटा! तूही त्याला अण्णा म्हण."

आता मात्र तिचं समाधान झालं. ती पुन्हा मागच्या दारी गेली आणि म्हणाली, "डॅडींनी सांगितलं, मी तुला अण्णा म्हणायचं. तू मला काय म्हणशील?"

"मला आधीच ठाऊक होतं. अं... मी तुला ताई म्हणेन." शिष्टपणा दाखवत तोही समेट करण्याच्या दृष्टीनं म्हणाला.

"तुझ्याकडे सायकल आहे?" तिनं विचारलं.

"येणार? कॅरियरवर डबलसीट घेऊन जाईन!"

"चल!" ती उत्साहानं म्हणाली. आजी "नको! मुलीची जात आहे! पाडलंस तर नको तो गोंधळ होईल! नस्ता माझ्या जिवाला घोर!" म्हणाली, तरी डॅडी आणि काका मात्र, "काही नाही होणार! जपून घेऊन जा!" म्हणाले.

घरापासून तीन फर्लांगावर असलेल्या तळ्याकाठच्या बागेच्या फाटकापर्यंत जाईपर्यंत त्याला बॅलन्स जमला. मधेही खडबडीत रस्त्यावर आणि चढ-उतारावर त्यानं सायकल थांबवली आणि ओढून नेली. अशावेळी तिला एकीकडे भीती वाटली तरी दुसरीकडे मजा वाटत होती. बागेतही असंख्य नारळाची झाडं होती! काही आकाशाला जाऊन भिडली होती. काही पाचसहा फूट उंच होती. वारं सुटलं

की त्यातून वाऱ्याचा "रो.." आवाज येत होता.

सायकल बांधापाशी उभी करून त्यानं सांगितलं, "हे बघ! या बांधापासून त्या कुंपणापर्यंत आणि या फाटकापासून तिकडं ती आंब्याची झाडं दिसताहेत ना, तिथंपर्यंत आपली बाग आहे! एकूण किती झाडं आहेत ते मोजून सांगशील का? व्यवस्थित मोजून सांगशील तर तुला शहाणी म्हणेन! तर मग मानेन तुला अंकगणित येतं म्हणून!"

"म्हणजे?" तिनं विचारलं.

"अर्थमेटीक!"

"त्यात काय? मी मोजेन. वन, टू, थ्री, फोर..." ती मोजू लागली, पण लवकरच गोंधळली. सगळी झाडं सारखीच! त्यात मधेच आणखी कसली-कसली झाडं उभी! "थर्टी-थर्टीवन" पर्यंत येईतो तिचा हिशेब चुकू लागला. ती पुन्हा पहिल्यापासून मोजू लागली. 'फोर्टीफाय'ला येईपर्यंत आणखी एक झाड मध्ये आलं. ती म्हणाली, "ही इतर झाडं मधे-मधे आली नसती तर मी नक्की मोजली असती!"

"याला आमच्याकडे 'पादऱ्याला पावट्याचं निमित्त' म्हणतात!"

"म्हणजे? याचा अर्थ काय?" ती बुचकळ्यात पडली.

"अशी एक म्हण आहे, एवढंही ठाऊक नाही?"

"इंग्लिशमध्ये सांग, म्हणजे समजेल!" ती सरळ म्हणाली. आता तो बुचकळ्यात पडला. तरी हार न मानता त्यानं विचारलं, "या मोठ्या झाडाचं नाव सांग बघू?"

"ते मँगो ट्री आहे. बाकीची मला ठाऊक नाहीत."

त्यानंही "चल, दाखवतो..." म्हणत तिला दोन मोठाली फणसाची झाडं, चार पपनसाची झाडं, एका कडेला असलेली चिक्कूची आणि पेरूची झाडं दाखवली. नंतर मधोमध असलेली घड पडलेली केळीची झाडंही दाखवली.

तिचं लक्ष आंब्याच्या झाडावर खिळलं होतं. "याला आंबे आलेत!" ती आनंदानं म्हणाली.

"हे काही आंबे नाहीत. कैऱ्या आहेत. आंबे पिकायला अजून महिना आहे. सगळ्यात पहिल्यांदा आमच्याचकडे कैऱ्या होतात! या आंबट कैऱ्या कधी खाल्ल्यास का? फार मस्त असतात! त्या आधी चल. आपण शहाळी पिऊ या!" म्हणत त्यानं सायकलला अडकवलेला कोयता काढून कमरेला खोचला आणि निघाला. अंगावरचा शर्ट काढून तो एका नारळापाशी जाऊन म्हणाला, "ह्या झाडाचं नाव गंगापानी. या शहाळ्यातलं पाणी काशीच्या गंगेहून गोड असतं!" तो झाडावर चढू लागला. अगदी आकाशाला भिडणारं नसलं तरी ते झाडही चार मजली बिल्डींगएवढं उंच होतं! ती चकित होऊन पाहात राहिली. त्यानं वरून ओरडून सांगितलं, "लांब उभी

राहा!'' ती पुरेशा अंतरावर जाऊन उभी राहिल्यावर त्यानं वरून धडाधडा आठ-दहा शहाळी खाली टाकली. तिच्या डोळ्यांमधलं आश्चर्य लपत नव्हतं. खाली उतरताच त्यानं ती सगळी एकत्र करायला तिला सांगितलं. तिनं ती सगळी एक-एक करून एकत्र केली. तो चवड्यावर बसला, एका शहाळ्याचं तोंड तासून त्याला एक नाण्याएवढं भोक पाडलं आणि तिला म्हणाला, ''मस्त गोड आहे! पी!''

''पण स्ट्रॉ?''

''इकडं स्ट्रॉ नसतो. तसंच प्यायचं असतं!'' तो म्हणाला, ''हळू-हळू प्यायचं. आत हवा जायला जागा सोडायची; असं!'' असं म्हणत त्यानं शहाळं पिऊन दाखवलं. तिनंही तसं केलं. त्यातलं काही पाणी गालावर सांडलं तरी तिनंही एका दमात शहाळ्यातलं पाणी पिऊन संपवलं.

''खरंच! फारच छान आहे. बेंगळूरच्या शहाळ्यापेक्षा! नाव काय म्हणालास? गंगापानी?''

''आणखी एक पिणार?''

''नको, पोट भरलं!''

''घरी गेल्यावर पी हवं तर! ही सगळी एकत्र बांधून घरी घेऊन जाऊ या. काकांनाही फार आवडतं हे गंगापानी!''

''डॅडींनाही येतं या झाडांवर चढायला?''

''डॅडी नव्हे, अप्पा म्हण! लहान असताना छान चढायचे म्हणे! अगदी माकडापेक्षा छान! आता सवय नाही आणि वयही जास्त झालंय!'' म्हणत त्यानं सगळी शहाळी एकत्र बांधली आणि सायकलला लावली. जवळच्या आंब्याच्या झाडापाशी उभा राहून त्यानं कैऱ्यांचं निरीक्षण केलं. त्याचा हेतू लक्षात येताच ती म्हणाली, ''पण पिकायला अजून महिना आहे ना?''

''होय, त्यानंतरची मजा वेगळी! आणि आताची कैरी खाण्यातली मजा वेगळी!''

या झाडावरही तो लीलया चढला आणि सहा-सात कैऱ्या घेऊन खाली उतरला. खिशातून एक पुडी काढून त्यानं विचारलं, ''हे काय आहे, सांग बघू?''

''नाही ठाऊक!''

''तिखट-मीठ! हे लावून खाल्लं तर ही आंबट कैरी काय मस्त लागते, ठाऊक आहे काय!'' म्हणत त्यानं एक कैरी कोयत्यानं चिरून देत म्हटलं, ''हं! घे. थोडं-थोडं लावून खा! नाहीतर तिखट लागेल!''

तिखट-मीठ लावलेली कैरी खाताना तिला आणखी मजा वाटली.

''चढणार?'' त्यानं विचारलं.

''नको! मला नाही येत!''

“चल, मी शिकवतो. तुझ्याएवढा असताना मी आंब्याचं झाडच काय, नारळी-पोफळीही चढत होतो!”

“नको! उद्या शिकव!”

“उद्या इथं नको. तळ्यापाशी जाऊया. जवळच डोंगरही आहे. त्यावर करवंदंही आहेत!”

तिला आणखी उत्साह वाटला. तिनं विचारलं, “आणखी कुठं-कुठं जायचं?”

“सायकलवरुन तिपटूरला जाऊ या; माझी शाळा दाखवेन!”

सायकलच्या हॅण्डलला आठ नारळ लटकवून त्यानं तिला कॅरियरवर बसायला सांगितलं आणि प्रयासानं तोल सावरत, सायकल न थांबवता तो तिला घेऊन घरी आला.

कैरी-भात, नारळाचे कडबू, पुरणाची पोळी, शेवयाची खीर-अशा प्रकारे दररोज पार्वती वेगवेगळा स्वयंपाक करत होती. विनय घरच्या पाहुणचारानं सुखावत होता. त्यानं एक आठवड्याची रजा काढली होती; त्याहून जास्तीची रजा त्याला घेणंही शक्य नव्हतं. खरं तर तो सुजयाला घेऊन आठवड्याभरात परतणार होता, पण सतीश आणि सुजयाचं एवढं जमलेलं बघून त्यानं त्याला आणि आईला सोबत घेऊन जायचं ठरवलं. अण्णाही आपल्याबरोबर येणार हे ऐकताच सुजया तर नाचायलाच लागली.

पण आईनं तक्रार काढली, “मी विमानात बसणार नाही! मला भीती वाटते!”

“मी तुझ्या शेजारीच बसेन. तुला भीती वाटली तर माझा हात धर, मग तर झालं?” विनयनं समजूत काढली. एक दिवस आधी बेंगळूरला पोहोचल्यावर त्यानं आई आणि सुजयाच्या सीट्स आपल्या शेजारी येतील अशा प्रकारे विमानाची तिकिटं काढली.

४

बाहेर कडाक्याचं ऊन असलं तरी दिल्लीतलं घर आतून ए.सी.मुळे थंडगार होतं. स्वयंपाक करायला एक नेपाळी बाई होती, तरीही तिच्याकडून फुलके आणि इतर घरकाम करून घेऊन बाकीचा स्वयंपाक आईच करत होती. घरातच खेळता येतील असे कॅरमसारखे खेळ अप्पांनी आणून दिले होते, त्यात सतीश आणि सुजया रमत होते, शिवाय दोघांच्या सतत गप्पा चालत. तो तिला अनेक कोडी घालत होता, शिवाय कन्नड गाणीही म्हणून दाखवत होता.

आठवड्यातच तिनं वडलांना डॅडीऐवजी ‘अप्पा’ म्हणायला सुरुवात केली.

आजीबरोबर कन्नडमध्ये सलगपणे बोलू लागली. सकाळी विनय त्या तिघांनाही ए.सी. कारमधून गाव बघायला पाठवून देत होता. सरदारजी ड्रायव्हरही फार चांगला होता. सोप्या हिंदी-इंग्लिशमध्ये तो प्रत्येक जागेची माहिती सांगत होता. उन्हं चढायच्या आधी पुन्हा घरी आणून सोडत होता.

एका शनिवार-रविवारी विनयनं त्यांना ए.सी. कारमधून हरिद्वार-ऋषीकेशही दाखवून आणलं. गंगा-स्नान झाल्यावर तर आई धन्य-धन्य होऊन गेली! रात्रीच्या मुक्कामासाठी मसुरीच्या एका भव्य हॉटेलमध्ये उतरवलं.

मुलं दुसऱ्या खोलीत खेळत असताना आई म्हणाली, ''एवढं सगळं असताना कशाला एकटा राहतोस रे? त्या रांडेचीला दे सोडून आणि दुसरं लग्न कर!''

''मी सुखातच आहे आई ! या वयात दुसरं लग्न केलं तरी ती कशी भेटेल, कोण जाणे!'' असं म्हणत त्यानं तो विषय बंद केला.

卐

सहा

१

वत्सलाला सोळावं वर्ष चाललं होतं. तेजू दोन वर्षांचा झाला होता. तिच्या मांडीवर त्याला देऊन खेळवायची माझी भावना दिवस जातील तशी आणखी आणखी तीव्र होत चालली असली तरी मंगळा तिला त्याच्याजवळ जाऊ देत नव्हती. मी तिला अनेकदा म्हणायचा प्रयत्न केला, 'तू का अशी अशिक्षितासारखी वागतेस? सुशिक्षितानं वागायची ही पद्धत नाही!'

यावर ती संतापून म्हणाली, "तू अडाण्यासारखा वागतो आहेस! वाढत्या बुद्धीच्या माझ्या मुलाला हिच्यासोबत ठेवली तर त्याच्या बुद्धीवर परिणाम झाल्याशिवाय राहणार नाही! माझ्या मुलालाही तुझ्या मुलीसारखं करून स्वार्थ साधायचा विचार आहे का तुझा?"

"आपण सगळे त्याच्या आजूबाजूला आहोत ना! त्यालाही आतापासूनच समजेल आपल्या ताईला नीट बोलता येत नाही म्हणून! आणि तिला बोलताना त्रास होत असला तरी इतरांनी बोललेलं सगळं बोलणं नीट समजतं!"

"माझ्या मुलाच्या बाबतीत असले वेडेवाकडे प्रयोग करून रिस्क घ्यायला मी तयार नाही! तुला हवं असेल तर तुझ्या त्या मुलीला मिठ्या मारून करायचे ते लाड कर!"

ती मर्यादा ओलांडत असल्याचं लक्षात आलं तरी पुन्हा वाद पराकोटीला जायला नको, म्हणून मी गप्प झालो. सोळा वर्षांची राणी तिच्या आईसारखीच उंच झाली होती. मी वैजयंतीला पहिल्यांदा पाहिलं तेव्हा ती चोवीस वर्षांची होती. सोळापेक्षा आठ वर्षांनी मोठी! त्याही वेळी ही सोळाव्या वर्षी कशी दिसत असेल याची मी कल्पना केली नव्हती. आता राणीला बघताना मात्र वाटत होतं, ती अशीच दिसत असली पाहिजे!

एखादी गोष्ट मनाला लागली की राणीचे डोळे पाण्यानं भरत! मग मी तिला जवळ घेऊन तिचे डोळे पुसत होतो. असं समजावलं की तिचं समाधान होत होतं. मीही माझ्या रुमालानं तिचे डोळे टिपत समजावायचो, "असं रडायचं नाही, राणी! तू शहाणी की नाही?" मग तीही "नाही रडणार!" अशा अर्थाची मान हलवायची.

पण तिला का एवढं दुःख होत होतं? अनेकदा अकारण तिच्या डोळ्यात पाणी वाहायचं, त्या मागचं कारण मात्र मला नीट समजायचं नाही. तिलाही ते नीट सांगायला जमायचं नाही. मी घरी नसताना तिला एकटेपणा जाणवत असावा, त्यामुळे मी घरी येताच ते दुःख उचंबळून येत असावं. मी गावाला जायला निघालो आणि आठ दिवसांनी येणार असं दोन्ही हातांची चार-चार बोटं दाखवून सांगितलं की ती संमतीदर्शक मान हलवायची, त्यानंतर दररोज सकाळी तोंड धुतल्याबरोबर हाताचं एक बोट दुमडून ती दिवसांचा हिशेबही ठेवायची. आठही बोटं संपली की ती द्यावक्काकडे "अप्पप्पा...अप्पप्पप्पा..." म्हणून दिवसातून दहा-बारा वेळा चौकशी करायची. मी गावात नसलो की ती जेवण-खाण टाकत असे. रात्रीही द्यावक्काकडे हट्ट करून रडत असे. आईवेगळं लेकरू! आईची आठवण झाली की मलाही रडू येतंच ना! पण मी रडत नाही. स्वतःला तिच्या आठवणीत बुडवून टाकतो, पण यावर राणीसाठी मात्र कुठलाही उपाय सुचत नव्हता.

अशा वेळी अम्माची मात्र न चुकता आठवण येते!

दोन महिन्यांपूर्वी तिची जेलमधून सुटका झाली, असं समजलं होतं. त्या वेळी तिनं जेलच्या अधिकाऱ्यांना "मला घरदार नाही, माझी कुणी माणसंही नाहीत!" असं लिहून दिलं होतं म्हणे! तिथून ती कुठं गेली, तिनं जिवाचं काही बरं-वाईट करून घेतलं की काय, पावसाळ्यातल्या कुठल्या महापुरात तिनं स्वतःला लोटून दिलं, कुठल्या आश्रमात दाखल झाली कोण जाणे! मी तर शोध घेऊन दमून गेलो! कुठं तरी ती जिवंत असेल, यावर विश्वास वाटल्यामुळे तिचं श्राद्ध करायचीही इच्छा झाली नाही.

मला तिच्याविषयी जेवढी माया होती, तेवढी केशवला कधीच नव्हती. आईची आणि वैजयंतीची आठवण आणि राणीच्या डोळ्यात अकारण येणारं पाणी यामुळे माझ्याही डोळ्यांना अवेळी पाझरायची सवय झाली होती.

२

मी स्वतः समोर बसून राणीला लिहावाचायला शिकवायला सुरुवात करून वीस दिवस झाले होते. कामाचं दडपण, प्रवासाचं दडपण यामुळे मी तिच्यासाठी

वेगळे शिक्षक नेमले असले तरी मी शिकवायला लागलो की तिला विशेष आनंद व्हायचा आणि मलाही समाधान वाटायचं. शनिवारी मला त्यातल्यात्यात निवांतपणा असल्यामुळे तिला घरातल्या ऑफिसमध्ये बोलावून माझं नाव, तिचं नाव, टेबल-खुर्ची, घर, ऑफिस, कंपनी वगैरे गोष्टी लिहून दाखवत होतो. तिला विसर पडलेल्या अक्षरांची आणि जोडाक्षरांची आठवण करून देत आणि तिला मधून-मधून शाबासकी देत आमची शिकवणी चालायची.

अशीच एकदा आमची शिकवणी चालली असताना अचानक मंगळा खोलीत शिरली आणि समोर उभी राहून म्हणाली, ''आय वॉण्ट टू टॉक टू यू!''

ही एखाद्या वादाची सुरुवात असल्याचं एव्हाना अनुभवानं माझ्या लक्षात आलं होतं.

''आणखी अर्ध्या तासानं बोलू या!'' म्हणत मी शेजारच्या खुर्चीवर बसलेल्या राणीकडे वळलो.

''मला आताच बोलायचं आहे!'' ती रागानं धुमसत म्हणाली.

''सॉरी, सांगितलं ना? आता मला वेळ नाही!''

ती तशीच धुमसत राहिली. मीही तिकडं लक्ष न देता राणीकडे लक्ष देऊ लागलो. राणी महत्प्रयासानं एकेक शब्द वाचायचा प्रयत्न करत होती, ''माझ्या ...आ...अ...अ..मं..मं...न..ना..व..वैज...यं..ती''

मंगळा फुत्कारत म्हणाली, ''माझ्याशी एक वाक्य बोलायला तुला वेळ नाही! आणि इकडं सोळा वर्षांच्या तरण्याताठ्या मुलीला शिकवायचं निमित्त करुन तिची कोवळी छाती बघायला वेळ आहे तुला!''

एक क्षण मला काहीही सुचेनासं झालं. मेंदूला झटका बसल्यासारखं झालं. भानावर येऊन मी दरडावून म्हटलं, ''काय म्हणालीस?''

''काही नाही! सोळा वर्षांच्या मुलीला मिठ्या मारणं, कुरवाळणं, मुके घेणं... सगळं समजतंय मला!'' ती त्याच ताठ्यात म्हणाली.

माझ्या नकळत मी उठून उभा राहिलो.

''शब्द मागे घे! चूक झाली हे मान्य कर!'' नाहीतर परिणाम बरा होणार नाही, ही धमकीही त्या मागं होती.

ती ठामपणे म्हणाली, ''आय डोण्ट!''

माझी उजव्या हाताची मूठ आपोआप आवळली गेली. मूठ आपोआप उठली. डोळ्यांमध्ये मारण्याची धमकी नक्की उमटली असावी, पण आजवर कधीही कुणावरही हात उगारणं मला ठाऊक नव्हतं आणि कितीही खोडकरपणा केला तरी आमच्या आप्पांनी आम्हाला कधी पाच बोटं लावली नव्हती. अम्मा कधी कधी रागावायची, तिलाही ते ''मुलांना समजावून सांगावं, रागावू नये'' असंच सांगायचे, त्यामुळे

उठलेली मूठ आणखी वर नेऊन उगारणं माझ्या दृष्टीनं साधी गोष्ट नव्हती.

तिनं माझ्या नजरेला नजर भिडवली. हार मानायची नाही म्हणून मीही तिची नजर तशीच पेलली. तिची नजर तप्त होती. माझ्या तोंडून एकही शब्द फुटला नाही.

तीच ओरडली, "मारणार? मला मारणार? हात उगारतोस? खरा पुरुष असशील तर मार!"

माघारी वळता येणार नाही अशा परिस्थितीत ही आपल्याला आणून सोडते आहे हे माझ्याही लक्षात आलं, तरीही मी कसाबसा स्वत:ला आवरत ओरडलो, "जा! जा तू! प्लीज!!" संतापानं माझा आवाज कापत होता.

ती तुच्छतेनं म्हणाली, "तू कसला मारतोस? तुझ्या हातून काहीही होणार नाही! काहीही! नामर्द! तू नामर्द आहेस हे मान्य कर!"

आता मात्र माझा माझ्यावर ताबा राहिला नाही. हात उगारून मी तिच्या थोबाडीत लगावली. ती उलट हात उगारेल याची मला अजिबात कल्पना नव्हती. माझा हात तिच्या गालावर पडल्याच्या दुसऱ्याच क्षणी तिचा हात माझ्यापेक्षा जोरानं डाव्या गालावर आदळला. त्या नंतर मात्र मी काय करतो याचं भान न ठेवता मी तिचे गाल, दंड, पाठ... हाताला लागेल तिथं तिला मारत राहिलो. ती खाली कोसळली तरी न थांबता मी तिच्या पेकाटात लाथ मारली. तिनं जोरात आवाज काढला. धावत आलेल्या राणीही जोरात रडू लागली तेव्हाच मला भान आलं.

३

एक रात्र लॉकअपमध्ये काढून आणि दोन लाख गमावून घरी परतलो खरा, पण तिचा चेहरा बघणं मला अशक्य झालं. मी राणीच्या खोलीत झोपायला सुरुवात केली. माझे रोजच्या वापरातले कपडेही वेगळ्या खोलीत आणून ठेवल्यामुळे आंघोळीलाही त्या बेडरूममध्ये जायची गरज भासेनाशी झाली. माझ्या आणि राणीच्या जेवणाच्या वेळी तर ती कधीच डायनिंग रूममध्ये यायची नाही. ती दिवसभर असायची त्या खोलीत आम्ही कधी जायचा प्रश्न नव्हता.

या सगळ्यामुळे माझ्याच घरात मी परका होऊन गेलो. मनात कितीतरी वेळा यायचं, असं किती दिवस चालणार? यापेक्षा 'वेगळं झालं' तर दोघांनाही सुखाचं होईल! पण मी तो विषय काढणं योग्य ठरणार नाही. घटस्फोट मागितला तरी काय कारण सांगायचं? न्यायालयात सगळ्या गोष्टींची चर्चा होईल. मला हिनं लॉकअपमध्ये टाकायला लावलं, पण कायदा कदाचित तिच्याच बाजूनं कौल देईल! मी मारलं

खरं, पण का? हा प्रश्नच पुढं येणार नाही! कायदा या प्रश्नाकडे संपूर्णपणे दुर्लक्ष करेल!

शिवाय त्या प्रकरणाची पोलीस-स्टेशनात कायदेशीर नोंदही झालेली नाही, नाहीतर त्या शीलाराणीला दोन लाखाची कमाईही झाली नसती म्हणा!

मनात असे कायद्याच्या विकृतीचे विचार येऊ लागले की माझ्या मनाच्या तळमळीचा थोडा विसर पडायचा.

अलीकडे माझ्या मनात तेजूविषयीही उपेक्षा वाढू लागली होती. नवरा-बायकोमध्ये परस्परांविषयी प्रेम असेल तर ते मुलावरही बरसत राहतं. मी त्याला घ्यायला तिची काही हरकत असायचं कारण नव्हतं, पण तोही प्रत्येक गोष्ट आपल्या आईला उद्देशूनच सांगत होता. तसं न करता त्यानं माझ्याशी सरळ का बोलू नये, अशी माझी भावना होती; शिवाय माझ्या मनात राणी आणि तेजूला एकत्र खेळवायचं असायचं, पण त्याच्या आईनं त्याच्या मनात राणीविषयी भीती पेरली होती, त्यामुळे राणीला बघताच तो घाबरून पळून जायचा. त्याच्या मनातली भीती काढणं मला जमत नव्हतं. तेवढा मला वेळही नव्हता. लॉकअपमधून आल्यानंतर तर माझ्या मनातली त्याच्याविषयीची उपेक्षा आणखी घट्ट झाली. हाच पुढच्या काळात माझ्या कंपनीचा वारस असणार आहे, कंपनी वाढवणार आहे, अशा प्रकारची स्वप्नंही मनात येईनाशी झाली. मनात, राणी माझी मुलगी आहे आणि तो मंगळेचा मुलगा आहे, असंच सारखं वाटत राहिलं. नंतर वाटायला लागलं, जशी ती राणीची आई नाही, तसाच मी याचा बाप नाही! पण या विचाराला लगेच झटकून टाकलं. काही का असेना, मी याचा बाप आहे, हे वास्तव नाकारण्यात अर्थ नाही, असं स्वत:ला बजावत राहिलो.

एका संध्याकाळी मी राणीबरोबर खाणं खात असताना मंगळा समोर येऊन उभी राहिली आणि म्हणाली, ''मॅडमना तुझ्याशी बोलायचं आहे म्हणे!''

''कोण मॅडम?'' मी विचारलं, पण नंतर वाटलं, त्यापेक्षा मी न बोलून उपेक्षा दाखवायला हवी होती. पण आता काही उपयोग नव्हता.

''केरूर मॅडम!''

''मी त्यांना ओळखत नाही!''

''माला केरूर!''

''सांगितलं ना? मी नाही ओळखत!''

''माला केरूर! सुप्रीम कोर्टाच्या ॲडव्होकेट!''

आता माझ्या लक्षात आलं. मी म्हटलं, ''कायद्याच्या संदर्भात त्यांच्याशी बोलावं असं काहीही माझ्याकडे कारण नाही!''

''पण त्यांना तुझ्याशी बोलायचं आहे!''

"मला कुणाही वकिलाशी बोलायचं नाही. त्यांना काही बोलायचंच असेल तर तशी त्यांनी मला नोटीस पाठवू दे. माझ्या वकिलाकरवी मी त्यांना उत्तर पाठवेन!''

हा घटस्फोटाचा प्रस्ताव असेल असं वाटून आतल्याआत मला थोडा आनंदही झाला.

"कशाला भांडण काढतोयस तू? त्या आपल्या कुटुंबाच्या हिताच्या दृष्टीनं तुझ्याशी बोलू इच्छितात! एरवी अर्धा तास वेळ देण्यासाठी पंचवीस हज्जार घेतात त्या! अशा वेळी अहंकार दाखवणं योग्य नाही!''

केरूर बाईबरोबर एवढं शत्रुत्वही बरं नव्हे, असा इशारा मनानं दिला, तरी मी होकार दिला नाही. मी राणीला म्हटलं, "मला थोडी चटणी वाढ बघू!''

मंगळा तशीच उभी होती. थोड्या वेळानं ती निघून गेली.

४

तीन दिवस गेले. त्यानंतर सकाळी अकराच्या सुमाराला ऑफिसमध्ये एक फोन आला. बाईचा आवाज होता.

"मिस्टर जयकुमार?''

"येस?''

"मी चित्रा होसूर. माला केरूर मॅडमची ज्युनियर. तुमच्याबरोबर एका विषयावर चर्चा करायची होती.''

"कुठल्या विषयावर?''

"तुमच्या फॅमिलीच्या संदर्भातला विषय आहे!''

"मॅडम, हे माझं ऑफिस आहे! इथं मी कंपनीच्या व्यतिरिक्त इतर विषयावर बोलू इच्छित नाही.''

"तर मग मी तुमच्या घरी येईन. तुमच्या सोयीची वेळ सांगा. तुमच्या कुटुंबाच्या हितरक्षणासाठीच भेट आवश्यक आहे! ही केस मॅडमनी माझ्याकडे सोपवली आहे. माझी भेट नाकारण्याचं स्वातंत्र्य तुम्हाला आहे, पण त्यामुळे कायदा तुमच्या विरोधात जाईल! तुमच्या हिताच्या दृष्टीने सांगतेय मी!'' तो आवाज दृढ होता. वाक्यरचना आणि आवाजाचे चढउतार कोर्टात वादविवाद करून तयार झालेले असल्याचं लक्षात येत होतं. एकदा मनात आलं, तुमचं काय ते माझ्या वकिलाशी बोला, असं सांगावं, पण मग वाटलं, उगाच कशाला वाकडा सूर लावायचा? एकदा ऐकून घेऊ या, ही काय म्हणते ते! मी दुसरे दिवशी सायंकाळी सहा वाजता भेटायचं कबूल केलं.

कापलेले केस नीट विंचरलेले, अंगावर काळी पॅण्ट, पांढरा शर्ट आणि काळा कोट अशा वेशातल्या त्या स्त्रीला पाहताक्षणी ही वकील असल्याचं लक्षात येत होतं. रित्या कपाळाबरोबरच वागण्या-बोलण्यातही स्त्रीत्वाचा तिनं त्याग केलेला दिसत होता. माझ्या घरातल्या ऑफिसच्या खोलीतल्या टेबलासमोरच्या एका खुर्चीत ती बसली. तिच्या आवाजातला ठामपणा समोरासमोर बोलताना आणखी स्पष्ट होता. नाकात एखादा खडा, कानात बारीकसे डूल, किंवा हातात बारीकशा बांगड्या यांपैकी काहीही तिच्या अंगावर नव्हतं. समोरच्या व्यक्तीनं अशापैकी कुठल्याही गोष्टीवरून आपल्याला चुकूनही "बाई" समजून शिरजोरी करता कामा नये, याची काळजी तिनं घेतली असावी.

केवळ ओळख असावी असाच नव्हे, ती येणार असल्याचं ठाऊक असल्याप्रमाणे मंगळेनं तिचं स्वागत केलं आणि तिला आत घेऊन आली. जागीच उठल्यासारखं करून मी तिला खुर्चीत बसायला सांगितलं. मंगळानं आधीच तुकडे करून ठेवलेली फळं फोर्कबरोबर समोर आणून ठेवली. एवढ्या आत्मीयतेनं तिनं कधीही माझं स्वागत केलं नव्हतं! चित्रा होसूरनंच विचारलंस, "आणि यांना?"

"झालंय माझं!" मी सांगितलं.

फळाचा एक तुकडा फोर्कनं तोंडात सारल्यानंतर वकिलीणबाई म्हणाल्या, "सॉरी, फार वेळ नाही. ऑफिसमध्ये अशिलं वाट बघत असतील. या विषयावर बोलायला मलाही अवघड वाटतंय! पण बोलणं आवश्यक आहे. बायकोला लैंगिक सुख नाकारणं, तिच्याबरोबर एकत्र न झोपणं या गोष्टी कौटुंबिक हिंसाचाराच्या व्याप्तीत येतात. कौटुंबिक हिंसाचाराच्याच कारणासाठी तुम्ही एकदा पोलीस-कोठडीत जाऊन आला आहात! त्यातून बाहेर पडण्यासाठी तुम्ही लाचलुचपतीचा आधार घेतला होता! दुसऱ्यांदा पुन्हा त्याच आरोपाखाली जर तुमच्यावर खटला भरला तर मात्र तुम्हाला शिक्षा झाल्याशिवाय राहणार नाही! आमचा नेहमीच जुळवून देण्याचा प्रयत्न असतो, तोडायचा नव्हे! या नात्यामध्ये काही अडचण असेल तर तुम्ही दोघांनी मोकळ्या मनानं एखाद्या मानसरोगतज्ज्ञाची भेट घेणं चांगलं!"

एवढं सांगून झाल्यावर आपल्याला उशीर झाल्यासारखं दाखवत ती गडबडीनं फळं खाऊ लागली. मंगळा उठली आणि आत निघाली. ती चहा आणायला गेली हे माझ्याही लक्षात आलं. माझं पुन्हा चित्रा होसूरकडे लक्ष गेलं. हिचं लग्न झालंय का? हिला संसारातली सुखं-दुःखं, ओढाताण, जबाबदाऱ्या ठाऊक असतील का? ही स्वतः त्यातून गेली असेल का? एखाद्या तरी मुलाला जन्म देऊन त्याला वाढवायची जबाबदारी हिनं पेलली असेल का? नाही. आई झाल्यावर सहजपणे चेहऱ्यावर उमलणारी मार्दवता किंवा सौंदर्य हिच्या चेहऱ्यावर दिसलं नाही.

तेवढ्यात मंगळा चहा घेऊन आली. तिला थँक्स सांगून ती गडबडीनं चहा प्यायली, कपबशी टेबलावर ठेवून तिनं मलाही बाय-बाय केलं आणि ती घाईघाईनं निघून गेली. तिला पोहोचवायला मंगळा तिच्या मागोमाग गेली. तिथं त्या दोघी दहा मिनिटांपेक्षा जास्त वेळ आत्मीयतेनं गप्पा मारत राहिल्याचं माझ्याही लक्षात आलं. त्यानंतर ती आपल्या लहानशा मारुती एट हंड्रेडनं निघून गेली.

५

त्यानंतर मी मंगळासमोर चित्रा होसूरचा विषय काढायचा प्रश्नच नव्हता. लग्नाआधी तीन स्त्री-वादी बायकांनी माझ्या ऑफिसमध्ये येऊन जो अनुभव दिला होता त्याचा मला विसर पडला नव्हता. कायद्याची धमकी देऊन नवऱ्याकडून शरीर-सुख द्यायचं कर्तव्य पार पाडायला लावणाऱ्या या विदुषी! वा! कुठलीही गोष्ट ओढून-ताणून कौटुंबिक हिंसेच्या व्याप्तीत या बसवू शकतील!

काय करावं? मीही एखाद्या वकिलाला शरण जावं का? चामराजपेठेतल्या सुब्बरामय्यांची आठवण झाली. पुन्हा त्यांचीच भेट घेतली तर? पण हे सगळं त्यांच्यापुढे सांगायची शरम वाटली.

चार दिवस गेले. रात्री मी आणि राणी जेवत असताना मंगळा समोर येऊन उभी राहिली. तिनं विचारलं, "कौन्सिलरपाशी कधी जायचं?"

"कोण कौन्सिलर?"

"सगळं ठाऊक असून अज्ञान पांघरायला लागलास तर चालणार नाही! तू कौन्सिलरकडे यायला नकार दिलास तर कायद्याच्या विरुद्ध आहे."

तीच पुढं म्हणाली, "ते काही कुणा एकाची बाजू घेऊन सल्ला देत नाहीत. दोघांचंही ऐकून घेतात. दोघांनाही आवश्यक ते प्रश्न विचारतात आणि त्यातून संघर्षाचा जो काही मुद्दा असेल तो बाजूला काढून टाकतात. त्यांचं नेहमीच जोडण्याचं काम चालतं. मला ठाऊक आहे. त्यांना वेळ सांगायची आहे. सोमवारी सकाळची वेळ सांगू?"

"तुला एवढं सगळं समजतं, मग इतर कुणाकडे जायची गरजच काय!"

"आपण काहीही बोलायला गेलो तरी वादच होतो! म्हणून! त्यापेक्षा अशा वेळी तिसऱ्या व्यक्तीचा, एखाद्या व्यावसायिकाचा सल्ला घेणं योग्य नाही का?"

"शब्दाला शब्द वाढवून वाद घालतेस तू! मी नेहमीच संयमानं वागत आलो आहे!"

"बायकोला जनावरासारखं मारणं आणि लाथा घालणं म्हणजे संयम का?"

"त्याला कारण कोण?..."

"असा वाद वाढतो! मी सोमवारची अपॉइण्टमेण्ट घेणार आहे. तू आलास तर ठीक! नाहीतर मी एकटी नक्की जाऊन येईन! तू चुकवलीस तर त्याची त्यांच्याकडे नोंद राहील, हे मात्र लक्षात ठेव!"

म्हणजे हीही हिची एक प्रकारची कायद्याची धमकीच!

६

फिकट पिवळ्या रंगाची साडी आणि तिला मॅचिंग ब्लाऊज अशा वेशातल्या डॉक्टर मोदींनी कपाळावर मोठाली टिकली आणि हातात हिरव्या बांगड्या घातल्या होत्या. डाव्या मनगटावर सोनेरी घड्याळ होतं. गळ्यात सोन्याचा बारीकसा दागिना होता. चेहऱ्यावरची क्रीमची चमक आणि कोरलेल्या भुवयांवरून त्या व्यावसायिक ब्युटीशियनकडे नियमितपणे जात असाव्या हे समजत होतं. चाळिशीचं वय, नीटसपणे कापून रंगवलेले केस आणि टेबलावरची 'डॉ. मोदी, एम.डी.'ची पाटी, त्यावरचे हुद्दे वाचल्यावर ही फॉरेन-रिटर्न्ड असल्याचं लक्षात येत होतं. तिला कन्नड यायचा प्रश्नच नव्हता. सगळं संभाषण इंग्लिशमधून चाललं होतं.

आम्ही दोघं तिच्या समोरच्या खुर्चीवर बसलो. 'गुडमॉर्निंग'चे सोपस्कार झाल्यावर तिनं आमचं नाव, वय, व्यवसाय वगैरे चौकशी केली. नंतर तिच्या असिस्टंटनं आधीच भरून दिलेली माहिती समोर ठेवून त्यावरून नजर फिरवली. त्या नंतर आम्हा दोघांकडे नजर फिरवत विचारलं, "काय आहे तुमची समस्या?"

"ही! ही मस्ट एक्सप्लेन!" मंगळा उत्तरली.

डॉक्टरांनी माझ्याकडे नजर वळवली.

मी म्हटलं, "तिनं तुमची अपॉइण्टमेंट घेतली आहे. तिनं आधी सांगितलं पाहिजे!"

"हा दोघांच्या वादाचा प्रश्न नाही. दोघांनीही आपापल्या समस्या कुठल्याही संकोचाशिवाय, लपवालपवी न करता सांगा! त्या नंतर मी विचारेन त्या प्रश्नांनाही तितक्याच मोकळेपणानं उत्तर दिली पाहिजेत. तुम्हीच आधी सांगा. अपॉइण्टमेंट तुम्ही घेतली ना!"

मंगळानं आपली समस्या म्हणून जे काही सांगितलं, ती तक्रारच होती. पहिल्या बायकोच्या प्रेमात खोलवर बुडून जाऊन आपल्याकडे दुर्लक्ष करणाऱ्या, आपण काहीही कमावत नसल्यामुळे घरात कशावरही आपला अधिकार नाही म्हणून आपल्या आईला घराबाहेर काढणाऱ्या आणि आता शरीरसुख नाकारून

आपल्याला मानसिक क्लेश देणाऱ्या नवऱ्याच्या अन्यायाचा तिनं पाढा वाचला, त्याचबरोबर पहिल्या बायकोपासून जन्मलेल्या मुलीवरच्या लोभापायी आपल्यापासून जन्मलेल्या मुलावर तो कसा अन्याय करत आहे, याविषयीही इंग्लिशमध्ये परिणामकारकपणे सांगितलं.

ते सगळं ऐकून घेतल्यावर कौन्सिलरनं माझ्याकडे वळून विचारलं, "यावर तुमचं काय म्हणणं आहे?"

मंगळा बोलत होती तेव्हा ती टिपणं काढत होती. इथल्या सगळ्या बोलण्याची नोंद होत असल्याचं माझ्या लक्षात आलं. कदाचित हीच टिपणं न्यायालयातही सादर केली जातील! त्यामुळे मीही अगदी सुरुवातीपासून जे काही घडलं ते ठामपणे सांगितलं. अगदी पार मी घरी बोलावलं तेव्हा तिनं कसं "काही होणार नाही" असं सांगून फशी पाडलं आणि लग्न करायला भाग पाडलं, हेही सांगितलं. ज्या कंपनीनं हिला अन्नाला लावलं, त्या कंपनीला रक्ताचं खत-पाणी घालून वाढवलेल्या आपल्या मालकिणीची आठवणसुद्धा कशी ही पुसून टाकू पाहतेय, हेही सांगितलं. हिच्या आईनंही घरात घुसून कशा कलागती लावल्या, हे सांगितल्यावर ही माझ्या आणि माझ्या मुलीच्या संबंधात कशी हलक्या गोष्टी बोलली, हेही सांगितलं. त्यावरून झालेलं भांडण, तिनंही प्रत्युत्तर म्हणून पुन्हा मारलं... अशा परिस्थितीत पोलीस-कस्टडीत रात्र काढल्यानंतर हिच्याविषयी "ती" भावना कशी निर्माण होणं शक्य आहे, असा प्रश्नही टाकला.

या वेळेपर्यंत चौकशीचा पाऊण तास संपला होता. तिनं आम्हाला पुन्हा पुढच्या सोमवारी यायला सांगितलं. अशा तीन भेटी झाल्या. त्या दोघांशीही बोलून तिनं बराच तपशील विचारून घेतला. शेवटी ती म्हणाली, "तुम्ही दोघेही सुशिक्षित आहात. दोघेही अनुभवी आहात. कंपनीचा विकास करून देश-विदेशात देशाची ख्याती तुम्ही वाढवली आहे. ह्यांनीही स्वावलंबनाचा अवलंब करून नोकरी केली आहे, याही छत्तीस वर्षांच्या प्रौढा आहेत. जर तुम्ही दोघांनी ठरवलं तर एकत्र राहणं सहज शक्य आहे. सगळे मतभेद कसे हाताळायचे, याचा तुम्हा दोघांनाही आपापल्या क्षेत्रात अनुभव आहे. तुम्हीच परस्परांशी संवाद साधून यातून मार्ग काढू शकाल! तुम्हीच निर्धार करुन सोबत झोपायला सुरुवात करा. एकमेकांशी संवाद साधत राहा. देह आपापलं काम करतील. दोन महिन्यांनंतर पुन्हा या."

प्रत्येक भेटीचे पाच हजार या प्रमाणे मी पंधरा हजार गमावले होते! त्यानंतर मिळालेला सल्ला ऐकल्यावर एक गोष्ट माझ्या लक्षात आली, हा सगळा कायद्याच्या मार्गातला एकेक टप्पा आहे, एवढंच!

७

तरीही मी विचार करून तिनं सांगितलं त्याप्रमाणे वागून बघायचं तिसऱ्या दिवशी ठरवलं. राणीला झोप लागल्यानंतर मी उठून मंगळा झोपलेल्या आमच्या बेडरूममध्ये गेलो. ती झोपली होती. बाळ पाळण्यात होतं. खोलीत मंद उजेड होता. मी तिच्याशेजारी जाऊन झोपलो.

तिला जाग आली असली पाहिजे. ती गप्प होती. मीच पुढाकार घेऊन तिला कवेत घेतलं, मग मात्र तिनंही जवळीकीची इच्छा दर्शवली. आता तिला ''आय लव्ह यू'' म्हटलं पाहिजे, किमानपक्षी कानात तिचं नाव तरी पुटपुटलं पाहिजे! पण मनातून नकार उमटला. ती काही म्हणते का, याची मी वाट पाहात होतो. तिचा देह भेटीसाठी आतुर असल्याचं जाणवतं होतं, पण तिच्याही तोंडून ''लव्ह'' किंवा तत्सम काही उद्गार निघाले नाहीत. नसू दे, 'देहाला आपलं काम का करू देऊ नये,' असंही मनात येऊन गेलं. तसा तिचा देह उत्सुक बनलाही, पण माझ्या देहानं मात्र असहकार पुकारला.

असं का व्हावं? माझं वय झालं, म्हणायचं का? फक्त अठ्ठेचाळिसाव्या वर्षी? तीन वर्षांपूर्वीही हीच होती. तेव्हा तरी कुठं प्रेमाची भाषा होती? देहाची भूक म्हणूनच हिला त्या दिवशी मी घरी आणली होती ना? मग? आता ही एवढा पुढाकार घेत असताना असं का व्हावं?

मंद उजेडात मी तिच्या चेहऱ्याकडे लक्ष देऊन पाहिलं.

काय तिचं नाव? पोलीस-इन्स्पेक्टर शीलाराणी! खाकी शर्ट-पँट. उग्र चेहरा... पेटलेले डोळे- ते उद्धट बोलणं... नंतर आलेल्या त्या महिला-पोलीस!... त्यांच्या मदतीला दोन पुरुष पोलीस. खरं तर त्यांची गरज नव्हती... ''सुप्रीम कोर्टात गेलास तरी जामीन मिळणार नाही'' म्हणाली होती ती!

ती कोण? इन्स्पेक्टर शीलाराणी! अहं! इन्स्पेक्टर मंगळा!!

शरीरानं तिच्या शरीराची हाक पूर्णपणे नाकारली.

''मुद्दाम नाटकं करतोयस की खरोखरच नामर्द झालायस तू?'' तिचा कठोर सवाल...

आता तिचेही प्रयत्न थांबले होते. खोलीत निःशब्द वातावरण पसरलं होतं.

आता मात्र तिथं पडून राहण्याची शरम वाटली. मी मुकाट्यानं उठलो आणि राणीच्या खोलीत परतलो.

सात

१

"हे बघ, तुला एक बातमी सांगायला पाहिजे. ती सांगायला म्हणूनच तुला इथं फोन करुन बोलावून घेतलं!" माझ्या फ्लॅटमधल्या बेडरूममधल्या कॉटवर, त्याच्याशेजारी बसून मी त्याला सांगितलं.

"फक्त बातमी सांगायलाच फोन केलास?" त्याच्या नजरेत खोडकरपणा डोकावला.

"तसं समज! काल माझं लग्न झालं!"

"आय सी! कोण नशीबवान?" एखादा जोक ऐकल्याच्या मूडमध्येच प्रभाकर होता. अर्धा क्षण माझ्या चेहऱ्यावर नजर खिळवून तो नंतर म्हणाला, "जोक करताना तो खरा वाटेल याची थोडी तरी काळजी घेतली पाहिजे!"

"कपाळावर कुंकू, कानांत काहीतरी आणि गळ्यात एखादी काळी पोत तरी असावी, असंच ना तुझं म्हणणं? पण लग्न झालेला पुरुष काही कपाळावर कुंकू आणि हाता-गळ्यात सोन्याचे दागिने घालत नाही! मी सब-रजिस्ट्रार ऑफिसमध्ये लग्न केलंय."

तो माझ्या चेहऱ्याकडे पाहात होता. त्याच्या चेहऱ्यावर आश्चर्याबरोबरच अविश्वास दिसत होता. मग म्हणाला, "मला थोडी तरी कल्पना द्यायचीस!"

"मलाही कल्पना नव्हती..." म्हणत असतानाच माझ्या पोटात डचमळून उचंबळून आलं. उलटी आवरणं अशक्य झालं आणि आवरायची तरी कशाला म्हणा! उठले आणि न्हाणीघरात गेले.

किती त्रास हा जिवाला! हा सगळा त्रास बाईलाच का ठेवलाय निसर्गानं? याशिवाय मानवनिर्मित आणि समाजनिर्मित कटकटी आहेत त्या वेगळ्याच! गर्भ धारण करायची जबाबदारी पुरुषावर टाकली असती तर बाईला खरा न्याय मिळाला

असता! चूळ भरली. श्वासावर नियंत्रण आल्यावर खोलीबाहेर आले आणि पुन्हा त्याच्याशेजारी बसले.

उलटीचा आवाज त्यालाही ऐकू आला असावा. त्यानं विचारलं,"कितवा महिना?"

"तीन!"

"त्याच्याशीही संबंध होते?"

"त्या शिवाय दिवस राहतील का? की तुझ्यापासून दिवस राहिले आणि मी त्याच्या गळ्यात बांधतेय, अशी शंका वाटते तुला?"

"तसं कुठं म्हटलं मी?"

"विचारलं नाहीस! पण मग या प्रश्नाचा अर्थ काय?"

तो निरुत्तर झाला.

"त्यानं मला लग्न करू या म्हणून विनवलं! अगदी प्रार्थना केली, गयावया केली, भीक मागितली, म्हण ना! तुझ्याशिवाय माझं जीवन वैराण आहे, वगैरे मन विरघळेल असं बरंच बोलला तो! मान्य केलं मी! माझ्यापुढे तरी कुठला मार्ग होता म्हणा! तू तिकडं लग्न करून बायको-मुलांसह सुखात राहतोयस! मग मी त्याची विनंती मान्य केल्याशिवाय दुसरं काय करणार होते?"

त्याचा चेहरा सुकल्यासारखा झाला. काहीतरी सांगायचा प्रयत्न चालला असावा, तसा ओठांना सूक्ष्म कंप सुटला होता. की खाल्लेला मार सहन न झाल्यामुळे ती अवस्था होती?

"तो कोण याविषयी तुझ्या मनात उत्सुकता असणं स्वाभाविक आहे. तू आणखी कुठूनतरी हेरगिरी करून समजून घेण्यापेक्षा मीच सांगते! मी ज्या कंपनीत नोकरी करत होते, त्या कंपनीचा मालक! मिस्टर जयकुमार त्याचं नाव! त्याची पहिली बायको तीन वर्षांपूर्वी अपघातात मरण पावली, तोच माझ्यामागं लागला, लग्न करू या, म्हणून! रजिस्टर होईपर्यंत थांब म्हटलं तर त्यानं ऐकलं नाही. मलाही त्याची दया आली म्हणून मीही तयार झाले. दिवस राहिले. तो घाबरा नाही झाला! तुझ्यासारखा, 'क्लीन करून घे'सुद्धा म्हणाला नाही! उलट म्हणाला, थँक्यू! तू मला एक मूल देते आहेस! अशी कृतज्ञता दाखवली आणि लग्नाची प्रोसिजर लवकर संपवायची घाई केली!"

माझ्या अपेक्षेप्रमाणे प्रभाकरचा चेहरा एव्हाना काळा ठिक्कर पडला होता! यावर एक वाक्य कुठलं, एक शब्दही बोलायला त्याला सुचलं नाही!

मीच पुढं म्हटलं, "कालच मी माझ्या घरी राहायला गेले. कालपासून मला जाणवतंय, हा फक्त एक फ्लॅट होता, घर नव्हे! या रविवारी मी माझ्या नवऱ्याबरोबर इथं येईन आणि नोकरांकरवी इथलं सामान त्या माझ्या घरी घेऊन जाईन. एजंटाबरोबर

बोलले आहे मी. या फ्लॅटसाठी भाडेकरू शोधायला तो तयार आहे.''

अवाक्षर न बोलता तो निघून गेला. 'गुड बाय' म्हणायचंही त्याला भान राहिलं नाही. त्याच्या पावलांमध्येही फारसा जोर नसल्याचं त्याच्या बुटांच्या दुर्बल आवाजावरून लक्षात येत होतं.

२

सहा-होय. सहा महिने गेले. आणखी एका आठवड्यात बाळंत होईन असं डॉक्टरांनी सांगितलं होतं. आई आणि द्यावक्काला घेऊन दुकानात गेले होते. त्याचा फोन आला- आवाजावरून लक्षात आलं.

''मी!'' तो म्हणाला. मी काही बोलले नाही. त्यानंच पुन्हा विचारलं, ''इज इट मंगळा?''

''येस!'' म्हणावंच लागलं मला!

''दोनच वाक्यं बोलायची आहेत. तू एकटीच आहेस ना?''

''येस!''

''बाळंतपण सुखरूप झालं की नाही?''

''या आठवड्यात होईल.''

''सगळं सुखरूप व्हावं अशी प्रार्थना! तुझा असल्या प्रार्थनांवर विश्वास नाही, हे मला ठाऊक आहे. माझाही नाही म्हणा! ही आपली बोलायची एक पद्धत, एवढंच! तुला हिणवायला मी हा फोन केला नाही! पण त्यांनी सगळी चूक तुझ्यावर टाकून सटकायचा प्रयत्न केला, तू ॲडव्होकेट माला केरूर आणि त्यांच्या साथीदारांची मदत घेतलीस, त्यांना दुसरा मार्ग राहिला नाही, म्हणून ते तुझ्याशी लग्न करायला तयार झाले, हे माझ्या कानावर आलं, खरं आहे का ते?''

मला काय बोलावं ते सुचेना.

''तुला हिणवायला म्हणून मी बोलत नाही आहे! पण त्या वेळी तुझ्या मनात काय होतं, आताही तुझ्या मनात आणखी काय आहे, हे मला ठाऊक नाही. एक सांगतो. तू माझ्यावर अशा प्रकारे दडपण आणलं असतंस तर आपलंही लग्न होऊन गेलं असतं, पण त्या वेळी आपल्यापैकी कुणालाही नोकरी नव्हती, हा त्यातला महत्त्वाचा मुद्दा आहे! ते जाऊ दे! एक लक्षात ठेव! आय लव्ह यू. आजही आणि या नंतरही! तुझा राग कमी होऊन तुला कधीही माझ्याबरोबर बोलावंसं वाटलं तर मला एक फोन कर, ठेवू?''

''प्लीज! मला यानंतर कधीही फोन करू नकोस!''

"ओके! गुड बाय!" म्हणत त्यानं फोन ठेवला.

३

तुला न सांगता लग्न केलं. लग्न कसं केलं, तेही तुझ्यापासून लपवून ठेवलं तरी शेवटी "त्या वेळी तुझ्या मनात काय होतं कोण जाणे!" अशा अर्थाचं त्या वेळी तू फोनवर बोललास. तीन वर्षं झाली त्याला! त्या वेळी मीच सांगितलं होतं, 'कधीही फोन करू नकोस' म्हणून! त्याप्रमाणे तू फोन केला नाहीस, करणारही नाहीस. मी केला तर? रागावणार नाहीस का? आपल्याला हवं असेल तेव्हा ही बोलावते, नको तेव्हा दूर लोटते, असंच म्हणणार ना तू!

भीती वाटते मला! आणखी काहीही नको. माझं सुख-दुःख आणखी कुणापुढे सांगू मी? तुझ्याशिवाय दुसरं कुठलं मैत्र आहे माझ्या जीवनात?

माझं लग्न मोठं फेल्युअर आहे! फियास्को! कुठं तरी स्थिरावेन असं वाटून मी केलं ते! पण तो पहिल्या बायकोच्या प्रेमाच्या धुंदीतून बाहेरच यायला तयार नाही! तिची ती मुलगी म्हणजे याचं सारं-सर्वस्व आहे! आधी निदान त्याच्या शरीरात तरी ताकद होती. लग्नाच्या कचाट्यात सापडल्यावर तर ती शक्तीही नाहीशी झाली. आता माझ्या नशिबी तेही सुख नाही! कुणाला सांगू हे सगळं? तुला हे सांगायला आले तर तू म्हणशील, हिला ते हवंय म्हणून पुन्हा लाळ घोटत माझ्यापाशी आलीय! ही परिस्थिती कुणी माझ्यावर लादलेली नाही. माझी मीच ओढवून घेतली आहे! माझा हक्क चालवून मीच वसूल केली आहे!

हातात कार आहे. हवी तिथं घेऊन फिरू शकते. हव्या त्या आलिशान हॉटेलांमध्ये जेवते. स्त्री-मुक्तीच्या सभांमध्ये भाषणं करते, पण आतल्या आत 'तू हवास' असं वाटत राहतं. आणखी कुणीही नको. तूच हवास! आणखी काही नाही. समोरासमोर बसून सुखदुःखाच्या चार गोष्टी करायच्या.

डिपार्टमेंटच्या चार-सहा ऑफिसेसमध्ये फोन केल्यावर त्याचा फोन मिळाला. 'स्पिकिंग!' म्हटल्यावरच त्याची ओळख पटली. एकीकडे मन तृप्त झालं.

"मी!"

"कोण? नाही ओळखलं!"

याला आवाजाची ओळख विसरली गेलीये की काय? की फोनमध्ये आवाज वेगळा ऐकू येतोय? त्याचा आवाज मात्र मी कधीही विसरू शकणार नाही. पुन्हा वाटलं, त्याला ओळख पटली असेल, पण उपेक्षा दाखवत असेल. हो. असंच असेल!

''मी! मंगळा!''

''कुठल्या डिपार्टमेंटमधून?''

मग मात्र न राहवून मी म्हटलं, ''ए! खरं सांग! खरंच ओळख पटली नाही?''

पलीकडे शांतता पसरली.

''रुसून बसणं हा पुरुषजातीचा विशेष हक्क आहे, नाही का! तुला भेटायचंय. कुठं भेटायचं?''

आता तो बराच निवळल्यासारखा झाला.

कार-ड्रायव्हर असेल तर फिरायला अतिशय सोयीचं असतं, पण ड्रायव्हर असणं किती अडचणीचं आहे हे प्रथमच अनुभवाला आलं, त्याचबरोबर प्रभाकरला कुठं भेटायचं, हाही प्रश्न समोर आला. आईची अडचण नसती तर माझा फ्लॅट मी माझ्याच ताब्यात ठेवू शकले असते. आता तेही शक्य नाही. शेवटी सकाळी दहा वाजता माझ्याच घरी भेटायचं ठरवलं. सकाळी आठ वाजता तेजूला आईपाशी सोडून आले. साडेनऊ वाजता द्यावक्काला सांगितलं, 'आज तू वत्सलेला कारमधून घेऊन जा. साडेबारा वाजता तिचं संपलं की ड्रायव्हर तुम्हा दोघींना घेऊनच घरी येईल.'

द्यावक्काच्या चेहऱ्यावरचं आश्चर्य लपलं नाही.

अलीकडे हा सकाळी साडेसात वाजताच फॅक्टरीला निघून जातो, त्यामुळे तो प्रश्न नव्हता.

मुख्य रस्त्यावरचा बंगला असल्यामुळे घर मिळायला प्रभाकरला काहीच त्रास झाला नाही. बोलणं फोनवरच झालेलं असल्यामुळे आत येताच त्यानं दार बंद केलं आणि मी त्याला सरळ बेडरूममध्ये घेऊन गेले. चार वर्षांपूर्वी जयकुमारनं मलाही असंच याच वेळी, याच बेडरूममध्ये आणलं होतं. कुठल्याही प्रकारचं बोलणं न करता. मीही प्रभाकरशी तशीच, अवाक्षर न बोलता रत झाले. मधे एवढ्या वर्षांचा खंड पडला असला तरी आम्हा दोघांमधला नि:शब्द संवाद पूर्वीसारखाच सुरू झाला!

''प्रभाकर! तू खरा पुरूष आहेस!'' हे शब्द माझ्या तोंडून आपोआप बाहेर पडले.

मग ती पद्धतच पडली. भेटीच्या वेळी आमच्यापैकी कुणीही अवाक्षर बोलत नसे. त्याची गरजही भासत नसे. ऑफिसमध्ये वेळ असताना तो फोन करायचा. बहुतेक रोज मीच त्याला फोन करायची, त्या वेळी प्रत्यक्ष भेटीच्या वेळच्या गप्पांमधली खोट भरून काढली जात होती.

एक दिवस तो म्हणाला, ''मला एक ड्रायव्हिंग स्कूल ठाऊक आहे. दररोज तीन-चार तास प्रॅक्टीस करवून घेतात आणि महिन्याभरात ते तुम्हाला कुशल

ड्रायव्हर बनवतात. पुढं ड्रायव्हिंग लायसेन्स मिळवून द्यायची जबाबदारी माझी! नंतर काहीतरी कारण सांगून तुझ्या ड्रायव्हरची छुट्टी कर! म्हणजे तुला स्वातंत्र्य असेल!''

पहिले दोन दिवस भीती वाटली, हळूहळू सवय झाली. खरोखरच एका महिन्यात बेंगळूरमधल्या गर्दीच्या रस्त्यांवरूनही मी सहजपणे कार चालवू लागले. याच अवधीत, 'गावी आई आजारी आहे', म्हणून महिन्याच्या रजेवर गेलेला ड्रायव्हर परत आलाच नाही. तो आलाच तर त्याचं काय करायचं, याचा विचार करायचा, असं ठरवून मी निश्चिंत झाले.

या अवधीत मी तेजूला लोअर के.जी.त घातलं होतं.

सकाळी दहा ते दुपारी एकच्या दरम्यान जमेल तेव्हा प्रभाकर निवांतपणे येऊन जाऊ शकत होता, पण त्याला दररोज येणं शक्य नव्हतं. सरकारी नोकरी! वरच्या हुद्यावरचा तो अधिकारी होता. कुठंतरी व्हिजिटला जायचं निमित्त करून तो आठवड्यातून एक-दोनदा यायचा. माझा अलीकडे जयकुमारशी संवादच राहिला नव्हता, झालाच तर एक-दोन शब्दांची देवाणघेवाण व्हायची. 'मी आठवडाभर टूरवर असणार आहे.' असं एखादं वाक्य सांगायचा. उलट त्याच्या मुलीला मात्र तिच्या हाताची बोटं दाखवून, त्यातलं एकेक बोट दुमडून, 'अमूक इतके दिवस येणार नाही' हे तिला पूर्णपणे पटेल, अशा प्रकारे सांगायचा. तो कुठल्या गावाला जातोय किंवा कुठल्या देशाला जातोय, हे मला तर अजिबात कळायचं नाही. त्याच्या कंपनीत फोन करून विचारणं हा एक मार्ग होता, पण बायको असून मला हा तपशील ठाऊक नाही, हे मला अपमानास्पद वाटल्याशिवाय कसं राहील?

पण एक दिवस मनाला आवरून विचारलं, ''तू कुठं जातोयस, कशासाठी जातोयस, हे जाणून घेण्यात मला कणभरही रस नाही, पण कुणी फोनवरून चौकशी केली आणि मी 'मला ठाऊक नाही' म्हणून सांगितलं तर त्यात तुझ्याच संसाराचा अपमान आहे. सांगावसं वाटलं तर सांगून जात जा!''

त्या दिवसापासून त्यानं अमूक गाव, अमूक देश, अमूक दिवस सांगून जायला सुरुवात केली. जास्तीचा तपशील मला तरी कुठं हवा होता म्हणा!

एका संध्याकाळी त्यानं आपण आठवड्यासाठी एका प्रदर्शनासाठी म्हणून बाल्टीमोरला जात असल्याचं सांगितलं, मीही त्या फॅक्टरीत मागं काम करत असल्यामुळे माझ्या लक्षात आलं, हा सुरुवातीचा आठवडा तिथं राहील आणि बाकीचे कामगार त्यानंतर महिनाभर राहून माघारी येतील. तो गावात असला तरी संध्याकाळच्या आधी घरी परतणार नाही, असा माझा अनुभव सांगत होता. बायकोशी अबोला धरण्याइतका आणि रात्रीही दुसऱ्या खोलीत झोपण्याइतका दुरावा असताना तो तरी मधे कशाला घरी येईल? शिवाय कंपनीमधला नाश्ता आणि जेवण घरातल्या खाण्यापेक्षा रुचकर असतं. हाताखालच्या नोकरांची आपुलकी

कमावण्याचा एक भाग म्हणून हा आणि याची ती बायको तिथंच खायचे.

सुरुवातीला प्रभाकरशी घरात रत होताना मनात धाकधूक असायची. हळूहळू सवय होऊन काही वाटेनासं झालं. जयकुमार प्रवासासाठी, त्यातही विदेशप्रवासासाठी बाहेर पडला की आम्हांला कुणालाच घाबरायची गरज नव्हती. त्या वेळी, आम्ही दोघं आपलंच घर आणि आपलीच बेडरूम असल्यासारखे तल्लीन होऊन जायचो!

तो बाल्टिमोरला गेल्याच्या दुसरे दिवशी आणि सहाव्या दिवशीही आम्ही दोघे असेच एकमेकांशी एकरूप झालो होतो. सहाव्या दिवशी दारावरची बेल वाजली- राग आला. अलीकडे दारोदारी फिरून काही ना काही विकणाऱ्यांची संख्या बेसुमार वाढली आहे. मी तिकडं दुर्लक्ष केलं. पुन्हा बेल वाजली— दीर्घ वेळ. संयम सुटत चालल्यासारखी, किंवा घाईत असल्यासारखी, मग मात्र मी उठले. प्रभाकरला त्याच्या कपड्यांसकट आणि बुटासकट बाथरूममध्ये कोंबलं, त्याला आतली कडी घालून घ्यायला सांगून मी बेडवरची चादर सारखी केली आणि केसांवरून कंगवा फिरवत गाऊन घालत बाहेर आले. दार उघडून पाहिलं, तर दारात हा उभा!

नाही म्हटलं तरी माझ्या छातीचे ठोके थांबल्यासारखे झाले. स्वत:ला सावरायचा प्रयत्न केला तरी क्षणभर काही सुचेना. व्हीलवाली बॅग ओढत तो आत आला आणि सरळ आपल्या खोलीत गेला. एव्हाना त्यानं स्वतःची वेगळी खोली केली होती. मास्टर-बेडरूम पूर्णपणे माझी होती. तो तिथं यायचा नाही. आता वाटलं, तो आला आणि त्यानं शोध घेऊन बाथरूमचा दरवाजा उघडायला लावला तर? असा का आला असेल हा अचानक? की याला माझ्या आणि प्रभाकरच्या संबंधाचा संशय येऊन तो मुद्दामच बाल्टिमोरला जायचं कारण सांगून जवळपासच्या गावी किंवा इथंच एखाद्या हॉटेलात राहिला असेल? यानं एखाद्या डिटेक्टिव्हला तर या कामासाठी नेमलं नसेल? त्यांनी प्रभाकरवर पाळत ठेवून याला सांगितलं तर नसेल?

नाही. तो आपल्याच रूममधल्या बाथरूममध्ये गेलाय. शॉवरचा आवाज ऐकू येतोय. आंघोळ चाललेली दिसते; म्हणजे पुन्हा फॅक्टरीला जायची घाई असली पाहिजे. मी काहीही ठाऊक नसल्यासारखं राहिलं पाहिजे. प्रभाकरनं आपली गाडी दोन गल्ल्यांपलीकडे ठेवलेली असते, त्यामुळे काहीही शंका येणं शक्य नाही.

तरीही छातीची धडधड पूर्णपणे सुरळीत झाली नाही.

आंघोळ झाल्यावर त्याच्या खाण्या-पिण्याची चौकशी करावी का? नको. आजवर कधीही न दाखवलेलं सौजन्य बघून त्याला कदाचित संशय यायचा! शॉवर थांबला. वॉर्डरोब उघडल्याचा आवाज आला. कपडे बदलतोय. गेटचा आवाज. कंपनीची कार मागवलेली नाही. बहुतेक टॅक्सीनं जायचा विचार असावा.

आता मात्र छातीचे ठोके पूर्ववत् झाले. मी हॉलमध्येच उभी होते. नेहमीप्रमाणे

त्यानं ''जाऊन येतो'' वगैरे काहीही सांगितलं नाही. कारचा दरवाजा उघडल्याचा आवाज. ड्रायव्हरनं गाडी सुरू केल्याचा आवाजही आला. गाडी गेल्याचाही आवाज आला. लगोलग प्रभाकरला बाहेर बोलवायला नको. मी काही क्षण जाऊ दिले. कंपाउंडमध्ये उगाचच एक चक्कर मारली. नंतर आत आले. पुढचा दरवाजा बंद करून मी माझ्या बेडरूममध्ये आले. बाथरूमचा दरवाजा हलकेच ठोठावून दार उघडायला सांगितलं. प्रभाकर कपडे आणि बूट घालून खोलीबाहेर आला.

''तोच आला होता! फॅक्टरीला निघून गेला. संशय आलेला नाही!'' मी म्हटलं.

''मी लगेच कपडे चढवून आणि बूट घालून तयार होतो. तसा काही प्रसंग आलाच असता तर, माझे क्लासमेट या बाजूला आले होते, त्यांना बाथरूमला जायचं होतं, असं म्हणता आलं असतं. हे खोडून काढणं शक्यच नाही!''

प्रभाकरची समयसूचकता पाहून मीही चकित झाले!

४

तेजू चार वर्षांचा होईल एवढ्यात! मला एकटेपणा जाणवतोय, त्यात तेजूलाही त्याच्या आजीची सवय जास्त आहे. त्याला शिशुविहारात घातल्यामुळे त्याचा तिथंही बराच वेळ जातो. हा तर आपल्या मुलाला हातही लावत नाही. त्याचं सगळं प्रेम त्या राणी म्हणवणाऱ्या, तिच्या मुलीवर ओथंबून वाहत असतं! भरलेल्या छातीच्या, अठरा वर्षांच्या त्या कोवळ्या तरुणीवर! तिच्या आईच्या आठवणींवर! का कोण जाणे, अलीकडे माझं मला एक मूल हवं, असं वाटतंय. तेजू आहे, पण त्याच्या जन्माच्यावेळी आणि गरोदरपणात हा संपूर्णपणे माझा आहे, अशी भावना माझ्या मनात निर्माण झाली नाही. ही भावना दिवस राहिल्याच्या दिवसापासून प्रत्येक उलटीच्या वेळीही होत राहिली पाहिजे. गर्भ वाढत असताना प्रत्येक क्षणी आणि दूध पाजत असताना प्रत्येक वेळीही! त्याला वाढवत असताना प्रत्येक क्षणी! ते सगळं मिळून स्वतंत्र मातृत्व झालं पाहिजे! हीच अपेक्षा, हेच स्वप्न! पावलोपावली. उठता-बसता जाणवत होतं.

का असं व्हावं? स्त्रीला आई होण्याव्यतिरिक्त दुसरी कुठली मूलभूत प्रवृत्तीच नाही की काय? या मातृत्वाच्या प्रवृत्तीपासून ती जोवर मुक्त होत नाही, तोवर तिची मुक्तता होणं शक्य नाही, असं वाचल्याचं आठवलं तरी आता त्याचा प्रभाव निर्बल वाटत होता. बाह्य परिस्थिती काही का असेना, गरोदरपणा, बाळंतपण आणि तान्हं बाळ वाढवायचा पहिला अनुभव पदरात नसता तर आता पुन्हा आई व्हायची इच्छा

इतकी प्रबल होऊन वर आली असती का?

एक दिवस प्रभाकरशी बोलताना प्रभाकरला या इच्छेविषयी सांगितलं तेव्हा तो म्हणाला, "तो तुझा हक्क आहे!"

"आई होणं किंवा न होणं हा स्त्रीचा हक्क आहेच! तिच्यावर मातृत्व लादणं-तिच्यावर मातृत्व लादण्याचा हक्क पुरुषाला नाही! असू नये, असं माझं मत आहे. तुला काय वाटतं?" मी म्हटलं.

"अगदी बरोबर आहे! हा खरा स्वतंत्र स्त्रीचा विचार!" तोही तत्परतेनं म्हणाला, "तुझा हा विचार अविवाहित किंवा घटस्फोटितेच्या दृष्टीनं यात काहीही अडचण नाही! तिला हे स्वातंत्र्य निश्चित आहे. आर्थिक स्वावलंबन आवश्यक आहे, एवढंच!"

"ते असू दे! तू मला एक मूल देशील?"

"हे तर आपल्या प्रेमाचं साफल्य आहे! ती आशा माझ्याही मनात हजार वेळा येऊन जाते! पण हे कठीण आहे! तुलाही ठाऊक आहे ते! जयकुमार तुला एकदाही स्पर्श करत नाही, असं तूच सांगतेस! आता तू गरोदर राहिलीस तर तो तुझ्यावर व्यभिचाराचा आरोप लादेल, गर्भाची जेनेटिक तपासणी करायला लावेल... तुलाही ठाऊक आहेच म्हणा ते सगळं!"

यात काहीच खोटं नव्हतं. या नपुसंकानं कसा का होईना, कधीतरी शरीरसंबंध साधला असता तर काहीच हरकत नव्हती. त्याच्या मनात संशय आला असता तरी वादविवादानं आणि निर्भर्त्सना करून त्याचं तोंड बंद करता आलं असतं. माझा मातृत्वाचा हक्क डावलायला म्हणूनच हा असा वागतोय! हाही एक कौटुंबिक हिंसेचाच प्रकार आहे, म्हणून याच्याविरुद्ध एखादी केस करणं शक्य आहे का, हे पाहिलं पाहिजे! चित्रा मॅडमना विचारायला पाहिजे. वास्तव काहीही असलं तरी कायद्याचा आधार आहे, म्हटल्यावर मनाला कितीतरी बरं वाटलं!

५

एका रविवारी तेजूला आईकडे सोडून मी गाडी चालवत यवनिका सभागृहात आयोजित केलेल्या एड्रीयाना यांच्या व्याख्यानासाठी गेले होते. अमेरिकेतल्या स्त्रियांसाठी झटणारी स्त्री ती. सभेच्या अध्यक्ष माला मॅडम होत्या. अमेरिकेतल्या स्त्रिया पुढारलेल्या आहेत, असं कितीही म्हटलं तरी पुरुषप्रधान अशा तिथल्या समाजात अजून एकदाही स्त्री का राष्ट्राध्यक्ष झाली नाही, हा प्रश्न मध्यवर्ती ठेवून पाश्चात्त्य देशांमध्ये काही क्षेत्रांत स्त्रिया कशा मागं पडल्या आहेत, याविषयी त्यांनी

विचार मांडले.

भाषण संपलं तेव्हा एक वाजला होता. तिथं सुकन्या हेगडे भेटली. मी एम्.ए. करत असताना ती माझ्या मागं एक वर्ष होती, त्या वेळी आमची खास मैत्री नसली तरी इतक्या वर्षांनंतर भेटल्यावर त्या काळातल्या अनेक आठवणी निघणं स्वाभाविक होतं. आमच्या गप्पा बऱ्यापैकी रंगल्या. आता ती सरकारच्या दळणवळण खात्यात अधिकारी होती.

गप्पा मारता-मारता दोघींनी एकत्र जेवायचं ठरवलं. एका हॉटेलात जाऊन बसलो. मेनूकार्ड बघून जेवणाची ऑर्डर दिली. जेवणाची वाट बघता-बघता सोबत शिकत असलेल्या जुन्या वर्गमित्रांच्या आठवणी निघाल्या, त्यातच प्रभाकरची आठवणही निघाली.

ती म्हणाली, ''ओ! प्रभाकर! आमच्याच खात्यात आहेत ते! सिनियर ऑफिसर बरेच प्रभावी आहेत ते!''

हे बोलताना तिच्या चेहऱ्यावर खोडकर हसू होतं, तिनं ते झटकन लपवायचाही प्रयत्न केला.

''काय बरं? एकदम लपवायचा का प्रयत्न केलास?''

''कुठं काय? काही नाही!''

''सांग मला. मी कुणालाही नाही सांगणार!''

''काही नाही गं. लहानवयात चांगली नोकरी मिळाली. बढतीही लवकर झाली. प्रभावी व्यक्तिमत्त्व आहे, एवढंच सांगत होते मी!''

माझी त्याच्याशी असलेली जवळीक तिला समजू न देता मी विचारलं, ''एवढंच असतं तर तुझ्या चेहऱ्यावर खोडकर हसू का उमटलं? कमॉन! मी कुणालाही नाही सांगणार! प्रॉमिस!''

''काही नाही. थोडा रसिक माणूस आहे, एवढंच!''

''म्हणजे?''

''एवढंही समजत नाही? वुमनायझर आहेत म्हणतात. कपडे उत्तम असतात. गप्पा उत्तम मारतात! म्हणजे कुणा बायकांशी कसं बोलायचं हे उत्तम प्रकारे जाणून आहेत ते! संकटात असलेल्या बायका शोधून त्यांना मदतही करतात हे!'' पुन्हा तिच्या चेहऱ्यावर अस्फुट हसू उमटलं.

''यू मीन...''

''यस!...''

''म्हणजे वुमनायझर...''

''जाऊ दे ना! आपल्याला काय करायचं आहे! एक मात्र खरं. ते कुणावरही जबरदस्ती करत नाहीत, त्यामुळे कुठूनही त्यांच्याविषयी तक्रार नाही, शिवाय

माझ्याही कानावर आलं ते मी सांगितलं, एवढंच! सॉरी! मी असं काही बोलले हे त्यांच्या कानावर जाता कामा नये! माझ्यावरचे अधिकारी आहेत ते!''

''छे: गं! मी प्रॉमिस केलंय ना! डोण्ट वरी!''

मी तिला आश्वासन दिलं तरी माझ्या मनातला प्रश्न तसाच राहिला. खरं-खोट्याचा विचार पक्का होण्याआधीच त्याच्याविषयीचा राग उफाळून आला. दोन दिवस मी त्याच रागात धुमसत राहिले. तिचं खरं होतं. तो अगदी मदनाचा पुतळा नसला तरी कुणाचंही मन आकर्षित करून घेणारं त्याचं व्यक्तिमत्त्व होतं. नेटके, आकर्षक कपडे, आकर्षक बोलणं, चलाख बुद्धी. कितीही अवघड प्रसंग आला तरी हसतमुखानं सामोरं जाण्याची जागरूकता आणि धैर्य. अपरिमित आत्मविश्वास. स्त्रियांना जिंकायला... नो! जिंकायची भाषाच मला कधी पटली नाही! ओकारी येते मला त्या शब्दाची! त्यातही स्त्रीला जिंकणं म्हणजे तिला हरवणं! हे सगळे स्त्रीला मोहित करायचे गुण, असं म्हणता येईल हवं तर! पण स्त्रीनं तरी या असल्या गुणांवर का भाळायचं? तिच्यावर वर्षानुवर्षं हेच संस्कार करून तिला पिढ्यान्‌पिढ्या दास्यात ठेवणारे हे गुण! सगळ्या स्त्रिया काही माझ्यासारख्या मुक्त विचाराच्या नसतात, त्यामुळे त्या असल्या गुणांना फशी पडतात! अथवा नोकरीच्या शोधात असलेल्या, नोकरीत कायम व्हायची अपेक्षा असणाऱ्या बायकांचा हा गैरफायदा घेत असेल का?

दोनेक महिन्यांनंतर मनातली कुशंका कमी झाली. मनात आलं, दोघं एकाच विभागात काम करताहेत, वयही सारखंच. त्याला बढती मिळाली आहे. हिच्या मनात मत्सर असेल किंवा कामाच्या संदर्भात दुखावली गेली असेल, शिवाय त्यानं स्वत:च सांगितलं होतं, त्याच्या सासऱ्यानं त्याच्या खात्याच्या मंत्र्याला पाच लाख रुपयाची लाच दिली होती, त्यामुळे त्याला वरच्या हुद्दयावरचीच नोकरी मिळाली होती- त्याचाही या सुकन्या हेगडेला मत्सर असेल. नाहीतर फारशी ओळख नसताना, माझ्यासारखीला तिनं एवढी खाजगी गोष्ट का सांगावी?

पुढच्या आठवड्यात आम्ही भेटलो तेव्हा त्याच्या नजरेला नजर भिडवून मी विचारलं, ''एक विचारते, खरं खरं सांगशील?''

''मी कधी खोटं बोललो?''

''आधी खरं सांगेन म्हणून शपथ घे!''

''कुणाची शपथ घेऊ? देवाच्या शपथेवर तुझा विश्वास नाही! माणसाच्या शपथेचा कुणावरही परिणाम होत नसतो, असं तूच एकदा सांगितलं होतंस!''

मला उत्तर सुचलं नाही. म्हणजे माणसाकडून सत्य वदवून घ्यायला काहीच उपाय नाही? मी तशीच दृष्टी रोखून म्हटलं, ''माझी शपथ घे. शपथ मोडलीस तर माझं बरं-वाईट होईल! मी मरेन! क्षणभर यावर विश्वास ठेव आणि शपथ घे!''

त्यानं तत्परतेनं माझ्या मस्तकावर हात ठेवून शपथ घेतली. त्याच्या नजरेतही अविश्वास वाटावं असं काहीही नव्हतं. ''हं! विचार!''

''जाऊ दे!'' मी म्हटलं.

''मनात एकदा भूत शिरलं असेल तर त्याला पळवून लावलंच पाहिजे, बोल!'' तो म्हणाला.

''तू स्त्री-लंपट आहेस असं माझ्या कानावर आलं! माझा त्यावर विश्वास आहे असंही नाही, तरीही माझ्याव्यतिरिक्त आणखी कुणी तुझ्या जीवनात आहे, असा मला संशय जरी आला तरी मला किती वेदना होतील याची तुलाही कल्पना आहेच! ऑफकोर्स तुला बायको-मुलं आहेत हे मला ठाऊक आहे. तो तुझ्या जीवनाचा दुसरा भाग आहे...''

''कुणी सांगितलं तुला हे? बोल. माझी शपथ आहे तुला! बुटाच्या लाथा मारत तुझ्या पायाशी ओढून आणून खरं काय ते ओकायला लावेन!''

एकदा मनात आलं, सुकन्या हेगडेचं नाव सांगावं. मला प्रॉमिसची काळजी वाटली नाही, पण जर माझ्या सांगण्यावरून यानं तिला काही त्रास दिला आणि हे तिला समजलं तर ती त्याच्या-माझ्या संबंधाच्या कशा प्रकारे कंड्या पिकवेल, सांगता येत नाही.

प्रभाकरच्या नजरेत मात्र शांत सात्त्विकता होती. मीही त्याला मिठी मारत म्हटलं, ''जाऊ दे ना! सोडून दे बघू! प्लीज!''

तो तरीही अस्वस्थ होता.

''हे बघ! या घरात आपल्या वाट्याला येणारा प्रत्येक क्षण अमूल्य आहे! तो आपण वाया घालवता कामा नये. ये...'' म्हणत मी त्याला आणखी जवळ ओढलं.

कुठल्याही परिस्थितीत स्वतःला आवरून पूर्वस्थितीला येणं हे तर त्याचं महत्त्वाचं वैशिष्ट्य!

आठ

१

बाल्टिमोरमध्ये आयोजित केलेल्या औद्योगिक प्रदर्शनात भाग घ्यायचं मी आधीपासूनच ठरवलं होतं. त्या आधी जेसक, हनावर आणि सिंगापूरमधल्या प्रदर्शनामध्ये भाग घेतल्याचा अनुभव गाठीशी होताच. याचा अगदी लगोलग फायदा होत नसला तरी पुढचा विचार करता कंपनीच्या फायद्याच्या दृष्टीनं हे आवश्यक होतं. पूर्व एशिया आणि मध्य युरोपमधल्या व्यापारापेक्षा अमेरिकेत व्यवसायाच्या दृष्टीनं पाऊल ठेवायला मिळालं तर फायद्याचं प्रमाण जास्त असतं, हा सगळ्याच उत्पादकांचा अनुभव असतो. कंपनीच्या प्रदर्शनाची सुरुवातीची व्यवस्था लावून तिथं आठवडाभर राहायचं आणि त्यानंतर इतर दोघं थांबून बाकी सगळं बघून घेतील असं ठरलं होतं.

बाल्टिमोरला गेल्यावर मला नचिकेतची आठवण झाली. तो शेजारच्या वॉशिंग्टन डीसीमध्ये राहात असल्याचं मला आठवत होतं, पण अमेरिकेत इतके दिवस एकाच कंपनीत आणि एकाच पत्त्यावर कुणी राहात असेल याची खात्री नसते, तरीही मी जुन्या डायरीतला नंबर शोधून त्याला फोन केला, पण तो अपेक्षेप्रमाणे लागला नाही. या देशात येऊन त्याला भेटल्याशिवाय परतणं, किमान त्याला फोनवर भेटल्याशिवाय परतणं मला पटलं नाही. ब्राझीलमध्ये असणाऱ्या ताईला फोन करून नंबर मिळवणे हा एकच उपाय होता.

अर्थात त्यांनाही फोन करुन दोन-तीन वर्षे होऊन गेली होती म्हणा! म्हटलं, या निमित्तानं का होईना, त्यांची विचारपूस केल्यासारखं होईल!

लगेच फोन लागला.

''अरे वा! जयण्णा! तू तुझा नंबर दे आणि लगेच फोन ठेवून दे, मी करतो. व्यापारासाठी म्हणून आलेल्या का होईना, पण अमेरिकेतून फोन करणं म्हणजे

चांगलीच हजामत होते!'' भाऊजी म्हणाले.

वैजयंतीच्या माघारी कंपनी कशी चालली आहे, कंपनीला तितकाच समर्थ सी.इ.ओ. मिळालाय की नाही, वगैरे चौकशी करून झाल्यावर त्यांनी फोन ताईच्या हातात दिला. तिनं चौकशी केली, ''तुझी ही बायको कशी आहे? वैजयंतीसारखीच आहे का?''

मीही उत्तर दिलं, ''त्या सगळ्या नशिबाच्या गोष्टी आहेत. फोनवर बोलण्यापेक्षा समोरासमोर भेटल्यावर त्यावर बोलू या..'' असं सांगून विषय बदलला.

''आईची काही बातमी समजली का? माझी अंतरात्मा सांगतोय, ती नक्की जिवंत असली पाहिजे. तिच्या मनात आपल्याला दर्शन द्यायची इच्छा होईपर्यंत आपण कितीही शोधलं तरी ती सापडणार नाही आणि शोधणार तरी कुठं म्हणा! तू इंडियात असतोस, तूच शोधलं तर शोधशील! मोठ्या पगाराच्या आशेपोटी आम्ही या ब्राझील देशात आलोय. युरोप-अमेरिकेपेक्षा दूरचा खंड हा दक्षिण अमेरिका! तू इथंही यायच्या दृष्टीनं बेंगळूरहूनच का व्हिसा काढून आला नाहीस?...'' अशा गप्पा झाल्या.

मीही विचारलं, ''नचि कसा आहे?''

''तुला त्याचा फोन नंबर दिलाय ना, तूच फोन करून चौकशी कर आणि आम्हालाही कळव. तो आपणहोऊन फोन तर करतच नाही. आम्ही केला तरी काहीही सांगत नाही.'' ती म्हणाली.

दहा वर्षांपूर्वी...होय. दहा वर्षं झाली. कारचा अपघात झाला, त्याच वर्षीची गोष्ट. अपघाताच्या तीन महिने आधी त्यानं अमेरिकेतून फोन केला होता. मी घरात नव्हतो. वैजयंतीनं फोन घेतला होता.

''मामी, या हॉलिडेजमध्ये इंडियाला यायचा विचार आहे. बेंगळूरमध्येही आठ-दहा दिवस राहायची इच्छा आहे. तुमच्या घरी राहू शकतो का?''

''इडियट! तुमचं घर म्हणतोस? का? हे तुझं घर नाही का? आपल्या घरी यायला परवानगी घ्यावी लागते का? अमेरिकेत जाऊन एम.एस. केलंस म्हणून तू अमेरिकन झालास का?''

''मी एकटा येणार असतो तर कसल्याही परवानगीची गरज नव्हती. मी माझ्या मैत्रिणीबरोबर येतोय! आम्हाला एकत्र राहायला खोली देशील घरात?''

क्षणभर ती गडबडली. या सगळ्या गोष्टी पाश्चात्त्य देशात चालतात हे तिलाही ठाऊक होतंच, पण आपला भाचा, जो बी.ई. शिकताना आपल्या घरी आणि आपल्या पालकत्वाखाली राहात होता, तेही पाच वर्षे, तो आता अमेरिकेत गेल्यावर तीनच वर्षांत असा वागतोय! असं विचारायचं धारिष्ट्य दाखवतोय! तिला अतिशय राग आला. त्यानं पुन्हा विचारलं, ''का? बोलत का नाही? तुम्हाला राग आला का?''

"तुझ्या आई-वडलांना ठाऊक आहे का ही भानगड?"

"फियान्सीला घेऊन ब्राझीलला गेलो होतो, तीन महिन्यांपूर्वी. परवानगी दिली नाही तर मी येणार नाही म्हणून सांगितलं. आईला राग आला. अप्पांनी तिची समजूत काढली म्हणे. झाली तयार! किती केलं तरी ती जुन्या काळची आहे! शिक्षणही बेताचं. तुमचं तसं नाही. तुम्ही इंजिनियर आहात, एक कंपनी उभी करून वाढवली आहे! एक्सपोर्टही करताय! रागावताय? तुम्ही असं करा... हवं तर मामाला विचारा. उद्या पुन्हा याच वेळी फोन करतो. माझीही बेंगळूरला येऊन हॉटेलमध्ये राहायची इच्छा नाही."

तिनं रात्री हे सगळं मला सांगितलं. मलाही राग आला, पण आधीपासून त्याचा स्वभावच असा होता. बेंगळूरमध्ये शिकतानाही एकदा तो त्याच्या एका मैत्रिणीबरोबर एका हॉटेलमध्ये एक खोली घेऊन राहिला होता. बातमी त्याच्या कॉलेजपर्यंत पोहोचली होती आणि त्याच्या प्रिन्सिपॉलकडून मला निरोपही आला होता. जाऊन भेटून आलो होतो मी, पण घरी कळू दिलं नव्हतं. वैजयंतीला समजलं असतं तर तिनं याला घराबाहेरच काढलं असतं, मग साहजिकच माझे आणि ताईचे संबंधही बिघडले असते. ताईलाही न कळवता मी नचिलाच भरपूर रागावून दम भरला होता.

तो मैत्रिणीबरोबर आला तेव्हा ते दोघं नवरा-बायकोसारखेच राहिले. त्यांच्या वागण्यात कुठल्याही प्रकारचा संकोच किंवा अवघडलेपण नव्हतं आणि थिल्लरपणाही नव्हता. शेवटी वैजयंतीही म्हणाली, "लग्नाचं शास्त्र किंवा रजिस्ट्रेशन केलं नसतं तरी काय झालं? दोघंही नात्याविषयी गंभीर दिसतात!"

एकदा डॉक्टर तिम्मय्या आणि त्यांची पत्नी घरी आले होते. वैजयंतीनं त्या दोघांची ओळख करून देत म्हटलं, "मीट माय नेफ्यू नचिकेत ॲण्ड हिज वाईफ लेन्सी."

पण तिचं वाक्य संपायच्या आधी ती म्हणाली, "नो! वुई आर नॉट मॅरीड! वुई आर लिव्हिंग टुगेदर!" हे सांगताना तिथं राग किंवा असमाधानाचा स्पर्शही नव्हता, तेव्हा मात्र वैजयंतीला फार मोठा अपमान वाटला. तिनं तो नंतर बोलूनही दाखवला, "ही गप्प राहिली असती तर काय बिघडलं असतं? एवढं काटेकोरपणे बोलून आमची अब्रू कशाला काढायची?..."

मीच तिला समजावलं, "त्या देशात असं एकत्र राहणं ही काही चुकीची गोष्ट नाहीये! लग्न करून एकत्र राहणं आणि तसंच एकत्र राहणं यात कुठल्याही प्रकारचा सामाजिकदृष्ट्या फरक नाही, म्हणून तिनं तसं सांगितलं. तुझ्या देशाच्या समाजमान्यतेत ते बसत नसल्यामुळे तुला राग आलाय!"

तिचं समाधान झालं नाही ते नाहीच. त्या नंतर दीड महिन्यांतच अपघात झाला. त्या वेळी त्यानं अमेरिकेतून फोन केला होता.

"मामा, बातमी समजली. आताच्या आता तुला भेटायला यावंसं वाटतं, पण ते शक्य नाही. नुकताच मी जॉब चेन्ज केलाय. रजा मिळणार नाही. या देशात मामी वारली म्हणून एवढी मोठी रजा मिळणार नाही, तरीही मी रजेचा हट्ट धरला तर मला कामात रस नाही, असं म्हणून शेरा मिळेल. मला ज्यांनी वाढवलं, त्या दोनच बायका. आई आणि मामी! त्यातही आईला संयम कमी. तिनं परदेशात प्रवास केला असला आणि तिचं वास्तव्यही परदेशातच असलं तरी ती मुळातच म्हैसूरच्या अग्रहारातलीच आहे! मामी मात्र मला नेहमीच समजून घ्यायच्या! मला तर माझी आईच गेल्यासारखं वाटतंय!..." असं म्हणत तो फोनवर हुंदके देऊन रडला होता.

त्याचवेळी ताई-भाऊजींचाही फोन आला होता. ताई म्हणाली होती, "जयण्णा! देव का असा चांगल्या माणसांना शिक्षा करतो? मला लगेच तिथं यावंसं वाटतंय रे! पण काय करू? तुझ्या भावजींना आता रजा मिळणार नाही. मी एकटी प्रवास करू शकत नाही हे तुलाही ठाऊक आहे! तीन-चारवेळा विमान बदलायची कटकट मला समजत नाही. शक्य तितक्या लवकर आम्ही येऊन जाऊ."

त्याप्रमाणे सहा महिन्यांनंतर बेंगळूरला आल्यावर ती सांगत होती, लिन्सी नचिकेतला सोडून गेली म्हणे. एक दिवस तिनं सांगितलं, 'माय डिअर नची, लिव्हिंग टुगेदरची खरी ब्युटी आहे ती एकमेकाला सांगून सवरून हसत मुखानं एकमेकांपासून दूर होण्यात! माझ्या मनात आणखी कुणाविषयी तरी प्रेम निर्माण झालं आहे. मी माझ्याशी प्रामाणिक असलं पाहिजे ना! हा फ्लॅट हवा तर तू ठेवून घे, नाही तर रिकामा करू या!"

"पण याची काय चूक? तिनं का याला सोडावं?"

"यानंही तिला तेच विचारलं. तिनं सांगितलं, तुझी काही चूक नाही, तू उत्तमच आहेस! पण तुझ्यावरचं प्रेम वठून गेलंय. हे तुझ्या बाबतीतही घडू शकलं असतं! त्यामुळे यावर चर्चा-वादविवाद नको. विश मी वेल ॲण्ड विश यू वेल, असं सांगून निघून गेली म्हणे!"

भाऊजी म्हणाले, "आपण तिरस्कारले गेलो याचा न्यूनगंड, आई-वडलांपुढे मन मोकळं करायची शरम- यानं तो अतिशय खचला. मी त्याला फोन करायचा प्रयत्न केला, पण त्याचा नंबर बदलला होता. तो फ्लॅटच सोडला होता ना त्यांनी!"

२

नचि फोनवर भेटला. अगदी जवळच, वॉशिंग्टनमध्येच होता.

"मामा! मी लगेच निघतोच! तू इतक्या जवळ असताना नाही भेटायचं म्हणजे

काय! रात्री झोप येणार नाही मला! तू कुठं उतरलायस? हॉटेलचं नाव आणि पत्ता सांग.''

तो संध्याकाळी सहा वाजता आला. चौतीस वर्षे झाली असली तरी म्हाताऱ्यासारखा दिसत होता. चेहऱ्यावरची कळा हरवली होती. शरीरात शक्ती असल्याचं कुठलंही लक्षण नव्हतं. इथून अमेरिकेला गेलेल्यांपैकी बहुतेक जण डाएट करत असतात, तसंही दिसत नव्हतं. हा माझाच नचि?

खोलीत आल्याआल्या त्यानं माझी दोन्ही पावलं घट्ट धरून नमस्कार केला. नंतर माझा हात घट्ट धरून म्हणाला, ''चल! तुला एखाद्या उत्तम हॉटेलमध्ये जेवू घालतो! या देशात उशीर झाला तर टेबलं मिळणं कठीण!''

जेवताना तो गप्प गप्पच होता. नंतर विचारलं, ''तुला केव्हा परतायचंय?''

''आणखी सहा दिवस आहेत. शनिवारी रात्री.''

''गावी फोन करून आठवडाभर उशिरा जाणं शक्य आहे? तुला ही पूर्वेकडची अमेरिका फिरून दाखवतो. मी स्वतः कार ड्राईव्ह करेन! न्यूयॉर्क, बोस्टन, बफेलो स्पिट्सबर्ग, नायगरा... तेवढाच एक आठवडा तुझ्याबरोबर राहिल्यासारखं होईल. तेवढीच मनाला विश्रांती!''

खरंच! काय हरकत आहे? माझा भाचा माझ्या घरी काही वर्षं माझ्याकडे राहिलाय! विचार कितीही रोमांचक वाटला तरी प्रभावित व्हायचं माझं वय राहिलं नाही, हेही माझ्या लक्षात आलं; तरीही वाटलं, याच्या सहवासात माझ्याही मनाला विश्रांती मिळेल. जेवताना आम्ही त्याच विषयावर बोलत राहिलो. त्याच्या आताच्या लग्नाविषयी विचारावंसं वाटलं तरी मनात आलं, नंतरही आठवडाभर एकत्रच राहणार आहोत, त्या वेळी हवं तेवढं बोलता येईल. कदाचित तोच बोलेल त्या विषयी.

जेवणाचं बिल किती झालं, ते मला समजलं नाही. त्यानं ते क्रेडिट कार्डद्वारे भरलं, पण हॉटेलची भव्यता बघून लक्षात येत होतं, शंभर डॉलरपेक्षा कमी नसणार. तो निघाला तेव्हा रात्रीचे अकरा वाजले होते.

दुसऱ्या दिवशीही तो सहा वाजता आला. त्या दिवशी म्हणाला, ''मामा, आज आपण एखाद्या पॉप्युलर जागी हवं ते खाऊ या. आवडेल तुला!''

बऱ्यापैकी गर्दी असलेल्या ठिकाणी तो घेऊन गेला. गर्दी असली तरी समोरासमोर बसून गप्पा मारायला कसलीच अडचण नव्हती. इथं एकमेकाला लागून छोटी-छोटी खाद्यपदार्थांची दुकानं होती. इटालियन, कोरियन, इराणी, मेक्सिकन अशा अनेक प्रकारच्या खाद्यपदार्थांची चलती होती. आम्ही एका इटालियन पदार्थ मिळणाऱ्या छोट्या हॉटेलात गेलो. दोघांसाठी एकेक पदार्थ सांगितल्यावर तिथला वेटर निघून गेला. एकूण बावीस डॉलर्स झाले.

वेटर निघून गेल्यावर नचिकेत म्हणाला, ''मामा, मला लाज वाटतेय, पण तरीही विचारतोय. तू स्वतःच्या कंपनीच्या कामासाठी म्हणून आला आहेस! तुझ्याकडे एक्स्ट्रॉ डॉलर्स असतील ना? दोन-तीन हजार?''

''आहेत, का बरं? बोल.''

''आठवड्यासाठी प्रवासाला जाऊया म्हटलं ना! दररोज रात्री हॉटेल किंवा मॉटेलमध्ये राहायला पैसा हवा. या देशात प्रेक्षणीय स्थळं बघायला, कार पार्क करायला पैसे लागतात हे तुलाही ठाऊक आहे. तुलाही वाटेल, ह्या माझ्या भाच्यानं मारे प्रवासाचा प्लॅन ठरवला आणि आता पैशाचा हिशेब करतोय, म्हणून तू वैतागला असशील! तुझ्याशी कसलीही लपवाछपवी न करता मोकळ्या मनानं सांगतोय. काल रात्री तुझा निरोप घेतल्यावर मी माझं क्रेडिट चेक केलं. खात्यावर फक्त चारशे पन्नास डॉलर्स शिल्लक आहेत! इथं मला एक डॉलर देणारंही कुणी नाही.''

मी त्याच्या चेहऱ्याकडे बघत होतो. माझ्या नजरेत सहानुभूतीला पाझर फुटून नजर पुसट झाली होती. त्याची नजर तर निस्तेज झाली होती.

मी म्हटलं, ''पैशाची काळजी करू नकोस. तीन हजार पुरतील ना आपल्याला? आपण दोघांनी आठवडाभर एकत्र फिरणं महत्त्वाचं आहे. त्या शिवायही मी तुला तीन-चार हजार डॉलर्स देऊ शकेन, एवढी माझ्याकडे व्यवस्था आहे. या देशात कितीही पगार असला तरी टॅक्स-इन्शुरन्स वगैरे देऊन महिन्याचा खर्च केला तर हातात काहीही राहात नाही, याची मला कल्पना आहे.''

माझ्या परीनं मी त्याचं सांत्वन केलं, तरी त्यामुळे त्याचं समाधान झालं असेल असं मलाही वाटलं नाही. काहीतरी सांगण्यासाठी त्याची आतल्याआत तळमळ चालल्याचं माझ्याही लक्षात आलं होतं. मीच ते बाहेर येण्यासाठी मोकळी वाट करून दिली पाहिजे असं वाटून मी विचारलं, ''ती लिन्सी सोडून गेल्यावर तू आणखी एक लग्न केलंस असं समजलं, तेही टिकलं नाही ना? खरं आहे का ते?''

''आता माझं क्रेडिट रिकामं व्हायचा माझ्या त्या लग्नाचा खेळखंडोबा होण्याशी संबंध आहे! पण...तुला कुणी सांगितलं हे?''

''तुझ्या आईनंच फोन केला होता, तीन वर्षांपूर्वी.''

''तुला सांगितलं तर माझंही मन हलकं होईल. मला ठाऊक आहे, तू मला जज्ज करणार नाहीस! हे मी अप्पांना सांगू शकत नाही! किती केलं तरी फादर-फिगर! ते मला समजावून घेतील असं मला नाही वाटत! आणि आई! तुलाही ठाऊक आहेच तिचा स्वभाव! मुलगाच काय, कुणाच्याही मनाचा विचार करणं तिला शक्य नाही. ती सुदैवी आहे म्हणा! कारण तिला माझ्या अप्पांसारखा नवरा भेटलाय! तुझ्यात मात्र पहिल्यापासून इतरांना समजावून घ्यायची ताकद आहे!''

“ते असू दे. लिन्सी मला सोडून निघून गेली, त्याच्या नंतरचं सांगतो. त्यावेळी माझ्या मनात मी तिरस्कृत झाल्याची भावना अतिशय तीव्र झाली होती. आता ते माझ्या लक्षात येतं. लिव्हिंग टुगेदरची फिलॉसॉफी काय? दोघांपैकी कुणीही आपल्याला वाटेल तेव्हा घटस्फोटाचा खर्च आणि मनस्ताप न होता हसत-हसत दूर होऊ शकतं. लिन्सीला तरी काय म्हणायचं? तिनं या करारातलं मूळ स्वातंत्र्य वापरलं! हे स्वातंत्र्य मीही वापरू शकलो असतो, पण ते वापरावं असं कुणी मला भेटलं नाही. तसं कुणी मला आधी भेटलं असतं तर मी काय केलं असतं कोण जाणे! कदाचित त्या मागं माझं भारतीय मन कारणीभूत असेल, त्यामुळे लिन्सीला जितक्या शक्यता सहज दिसल्या तितक्या मला दिसल्या नसतील! मामा, एक सांगतो. किती केलं तरी आमची स्थलांतरित झालेली पहिली पिढी. आम्ही पूर्णपणे अमेरिकन होणं शक्य नाही! खरं की नाही?”

“हं! कदाचित खरं असेलही. पण तू कसा लग्नाच्या फंदात अडकलास?”

“लिन्सी निघून गेल्यावर मला एकटेपणा प्रचंड छळू लागला. कामावरून घरी आलो की रिकामपण छळायला येई. दररोज व्हिस्की प्यायची सवय लागू शकली असती, पण तेव्हा तुझी आठवण यायची. तू कधीच त्या मार्गाला गेला नाहीस. मी पाहिलं होतं, पार्ट्यांमध्येही तू सफरचंदाचा रस हातात घेऊन फिरायचास! तोही सोडा घातलेल्या स्कॉचसारखाच दिसतो ना! मामीही मला कौतुकानं सांगायच्या! फारच गरज भासली तर तूही तसं कर, असं त्यांचं सांगणं होतं. हा इशारा नसता तर कदाचित मीही प्यायला सुरुवात केली असती! आताही मी पीत नाही. प्यायलो तर अगदी क्वचित. खरं सांगायचं तर माझा गाजर-हलव्यावर जेवढा जीव आहे, तेवढा उत्तमातल्या उत्तम वाईनवरही नाही! जाऊ दे. काय सांगत होतो मी?”

“लिन्सी गेल्यावर प्रचंड एकटेपणा जाणवू लागला...”

“हं. त्या वेळी ट्रेसीची ओळख झाली. खरं सांगायचं तर तिनंच पुढाकार घेऊन माझ्याशी ओळख करून घेतली. आपल्या वागण्या-बोलण्यातून आणि हावभावातून मी तिच्या जवळ जाईन असं केलं. एक-दोन मुलांना जन्म दिलेल्या स्त्रीला पुरुषाला मोहित करुन शांती मिळवून द्यायची जशी शक्ती असते तशी आई न झालेल्या तरुणीला असत नाही असा माझा अनुभव आहे! ट्रेसी दोन लहान मुलांची आई. तिच्या छोट्या फ्लॅटमध्ये एकांत मिळत नाही म्हणून ती माझ्याकडे येत होती. लिन्सी आणि मी एका समान पातळीवर असायचो, पण ट्रेसी परतण्याआधी माझं स्वयंपाकघर, बाथरूम, बेडरूम आवरून जायची. हुवर करून जायची, मळके कपडे मशिनमध्ये टाकून जायची. एखाद्या आईनं आपल्या मुलाची खोली कौतुकानं आवरावी तशी तिची वागणूक होती. बेडमध्येही तिचं वागणं अगदी हळुवार होतं, मनाला शांत वाटावं असं! लिन्सीपेक्षा सगळ्याच बाबतीत ही समजूतदार होती.

मिळवण्यासाठी देणं महत्त्वाचं आहे, याची जाणीव असलेली! वयानंही ती माझ्यापेक्षा चार-पाच वर्षांनी मोठी होती. एकूण काय, तिनं लिन्सीचा विसर पडेल असं केलं. किंवा मीच विसरलो, असं म्हण हवं तर! अशी दोन वर्षं गेली.''

एक दिवस दोघंही घामाघूम होऊन झोपलो असताना तिनं विषय काढला, ''मुलं मोठी होताहेत, वरचेवर 'तू का ऑफिसहून उशिरा येतेस' म्हणून विचारायला लागली आहेत! त्यांच्या मनात आपली आई काहीतरी चोरून करतेय असा संशय निर्माण झालेला दिसतो, असं कशाला? आपण राजरोसपणे लग्न करू या. तुझी शपथ घेऊन सांगते, माझ्या मुलांचा भार तुझ्यावर पडणार नाही. त्या दोघांनाही माझ्या पगारात बोर्डिंग-स्कूलमध्ये ठेवेन, म्हणजे आपल्यालाही आणखी बराच वेळ एकमेकांबरोबर राहायला मिळेल, मग मलाही तुझी जास्तीतजास्त काळजी घेता येईल. मीही मिसेस नचिकेत म्हणून अभिमानानं मिरवू शकेन!''

सुरुवातीला मी याला तयार झालो नाही. या देशात लग्नाच्या जोखडात अडकणं म्हणजे अविवेकीपणाची परमावधी, हे मलाही ठाऊक होतं, त्यामुळेच तर मी लिन्सीशी तसाच राहात होतो ना! पण ट्रेसी वरचेवर तेच बोलून दडपण आणू लागली. तिनं आणखी एक मुद्दा सुरू केला. लग्नाशिवाय असे संबंध ठेवणं म्हणजे अपवित्र वाटतं, म्हणू लागली. मी सांगितलं, माझा लिव्हिंग टुगेदरवरच विश्वास आहे. तिनं वाद घातला, आता आपण तेही करत नाही आहोत! मी माझ्या फ्लॅटमध्ये राहतेय आणि तू तुझ्या! तिनं डोळ्यातून पाणी काढलं, तरी मी दाद दिली नाही, मग तिनं दोन आठवडे येणं टाळलं, फोनही केला नाही. आता मात्र मला काहीतरी गमावल्यासारखं वाटू लागलं... फक्त शरीराची ओढ नव्हे, एक प्रकारची टाकल्याची भावना. लिन्सी सोडून गेल्यावर जाणवली होती त्यापेक्षा खोल पोकळी जाणवू लागली. तिच्यापेक्षा हिचे संबंध अधिक गहिरे झाले होते. एक मृदु नातं गमावल्याचं दुःख जाणवू लागलं.

न राहवून एक दिवस मीच फोन केला. ती लगेच भेटायला आली. म्हटलं, आपण लग्न करू या, एक प्रिन्सिपल ॲग्रीमेंट करू या. मामा, प्रिन्सिपल ॲग्रीमेंट म्हणजे काय ठाऊक आहे?

''थोडं फार ऐकलंय मी! पण नक्की ठाऊक नाही. काय बरं?''

''म्हणजे, लग्नाआधी दोघांचीही आर्थिक परिस्थिती कशी आहे, जर हा करार टिकला नाही तर कुणी कुणाला काय द्यायचं की काहीही द्यायचं नाही, संसाराचा खर्च कुणी किती करायचा, घर आणि कारसारख्या गोष्टी कुणी घ्यायच्या, त्यांची मालकी कुणाची राहील, या सगळ्याच्या बाबतीत आधीच ठरवून करायचा करार. हा करार आधीच केला असेल तर नंतर पोटगीचा कायदा लागू पडत नाही. बायकांकडून होणाऱ्या शोषणापासून यामुळे पुरुषाला संरक्षण मिळतं. तसंच जास्तीची

कमाई असलेल्या स्त्रीलाही यामुळे संरक्षण मिळतं. जर हा दोघांमध्ये करार नसेल तर मात्र देशाचा कायदा दोघांनाही लागू पडतो. कॅनडातल्या अंटारिओ राज्यात तर प्रिन्सिपल अॅग्रीमेण्ट नसेल तर लग्नच करू दिलं जात नाही. अमेरिकेतल्या काही राज्यांमध्ये तर असं आहे, असा करार न करता दोन वर्षांहून अधिक काळ एकत्र राहिलं तर कायद्यानं लग्न झाल्यासारखं मानतात.''

''मग? तुझं काय झालं?''

''तिच्या चेहऱ्यावर अविश्वास होता, ती म्हणाली, डिअर, असं का म्हणतोस? माझ्यावर तुझा विश्वास नाही का? मी म्हटलं, हा कुणावरही अविश्वास दाखवायचा प्रश्न नाही, दोघांच्याही मनात निश्चिंती असावी म्हणून मी म्हटलं. यावर ती म्हणाली, याचाच अर्थ तुझा माझ्यावर विश्वास नाही, सुरुवातीपासूनच अविश्वास असेल तर त्या लग्नाला तरी कुठला नैतिकतेचा पाया राहील म्हणा! माझ्या मते लग्न म्हणजे दोन जिवांचं, दोन आत्म्यांचं देवाच्या संमतीनं होणारं मीलन! मृत्यूनं एकमेकांना दूर करेपर्यंत सुखदुःखात एकमेकांशी समरस होऊन एकत्र प्रवास करू, अशी शपथ घ्यायची! तुला हे नको असेल तर मग मला हा संबंधच नको!''

ती रुसली, विनवण्या केल्या, आपली निळी नजर माझ्या नजरेत खुपसून गयावया केल्या, पण मी मान्य केलं नाही. शेवटी, 'तू मला का समजावून घ्यायचा प्रयत्न करत नाहीस,' म्हणत ती निघून गेली. दुसरे दिवशी पुन्हा आली आणि म्हणाली, 'डिअर, आपण ज्याच्यावर जिवापाड प्रेम करतो, त्याच्या अविश्वासाला पात्र होण्याहून दुसरं कुठलं दुःख या जगात आहे? माझं मन जाणून घ्यायची शक्ती तुझ्यामध्ये आहे! तू मुद्दाम आंधळ्याचं सोंग घेतो आहेस!' असं बरंच काही बोलत राहिली. खरं सांगतो मामा! कायद्यापेक्षा जास्तीची ताकद या नजरेच्या बंधनात आहे! मी तयार झालो! लग्नाच्या रजिस्टरमध्ये सही केली, ही माझी सगळ्यात मोठी चूक!

''त्यानंतर तिनं आपले गुण दाखवायला सुरुवात केली?''

''लगेच नाही. आधी तिनं कबूल केल्याप्रमाणे मुलांना बोर्डिंग-स्कूलमध्ये टाकलं. तिच्या पगारातून त्यांची फी भरत राहिली. माझ्या पगाराचा हप्ता ठरवून मी एक घर घेतलं. मुलांची अडचण नव्हती. आमचा सुखाचा संसार सुरू झाला. तिचा सगळा पगार बोर्डिंग-स्कूलला जात होता. घराचा हप्ता आणि संसाराचा सगळा खर्च माझ्या कमाईतून जात होता. माझी कमाई तिच्या चौपट होती. मी सॉफ्टवेअर इंजिनिअर! एम.एस. झालेला. ती एका कंपनीत मदतनीस होती. सुरुवातीला हा खर्चातला फरक माझ्या लक्षात आला नव्हता. वर्षानंतर बोर्डिंग-स्कूलच्या फीमध्ये वाढ होत गेली. तिनं विचारायला सुरुवात केली, 'तुझ्या मुलांच्या शिक्षणासाठी तू नाही का थोडा भार उचलणार? माझा नाइलाज झाला! शेवटी प्रेमाचं बंधन! अशीच दोन वर्षे गेली. एक दिवस तिचा धाकटा मुलगा न कळवता घरी निघून आला.

त्यानं हट्ट धरला, मी बोर्डिंग-स्कूलला जाणार नाही, मला आवडत नाही, मी घरातच राहून आधीच्या शाळेतच जाणार! तिनंही बरंच समजावलं तरी त्यानं ऐकलं नाही. मग तिनं मला समजावलं, डिअर, सांग काय करू मी? तोही तुझाच मुलगा आहे ना!'

महिन्यानंतर थोरलाही घरी परतला. त्यानंही भांडण काढलं, तो घरी राहिला तर चालतं, मी का नाही राहायचं? ती पुन्हा माझ्या मागं लागली. म्हणाली, "त्यांचा तुला काही भार होणार नाही, माझा पैसा तिथं खर्च व्हायचा तो इथं खर्च होईल! मी वाद घातला, मुलं आली की तुला तीच महत्त्वाची वाटतात, त्यांचं खाणं-पिणं, त्यांच्या शाळेची तयारी, त्यांच्या कपड्यांना इस्त्री- अशी तू त्यांच्यातच गुंतून पडतेस, एक मुलगा इथं येताच तुझं निम्मं लक्ष कमी झालंय, हाही आला तर तुला माझ्याकडे बघायला अजिबातच वेळ राहणार नाही! ती म्हणाली, 'डिअर, ही तुझीच मुलं असती तर तू असं म्हणाला असतास का? आता स्वार्थीपणानं वागू नकोस! कामुक!'

काही न बोलता मी मुकाट्यानं जाऊन झोपलो. थोड्या वेळानं तीही येऊन झोपली. मी मुद्दामच विचारलं, 'का? थोरल्याला नाही आणलंस?'

तिनं माझ्याकडे पार दुर्लक्ष केलं. आता ती पहाटे लवकर उठायची, दोन्ही मुलांच्या शाळेची तयारी करायची, डबे भरायची, स्वत: तयार व्हायची आणि कामावर निघून जायची. संध्याकाळी आल्यावरही त्यांचीच काही ना काही कामं करत राहायची. आता ती मलाही घरच्या कामात मदत करायचा आग्रह धरू लागली. रात्री इतकी दमून जायची की अंथरुणाला पाठ टेकताच ती झोपी जायची.

शेवटी मी एकदा विचारलं, आपण लग्न तरी का केलं? तर म्हणाली, "डिअर, मला तुझी तळमळ समजते! तू म्हणत असशील तर आजच मी नोकरी सोडते! म्हणजे आपल्याला लवकर झोपता येईल आणि मीही रात्री फ्रेश असेन!"

नाही म्हटलं तरी मी सावध झालो. विचारलं, "आणि मग तुझ्या मुलांचा सगळा खर्च?"

ती म्हणाली, "तुला कुठं कमी पगार आहे? तरीही ही परकी मुलं आहेत अशी तुझी भावना तुला घालवायची असेल तर एक उपाय आहे! त्यांना दत्तक घे! म्हणजे ही मुलं कायद्यानंही तुझीच होतील!"

"आता मात्र माझा राग अनावर झाला. शब्दानं शब्द वाढला. बोलणं काही दिवसांसाठी सोडलं, पण बेडमध्ये पुन्हा एक झालो, तरीही ते एक होणं खरं नाही हे आम्हा दोघांनाही समजत होतं. आता वरचेवर भांडणं होऊ लागली. तिथलाच एखादा पुरुष असता तर त्यानं ठोकूनच काढलं असतं! काय असेल ते असो, मला मात्र हात उगारायला जमत नव्हतं.

एकूणच सगळं प्रकरण डिव्हॉर्सच्या टप्प्यावर येऊन पोहोचलं. कोर्टात प्रकरण गेलं. तिचा वकील, माझा वकील आले. लग्नाच्या वेळी तिला दोन मुलं असल्याचं याला ठाऊक होतं, त्यामुळे हा त्यांची जबाबदारी टाळू शकत नाही, आपल्याला आणि मुलांना या घराची गरज असल्यामुळे यानं घराबाहेर निघून जावं, घराचे हप्ते भरायची जबाबदारी याचीच, त्यानंतर जे इन्कम असेल त्याचे चार भाग करण्यात यावेत आणि त्यातले तीन भाग देऊन एक भाग याला राहावा, असा महान कोर्टानं निर्णय दिला!!''

एवढं सांगून नचिकेत माझ्याकडे पाहू लागला.

माझी बुद्धी बधिर झाली होती. त्याला काय सांगावं हे मला सुचेना; त्याचाही घसा दाटून आल्यामुळे त्यालाही बोलणं फुटेनासं झालं होतं. असाच किती वेळ गेला कोण जाणे! शेवटी वेटरनं खाणं आणून ठेवलं आणि दोघांनाही त्या प्रसंगातून सोडवलं.

थोडे नुडल्स खाल्ल्यावर नचिकेत म्हणाला, ''बाकीचंही लवकर सांगून टाकतो. पोटातली मळमळ बाहेर ओकून टाकली तर तेवढंच समाधान होईल! कुणावर ठपका ठेवायचा? तिच्या नजरेत गाढ विश्वास बघून तिच्यावर विश्वास ठेवलेल्या माझ्यावर? प्रिन्सिपल अ‍ॅग्रीमेण्टची सोय असतानाही का लाखो पुरुष बळी पडतात? कोट्याधीशांची मुलं का बळी पडतात? कोर्टानं माझ्यावर आणखीही एक अट लादली. माझ्यावरच्या सगळ्या अटी मी पार पाडेपर्यंत मी हे राज्य सोडून कुठेही नोकरी करायची नाही, देश सोडून जाता कामा नये, माझा पासपोर्ट कोर्टात सुपूर्द करायचा, मी याच वॉशिंग्टनमध्ये आहे, त्याच कंपनीत आहे. माझी कार्यक्षमता इथं कुचंबतेय. कंपनीनं मला लेखी नाही, पण तोंडी इशारा दिला आहे. नीट काम केलं तर नोकरी राहील, पगार मिळत राहील. मिळवलेल्या पगारातले तीन भाग तिला आणि तिच्या मुलांना जाताहेत हे ठाऊक असूनही मला नीट नोकरी केलीच पाहिजे! यालाच आपल्याकडे निष्काम कर्मयोग म्हणतात ना?'' म्हणत त्यानं हसायचा प्रयत्न केला.

त्या प्रयत्नात त्याला ठसका लागला. मी त्याच्या डोक्यावरून हात फिरवत त्याला पाणी दिलं. थोडं बरं वाटल्यावर तो पुढं सांगू लागला, ''मी त्याच गावात आहे. तीही त्याच घरात राहतेय, त्यानंतरही वर्ष गेलं होतं. मी एका पार्कमध्ये एका बाकावर बसलो होतो; तीही त्याच पार्कमध्ये जवळपास तिच्या वयाच्या एका पुरुषाच्या दंडात हात गुंफून फिरायला आली होती. होय. तीच होती! आणखी कुणीही नव्हे! डिव्हॉर्स घेऊन जुन्या नवऱ्याच्या घरात जुन्या नवऱ्याच्या कमाईवर सुखात राहू शकते ती! नवा बॉय-फ्रेण्ड करायचा नाही असा काही कायदा नाही ना! स्त्री असो वा पुरुष, सेक्स तर प्रत्येकाची मूलभूत गरज आहे ना! तो नाकारणं

म्हणजे मानवाच्या मूलभूत हक्कात हस्तक्षेप केल्यासारखं होईल! त्यामुळे पुन्हा लग्न न करता हवे त्याच्यापासून देहसुख घ्यायचा तिला हक्कच आहे!''

तो बोलायचा थांबला आणि आपला नूडलचा बाऊल पुढं घेऊन खाऊ लागला. आता सांगायचं काही शिल्लक राहिलं नव्हतं. मीही काही विचारलं नाही. मीही माझं सॅण्डविच खाऊ लागलो. अखेर मीच बिल दिलं. त्यानंही आढेवेढे घेतले नाहीत. त्याला उत्साहाच्या भरात कालचाच खर्च अंगावर येणारा झालेला दिसत होता. पेट्रोलला तरी याच्यापाशी पैसे आहेत की नाही कोण जाणे, असं वाटून मी म्हटलं, ''हे काही डॉलर्स असू दे तुझ्यापाशी. वेळ असेल तेव्हा येऊन भेटत जा.''

ते हजार डॉलर्स बघून मात्र तो संकोचून म्हणाला, ''कशाला मामा? माझ्यापाशी थोडे पैसे आहेत...''

''असू देत...'' म्हणत मी ते पुन्हा त्याच्या खिशात बळेच सारले, मग मात्र तो गप्प बसला.

असेच आणखी दोन संध्याकाळी आम्ही दोघे भेटत राहिलो.

नंतर सकाळी मला माझ्या सी.ई.ओ.कडून फोन आला, ''सुपर प्रोसीजनवाला आपल्या सत्तावीस टेक्निशियन्सना आपल्याकडे ओढून घेतोय! आपल्यापेक्षा दुप्पट पगाराची लालूच दाखवतोय. एवढ्यातच त्यांनी सगळ्यांनी मिळून तशी नोटीस दिली आहे. आधीच आपण एक्सपोर्टची डेडलाईन नीट करायला धडपडतो आहोत! अशा वेळी एवढ्या अनुभवी कर्मचाऱ्यांनी असं केलं तर आपली काय गत? यांच्या मागे लागून आणखी तीसजणंही जाऊ शकतील. मी साम-दाम वापरून पाहिलाय. तुम्ही शक्य तितक्या लवकर याल तर बरं! पगारवाढ एवढा एकच उपाय मला तरी दिसतोय!''

नऊ

१

बरीच खटपट करुन मी परतीचं तिकीट मिळवलं आणि लगोलग बेंगळूरला निघून आलो. परतायच्या आधी फोन करून नचिकेतला परिस्थितीची कल्पना दिली आणि पुन्हा येईन तेव्हा संपर्क साधण्याचंही कबूल केलं. प्रवासभर त्याच्या परिस्थितीचा विचार मनात येत होता आणि माझी परिस्थिती त्याच्यापेक्षा फारशी वेगळी नाही, असंही वाटून जात होतं, तरीही कंपनीमधील परिस्थिती हा माझ्यासमोरील पहिला ज्वलंत प्रश्न होता.

माझा व्यावसायिक प्रतिस्पर्धी 'सुपर प्रोसीजन' मोठ्या प्रमाणात धंद्यात उतरत असल्याची मलाही सुमारे वर्षापासून कल्पना होतीच. हवं तेवढं भांडवल उभं करायची ताकद असणाऱ्या त्याच्यासारख्याला कंपनीचा विस्तार ही काही फार मोठी गोष्ट नव्हती, पण हा माझ्या कंपनीतल्या सूक्ष्मतम गोष्टी ठाऊक असलेल्या माझ्या अनुभवी कर्मचाऱ्यांना आपल्याकडे ओढून घेईल याचा मात्र मला अंदाज नव्हता.

बेंगळूरला पोहोचताच घरी जाऊन मी आंघोळ केली आणि तसाच कंपनीत धावलो. इथं कुणी मालक नाही आणि कुणी नोकर समजायचं कारण नाही. मिळणारा फायदा आपण सगळेच वाटून घेऊ या, सगळे एकत्र खाऊ-जेवू या, कौटुंबिक अडचणींकडेही कंपनी वैयक्तिक लक्ष देईल... असं सगळं केलं तरी दुप्पट पगाराच्या आशेला किती पटकन बळी पडले हे सगळे! नियत हा गुणच कर्मचाऱ्यांच्या मानसिकतेत आणणं शक्य नाही का?

मनातली निराशा बाजूला सारून मी त्यांच्याशी वाटाघाटी करायला प्रारंभ केला. मी "आपण सगळे एका कुटुंबातले आहोत..." असा मुद्दा मांडताच त्यांनी सूर काढला, "आम्हीही तसंच मानतो सर! पण महागाई दिवसेंदिवस वाढते आहे! आम्हाला आमच्या मुलांना डोनेशन देऊन शिकवावं लागतं. मुलींना हुंडा देऊन लग्न

लावून द्यावं लागतं. घर बांधण्यासाठी काढलेल्या कर्जाचा हप्ता फेडावा लागतो. अशा परिस्थितीत डबल पगारवाढ मिळत असताना कोण सोडेल?''

त्यांच्याकडून मी तीन दिवस वेळ मागून घेतला. संबंधितांशी तीन दिवस सतत चर्चा केली. शेवटी निम्मी पगारवाढ कर्मचाऱ्यांनी मान्य केली. फक्त सत्तावीसजणांना पगारवाढ दिली तर बाकीचे कसे गप्प बसतील? सगळ्यांचीच पगारवाढ म्हटल्यावर येणारा कंपनीवरचा बोजा कसा भरून काढायचा? किंमत वाढवली तरी त्याचा फायदा ''सुपर प्रेसिशन'' नक्की करून घेईल.

अशी सगळ्या बाजूंनी कोंडी झाली असता याच व्यवसायातल्या एखाद्या मित्राशी चर्चा करण्यानं फायदा होतो असा माझा अनुभव होता, त्यातून मला दिसलेल्या मार्गाच्याही भल्याबुऱ्या शक्यता सामोऱ्या येऊ शकतात; यासाठी आवश्यक असलेला अनुभव, तल्लख बुद्धी आणि कल्पकता असलेला एकमेव मित्र म्हणजे शेखरप्पा! मी तातडीनं फोन करून त्याची संध्याकाळी चारची त्याच्या बनेरघट्टा रोडवरच्या फॅक्टरीत अपॉइण्टमेण्ट घेतली आणि तिथं गेलो.

त्याच्या ऑफिसमधल्या सोफ्यावर समोरासमोर बसल्यावर त्यानंच विषय काढला, ''त्यानंतर आपण फक्त फोनवरच चारवेळा बोललो. सगळ्या गोष्टी फोनवर नाही बोलता येत. पुढं काय झालं?''

''दोन गोष्टींविषयी बोलायचंय...'' म्हणत मी कंपनीतल्या पेचप्रसंगाविषयी सांगितलं.

''प्रत्येक व्यवसायात असली अडचण येतच असते. हा केवळ तुझा प्रश्न नाही. आपल्यासारखे सगळे उद्योगपती अमेरिकेला माल एक्सपोर्ट केल्याशिवाय जगू शकत नाहीत.''

''सुरुवातीला त्यात अडचणी येतील, पण गुणवत्तेची हमी देण्यात तुला यश आलं तर त्यात अशक्य काहीच नाही. एक डॉलर म्हणजे बेचाळीस रुपये! कर हिशेब!''

त्यानंतर याच विषयावर आमची बरीच साधकबाधक चर्चा झाली. पुन्हा एकदा अमेरिकेला जाऊन परिस्थितीचा नेमका अंदाज घ्यायचा त्यानं सल्ला दिला.

सगळ्या चर्चेनंतर मन थोडं शांत झालं. त्यानंतर, इतर कुणापुढेही सांगणं शक्य नसलेली माझ्या संसाराची कथाही मी त्याच्या कानावर घातली- यानंच पोलीसस्टेशनवर येऊन, दोन लाखांची व्यवस्था करून मला सोडवलं होतं ना! त्याला सांगणं केवळ सोपंच नव्हे, आवश्यकही होतं. तो यावरही काहीतरी उपाय सांगेल, अशी मला आशाही वाटली.

त्याला मी सगळी हकिकत सांगितली. अगदी, चित्रा होसूरनं शरीरसुख नाकारणं कौटुंबिक हिंसेमध्ये समाविष्ट होत असल्याचं सांगितल्यानंतर जाणवत

असलेल्या दुर्बलतेविषयीही सांगितलं. ती मला कशी नपुसंक म्हणून हिणवतेय तेही सांगून म्हटलं, ''मला तर वाटतं, खरोखरच माझी ती शक्ती वठून गेली आहे की काय कोण जाणे! आता मी अठ्ठेचाळीसचा आहे, तुझंही हेच वय आहे ना?''

माझ्या प्रश्नाचा मथितार्थ लक्षात येताच त्याच्या चेहऱ्यावर खोडकर हसू उमटलं. ते पाहून मी मनोमन खजील झालो. वाटलं, उगाच काढला हा विषय!

पण तो म्हणाला, ''आदर्शवाद्यांना नेहमीच बुद्धी कमी असते आणि भय जास्त!''

''म्हणजे?''

''आधी तू तुझ्या पहिल्या बायकोला घाबरत होतास...''

''पहिल्या म्हणू नकोस! मला एकच बायको होती. आता आहे ती कायद्यानं असेल, पण ती माझी धर्मपत्नी नाही, मी तसं मानत नाही!''

''ते काही का असेना! तू वैजयंतीबरोबर क्वचित का होईना पार्टीला येत होतास. ती तर सती सावित्रीसारखी एक वेणी घालून, एवढं मोठं कुंकू लावून साडी नेसून यायची! कुणाचीही ड्रिंक ऑफर करायची छाती होणार नाही असा तिचा अवतार असायचा! आणि तू? तूही आईस घातलेला ज्यूस घेऊन नाटकं करत पार्टीत वावरायचास! इतरांना ठाऊक नसलं तरी मला ठाऊक आहे ते! बायकोला घाबरूनच असं वागत होतास ना?''

''छे: छे: मला स्वत:लाच अल्कोहोल आवडत नव्हतं. आताही नाही आवडत.''

''पण का?''

''का म्हणजे? ती वाईट असते हे ठाऊक आहे म्हणून!''

''सगळं जगच पितंय! माय डिअर बॉय!! आदर्शवाद्यांना वास्तवाचं भान कमी असतं, हेच खरं! कोटीच्या घरात आयात-निर्यात-व्यवहार असणाऱ्यांना टेन्शन्स तर असतातच! म्हणूनच म्हणतो, वाईट असली तरी घेतलीच पाहिजे! त्यामुळे बुद्धी तरतरीत राहते! घरातल्या बायकोचं भयही कमी होतं!''

''म्हणजे? काय सुचवायचं आहे तुला?''

''नियमित नव्हे रे! पण कधीतरी, शनिवारी संध्याकाळी काय हरकत आहे? घरी घेऊन जायला नाहीतरी ड्रायव्हर असतो! मग एखाद्या कॉलगर्लला बोलावून घे! म्हणजे तुझं तुलाच समजेल, तू अजून चोवीस वर्षांचा तरुण आहेस हे!''

''स्टॉप इट!''

''उगाच नाटकं करू नकोस! एव्हाना तुझ्या मनात 'कुठे भेटेल ही कॉलगर्ल?', हा प्रश्नही उभा राहिला असेल! मित्र आहे मी तुझा! सांगतो! तू कामानिमित्त वरचेवर दिल्लीला जात असतोस ना! तिथल्या एका हॉटेलचं नाव सांगतो. फोर स्टार हॉटेल आहे. नाव सांगितलंस तर कुठलाही टॅक्सीवाला घेऊन जाईल. खोली घेऊन गेलास

की सामान आणणारा मुलगाच विचारेल, काय हवंय, म्हणून! तिकडं नीट लक्ष दे. तू सांगेपर्यंत तो पुढचं काही बोलणार नाही! सर्व्हिस उत्तम असते. कसलीही भीती नाही. त्या मुलीच कंडोम घेऊन येतात, फॉरेनमेक!''

''सांगितलं ना, मी अठ्ठेचाळीस वर्षांचा आहे... असल्या गोष्टींना बळी पडायचं वय नाही माझं!''

''तर मग देव तुझं भलं करो! हं काय घेणार? चहा की कॉफी? की ज्यूस?'' आता त्याचा स्वर सत्काराचा होता.

२

मी तातडीनं शेखरप्पाचा व्यवसायाचा अमेरिकेत विस्तार करायचा सल्ला मनावर घेतला, त्यासाठी शक्य तितक्या लवकर अमेरिकेला जाऊन यायचा निर्णय घेतला.

दुसऱ्या समस्येवरचा त्याचा उपाय ऐकून मात्र माझं मलाच हसू येत होतं.

पण तिसऱ्या दिवशी वाटू लागलं, का प्रयत्न करून बघू नये? शेखरप्पामधला रसिकपणा अगदी जवळच्या मित्रपरिवारात माहितीचा विषय होता. बाहेरच्या जगात, त्यातही व्यावसायिकांमध्ये त्याची प्रतिमा गंभीर अशीच होती. थोड्या मनोरंजनानं बुद्धी तरतरीत होते हे त्याचं मत कदाचित खरंही असेल. मंगळेला घरी बोलावलं तेव्हापासून देहसुखाचा आणि पावित्र्याचा परस्परांशी काही संबंध आहे, यावर माझाही विश्वास राहिला नव्हता, तरीही देह विकून पैसे मिळवणाऱ्या एखाद्या स्त्रीशी रत व्हायचा विचार मनात किळस निर्माण करत होता. नाहीतरी ती भावना माझ्या मनात छळ मांडण्याइतकी नाही आहे, मग कशाला त्या फंदात पडा, असंही वाटत होतं, तरीही मधूनच माझं पुरुषत्व तपासून पाहायची इच्छा मात्र मनाला छळत होती. वयामुळे ती शक्ती नष्ट झाली असेल तर त्याला नपुंसक म्हणता येईल का? मग त्यासाठी दुसरा कुठला शब्द आहे का? पण अठ्ठेचाळीस हे म्हातारपणाचं वय नाही, असंही मनात येत होतं.

शेवटी, मी माझी परीक्षा घेतलीच पाहिजे, या निर्णयापर्यंत येऊन पोहोचलो.

नाहीतरी पुढच्याच आठवड्यात मला दिल्लीला जायचंच होतं. सकाळी साडेनऊ वाजता दिल्लीच्या विमानतळावर उतरल्या उतरल्या एका सरदारजीची टॅक्सी केली आणि मला जायचं असलेल्या हॉटेलचं नाव सांगितलं, ''स्टार पॅराडाईज!''

ते ऐकताच त्याच्या चेहऱ्यावर कळेल न कळेल असं हसू उमटल्याचा मला भास झाला; कदाचित तो माझाच भास असेल असंही वाटून गेलं.

हॉटेल अगदी चकचकीत होतं! जमीन, फर्निचर, डेकोरेशन... आणि सगळ्या अशा प्रकारच्या हॉटेल्समध्ये असतात तशा देखण्या आणि नटलेल्या स्वागतिका! खोलीत सूटकेस आणून ठेवलेल्या मुलानं खोलीतल्या सगळ्या सुखसोयी दाखवून झाल्यावर अपेक्षेप्रमाणे विचारलं, "तुम्हाला आणखी काही हवं असल्यास मला सांगा, साब!"

"होय!" मी सांगितलं.

त्यानं जवळ येऊन विचारलं, "लहान वयाची?"

मी होकार देताच त्यानं सांगितलं, "तासभर लागेल बोलावून घ्यायला! अकरा वाजेपर्यंत व्यवस्था होईल!"

कपडे बदलून कॉटवर एकटाच आडवा झालो. मनात आलं, काय हा माझा अध:पात! एकदा वाटलं त्या मुलाला बोलावून "नको" म्हणून सांगावं. एका दिवसाचे पैसे देऊन मी नेहमी उतरत असलेल्या हॉटेलमध्ये निघून जावं. एकीकडे हा विचार पक्का होत होता, तसेच दुसरीकडे घड्याळाचे काटे पुढं जात होते.

अकरा वाजले. आणखी पाच मिनिटंही गेली. पुन्हा पाच मिनिटं. मनाची उलाघाल होऊ लागली. सव्वा अकरा... म्हणत असतानाच खोलीची बेल वाजली. दार उघडलं. दारात तोच मुलगा उभा होता आणि त्याच्या मागं ती! वयानं लहानच म्हटली पाहिजे. पंचवीसपेक्षा जास्त नव्हती हे नक्की. याच हॉटेलमधल्या एखाद्या खोलीत उतरलेल्या एखाद्या कुटुंबातली वाटावी अशी वेशभूषा.

आत येऊन त्यानं सांगितलं, "साब, कसलीही काळजी नको. आरामात राहा! मॅडम फार चांगल्या आहेत!" आणि त्यानं दार ओढून घेतलं.

मला काय करावं ते सुचेना. तिनंच आतून बोल्ट लावला आणि माझ्याकडे पाहू लागली. काय बोलावं ते मला सुचेना. तिनंच विचारलं, "साहब, काहीच का बोलत नाही?"

"नाव काय तुझं?" मी विचारायचं म्हणून विचारलं.

तिनं जवळ येऊन माझे दोन्ही हात हलकेच आपल्या हातात घेतले. माझ्या हातांना कंप सुटला होता. तिच्या चेहऱ्यावर अनुकंपेचं हसू उमटलं. माझ्या दोन्ही गालांवरून हात फिरवत ती म्हणाली, "या. आपण बसून बोलू या."

तिनं मला सोफ्यावर बसवलं आणि स्वत:ही माझ्याशेजारी बसली. नंतर हलकेच विचारलं, "ही पहिली वेळ आहे?"

"होय!" मी स्वतःवर काबू मिळवायचा प्रयत्न करत पुन्हा विचारलं, "तुझं नाव काय?"

"तुमच्या या प्रश्नामुळेच मी विचारलं, 'पहिली वेळ का,' म्हणून! कारण या व्यवहारात कुणीही आपलं खरं नाव सांगत नाही आणि गिऱ्हाईकही! अर्थात मी

तुमच्या खऱ्या नावाचा शोध लावू शकते! इथल्या रजिस्टरमध्ये लिहिलेलं असतं ना! पण मला काय करायचंय ते घेऊन म्हणा!''

तिचा प्रांजलपणा बघून मला बरं वाटलं. माझ्या तोंडून आलं, ''तू कशाला हा धंदा करतेस?''

''साहेब, हाही अननुभवी लोकांनी विचारायचा प्रश्न आहे! असले प्रश्न विचारत उगाच का वेळ वाया घालवताय? चला! एकदा माझ्याकडून सेवा करून घेतली तर जन्मभर मला विसरणार नाही!'' असं म्हणत तिनं मला कॉटवर नेलं.

खरं होतं तिचं! तिची सेवा संपूर्ण आयुष्यभर लक्षात राहणारी तर होतीच, त्याचबरोबर तिन माझ्या मरून गेलेल्या आत्मविश्वासाला नवी संजीवनी मिळवून दिली होती! कुठल्याही अडचणीशिवाय आणि कुठलंही दडपण नसल्यामुळे मी पुन्हा पुरुष झालो होतो! शेखरप्पानं सांगितलं तसा मी खरोखरच चोविशीचा तरुण झालो होतो. स्वत: सशक्त असूनही स्वत:ला कमकुवत असल्याचं भासवून तिनं माझा आत्मविश्वास वाढेल असं केलं होतं. माझं मन हलकं झालं होतं. मनातला गोंधळ निमाला होता.

थोडी विश्रांती घेतल्यावर मी म्हटलं, ''जेवून घेऊ या.''

''डायनिंग हॉलला जायला नको. इथंच जेवण मागवा.'' तिनं सुचवलं. जेवण येताच तिनं पुढाकार घेऊन वाढलं. हीही एक प्रकारची मधुर सेवाच होती! वेटरनं खरकटी भांडी नेल्यावर मी म्हटलं, ''आज इथंच राहा!''

''संध्याकाळी पाच वाजता निघालं पाहिजे मला! सहाच्या आत घरी पोहोचलं पाहिजे. तोपर्यंत सेवेसाठी आहेच मी!''

मला पुन्हा-पुन्हा चोवीस वर्षांचा तरुण बनवून ती संध्याकाळी पाच वाजता जायला निघाली. मी हातात येतील तेवढ्या नोटा तिच्या हातात ठेवल्या. तिला त्या न मोजता किती असतील ते जाणून घेण्याइतका अनुभव होता. ''पुन्हा वाटेल तेव्हा बोलावून घ्या! केशर माझं नाव. तुम्ही फार चांगले आहात!'' म्हणत तिनं माझं चुंबन घेऊन नमस्कार केला. ती गेल्यावर मला श्रांत वाटलं. रात्री गाढ झोप लागली. सकाळी जाग आली तेव्हा अर्धवट जागृतावस्थेत मला त्या खाकी कपड्यांमधल्या बाईची आठवण झाली. तिनं माझा केलेला भावनिक चेंदामेंदा आठवला. अंहं, हे कपडे चढवलेल्या प्रत्येकाच्या भावनांचा चेंदामेंदाच होतो!

काही वेळ याच भावनेत काढल्यावर एकाएकी वैजयंतीची तीव्रपणे आठवण आली. हेही काही खरं नाही. मारवाड्याच्या फॅक्टरीत काम करताना तीही खाकी कपड्यातच असायची. केस वर बांधलेले, त्याला लावलेली काळी क्लिप, पायात काळे शूज... तरीही तिच्या स्त्रीत्वाला कुठं बाधा येत होती? ती या वेशात असतानाच मला ती अधिक भावली आणि मी तिला जीवनसांगाती म्हणून निवडली?

स्वत:ची कंपनी सुरू केल्यावरही तिनं आपल्या केबिनमध्ये एक तसा वेश ठेवला होता आणि फ्लोअरवर जाताना ती तो आवर्जून घालत होती ना! तेव्हा तरी कुठं तिच्या स्त्रीत्वाला बाधा येत होती? काही अडचण आली तर साडीवरच खाकी एप्रन घालून कामावर हजर व्हायची ती. कितीही चूक झाली तरी ती कधीच कर्मचाऱ्यांवर रागावत नव्हती, त्यात कुठंही आपण या कंपनीची मालकीण असल्याचा दर्प जाणवायचा नाही. खाकी कपड्यामुळे स्त्रीत्व नष्ट होत नाही, हे जाणवत असतानाच तीव्रपणे वाटलं, आपण वैजयंतीच्या स्मृतीशी द्रोह केलाय! हा काही आज केलेला नाही! मंगळेला घरी बोलावलं, त्याच दिवशी!

या विचारासरशी जीव तळमळला.

त्या वेळी अशा एखाद्या हॉटेलला येऊन शरीराची भूक भागवली असती तर कदाचित स्वत:ला क्षमा करता आली असती!

दहा वाजता खोली रिकामी केली आणि नेहमी उतरत असलेल्या हॉटेलमध्ये राहायला गेलो.

३

त्यानंतर दिल्लीच्या वास्तव्यात हेच माझं रुटीन झालं. आधी 'स्टार पॅराडाईज'मध्ये एक दिवस राहायचं, नंतर नेहमीच्या हॉटेलमध्ये राहायला जायचं. कितीतरी वेळा केवळ या एकाच कारणासाठी दिल्लीला जायची इच्छा व्हायची, पण मी मनाला आवर घालत होतो.

तिथं येणाऱ्या बायकांमध्येही विविध प्रकार असायचे. कुणी सांगायचं, ''माझा हा नेहमीचा व्यवसाय नाही. घरी अडचण असते, त्यामुळे 'तुमच्यासारखे सज्जन' असतील तरच बोलवायचं असं हॉटेलवाल्यांना सांगून ठेवलं आहे.'' यातही किती खरं आणि किती खोटं, कोण जाणे! काही जणी खरोखरच गृहिणी होत्या. घरचा खर्च भागवण्यासाठी त्या येत असाव्यात, हे माझ्याही लक्षात येत होतं. काही जणींना उत्तम कपडालत्ता, दागदागिने, सुखोपयोगी वस्तूंची लालसा असायची. काही बायकांना मात्र या कुठल्याही कारणांपेक्षा जास्तीच्या शरीरसुखाची अपेक्षा दिसत होती.

माझ्याही मनातली सुरुवातीची भीती नंतर नाहीशी झाली होती.

एकदा वेटरनं सांगितलं, ''एक लेडी आहेत, साब! अंग्रेजी बोलतात. तुमची इच्छा असेल तर घेऊन येतो. तुम्ही इतरांसारखे नाही, अशी मी शिफारस केली तर त्या तयार होतील. अर्थात त्याही पैसे घेतातच, पण फक्त पैशासाठी धावून

येणाऱ्यांपैकी नाहीत त्या! त्या रूममध्ये येतात आणि पटलं नाही तर 'सॉरी, माफ करना' असं म्हणत निघून जातात.''

मला हे थोडं विचित्रच वाटलं. थोडी भीतीही वाटली. हिनं मलाही नाकारलं तर? आणि तिनं होकार दिला आणि मीच कमी पडलो तर? क्षणभर विचार करून म्हटलं, ''घेऊन ये!''

तोही ''पाऊण तास लागेल'' असं सांगून निघून गेला.

त्याच्या पाठोपाठ ती आली. आल्या-आल्या पुढं होऊन 'हाय...' म्हणत हस्तांदोलनासाठी हात पुढं केला. तिच्या हाताच्या पकडीतून ती एक खेळाडू असल्याचं माझ्या लक्षात आलं. तसाच तिचा बांधा होता. सुमारे पाच फूट आठ इंच उंची असावी. चरबीचा लवलेशही नसलेला कडक बांधा. शरीराचा बांधा उठून दिसेल अशा पद्धतीनं इनशर्ट केलेला पेहराव. दाट केसांचा पुरुषी क्रॉप. उजव्या मनगटावर घड्याळ. आत्मविश्वासदर्शक सावळा चेहरा. मीही 'हाय' म्हणत तिच्या हस्तांदोलनाला प्रतिसाद दिला. वेटर निरोप घेऊन बाहेर निघून गेला. मी दाराला आतून बोल्ट लावला. एव्हाना मला अशा बायकांशी बोलायची बऱ्यापैकी सवय झाली असल्यामुळे मी म्हटलं, ''बहोत खूबसूरत हो तुम!''

तिनं इंग्लिशमध्ये बोलायला सुरुवात केली, ''पहिल्या वाक्यातच दोन चुका झाल्यात! पहिल्याच भेटीत तुम्ही माझा एकेरी उल्लेख केलात! ओळख होऊन मी परवानगी द्यायच्या आधीच! आणि दुसरी चूक म्हणजे तुम्ही मला सुंदरी समजून बोलायला सुरुवात केलीत! आधुनिक तरुणीला सुंदर म्हणवून घेण्यापेक्षा बुद्धिमती म्हणवून घेण्यात अधिक बरं वाटेल, नाही का! बाई किंवा पुरुष, माणसाला आकर्षक बनवते ती हुशारीची चमक, चेहरा, बांधा, रंग नव्हे! तुम्हाला काय वाटतं?''

''शंभर टक्के कबूल! तुम्हाला खूबसूरत म्हणताना मला हेच म्हणायचं होतं!''

''थँक्यू!''

''काय शिक्षण झालंय तुमचं? कुठं?''

''कुठं हे समजायची गरज नाही. मास्टर्स डिग्री इन...जाऊ द्या!''

''दररोज जिमला जाता का? की सूर्यनमस्कार...?''

''स्विमिंग करते. स्विमिंग केलं की सगळं शरीर ट्युण्ड राहतं. इतर कुठल्याही व्यायामानं होत नाही. काय म्हणता तुम्ही? तुम्ही मात्र काहीच करत नाही. चेहराच सांगतो तुमचा! बरेच कामात असणार, कंपनी की बिझनेस?''

''स्वतःची कंपनी आहे. मध्यम आकाराची.''

''म्हणजे भलतीच डोकेदुखी! मला मार्केटिंग डायरेक्टर म्हणून घ्याल का?'' ती आक्रमक हसत म्हणाली.

मीही हसत म्हटलं, ''गुड आयडिया!''

"मी तुमच्या कंपनीत नोकरी धरली तर माझ्याकडे रोमँटिक नजर टाकता येणार नाही! तो कर्मचाऱ्याचा दुरुपयोग केल्यासारखा होईल. मीही हा व्यवसाय करू शकणार नाही! कारण एका व्यक्तीनं दोन व्यवसाय करू नयेत असं प्लॅटोचं म्हणणं आहे!"

"प्लॅटोचं नाव मीही ऐकलंय. मोठा तत्त्वज्ञ होता ना तो? पण त्यानं काय तत्त्वज्ञान मांडलंय हे मात्र मला ठाऊक नाही. तुम्ही गैरसमज करुन घेणार नसाल तर एक प्रश्न विचारू?"

"विचारा, काहीही हरकत नाही."

"तुम्ही इतक्या बुद्धिवंत आहात, एवढ्या शिकल्या आहात! एवढं ठाम व्यक्तिमत्त्व आहे तुमचं! मग हा धंदा का करताय?"

"थँक्स फॉर द कॉम्प्लिमेण्ट! मी काही नियमितपणे हा व्यवसाय करत नाही. मनात आलं तर तुमच्यासारख्यांना भेटते. मला पटलं नाही तर 'सॉरी' सांगून निघून जाते. या व्यवसायातही भरपूर पैसा हातात येतो, नाही असं नाही. पैसा मिळणार असेल आणि व्यक्ती मला पटली असेल तरी माझी तयारी असते, ते असू दे, पण हा धंदा कमी दर्जाचा, अनैतिक असा सूर तुमच्या या प्रश्नामागं दिसला मला! का बरं? अशी का भावना आहे तुमच्या मनात?"

मला अवघडल्यासारखं झालं. जर मी याला अनैतिक म्हटलं तर ही म्हणेल, मग तुम्ही अशा अनैतिक धंद्याला का प्रोत्साहन देताय? काहीच न बोलता मी तिच्याकडे पाहात राहिलो.

"तुमच्या कंपनीचे कर्मचारी आठ तासांसाठी आपला देह तुमच्या हवाली करत नाहीत का? इंजिनियर्स आपला देह आणि बुद्धी दोन्हीही नाही का दहा-बारा तास तुम्हाला देत? मनोरंजनाच्या धंद्यातले, मसाज करणारे तरी आणखी काय करतात? सिनेमावाले, बारबाला... सगळे हेच तर करतात. जातिव्यवस्था तर आता पार मोडीत निघाली आहे; मग याच व्यवसायात असं नेमकं काय आहे, ज्यामुळे या व्यवसायाचा विशेष तिरस्कार करावा? आणखीही एक गोष्ट तुम्हीही जाणताच. जशा महिला-वेश्या असतात, तसा पुरुष-वेश्याव्यवसायही अलीकडे वाढत चालला आहे. जशी बायकांमध्ये आपापलं सुख विकत घ्यायची आर्थिक शक्ती वाढत चालली आहे तसं ते वाढतच जाणार आहे! ग्राहक वाढेल तसा व्यवसायही वाढतो, हे तुम्हीच सांगा, खोटं आहे का?"

माझ्या मनात आपोआपच होकार उमटला, मी अंतर्मुख झालो. काही क्षण गेल्यावर तिनं विचारलं, "तुम्हाला मी कशी वाटत्येय? वादविवाद घालणारी? हा वाद घालायचा स्वभाव अनेकदा स्नेहाला मारक असतो. जाऊ दे. आपण आणखी कुठल्यातरी विषयावर बोलू या."

मला तिच्या तीक्ष्ण बुद्धीचा प्रत्यय आला होता. माझ्या नजरेवरून ही असं म्हणत्येय का?

तीच पुढाकार घेत म्हणाली, "नुसत्या गप्पाच झाल्या! खरं सांगा! मी तुम्हाला आवडलेय की नाही?"

"मी तुम्हाला आवडलोय की नाही?" मीही विचारलं.

"आप नाही म्हणायचं! तुम म्हण!..." तिनं सलगी दाखवत म्हटलं आणि मला बेडवर घेऊन गेली. तिच्या सान्निध्यात मनात उमटलेली कातरता पूर्णपणे निमाली, कारण आपल्या जोडीदाराला आपल्या पातळीवर घेऊन जाण्याच्या तिच्या खिलाडूपणापुढे या कातरतेला जागाच नव्हती.

४

एक दिवस मनात प्रश्न आला, केवळ यासाठी दिल्लीला कशाला जायचं? एवढाच खर्च केला तर बेंगळूरमध्येही याच प्रकारची व्यवस्था का नाही होऊ शकणार? पण त्यात अडचण होती, या गावात पदोपदी मला ओळखणारी माणसं होती. मनात डोकावणारी शंका नष्ट होऊन मी नपुंसक नाही, ही भावना माझा आत्मविश्वास पूर्ववत् करण्यास कारणीभूत झाली होती. हे असंच सुरू ठेवलं तर तो लंपटपणा ठरेल, हेही समजत होतं. पण चार-सहा दिवस झाले की मन पुन्हा दिल्लीकडे ओढ घेत होतं. लगेच कंपनीचं काहीतरी काम शोधून, नसेल तर निर्माण करून मी दिल्लीला जाऊन येऊ लागलो, अर्थात त्यातही कंपनीतल्या इतरांना संशय यायची भीती असल्यामुळे बहुतेकवेळा मनावर संयम ठेवावा लागे, शिवाय माझं मनही मला माझ्या वयाची आठवण करून देत होतं.

आणखी एक उपाय सुचला. आता माझा आत्मविश्वास पूर्णपणे जागृत झाला आहे, मग तेवढ्यापुरतं मंगळेपाशी जायला तरी काय हरकत आहे? कदाचित पहिल्यांदा अवघड जाईल, पण अशा ठिकाणी वरचेवर जाण्याचा धोका पत्करण्याऐवजी हा मार्ग का अनुसरू नये? मग मंगळाही समाधानी होईल. अगदी मनात प्रेम जन्मलं नाही तरी रोजचं जीवन सुसह्य व्हायला तरी हरकत नाही!

पण तिच्या जवळ जायचा विचार मनाला पुन्हा डळमळीत करत होता. तिचं अपशकुनी पांढरं कपाळ आणि ती खाकी ड्रेसची अभद्र आठवण पुन्हा मनाला घेरून टाकत होती. त्यावर पुन्हा चित्रा होसूर "चेतवून शांत न करणं हाही कौटुंबिक हिंसेचा प्रकार आहे..." म्हणून आरोप करू लागली तर?...

दहा

१

सिमल्याहून माघारी परतल्यानंतर इलाला ऑक्सफर्ड आणि इंग्लंडची वरचेवर आठवण येऊ लागली. सिमल्याच्या पर्वतरांगा आणि तिथली सर्वांगाला लपेटणारी सुखद थंडी तिथल्या झाडांखाली अंग चोरून उभ्या असलेल्या इंग्लंडमधल्या विशिष्ट वृक्षांची आठवण करून देत होती तर तिथलं ब्रिटिश शैलीचं लॉज डोळे मिटले तरी नजरेसमोरून जात नव्हतं, त्यामुळे बेंगळूरमधल्या विद्यापीठातले दिवस नीरस वाटू लागले.

दिल्लीहून माघारी आलेल्या स्वीटीला तर उठल्या-बसल्या अण्णाचंच ध्यान लागलं होतं. ती तिच्या डॅडींच्या गावी जाऊन आल्याचं तिच्या बोलण्यामधून समजत होतं. आपण कुठं-कुठं जाऊन आलोय, तिथं कोण-कोण होतं, तिथं काय-काय बोलणं झालं याविषयी तिला बोलतं करून समजून घेणं अजिबात कठीण नव्हतं, पण आपण तशा गोष्टीत रस दाखवण्यापेक्षा ती कुणी माणसं अस्तित्वातच नाहीत असं दाखवलं तर कदाचित तिलाही वाटणारा त्या लोकांविषयीचा रस आपोआप कमी होईल, असं तिला वाटलं. आपलंही चुकलंच. सिमल्याला जाताना आपण हिला त्याच्या हाती सोपवायला नको होतं, पण त्या वेळी दुसरा उपाय तरी कुठं होता? माझेच कुणी जवळचे नातेवाईक असते तर मी का सोपवलं असतं त्याच्याकडे? आई-भाऊ-भावाची बायको यांच्या रगाड्यात तो अडकला आहे! काही का असेना, यानंतर कसलाही प्रसंग आला तरी त्याच्याकडे पाठवता कामा नये, पण आजवर तिचा सगळा खर्च तर तोच करतो आहे, त्यामुळे हिला सुट्टी असताना त्यानं पाठवायला सांगितलं तर 'नाही' म्हणणं योग्य ठरेल काय? ते शक्य आहे का? या बाबतीत कायदा त्याच्या बाजूचा आहे. त्याहीपेक्षा महत्त्वाचं म्हणजे कोर्टानं हिला विचारलं आणि हिनं बापाची बाजू घेतली तर?

असेच तीन महिने गेले. एक दिवस तिच्या विद्यापीठाच्या पत्त्यावर रजिस्टर्ड पोस्टानं एक पाकीट आलं. त्यांच्या विभागाच्या टायपिस्ट कम क्लार्कनं ते सही-शिक्का मारून घेतलं आणि तिला आणून दिलं होतं.

तिनं पाकीट निरखून पाहिलं. त्यावर दोरेस्वामी, ॲडव्होकेट, शेषाद्रीपूर असा पत्ता होता. त्याच क्षणी मनात शंका आली, यानं तर पाठवलं नसेल? क्षणभर नाडीची गती वाढल्यासारखी वाटली. ती थोडी कमी झाल्यावर तिनं पाकीट फोडलं.

तिचा अंदाज खोटा नव्हता. पत्राचा मथितार्थ असा होता : 'माझे अशील गेले अडीच वर्षे दिल्लीत वास्तव्य करून आहेत. त्यांच्या म्हणजे श्रीयुत विनयचंद्र यांच्या सूचनेवरून आपल्याला कळवण्यात येते की त्यांचे आणि आपले दांपत्यजीवन गेल्या काही वर्षांपासून सुरळीत नसून गेल्या अडीच वर्षांपासून ते पूर्णपणे भंग पावले आहे. आपली दोघांची सुमारे तेरा वर्षांची कन्या असून तिच्या पालन-पोषणाचा संपूर्ण खर्च माझे अशीलच करत असतात. आपण विद्यापीठात उच्च पदावर असून आर्थिकदृष्ट्या संपूर्ण स्वावलंबी आहात. पुढील काळातही आपल्या मुलीच्या पालन-पोषणाची आणि शिक्षणाची संपूर्ण जबाबदारी स्वीकारायला माझे अशील तयार आहेत. आपला दोघांचा विवाह संपूर्णपणे निरर्थक झाला असताना ते केवळ कायद्याचे बंधन म्हणून ठेवण्यात अर्थ नाही, त्यामुळे उगाच कालापव्यय न करता, तसेच कोर्टाचा वेळ वाया न घालवता दोघांनी वेगळे व्हावे, अशी आपल्याला नम्र विनंती!...'

आता कितीतरी गोष्टी तिच्या लक्षात आल्या- याच कारणासाठी त्यानं फ्लॅट मिळवून द्यायला तयारी दाखवली नव्हती, याचसाठी त्यानं एकदाही त्या फ्लॅटवर पाऊल ठेवलं नव्हतं... बास्टर्ड! आणखी कुणाशी तरी लग्न करण्यासाठी यानं डाव टाकला आहे! पण मी नाही हे होऊ देणार! फाईट देईन!

रात्री घरी येऊन विचार करताना तिनं एखादा योग्य वकील गाठायचं पक्कं केलं, त्यातही पुरुष-वकिलाकडे जाता कामा नये! कितीही व्यावसायिक, निष्ठावान वकील असला तरी त्यांना मुळातच स्त्रीविषयी अनुकंपा नसते! पाठोपाठ चित्रा होसूरची आठवण आली. एका भेटीचे पाच हजार घेतले तिनं! हेही आठवलं तरी, अडीच वर्षांपूर्वीचा राग तितकासा राहिला नव्हता. तिलाही तिचं ऑफिस चालवायचा खर्च असेलच ना! शिवाय तेच त्यांच्या अर्थार्जनाचं साधन आहे. आमच्यासारखा त्यांना नियमित पगार कुठं असतो म्हणा!...

माला केरूरच्या ऑफिसला तिनं अपॉइण्टमेण्टसाठी फोन केला आणि वेळ पक्की केली. दुसरे दिवशी संध्याकाळची वेळ मिळाली.

'या, या डॉक्टर इला! अडीच-तीन वर्षे होऊन गेली आपली भेट होऊन! नंतर एकदा तुम्ही ॲडव्होकेट चित्रांना भेटला होता असं समजलं! कामाच्या गडबडीत

त्यांच्या सेक्रेटरीनं तुमच्याकडून त्या अपॉइण्टमेण्टची फी घेतली असं समजलं! मी सांगितलं, लगेच पाठवून द्या! पण बँकेत भरलेला चेक... तसं केलं तर हिशेबात किती गोंधळ होतो, हे तुम्हालाही ठाऊक असेलच म्हणा! कदाचित त्याच कारणासाठी त्यांनी तो परत केला नसेल. नंतर मीच तुमच्याशी संपर्क साधणार होते म्हणा! तुमच्याकडे एक काम असं होतं, भारतीय स्त्रीचं शोषण आणि तिचे हक्क या विषयावर तुम्ही एक कन्नडमध्ये ग्रंथ लिहिला पाहिजे! त्यात आता चाललेल्या चळवळींविषयीही एक चॅप्टर हवं. कॉलेज-विद्यार्थिनींसाठी तो आधार-ग्रंथ झाला पाहिजे! आम्ही इतके बिझी असतो ना, त्यामुळे लिहायला आम्हा कुणाला वेळच नसतो बघा! तुमच्यासारख्यांचा हातचा मळ आहे लिहिणं म्हणजे!... ते जाऊ द्या. आता कशासाठी आला होतात?''

इलानं आपल्या पर्समधून ॲडव्होकेट दोरेस्वामीनं पाठवलेलं पत्र काढून त्यांच्यापुढे ठेवलं. ते वाचून बघताच त्यांनी फोन उचलत म्हटलं, ''थांबा, मी चित्रा मॅडमनाच बोलावते. हा दोरेस्वामी नेहमीच पुरुषांवर अन्याय होतो, म्हणून आरडाओरडा करत असतो! आणि भरपूर पैसा मिळणार असेल तर बायकांच्याही केसेस घेतो!''

आत आलेल्या चित्रा होसूरनी इलाचं सगळं प्रकरण समजावून घेतलं, माला केरूरच्या हातातली नोटीस वाचली, त्यानंतर त्या दोघांमध्ये सेक्शन-सब सेक्शनच्या भाषेत थोडा संवाद झाला, नंतर माला मॅडमनी इलाला सांगितलं, ''कितीही दूरच्या गावात बदली झाली तरी, तू नोकरी सोड किंवा घटस्फोट दे या म्हणण्याला सुप्रीम कोर्टानंच आक्षेप घेतल्यामुळे यानं बायकोशी अजिबात संबंध ठेवलेले नाहीत, हिलाही वर्षाकाठी तीन महिने रजा असते, त्यालाही महिनाभर सुट्टी असते, शिवाय तो अधूनमधून कंपनीच्या खर्चानं बेंगळूरला येऊन जात असतो. असं असताना त्यानं कधीही हिच्याशी संपर्क ठेवला नाही. या मागचं कारण म्हणजे कोर्टाला गेली काही वर्षं आपला हिच्याशी काहीही संबंध नाही, हे दाखवून देणे हेच आहे! या मागंही याचा काहीतरी वेगळा उद्देश असला पाहिजे! त्यामुळे आता आपण असा स्टॅण्ड घेतला पाहिजे की असं काहीही नसून आताही तो इथं आला तर ही त्याचं प्रेमानं स्वागत करायला तयार आहे! केस सुप्रीम कोर्टापर्यंत जाऊ दे! त्यासाठी सात-आठ वर्षं तरी जातील. जर त्याचा आणखी एखादं लग्न करायचा विचार असेल तर त्याला फक्त स्वप्नच पाहू दे! इला मॅडमना ते पुस्तक लिहू दे. आम्हाला आमची एक रुपयाही फी नको! पुस्तकाचं त्यांनी कबूल केलंय! हीच आमची फी! यांच्याकडून अर्जावर सही घ्या!''

२

आठवड्यानंतर ॲडव्होकेट चित्रा होसूरनं ॲडव्होकेट दोरेस्वामीला पाठवलेल्या उत्तराची प्रत इलाला मिळाली. ती दोन वेळा वाचल्यावर तिला थोडं बरं वाटलं. सुप्रीम कोर्टापर्यंत जायला किमान आठ वर्षे तरी लागतील. त्यावेळेपर्यंत त्याला त्रेपन्न वर्षे पुरी होतील. त्यानंतर या म्हाताऱ्याकडे कोणी तरुणी ढुंकूनही बघणार नाही! या विचारानं तिला थोडं बरं वाटलं. दिवसभर याच भावनेत राहून नंतर मुलीच्या खोलीत जाऊन तिनं विचारलं, ''स्वीटी, तुला दोन पत्रं देते. तूच वाच आणि सजमजून घे! जे समजणार नाही, ते मी समजावून सांगेन. आधी हे वाच, नंतर हे दुसरं.'' असं म्हणत तिनं दोन्ही वकिलांची पत्रं तिच्या हातात ठेवली.

पत्रं तिला साधारणपणे समजली तरी कायद्याची भाषा तिला नीट समजली नाही. मम्मीनंच तिचं लक्ष त्यातल्या, 'तुमच्या अशिलाचा यामागे काहीतरी वेगळा उद्देश असला पाहिजे..' या मुद्दयाकडे वेधलं, त्याचा अर्थ पिंजून-पिंजून सांगितला आणि ''त्याची दिल्लीमध्ये कुठल्यातरी बाईशी फ्रेण्डशिप असली पाहिजे. तिच्याशी लग्न करण्यासाठी त्याचे हे सगळे प्रयत्न चालले आहेत! तो आपल्या घरी बोलावलं तरी येत नाही, आपल्यालाही तिथं बोलवत नाही. सुट्टीत आला की तुला कपडे घेऊन देतो आणि लाड करतो म्हणून तो फार चांगला आहे असं समजतेस काय! स्टेप-मदर किती वाईट असते हे तुला ठाऊक आहेच! तो भामटा आहे, हे लक्षात ठेव!'' असंही सांगितलं.

''नाही! अप्पा चांगले आहेत!'' तिनं वाद घातला.

''चांगला असता तर तुझ्यासाठी सावत्र आई का आणायचा प्लॅन केला असता?''

आता मात्र मुलगी निरुत्तर झाली, तीही बापाच्या कटात सामील असल्यासारखं नजरेनं सुचवून मम्मी खोलीबाहेर पडली. सुजयानंही कितीतरी कथांमधून स्टेप-मदर पहिल्या बायकोच्या मुलांना किती त्रास देते, कसा छळ करते या विषयी वाचलं होतं. टी.व्ही. सिरियल्समधूनही पाहिलं होतं. खरोखरच आपले अप्पाही एखाद्या बयेच्या मायाजालात सापडले असतील का? या विचारानंही तिचं मन हादरून गेलं. त्या रात्री तिला नीट झोपही लागली नाही. बऱ्याच वेळानं झोप लागली तरी स्वप्नं पडून ती दचकून जागी झाली. स्वप्नात एक वाघीण तिच्यावर झेप घेत होती. अर्धवट झोपेत तिचा श्वास कोंडल्यासारखा होऊन जागी झाल्यावरही कितीतरी वेळ थरथर कापत होती. नंतर झोप आलीच नाही.

अशी कसली ना कसली भयानक स्वप्नं पडायची ही काही पहिली वेळ

नव्हती. जर मम्मीही याच खोलीत झोपली असती तर एवढी भयानक स्वप्नं पडली नसती की काय कोण जाणे! पण मला कळायला लागल्यापासून ही मला वेगळ्या स्वतंत्र खोलीत झोपायला लावते. आता आपल्यालाही तीच सवय झाली आहे म्हणा! तरीही कधीतरी एकदा का होईना...

दुपारी शाळेतून घरी आल्यावर तिनं अप्पांना फोन केला. नेहमीप्रमाणे त्यांनी फोन ठेवायला सांगून स्वत: फोन केला. त्यांचा आवाज कानावर पडताच तिला राग अनावर झाला. तिनं आरडाओरडा केला, ''अप्पा! तुम्ही वाईट्ट आहात, दुष्ट आहात...''

''काय झालं बेटा? आठवडाभरात तुला फोन केला नाही म्हणून? नेमक्या फोन करायच्या वेळी मीटिंग्स होत्या ना! तरीही सॉरी!'' त्यांनी शांतपणे उत्तर दिलं.

तो आवाज ऐकताच तिची खात्री झाली, आपले अप्पा कधीही आपल्याला फसवणार नाहीत! तिला भरून आलं. शब्द फुटेना.

''काय झालं, बेटा? सांग ना! बोल!''

सगळं सांगून ती म्हणाली, ''काहीतरी मनात ठेवून तुम्ही मम्मीला डिव्हॉर्स देणार आहात ना? म्हणजे मला स्टेपमदर आणणार?''

''कुणी सांगितलं तुला असं?''

''मम्मीनं!''

''बेटा, ऐक! मी दुसरं लग्न करणार नाही! तुला सावत्र आई आणणार नाही! प्रॉमिस!''

''मम्मीला का डिव्हॉर्स देताय मग?''

''तू लहान आहेस, तुला सगळ्या गोष्टी सांगून तुझं मन कलुषित करू नये म्हणून मी तुला सगळ्या गोष्टी बोललो नव्हतो. तू तिच्याबरोबर राहतेस. आणखीही काही वर्षे तुला तिच्याबरोबरच राहायचं आहे!''

''का? मला तुमच्याकडे दिल्लीला घेऊन जा!''

''तोही विचार केला मी! पण मला सतत टूरवर जावं लागतं. तुला एकटीला कसं घरी सोडून जायचं?''

''पण तुमचा नोकर बहादुरसिंग चांगला आहे, असं तुम्हीच सांगता ना! आणि स्वयंपाकाचा रतनसिंगही चांगला आहे की! आणि आजीला तिकडंच बोलावून घ्या, म्हणजे आण्णय्याही येईल!''

''तुझ्या अण्णाचं कॉलेज? इथल्या आणि तिथल्या शिक्षणात फरक आहे, बेटा! या सुट्टीला इथं येशील तेव्हा सगळं नीट समजावून सांगेन! ठीकाय?''

''म्हणजे मम्मीनं सांगितलं ते सगळं खोटं आहे?''

''बेटा, मी कधीही तुझ्या मम्मीची तक्रार सांगितली नाही. माझी इच्छाही तशी

नाही. तू अजून लहान आहेस. एक सांगतो, ती सांगतेय ते सगळं खोटं आहे!''

पुढं काय बोलावं ते तिला सुचलं नाही. तोही बराच वेळ फोन घेऊन बसला होता. नंतर म्हणाला, ''ठेवू फोन? ऑफिसमधून बोलतोय, बेटा!''

तिनं ''हं'' म्हणत फोन ठेवला.

३

खालच्या कोर्टात अडीच वर्षं आणि हायकोर्टात दीड वर्षं केस चालली. खालच्या कोर्टात चित्रा मॅडमनीच उलट तपासणी घेतली. तोही एवढ्या मोठ्या कंपनीचा एवढ्या मोठ्या हुद्द्यावर जबाबदारीचं काम बघणारा हुशार तरुण. वकिलानं न सांगितलेल्या प्रश्नांचीही हुशारीनं उत्तरं द्यायची कुवत असणारा असला तरी न्यायालयानं त्याची विनंती अमान्य केली. हायकोर्टात माला मॅडमनी वाद घालून ''असला असमर्थनीय खटला चालवणाऱ्याला योग्य ती शिक्षा व्हावी'' अशी सूचना मांडली आणि वर त्यांनी पुस्ती जोडली, ''अशा प्रकारे सहजासहजी आणि विनाकारण घटस्फोट दिले गेले तर भारतीय समाजव्यवस्थेच्या पायावर घाला बसेल, मग भारतीय समाजाची काय गत होईल!'' या मुद्द्यावर तर न्यायमूर्तींनी मान डोलावली. माला मॅडमचं दडपण न्यायालयावरही आलं असेल का? एकंदरीत त्याची विनंती न्यायालयानं अमान्य केली.

विमानातून प्रवास करताना खालचे ढग बघताना इलाला हे सगळं आठवत होतं. ''हवं तर याला सुप्रीम कोर्टात जाऊ दे, तिथंही मीच खटला चालवेन! याला चांगला धडा शिकवू या. नंतर या संपूर्ण केसला आंतरराष्ट्रीय पातळीवर प्रसिद्धी देऊ या!'' खालच्या दोन्ही कोर्टांत चित्रा मॅडमच्या सूचनेप्रमाणे जबानी देताना मलाही धैर्य आलं होतं. बास्टर्ड! या जन्मी याला दुसरं लग्न करू देणार नाही मी!

समोरच्या खुर्चीच्या पाठीवर लावलेल्या टी.व्ही.च्या पडद्यावर प्रवासाचा नकाशा दिसत होता. अजूनही विमान अरबी समुद्रावरून चाललं होतं. आणखी सुमारे दीड तासानंतर मस्कत येईल. त्या नंतर वाळवंट. उन्हात तेही छान दिसतं. काळजी एकाच गोष्टीची आहे! ही मात्र माझ्यावर अतिशय चिडून आहे! हिचा सगळा राग आणि सगळं असमाधान माझ्यासारख्या अन्यायाला बळी पडलेल्या आपल्या आईवर काढतेय! कितीही सांगितलं तरी आलेला तिचा राग बापाशी फोनवर बोलल्याशिवाय शांत होत नाही! माझ्यावर मात्र सारखी खदखदत असते! मुली नेहमीच बापाच्या पक्षपाती असतात म्हणा! तो कितीही लोफर असला तरी! फ्रॉईड म्हणतो ते काही खोटं नाही म्हणा! सुट्टी पडायचा अवकाश, बापाकडे जाते म्हणून

हट्ट सुरू करते! बापाकडे म्हणजे त्याचं ते गाव, ते दरिद्री खेडं! याचा पैसा लुबाडणारे त्याचे ते नातेवाईक! तो भाऊ, त्याची ती बायको! त्याची ती आई! थेरडी! याला भावाच्या बायकोचं विशेष कौतुक आहे, ठाऊक आहे मला! एकदा कधीतरी वाद घालताना तो म्हणालाही होता, ''बायको असावी तर अशी!'' ती बायको म्हणून कशी आहे हे याला कसं ठाऊक? तसा काही संबंध तर नसेल? तिला कधी दिल्लीला घेऊन जात असतो की कसं? स्वीटीकडूनच याचा शोध घेतला पाहिजे!

हिला एक भाऊ आहे म्हणे! मोठ्या कौतुकानं ही त्याला ''अण्णय्या'' म्हणते! सुरुवातीचं शिक्षण गावात संपवून हल्ली बेंगळूरमध्येच इंजिनियरिंग कॉलेजमध्ये शिकतोय म्हणे! हाच सगळा खर्च करत असेल! नाहीतर एवढा खर्च करायची त्यांची कुठली लायकी? तो तिचा दरिद्री भाऊ- नाव काय त्याचं? माझ्या नाही लक्षात राहात! हिच्या शाळेत जाऊन हिला भेटत असतो! घरी यायला उशीर झाला म्हणून विचारलं तर सांगते, ''अण्णय्याबरोबर गेले होते! मला तो घरापर्यंत सोडून गेला!'' तसं मुलाबरोबर फिरण्यात गैर काही नाही म्हणा! हेल्दी पोषणाच्या दृष्टीनं त्यात काहीही गैर नाही, पण मला मनस्ताप व्हावा म्हणून या दरिद्री अण्णय्याबरोबर फिरतेय ही! हे तिचं वागणं मी तोंड मिटून सहन करायला पाहिजे! सतरा वर्षांची घोडी झाली ही! सोळा संपलीयेत. पाश्चात्त्य देशांमध्ये या वयाच्या मुली मित्र शोधतात! आणि इथं ही अण्णय्या करत फिरतेय! एकदा त्याला फोन करून सांगितलं, ''तुझ्या मुलीची काहीतरी व्यवस्था लाव'' म्हणून, तर ''ओके'' म्हणाला. निदान आणखी एखादं वाक्य तरी बोलायचं! याला आपला भाऊ, भावाचा संसार, त्याचा मुलगा, आई यांच्याशिवाय दुसरं काहीही नकोच असतं! हिलाही त्याच सगळ्यांविषयी प्रेम उतू जातं! मरूदे, म्हणून सोडून दिलं तर ही इथं बसलेय छळायला!

कॉमन वेल्थ देशांमधल्या इंग्लिशमध्ये लेखन करणाऱ्या लेखकांच्या लिखाणात आढळणाऱ्या मूल्यांचा परामर्श घेण्याच्या हेतूनं इंग्लंडमध्ये एक कार्यशाळा ब्रिटिश कौन्सिलच्या वतीनं तीन महिन्यांसाठी आयोजित करण्यात आली होती. त्यासाठी इला, पाकिस्तानमधल्या कराची विद्यापीठातल्या डॉक्टर जेली आणि आणखी एकजण अशा तिघांना आमंत्रण होतं. कॉमन वेल्थ देशामधल्या साहित्यातील स्त्रीपात्रांच्या मूल्यांच्या संदर्भात सगळे लेखक एकाच प्रकारे अभिव्यक्ती करत असून, ती मूल्ये म्हणजे ब्रिटिश पार्लमेंटनं जे कायदे सर्वत्र राबवले, तीच आज मूल्ये बनल्याचं सगळेच जाणत होते. हे सिद्ध करणं हेच या कार्यशाळेचं ध्येय होतं, खरं इंग्लिश म्हणजे इंग्लिश! त्यात धेडगुजरी अमेरिकन नव्हे! हेही तिथं ठासून सांगायचं होतं आणि त्यायोगे आपलं श्रेष्ठत्व प्रस्थापित करणं हाही त्या

मागचा छुपा हेतू होता, हा हेतूही सगळ्यांना ठाऊक होता, पण त्याला विरोध करायची इच्छा किंवा मानसिकता असो वा नसो, लंडनमध्ये तीन महिने राहण्याची संधी सोडायचा करंटेपणा करायची इच्छाही कुणाची नव्हती.

हे सगळं इलाही जाणून होती, पण ती स्वत: काही ब्रिटिशांना अशा कुठल्या कारणांनी विकली गेली नव्हती म्हणा! कारण तिनं ती सगळी मूल्यं मनापासून आत्मसात केली होती ना! या विचारामुळे तिनं स्वत:ची या मानसिक गुलामगिरीपासून सुटका करून घेतली होती. विमान मस्कत ओलांडून पुढं चालल्यामुळे खाली वाळवंट आणि वाळू दिसू लागली.

ब्रिटिश कौन्सिलच्या सूचनेप्रमाणे लंडनमधल्या माऊंट अबे हॉस्टेलमध्ये ब्रेक फास्ट, सुपर आणि वास्तव्याची आठवड्याच्या हिशेबानं व्यवस्था केली असल्यामुळे भलतीच सोय झाली होती. मिळणाऱ्या मानधनात बरीच रक्कम त्यामुळे शिल्लक राहू शकत होती. कार्यशाळेत लंचची व्यवस्था केली गेली होती. ब्रिटनमधली हिरवळ तिच्या मनाला अल्लद करुन आभाळापर्यंत घेऊन जात होती. संध्याकाळी ती एकटीच जवळच असलेल्या केसिंग्टन पार्कमध्ये फिरायला जात होती. तिथं तरुण-तरुणी चालता-चालता मध्येच थांबून परस्परांना आलिंगन देत, दीर्घ चुंबन देत. सगळं इतक्या उघडपणे चालत होतं की नाही म्हटलं तरी सहजच नजरेला पडत होतं. ट्यूबरेल्वेनं प्रवास करतानाही अनेक जोडपी एकमेकांना कवटाळून जवळीक साधताना दिसत होती. काही वेळा तर स्त्रियांचे स्तन हाताळत त्यांना आणखी जवळ ओढणारे आक्रमक पुरुष दिसले की तिचं मनही चंचल होई.

यात गैर तरी काय होतं म्हणा! हा तसा मुक्त समाज! मुक्तपणे वाढलं तरच व्यक्तीचा विकास नीट होतो आणि परिणामी समाजही निकोप होतो, अशा प्रकारचे विचार तिनंही ऐकले होते.

एक दिवस तिनं आपला चेहरा आणि केस निरखून पाहिले. अधूनमधून एखादा पांढरा केस डोकावत होता. मनातली आशंका फेडून घेण्यासाठी ती कपडे उतरवून पाच फुटी आरशापुढे उभी राहिली. तिला स्वतःच्या सडपातळ देहाचा अभिमान वाटला. त्याच संध्याकाळी तिनं पार्लरमध्ये जाऊन केस डाय करून घेतले. नंतर तिनं जेव्हा स्वतःला आरशात पाहिलं तेव्हा आरशानं ती फारफारतर बत्तीस वर्षांची दिसत असल्याची ग्वाही दिली. इडियट! डिव्हॉर्स मागतोय! शेवटचं कोर्टात पाहिलं तेव्हाही त्यानं मत बदललं नाही! त्याऐवजी सुप्रीम कोर्टात अपील करायला गेला असेल! दिल्लीतच असतो ना!

पण याच्या नादाला लागून मी कशाला माझं सौंदर्य वाया घालवतेय वेड्यासारखी? नवऱ्यासाठी किंवा कुठल्याही पुरुषासाठी नटणं-मुरडणं हे दास्याचंच एक रूप आहे. खरं तर स्त्रीनं नटायचं ते स्वत:साठी नटायला पाहिजे म्हणून!

तरीही रस्त्यानं चालताना, पार्कमध्ये फिरताना किंवा कार्यशाळेत वावरताना आपल्या वयाचा किंवा आपल्यापेक्षा लहान वयाचा एखादा धट्टाकट्टा तरुण दिसला की नजर आपसूक त्याच्याकडे वळत होती. पार्कमध्ये फिरताना कुठलाही तरुण आपल्यापाशी येऊन 'गुडईव्हनिंग' म्हणत गप्पा मारायला पुढं होत नाही हा तिचा अनुभव होता. मी काय म्हातारी झाल्येय? की हाही वर्णभेदाचाच प्रकार म्हणायचा? तसं कार्यशाळेत किंवा शिकायला इथं असताना कुणीही अशा प्रकारचा भेदभाव दाखवायचा नाही. तसा रिचर्ड माझ्या खोलीतही यायचा, आपल्याही खोलीवर बोलवायचा, पण त्याचं शिक्षण संपल्यावर त्यात खंड पडला, तरीही दोन-तीनदा त्याच्याबरोबर वीकएन्डसाठी एका हॉटेलमध्ये जाऊन राहिल्याची आठवणही तिच्या मनात सुखद भावना निर्माण करत होती, पण या खेपेला मात्र तिला कुणीही वीकएण्डला बोलावलं नव्हतं. तसा जेली माझ्याच वयाचा आहे, पण भित्रा! घाबरतो मला! मी स्त्रीवादी असल्याचं त्यालाही ठाऊक आहे. त्या कारणासाठी घाबरतो की काय कोण जाणे! कूपर तर इडियट आहे! शहाणा बायकोला घेऊन आलाय! दररोज संध्याकाळी आम्ही मोकळे व्हायच्या वेळी ती तर बाहेर वाटच बघत असते! हाऊस वाईफ! दुसरा काही उद्योगधंदा नाही! त्याच्यापेक्षा किती थोराड दिसते ती!

थोडक्यात काय, या मुक्त वातावरण असलेल्या देशात आले तरी माझा एकटेपणा तसाच आहे! आता, मी माझा हा एकटेपणा जाहिरात करून जाहीर करू? कुणीतरी डान्सला किंवा विकएण्डला बोलवा म्हणून हात पसरू? एवढी चीप होऊ? मन एवढं चीप व्हायला तयार झालं नाही.

४

तिला पाश्चात्त्य संगीतात बराच रस होता. त्यात जी रिदमची मजा आहे ती भारतीय शास्त्रीय संगीतात नाही, कलेचे निकष लावून पाहिलं तर पाश्चात्त्य संगीतच श्रेष्ठ आहे असं तिचं मत होतं. हे आपले कलाविषयक विचार ती आपल्या वर्गामध्ये व्यक्तही करायची. इथंही लंडनमध्ये असा कार्यक्रम असल्याचं समजलं की ती आधीच तिकीट काढून जात होती.

एका शनिवारच्या संध्याकाळी रॉयल अल्बर्ट हॉलमध्ये व्हिएन्ना बिल हार्मोनिक कंपनीचा कार्यक्रम असल्याचं तिच्या वाचनात आलं. आधीच तिकीट काढून ती वेळेवर कार्यक्रमाला गेली. मजल्यावर मजले असलेल्या प्रेक्षागृहात रांगा होत्या! शिवाय जमिनीवरही मोजायला कठीण होईल एवढ्या खुर्च्या, आत सगळीकडे

गुलाबी रंगावर उठून दिसणारी सोनेरी कलाकुसर! एवढ्या भव्य स्वरूपाचं संगीतासाठी असलेलं सभागृह संपूर्ण इंडियात कुठंच नाही! कलेविषयीच्या अभिरुचीसाठी काहीच न करणाऱ्या इंडियामध्ये असल्या गोष्टी कुठून येणार म्हणा!

तिची नजर सभोवताली फिरत होती. हॉलच्या दरवाजातून आत येणारे रसिक त्यांना दाखवण्यात येणाऱ्या खुर्चीवर स्थानापन्न होत होते. सगळ्यांची वेशभूषाही खास दिसत होती. जमलेल्या स्त्री-पुरुषांच्या जोड्या आपसात गप्पा मारत असल्यातरी कुठेही गडबड-गोंधळ नव्हता. त्या जोड्यांकडे नकळत असूयेनं बघत असताना तिचं लक्ष शेजारीच बसलेल्या भारतीय पुरुषाकडे गेलं. इथल्या वातावरणाला साजेसा सूट-टाय अशा त्याचा वेश असल्याचंही तिच्या लक्षात आलं. गव्हाळी वर्ण, काळेभोर चमकदार केस, आकर्षक चेहरा– वयाचा नेमका अंदाज येऊ न शकणारा, डाव्या मनगटावरचं सोनेरी पट्ट्याचं भारी घड्याळ, उजव्या हाताच्या बोटांमध्ये लकाकणाऱ्या शुभ्र हिऱ्याच्या अंगठ्या. ही सारी श्रीमंती दर्शवणारी भारतीय लक्षणं!

त्याचीही नजर तिच्याकडे वळली. दोघांची नजरानजर झाली. तो अवाक् होऊन उद्‌गारला, ''अरेच्चा!...'' पाठोपाठ तो म्हणाला,''गुडईव्हनिंग! नमस्कार!''

याला कसं समजलं मी कर्नाटकातली म्हणून? वाटलेलं आश्चर्य न दाखवता ती म्हणाली, ''आपल्याला नाही ओळखलं!''

''नाही ओळखलं?'' त्याच्या आवाजात थोडी आढ्यता दिसत होती, ''कर्नाटकाचा एक नागरिक! आपण डॉक्टर इला मॅडम ना? मी ताबडतोब ओळखलं तुम्हाला! पण तुम्ही मला विसरलात!''

तिनं स्मरणशक्तीला ताण दिला तरी ओळख पटली नाही. ती म्हणाली, ''सॉरी! खरंच नाही आठवलं!''

''चार वर्षांपूर्वी तुमच्या विद्यापीठात पदवीदान समारंभासाठी आलो होतो मी! हायर एज्युकेशन-मंत्री होतो तेव्हा मी!..''

आता मात्र तिला सगळं आठवलं. ती गडबडली, तरीही हसत म्हणाली, ''तेव्हा तुम्ही देशी वेशात होतात! या सूटमुळे ओळखणं कठीण गेलं.'' यावर तो खदखदून हसला आणि त्यानं हस्तांदोलनासाठी हात पुढं केला. तिनंही आपला हात त्याच्या हातात दिला. तिचा उबदार हात हातात घेणारा त्याचा हात चांगलाच टणक होता. गरजेपेक्षा जास्त वेळ त्यानं तिचा हात आपल्या हातात धरून ठेवला.

संगीत अप्रतिम असलं तरी तिला ते एकाग्रपणे ऐकायला जमलं नाही. मध्यंतरात बहुतेक सगळे उठून गेले तरी हे दोघे जागेवरून उठले नाहीत.

त्यानं विचारलं, ''तुम्ही इथं कशा, मॅडम?''

तिनं आपल्या येण्यामागचं कारण सांगितलं. ते ऐकून तो शाबासकी दिल्याप्रमाणे

म्हणाला, ''तुम्ही या देशात गुरू म्हणून आलात हा भारताच्या दृष्टीनं गौरवाचा विषय आहे!''

तिला बरं वाटलं. तिनंही विचारलं, ''तुम्ही इथं कसे?''

''काही नाही. एक किरकोळ व्यवहार होता...'' त्यानं सांगितलं.

कार्यक्रम संपला तेव्हा साडेनऊ वाजले होते. त्यानं विचारलं, ''माझ्याबरोबर जेवायला काही हरकत नाही ना?''

''पण...साडेनऊ वाजून गेले!...'' ती म्हणाली.

''मी उतरलोय त्या हिल्टन हॉटेलमध्ये रात्री साडेअकरापर्यंत जेवण असतं. आणि स्नॅकबार तर चोवीस तास उघडा असतो. चला तर! नंतर मी तुम्हाला तुमच्या जागी पोहोचवून देईन.''

त्या दिवशी तर त्यांनी एकत्र जेवण केलंच, शिवाय त्या नंतरही एकदा दोघंही नावेत बसून ग्रीन्विचपर्यंत जाऊन आले. एकत्र पिझ्झा खाल्ला. नंतर त्यानं विचारलं, ''तुम्हाला फ्रेंच येतं ना?''

''ऑक्सफर्डमध्ये शिकताना यायचं. आताही वाचायला येतं, पण बोलायची सवय मोडलीय.''

''मग हरकत नाही. मी का विचारलं सांगतो. मला पॅरिस बघायची इच्छा आहे. तिथली माणसं फ्रेंच सोडून दुसरी भाषा बोलत नाहीत, म्हणे. त्यामुळे थोडी तरी ती भाषा समजत असेल तर बरं! तुम्ही माझ्या गेस्ट म्हणून माझ्याबरोबर चला. बाकी सगळी जबाबदारी माझी.''

तिला उत्साह वाटला. तिनंही ऑक्सफर्डमध्ये असताना पॅरिस पाहिलं होतं. ती म्हणाली, ''पण माझ्याकडे फ्रेंच व्हिसा नाही ना!''

''तो प्रॉब्लेम नाही. तुमचा पासपोर्ट द्या. इंडियन एम्बसीमध्ये माझे बरेच ओळखीचे आहेत. एका दिवसात काम होऊन जाईल.''

तोच तिला टॅक्सीनं वॉटर्लू स्टेशनला घेऊन गेला. त्याच्याबरोबर प्रथम वर्गानं प्रवास करताना त्याच्या पुढ्यात बसून चविष्ट जेवण घेत समुद्रकिनाऱ्याकडून जाणारा बोगदा ओलांडल्यावर दिसणारा फ्रेंच भूप्रदेश - तिथला निसर्ग, तिथली भूमी बघून सगळ्याचा आस्वाद घेत ताशी तीनशे किलोमीटर वेगानं धावणाऱ्या रेल्वेतून प्रवास करताना ती उल्हसित झाली होती. पॅरिसला स्टेशनवर उतरल्यावर पाहिलं तर 'दोरेराज' अशी नोंद असलेला फलक घेऊन हॉटेलच्या कारचा ड्रायव्हर वाट बघत होता. व्वा! काय ती गाडी! काय त्या सीट्स! पार विसरून गेली होती ती हे वैभव!

हॉटेलच्या लॉबीत प्रवेश करताच जाणवलं, ओह! ते पंचतारांकित हॉटेल होतं! तेही पॅरिसमधलं! आपण अशा एखाद्या हॉटेलमध्ये उतरणार आहोत, याची

त्यानं कल्पनाही दिली नव्हती! तिला आणखी एक आश्चर्याचा धक्का बसला.

वेटर त्या दोघांना वरच्या मजल्यावरच्या एका खोलीत घेऊन गेला. आत जाऊन पाहिलं तर आत एक प्रचंड मोठा, श्रीमंती थाटाचा डबल-बेड! वेटर निघून गेल्यावर तिनं विचारलं, "हे काय आहे?"

अज्ञान पांघरून त्यानं विचारलं, "काय?"

"हा डबल-बेड!"

"पॅरिसमधल्या सगळ्या हॉटेल्समध्ये असंच असतं म्हणे! मी तर असं ऐकलंय, वेगवेगळे आलेलेही एकाच बेडवर झोपतात म्हणून! कदाचित माझंही चुकलं असेल. रूम ठरवताना मीही सिंगल की डबल ते सांगितलं नव्हतं. मला वाटलं, आपली दोघांची नावं वेगवेगळी आहेत, तरीही यांनी... आता काय करायचं? तुम्हीच सांगा! प्लीज!"

"प्लीज म्हणून तुम्ही मला धर्मसंकटात टाकता आहात! काय म्हणावं काही समजत नाही!"

"तर मग काहीही म्हणू नका! या! इकडं या... " म्हणत त्यानं हात पुढे केला.

त्यानंतर ते चार दिवस पॅरिसमध्ये राहिले. त्यातल्या एका दिवशी सकाळी नऊ ते संध्याकाळी पाच वाजेपर्यंत हॉटेलवाल्यांनीच ठरवलेल्या टॅक्सीनं फिरून आयफेल टॉवर आणि आसपासची प्रेक्षणीय स्थळं बघून सेन नदीत नौका-विहार केला तेवढंच! त्या व्यतिरिक्त ते फक्त जेवण-खाण्यासाठीच त्या डबल-बेडच्या बाहेर आले. तिच्या मनात अनेक वर्षांपासून तिथलं अत्यंत संपन्न कला-संग्रहालय लुव्र म्युझियम बघायची तीव्र इच्छा असली तरी त्यासाठी एक-दोन दिवस वाया घालवायची तिलाही इच्छा झाली नाही. त्या दोघांनीही परस्परांनी एकमेकांना "हा आपल्या जीवनातला सर्वोच्च आनंदाचा कालखंड" असल्याचं अनेकदा सांगितलं.

पाचव्या दिवशी हॉटेल सोडायच्या आधी तिला निरोपाचं चुंबन देताना तो म्हणाला, "गुडबाय टु पॅरिस!"

"मी पॅरिसला कधीच गुडबाय सांगणार नाही!"

"मीही नाही सांगणार कधीही!" तोही म्हणाला.

"म्हणजे या नंतर फक्त आठवणींवर जगायचं?"

"पण इथं वरचेवर यायला जमलं पाहिजे ना!" तो म्हणाला.

"बेंगळूरमध्येच का पॅरिस निर्माण करता येणार नाही?"

"व्हेअर देअर इज अ विल, देअर इज अ वे! शुअर!" त्यानंही मान्य केलं.

अकरा

१

याला दुर्दैव म्हणायचं की केलेल्या पापाची शिक्षा? कामभावनेच्या आहारी जाऊन दुर्बल झालेल्याला अपरिहार्यपणे भोगावी लागणारी शिक्षा? या भावनेत अडकल्यामुळेच मी मंगळेच्या जाळ्यात फशी पडलो! लग्न करून आयुष्यभरासाठी! आणि नंतर हे! माझं पुरुषत्व मलाच सिद्ध करण्यासाठी या जाळ्यात अडकलो. बरं, एकदा सिद्ध केल्यावर तरी गप्प राहायचं! तसंही केलं नाही. पुन्हा-पुन्हा त्या मोहाला बळी पडत राहिलो आणि आता या दिल्लीच्या जेलमध्ये खितपत पडायची वेळ आली.

दुपारच्या बाराची वेळ. त्याही दिवशी नेहमीप्रमाणे 'स्टार पॅराडाईज'ला गेलो. एव्हाना तिथले सगळे वेटर्स माझ्या चांगल्याच परिचयाचे झाले होते, त्यातल्या एकाला सूचना देताच ती अकरा वाजता नेहमीप्रमाणे आली. नाव काय तिचं? काही का असेना... इथं कुणी खरं नाव सांगत नाही हे मलाही ठाऊक झालं होतं. इथं नाव असतं ते फक्त गिऱ्हाइकाला, पुरुषाला. इथल्या रजिस्टरमध्ये लिहायला हवं ना! इथंही काही जणं खोटं नाव आणि खोटा पत्ता लिहितात, असंही समजलं होतं. अशा पुरुषांची खरी नावं पोलीसही कधी शोधू शकत नाहीत, पण मी मात्र कधीही असं केलं नाही. खोटी ओळख सांगणं हा गंभीर अपराध असल्याची मला कल्पना होती. प्रवासाचा उद्देश ''बिझनेस'' म्हणून सांगितला आणि कंपनीचं नाव लिहिलं की बिलात बरीच सूट मिळते असाही माझा अनुभव होता, शिवाय अनेकदा इथं येऊन गेल्यामुळे हे अगदी ''सुरक्षित'' हॉटेल आहे, अशीही माझी खात्री होती. इथली स्वच्छता, थाट, अत्याधुनिक सुखसोयी यामुळेही मी निश्चिंत होतो.

दुपारची बाराची वेळ. फक्त आतूनच दार उघडायची सोय असताना बाहेरून कुणीतरी चावी लावून दार उघडत असल्याचं लक्षात आलं. अजाणतेपणे स्वच्छता

करणारा दार उघडतोय की काय असं वाटून मी घाबऱ्याघाबऱ्या "कौन" असं ओरडून विचारलं. आत शिरले ते दोन पुरुष-पोलीस आणि एक महिला-पोलीस! आम्ही दोघांनीही घाईघाईनं एकेक बेडशीट ओढून कसाबसा उघडा देह झाकून घेतला. त्यात तिनं आपला सलवार-कमीज ओढून घेतला आणि बाथरूममध्ये शिरून दार लावून बसली. मला तर काय करावं तेच सुचेना.

त्यातल्या एकानं सांगितलं, "मिस्टर, कपडे चढवा!" महिला-पोलिसानं बाथरूमचा दरवाजा बळेच उघडायला लावून तिलाही बाहेर काढलं. सलवार-कमीज चढवून बाहेर आल्यावर तिनं दोन्ही हातांनी चेहरा झाकून घेतला. खोलीतून आम्हा दोघांनाही बाहेर आणलं, मीही हातानं चेहरा झाकायचा प्रयत्न केला, पण माझा दंड धरलेल्या पोलिसानं तो प्रयत्न अयशस्वी केला. या संधीचा फायदा घेत बाहेर उभ्या असलेल्या प्रेसच्या फोटोग्राफर्सनी अनेक फोटो काढले. त्या पत्रकारांच्या झुंडीमध्ये एक-दोन टी.व्ही. कॅमेरेही होते. महिला-पोलिसानं तिच्याही चेहऱ्यावरचा हात काढून तिचाही चेहरा पत्रकारांच्या नजरेला पडेल असं केलं.

पोलिसांनी संपूर्ण हॉटेलवर ताबा घेतल्याचं दिसत होतं. आतल्या टेलिफोनची व्यवस्थाही आता त्यांच्या ताब्यात होती, पण इतक्या लवकर टेलिव्हिजनवाल्यांपर्यंत कशी बातमी पोहोचली असेल? कदाचित पोलीस बऱ्याच दिवसांपासून याच पाळतीवर असतील का? दिवसाची वेळ इथं येणाऱ्या बायकांच्या दृष्टीनं सोयीची वेळ किंवा हॉटेलमधला एखादा वेटर फितूर झाला असेल आणि त्यानं पोलिसांना ही माहिती दिली असेल. एखाद्याला मुबलक लाच दिली तर यात काहीही कठीण नाही. एकीकडे मन पूर्णपणे खचलं असलं तरी आत कुठेतरी हे सगळे विचार येत होते.

बाहेरच्या स्वागत-कक्षात आम्हाला आणण्यात आलं. तिथं आणखीही आठ जोड्यांना पकडून आणलं होतं आणि त्यांचे पत्ते, नाव, आलेली वेळ वगैरे तपासलं जात होतं. एका स्वागतिकेला बोलावून त्या माहितीचा आणि प्रत्यक्ष असलेल्या गिऱ्हाइकांचा ताळेबंद घातला जात होता, त्यातले काही पुरुष वाद घालत होते, "कुणीतरी रूम क्लीन करायला एखादी बाई खोलीत शिरली तर आम्हाला कसं ठाऊक असणार? कोण वाटलो मी तुम्हाला! सभ्य गृहस्थ आहे मी!..." त्यातले दोघे जवळच असलेल्या शिपायाकरवी काही देणं-घेणं जमतं काय, याचा प्रयत्न करत होते, पण बरेच मोठे अधिकारी आले होते. दुसरं म्हणजे, एक नव्हे, तीन चॅनेल्सचे कॅमेरे आले होते! त्यांच्यासमोर एवढं साहस दाखवल्यावर या नंतर लाखो रुपये दिले तरी ते ऐकणार नाहीत हे त्यांच्या लक्षात येत नव्हतं. एक जण जोरात सांगत होता, "मला माझ्या वकिलाशी बोलू द्या! फोनवर बोलू द्या म्हटलं ना!" पोलीस अधिकाऱ्यानं त्यालाही बजावलं, "ते सगळं पोलीस-स्टेशनात

गेल्यावर ठरेल!''

बायकांना आणि पुरुषांना वेगवेगळ्या व्हॅन्समध्ये चढवण्यात आलं. व्हॅन सुरू झाल्यावर मला माझ्या परिस्थितीची पूर्णपणे कल्पना आली.

एव्हाना चॅनेल्सनी घडलेल्या घटनेला ''ब्रेकिंग न्यूज'' म्हणून प्रसिद्धी देऊन भारतभर ही बातमी पोहोचवली असेल! अगदी आमच्या तोंड झाकण्याच्या केविलवाण्या अयशस्वी धडपडीसह! केवळ एकदाच नव्हे ! पुन्हा-पुन्हा दाखवत असतील! माझं नाव-पत्ता-कंपनीचं नाव तर त्यांना रजिस्टरमधून आयतंच मिळालं असेल. बेंगळूरचा आहे असं समजताच सगळी कन्नड चॅनेल्स ते पुन्हा-पुन्हा दाखवायला लागली असतील. त्यावर आपल्याला सुचतील तशा रंजक कथाही रचल्या असतील. माझी फॅक्टरी, तिथले तंत्रज्ञ, इंजिनियर्स, सी.ई.ओ... बातमी एखाद्या वणव्याप्रमाणे सगळीकडे पसरून त्यात माझी इतक्या वर्षांत प्रयासानं कमावलेली प्रतिष्ठा जळून खाक झाली असेल! बेंगळूरमधल्या मध्यम दर्जाच्या उद्योगसमूहात माझं नाव तसं सगळ्यांना ठाऊक आहे! त्या सगळ्यांपर्यंत एव्हाना ही बातमी पोहोचली असेल! छे:! हा खरोखरच माझा सत्यनाश!

मी या विचारात असताना व्हॅनमधले एक जण म्हणाले, ''हा काही एवढा मोठा अपराध नाही! जामीन तर मिळायला काहीच हरकत नाही! दिल्लीतला बेस्ट वकील खंडेलवाललाच नेमेन! उलटतपासणीत पोलिसांना पळता भुई थोडी करेल तो!''

हे कानावर पडताच माझाही जीव थोडा का होईना भांड्यात पडला, तरीही मन पूर्णपणे शांत झालं नाही. आम्ही सगळे गडगंज श्रीमंत असल्याची पोलिसांची भावना होती. आम्हाला सोडलं तर आम्ही पुरावे नष्ट करायची शक्यता आहे, या केसच्या साहाय्यानं आम्हाला आणखीही काही रॅकेट्सचा शोध घ्यायचा आहे, असं म्हणत पोलिसांनी जामीन नाकारला तर? आणि असल्या केसेसमध्ये जज्जचा नेहमीच गिऱ्हाइकांवर राग असतो!

तीन वाजेपर्यंत आम्हा सगळ्यांना ठाण्यात नेण्यात आलं. कोर्टात नेलं गेलं नाही. ''इथं आणखी किती वेळ ठेवणार आहात? कोर्टात घेऊन चला. आम्हाला जामीन हवा आहे!'' असा काही जणांनी वाद घातला. यावर ''हे बघा! पोलीस-स्टेशनात काही प्रोसिजर्स पुऱ्या कराव्या लागतात. कधी कोर्टात घेऊन जायचं या विषयीचा कायदा आम्हाला ठाऊक असतो! तुमच्यासारख्या निर्लज्जांकडून तो आम्हाला शिकायचा नाही!'' म्हणत पोलिसांनी त्यांचा तेजोभंग केला. त्यांनी आम्हाला सांगितलं, ''पैसे देणार असाल तर चांगल्या हॉटेलमधून जेवण आणून देऊ!''

त्या रात्री आम्हा नऊजणांना एका खोलीत आणि त्या बायकांना दुसऱ्या

खोलीत ठेवण्यात आलं. आम्हाला देण्यात आलेली खोली गलिच्छ होती. सकाळी एक-दोघांनी शिपायाकरवी काही पेपर्स मागवले, त्यात आमच्या अपेक्षेप्रमाणे आम्हा सगळ्यांचे फोटो, पत्ते दिले होते आणि मोठी बातमीही दिली होती. मोठा मथळा दिला होता, ''पंचतारांकित हॉटेलमध्ये चालणारा कच्च्या मांसाचा धंदा!'' या भडक शीर्षकाखाली बातमीही तितक्याच भडक स्वरूपात दिली होती. मानव-कुलातल्या प्राचीनतम व्यापाराविषयी काळजी व्यक्त करून पुढं दिलं होतं, ''...काही आठवड्यांपूर्वी काही नैतिकतेची चाड असणाऱ्या समाजसेवी संघटनांनी, त्यातही स्त्री-संघटनांनी गृहखात्याला दिलेल्या सूचनेनुसार पोलिसांनी काल दिल्ली येथील 'स्टार-पॅराडाईज' या पंचतारांकित हॉटेलवर काल रोजी दिवसाढवळ्या घातलेल्या धाडीत...'' अशी सुरुवात करून अधूमनमधून अनेक चौकटी टाकून बातमी अधिकच रोचक केली होती.

पण आम्हा सगळ्यांनाच आश्चर्यचकित करणारं एक आवाहन त्यात होतं. तेही पहिल्या पानावरच मोठ्या शीर्षकाखाली प्रसिद्ध झालं होतं.

''काल राजधानीमध्ये 'स्टार-पॅराडाईज' या पंचतारांकित हॉटेलवर पडलेल्या धाडीत ज्या नऊ स्त्रियांना अटक करण्यात आली, त्या स्त्रियांचे चेहरे दूरदर्शनच्या काही चॅनेल्सनी स्पष्टपणे दाखवले. या असहाय्य आणि शोषणाला बळी पडलेल्या स्त्रिया आपले चेहरे हातांनी झाकू पहात असताना महिला-पोलिसांनी त्यांचे हात जबरदस्तीनं बाजूला केले. चॅनेल्सनी ते तितक्याच निष्ठुरपणे दाखवले! ही बाब त्या स्त्रियांवर अमानुष अत्याचार करणाऱ्या त्या पुरुष-गिऱ्हाईकांपेक्षाही अधिक क्रूरपणाची आहे. महिला-पोलीस आणि चॅनेल्सचं हे कृत्य अत्यंत रानटी प्रवृत्तीचं निदर्शक आहे यात शंका नाही! यांच्यावर स्त्री-अत्याचार-विरोधी कायद्याद्वारे केस दाखल करण्यात यावी. याला बळी पडलेल्या असाहाय्य स्त्रियांना एकाच तागडीत तोलणाऱ्या पोलिसांवर कारवाई केली गेली पाहिजे. अशा समाजात त्या स्त्रिया या नंतर ताठ मानेनं कशा वावरू शकतील? या गोष्टीचा निषेध करण्यासाठी महानगरातल्या सर्व स्त्रियांनी प्रमुख पोलीस-ठाण्यासमोर जमून स्त्री-शक्तीचा प्रत्यय द्यावा!...''

इथं येताना खंडेलवाल वकिलांना बोलावण्याचा विचार मांडणाऱ्यानंच हे निवेदन मोठ्यानं वाचून दाखवलं. सगळेच अवाक् झाले. एकवार सगळ्यांवरून नजर फिरवल्यावर तो शांतपणे म्हणाला, ''दोस्तहो! कच खाऊन काहीही उपयोग नाही! पाण्यात पडल्यावर पोहलंच पाहिजे. एखाद्याला पोहता येत नसेल तर ज्याला पोहायला येतं त्यानं वाचवलंच पाहिजे! हाच दोस्तीचा धर्म आहे. आपण सगळ्यांनी एकत्रपणे या संकटाचा सामना केला पाहिजे, त्यामुळे आपला सगळ्यांचा स्टॅण्ड एकच राहील : आम्ही काहीही चूक केलेली नाही, आम्ही या बायकांची तोंडंही पाहिलेली नाहीत; पोलिसांचा हॉटेलवर धाड घालण्यामागं कुठला हेतू होता, ते

आम्हाला ठाऊक नाही. हॉटेलवाले काय जबानी देतील ते आम्हाला ठाऊक नाही. कुठलेही हॉटेलवाले आपण हा धंदा करतो,' असं सांगणार नाही! सगळं प्रकरण कोर्टात जाईपर्यंत हॉटेलचा वकील आणि आपला वकील नेमका काय स्टॅण्ड घ्यायचा ते ठरवतील. पाण्यात पडलेल्याला पाण्या-पावसाचं भय बाळगायचं कारण नाही. आपण सगळ्यांनी धैर्यानं या प्रसंगाचा सामना केला पाहिजे! आपण निरपराधी आहोत, असंच ठासून सांगितलं पाहिजे. कुठल्याही परिस्थितीत आज आपल्याला हायकोर्टात उभं केलंच पाहिजे! खंडेलवाल वकील हे महाप्रचंड काम आहे! आपण त्यालाच नेमूया. त्याचा नंबर शोधून फोन करायला पोलिसांनी वेळ दिला नाही तर धरणं धरू या. गरज पडली तर चार-सहा डॉग-बिस्किटं भिरकवूया. समजलं की नाही!''

माझी तर हा एक अनाथांचा रक्षक आहे अशी भावना झाली. सगळ्यांनीच त्याच्या बोलण्यावर संमती दर्शवली.

खंडेलवालचा नंबर पोलिसांकडे होता, कारण दिल्लीतल्या मोठमोठ्या क्रिमिनल केसेस त्यांच्यामार्फतच चालायच्या. त्यांनीच फोन लावून दिला. अर्ध्या तासातच एक ज्युनियर वकील हजर झाले. आपली ओळख सांगत ते म्हणाले, ''आजच्या फॉर्म्यालिटीजसाठी सर येणार नाहीत. आम्ही त्यांच्या मार्गदर्शनाखाली सुरुवातीच्या सगळ्या गोष्टी करून टाकू. कोर्टात केस उभी राहिली की ते येतील. तुम्ही नऊजणं आहात. सगळ्यांसाठी एकच वकील असणं योग्य नाही, त्यामुळे इतर आठजणांचा खटला आम्हा आठ ज्युनियर्सच्या नावावर चालवला जाईल, अर्थात खंडेलवालांच्या मार्गदर्शनाखालीच!''

'हा सगळा पोलिसांचा कट आहे!'' हा विचार मी प्रयत्नपूर्वक माझ्याच गळी उतरवल्यावर माझं थोडं समाधान झालं. माझ्या कंपनीमध्ये मी माझा मान वाचवू शकेन, अशी आशाही मनात निर्माण झाली. ही चोरी नाही, लूट नाही, खून नाही, दरोडा नाही, दगलबाजपणा नाही, फसवणूक नाही. ही क्षुल्लक केस असल्यामुळे आज जामीन मिळायला काहीच अडचण नाही. जमलं तर आजच संध्याकाळच्या विमानानं मी परतू शकेन, असंही वाटू लागलं.

साडेआठच्या सुमारास पोलीसस्टेशनसमोर स्त्रिया एकत्रित होऊ लागल्या. त्यातही कॉलेज-कुमारींची संख्या जास्त दिसत होती. इतर स्त्रिया म्हणजे चळवळीतल्या कार्यकर्त्या असल्याचं त्यांच्याकडे पाहताक्षणीच समजत होतं. ठीक नऊ वाजता सगळ्या घोषणा देऊ लागल्या. ''महिला-शोषकांचा धिक्कार असो!'', ''महिला-शोषकांना फाशीवर चढवा!'' ''...सुळावर चढवा!'', ''महिलांना अनीतिच्या मार्गावर खेचणाऱ्यांना ठेचून मारा!'' यासारख्या प्रक्षोभक घोषणांनी वातावरण दुमदुमू लागलं. नंतर त्यांनी ठाण्याच्या इन्स्पेक्टरच्या भेटीसाठी घोषणा द्यायला सुरुवात

केली. एव्हाना आमच्या बाजूला वळलेले दोन शिपाई आम्हाला बाहेर चाललेल्या प्रत्येक गोष्टींची इत्यंभूत माहिती देत होते.

इन्स्पेक्टरची भेट घेणाऱ्या चार प्रमुख नेत्या आपल्या अटी सांगत होत्या, ‘‘कोर्टात जाताना महिला-आरोपींचे चेहरे झाकलेले असावेत, त्यांना जामीन मिळण्यात काहीही अडचण येता कामा नये.’’

त्यांना सांगण्यात आलं, ‘‘पहिली अट आम्ही मान्य करू. दुसऱ्या अटीशी आमचा काही संबंध नाही!’’

त्यांनी पुढची मागणी मांडली, ‘‘पुरुष-आरोपींचे चेहरे झाकता कामा नयेत! ते सगळ्यांना दिसलेच पाहिजेत!’’

‘‘त्या सगळ्या गोष्टी त्या वेळच्या परिस्थितीवर अवलंबून असतील. पोलिसांना असं आधीच काही सांगता येत नाही!’’ इन्स्पेक्टरनी सांगितलं.

आम्हा सगळ्यांना एका व्हॅनमधून कोर्टात नेण्यात आलं. तिथं घोषणा देणाऱ्या महिलांची संख्या हजारावर असावी! त्यातही कॉलेज-कन्यांची संख्या जास्त असली तरी त्यात इतर वयाच्याही बऱ्याच महिला होत्या, शिवाय वकिलांचा काळा कोट चढवलेल्याही अनेक जणी होत्या, शिवाय विविध वाहिन्यांच्या कॅमेऱ्यांची संख्या दहापटीनं तरी वाढलेली दिसत होती! आम्ही व्हॅनमधून उतरत असताना असंख्य कॅमेऱ्यांचा लखलखाट झाला. स्वत:ला निर्दोष मानत असल्यामुळे कुणीही चेहरे लपवायचे नाहीत, असं ठरलं होतं. त्यातले काही पत्रकार जवळ आले आणि विचारू लागले, ‘‘हा पोलिसांचा कट आहे असं म्हणतात, यावर तुमचं काय म्हणणं आहे?’’

वकिलांना बोलावून घेतलेल्यानं उत्तर दिलं, ‘‘आम्हाला जे काही सांगायचं आहे ते कोर्टातच सांगू! आमचे वकील जे सांगायचं ते सांगतील, पण आम्ही सगळे निर्दोष आहोत! या मागं जो काही कट आहे, त्यावर तुम्हीच उजेड टाकला पाहिजे!’’

२

ठाण्यासमोर चाललेला आरडाओरडा आता कोर्टापुढेही सुरूच होता. न्यायाधीशांनी पोलिसांना आदेश दिला, ‘‘कोर्टाच्या कामात अडथळा येतोय. शांतता प्रस्थापित करा.’’

‘‘हजारो जण आहेत! लाठीचार्ज केला तरी त्या जातील असं दिसत नाही. आणि अश्रुधूर सोडण्यासारखीही परिस्थिती नाही, मग गोळीबाराचा प्रश्नच नाही.

अशा परिस्थितीत कोर्टाची जी आज्ञा असेल, तिचं आम्ही पालन करू. एवढ्या मोठ्या संख्येनं बायका जमतील याची आम्हालाही कल्पना नव्हती!'' पोलीस-अधिकाऱ्यानं सांगितलं.

''उद्या नीट बंदोबस्त ठेवा. ही केस उद्या चालवली जाईल...'' असं सांगून न्यायाधीश पुढच्या केसकडे वळले. आम्ही सगळेच हताश झालो. आता आम्हाला पुन्हा ठाण्याला नेण्याऐवजी जेलला नेण्यात आलं. नंतर काही गोष्टी समजल्या. महिला-आरोपींची तिथंच दुसऱ्या खोलीत चौकशी करण्यात आली होती. त्यांच्या बाजूनं चार प्रसिद्ध वकिलांनी वाद घातला होता. त्यांना जामीन देण्यासाठी प्रॉसिक्यूटरनं अजिबात विरोध केला नव्हता, त्यामुळे त्यांची जामिनावर सुटका होऊन त्या आपापल्या घरी निघूनही गेल्या होत्या !

कदाचित बायकांची सुटका झाली म्हणून असेल किंवा इतक्या बायकांना-त्यातही कॉलेजतरुणींना आणखी एका दिवसासाठी जमवणं कठीण झाल्यामुळे असेल कदाचित, दुसरे दिवशी न्यायालयासमोर गर्दी जमली नाही, त्यामुळे घोषणाबाजीही नव्हती. न्यायालयाच्या एका भागात पत्रकार होते, आमच्या विरोधात वाद घालण्यासाठी ज्येष्ठ स्त्री-वकिलांचा घोळका उभा होता. आमच्या बाजूनं खंडेलवाल वकिलाचे चार ज्युनियर वकील होते. विरोधी पक्षाच्या स्त्री-वकिलांनी आम्हाला जामीन मिळू नये म्हणून वाद घातला, यावर न्यायाधीशांनी विचारलं, ''काल याच केसमधल्या नऊ स्त्रियांना जामीन दिला जावा म्हणून तुम्ही वाद घातलात! आज का वाद बदलता आहात?''

''त्या असहाय्य महिला होत्या! साक्षी-पुराव्यांमध्ये बडबड करायची त्यांची ताकद नाही. यांचं तसं नाही. प्रत्येक जण कोटींच्या घरात व्यवहार करणारे आहेत! यांना बाहेर सोडलं तर आपल्या विरुद्धच्या साक्षीपुराव्याचा हे खेळखंडोबा करू शकतात!'' त्यांना उत्तर मिळालं.

आमच्या वकिलांनीही समर्थपणे आमच्या बाजूनं वाद घातला, तरीही न्यायाधीशांनी आम्हा सगळ्यांना पंधरा दिवसांसाठी पोलीस-कोठडी सुनावली आणि ते पुढच्या केसकडे वळले.

त्यानंतर आमचे वकील आम्हाला भेटायला आले, तेव्हा म्हणाले, ''हे अपेक्षितच होतं. जामीन मिळून बाहरे येणं ही पहिली पायरी! त्याचसाठी कितीतरी लढावं लागतं. हायकोर्टातही जावं लागतं. आपल्याविरुद्ध वकिलांची फळीच आहे. ही केस घेऊ नये म्हणून आमच्या साहेबांवरही बराच दबाव आणलाय, पण आमचे साहेबही असे आहेत; एकदा केस घेतली की प्रत्यक्ष ब्रह्मदेव जरी आला तरी ते केस सोडणार नाहीत! म्हणून तर त्यांचं एवढं नाव आहे!...''

३

पोलीस-कस्टडी म्हटलं तरी आम्हाला जेलमध्येच ठेवलं होतं. त्यातल्यात्यात बरी गोष्ट म्हणजे आम्हा सगळ्यांना एकत्र ठेवलं होतं. दररोज पोलीस येऊन आमच्यापैकी एकेकाला एका स्वतंत्र खोलीत घेऊन जायचे, तेच तेच प्रश्न विचारायचे, "...या हॉटेलला या आधी कितीवेळा आला होता? किती बायकांना बोलावून घेतलं होतं?" सगळ्यांची उत्तरंही तीच असायची, "मला काही ठाऊक नाही, मी कधीच कुणालाही बोलावलं नाही, तुम्ही जो त्या दिवशीच्या प्रसंगाचा उल्लेख करताय, ती सगळीही रचलेली खोटी कहाणी आहे!..." वगैरे...

'आम्ही साक्षी-पुरावे नष्ट करू' या कारणास्तव आमच्याकडची टेलिफोन-सेवाही काढून घेतली होती, पण आम्ही सगळ्यांनी मिळून जेलमधल्या अधिकाऱ्यांचे खिसे गरम करून चोरून फोन्स मिळवले होते.

आम्ही जेलमध्ये येऊन पडल्याच्या तिसरे दिवशी दोन वृत्तपत्रांत एक बातमी प्रसिद्ध झाली. चारही स्त्री-वादी महिला वकील, खंडेलवालांच्या घरी गेल्या होत्या आणि त्यांनी खंडेलवालांच्या पत्नीवर आमची केस न घेण्याविषयी दबाव आणला होता. वेश्या-व्यवसायाचं पोषण करणाऱ्यांची बाजू मांडणं आणि त्यांना सोडवायला मदत करणं पाप आहे, अशी पापाची कमाई घरी आणायला तुम्ही मनाई का करत नाही, असं त्यांनी त्या बाईला पटवायचा प्रयत्न केला. वर अशा कमाईनं तुमच्या मुला-बाळांचं कधीच भलं होणार नाही, अशी भीतीही घातली. देवादिकावर दृढ विश्वास असलेल्या आणि दरवर्षी बद्री-केदारची यात्रा करणाऱ्या त्या बाईंवर याचा योग्य तो परिणाम होत असल्याचंही त्यात म्हटलं होतं. दुसरे दिवशीच्या पेपरात कुणीतरी पत्र लिहिलं होतं, "...खंडेलवालांच्या पत्नींवर धार्मिक दबाव आणणाऱ्या या महिलांचा देवांवर किंवा अशा प्रकारच्या श्रद्धांवर विश्वास आहे का? यांचा आपल्या एकूणच परंपरेवर विश्वास असल्याचं दिसत नाही! कारण ज्यांना धर्मानं पूज्य मानलं आहे, त्या सगळ्या स्त्रिया म्हणजे समाजानं त्याकाळी नाडलेल्या स्त्रिया आहेत, असं त्यांना वाटतं... वगैरे वगैरे..."

४

जामीन नाकारल्याच्या तिसरे दिवशी बेंगळूरहून एम. शेखरप्पा नावाचे एक जण न्यायालयाची रीतसर परवानगी घेऊन भेटायला आल्याचं सांगून वॉर्डन मला

एका चेंबरमध्ये घेऊन गेला. नाव ऐकताच मी भावुक झालो होतो! प्रत्यक्ष त्यांना पाहताच मी त्यांना मिठीच मारली! माझे डोळे पाण्यानं भरले होते. त्यांच्याही डोळ्यात पाणी तरळलं. ते पाहूनही मन थोडं हलकं झालं.

"मी गावात नव्हतो. कलकत्त्याला गेलो होतो. ही काही फार मोठी गोष्ट नाही. तिथल्या कुठल्याही पेपरात ही बातमी आली नव्हती. सगळ्या लोकांना टी.व्ही. बघण्यात फारसा रसही नसतो, वेळही नसतो. काल मी बेंगळूरला परतलो तेव्हा बायकोकडून सगळं समजलं. तिनं सगळे पेपर्सही दिले. सगळं वाचायची गरजच नव्हती म्हणा! हॉटेलचं नाव समजताच सगळा खुलासा झाला. बऱ्याच वेळा पोलिसांचा हॉटेल-मालकांवर राग असतो. काही व्यवहारातही गडबड असते, मग तेच काही वेश्यांना सोबत आणून अशी केस तयार करतात. ही दिल्ली आहे राव! भारताची राजधानी! जयकुमार असा माणूस नाही; असं मी तिला समजावून सांगितलं आणि तडक पहिल्या फ्लाईटनं निघून आलो."

मी अजूनही भावनेच्या भरातून बाहेर आलो नव्हतो. माझ्या मनात उठलेलं नैतिकतेचं तांडव व्यक्त करावंसं वाटलं.

"तुम्ही मला या हॉटेलचं नाव सुचवलं ते माझ्यातलं पुरुषत्व वठलं नाही हे सिद्ध करायला म्हणून! एकदा मनाची खात्री झाल्यावर मी पुन्हा इथं यायला नको होतं! पण त्या सुखाची चटक लागली. त्या सुखासाठी घरातल्या व्यक्तीला हात लावायचा विचारही असह्य झाला मला! अशा जागी वरचेवर आल्यावर एक ना एक दिवस यात अडकल्याशिवाय राहणार नाही, एवढंही भान राहिलं नाही मला!"

"जे घडून गेलंय, त्यावर विचार करून काय फायदा? तुम्ही जो स्टॅण्ड घेतलाय, तोच योग्य आहे. मी बेंगळूरला गेल्यावर तुमच्या कंपनीच्या मॅनेजर किंवा सी.ई.ओ.शी याच पद्धतीनं बोलेन, मग तीच बातमी सगळीकडे पसरेल. तुम्ही काहीही घाबरू नका. आणखी पंधरा दिवसांत जामीन मिळेल आणि तुम्ही बाहेर याल! तुमचा वकीलही भारी आहे! बँकेत जायला जमलं नाही, तरीही... हे पैसे. पन्नास हजार आहेत."

पण जेलमध्ये जवळ पैसे ठेवता येत नाहीत, हा नियम त्याला ठाऊक नव्हता.

दुसरे दिवशी भद्रय्या आले. त्यांनीही समजूत काढत सांगितलं, "जग हे असंच आहे! कुणावर तरी रोखलेला बाण कुणाला तरी लागतो. आपल्या पुराणात अशा कितीतरी कथा आहेत. आलेल्या प्रसंगाला धीरोदात्तपणे सामोरं जाणं यातच समजूतदारपणा आहे!... सगळी फॅक्टरी तुमची आतुरतेनं वाट पाहात आहे..." नंतर त्यांनी कंपनीच्या इतर गोष्टींचीही माहिती दिली. मी नसताना घेतलेल्या काही निर्णयांचीही त्यांनी माहिती दिली. नंतर मी त्यांना म्हटलं,

"माझी मंगळाची निवड चुकली याची तुम्हालाही कल्पना असेल!"

काही क्षण तेही घुटमळले, नंतर म्हणाले, ''या सगळ्या पूर्वजन्मीच्या गोष्टी; नाही का!''

नंतर मात्र मी मंगळा कसा वैजयंतीचा द्वेष करते आणि याच कारणासाठी कसा वत्सलेचाही द्वेष करते, याविषयी थोड्या विस्तारानं सांगितलं. शेवटी सांगितलं, ''परगावी गेलो की किती दिवसांनी येणार, याविषयी तिला बोटं मोजून सांगितलेलं असतं. मला यायला एखादा दिवस उशीर झाला तरी ती गडबडून जाते! आमच्या घरात द्यावक्का नावाच्या एक बाई आहेत, त्या तिचं सगळं बघून घेतात. तुम्ही एक काम कराल? द्यावक्कांना भेटून त्यांना थोडं धैर्य द्याल? त्यांच्याकडे थोडे पैसेही देऊन ठेवा. द्यावक्कांनी 'तुम्ही माझे मित्र आहात' असं सांगितलं तर माझी राणी तुमचंही ऐकेल! अप्पांना काम आहे, ते आणखी पंधरा दिवसांनी येतील, असं तुम्ही तिला बोटं दाखवून समजावून सांगितलं तर तेही ऐकेल, कराल एवढं? दर आठवड्याला एकदा जाऊन भेटलात तर बरं! मंगळा तुम्हाला नॅस्टी बोलेल, पण तुम्ही तिकडं लक्ष देऊ नका!''

त्यांनीही सांगितलं, ''आय प्रॉमिस यू सर! तुम्ही काहीही काळजी करू नका!''

५

पंधराव्या दिवशी आम्हाला पुन्हा न्यायालयात हजर करण्यात आलं. आमच्या वकिलानं मुद्दा उपस्थित केला, ''हे सगळे व्यापार-व्यवहारातले आहेत. त्यांना एक दिवस बंदिवासात टाकलं तरी त्यांचं लाखो रुपयांचं विनाकारण नुकसान होतं, त्यात हे काही गुन्हेगार नाहीत. आम्हालाही वेश्याव्यवसायाला विरोधच करायचा आहे. हे दोषी असतील तर त्यांना त्या प्रमाणात शिक्षा व्हायलाही हरकत नाही, पण अशा प्रकारे विनाकारण लाखो रुपयांची हानी होण्यात कुणाचंच हित नाही. हे न्यायव्यवस्थेलाही शोभादायक नाही, त्यामुळे विनाविलंब यांचा जामीन मंजूर केला जावा.''

त्यात आम्हाला विरोध करताना आमच्या विरोधी वकिलांनीही 'आम्ही कोट्यवधी रुपयांची उलाढाल करणारे असल्यामुळे' आम्हाला जामीन देऊ नये, अशी कोर्टाची भलावण केली होतीच, त्यांनीही आपला मुद्दा ताणून धरला. आमचा बंदिवास आणखी बारा दिवसांनी वाढवण्यात आला.

पुढं आणखी दहा दिवस, त्यानंतर आठ दिवस आमचा बंदिवास संपायची लक्षणं दिसेनात, तेव्हा आमच्या वकिलांनी त्यासाठी हायकोर्टात जायचं ठरवलं. तिथंही हा मुद्दा पुढं यायला आणखी आठवडा गेला. असल्या गुन्ह्याला तीन महिने शिक्षा असते, आम्ही एव्हाना त्रेपन्न दिवस बंदिवासात काढले होते. 'अजून जामीनही

नाही, हा कुठला न्याय?' असा खंडेलवालांनी स्वत: येऊन वाद घातला. अखेर आम्हा सगळ्यांना एकदाचा जामीन मिळाला, त्यासाठी न्यायालयात वीस हजार रुपये भरणं आवश्यक होतं. शिवाय तेवढ्याच रकमेचा आणखी एकानं जामीन ठेवायचा होता. आमचे पासपोर्ट्स न्यायालयात जमा करायचे आणि परदेशी जाणं अत्यावश्यक असल्यास न्यायालयाची लेखी परवानगी घेणं आवश्यक होतं. माघारी आल्यावर पुन्हा पासपोर्ट जमा केला पाहिजे असंही सांगण्यात आलं.

सगळ्या अटी सांगून खंडेलवालांचे असिस्टंट म्हणाले, "हे सगळं किरकोळ आहे! तूर्त तर आपण जिंकलो आहोत! बाकी केस नंतर बघता येईल." थोरल्या साहेबांना आमच्याबरोबर बोलण्याइतका वेळ नव्हता. सुरुवातीपासून आतापर्यंत आम्ही प्रत्येकाने तीन-तीन लाख खर्च केले होते.

एव्हाना आमची 'जयंती हाय प्रोसीजन कंपनी' डबघाईला आली होती. त्याच्या प्रत्येक पायरीविषयी आमचे भद्रय्या मला फोन करून कळवत होते. मीही त्यांना फोनवरून 'असं करा, तसं करून बघा' वगैरे सांगत होतो. काही वेळा मी स्वत:ही आमच्या तंत्रज्ञांबरोबर फोनवरून बोलत होतो, पण त्यांनी आपसात सगळं ठरवलं होतं. आमच्या संदर्भात घडणाऱ्या सगळ्या बातम्या वृत्तपत्रे नियमितपणे छापत होती. भद्रय्यांच्या अंदाजानुसार, या सगळ्या बातम्या कुणीतरी जाणीवपूर्वक सविस्तर छापून येतील याची काळजी घेत होतं.

याच संधीचा फायदा घेऊन आमची प्रतिस्पर्धी प्रोसीजन कंपनी आमच्या कुशल कामगारांना आणि कर्मचाऱ्यांना आपल्याकडे ओढून घेण्यासाठी जाळं पसरून बसली होती. तुमचा मालक वेश्यांच्या भानगडीत सापडून दिल्लीत जेलमध्ये सडतो आहे, त्याला कारावास होणं निश्चित आहे, त्याला या नंतर बँकांकडून कर्ज मिळणं अशक्य आहे आणि बँकांच्या मदतीशिवाय कंपनी चालवणं शक्य नाही; तुम्ही आताच आमच्याकडे आलात तर तुम्हाला आम्ही घेऊ, नाही तर पुढं कधीही घेणार नाही; बिहार-बंगालकडचे इंजिनियर घेतले आणि तीन महिने ट्रेनिंग दिलं तर निम्म्या पगारात आमचं काम होईल... असं बरंच काही सांगून त्यांच्या मनात भीती निर्माण केली होती. आपण ज्याला मोठा नीतिवान म्हणून मान देत होतो तो आपला मालकही दोषी आहे हे तर पोलीस-केसमुळे सिद्धच होतंय! असे विचार त्यांच्यात पसरत गेल्यामुळे त्यांच्या मनात माझ्याविषयी पराकोटीचा राग भरला होता. मी फोनवरून वीरभद्रय्यांची समजूत काढायचा बराच प्रयत्न केला, तरी काहीही उपयोग झाला नाही. ही कंपनी जिवंत राहू शकेल याविषयी त्यांना विश्वासच वाटला नाही. आधी तीसजणं कंपनी सोडून त्या कंपनीत निघून गेले, त्यानंतर वीसजणं गेले. कुशल कामगारच नसतील तर इतर कामं करणाऱ्यांना कुठून काम असणार? त्यांनीही आमची कंपनी सोडून त्या कंपनीत प्रवेश केला होता! राहिले ते, वर-

कामाचे शिपाई, सफाई-कामगार, बागेची देखभाल करणारे माळी. त्यांना पगार देऊन ठेवणं शक्य नव्हतं आणि काढायचं म्हटलं तर तीन महिन्यांचा पगार दिला पाहिजे! त्यांना काढणं म्हणजे फॅक्टरी बंद केल्यासारखं होईल.

यातच आणखी एक अडचण उभी राहिली. जर्मनी, जपान, अर्जेण्टिना वगैरे देशांना पुरवठा करायचा वायदा पाळला नाही तर त्यांना ठरावीक दंड, तोही डॉलरमध्ये द्यावा लागेल असा करारातला एक नियम होता. आता कर्मचारीच नसताना तो करार तरी कसा पाळणार? काही अपरिहार्य कारणामुळे आम्हाला करार पाळणं शक्य नाही, असं त्यांना कळवायला मी फोनवरून भद्रय्यांना सांगितलं होतं. तसं त्यांनी कळवलंही होतं, पण बहुतेक कंपन्यांनी ह्या नियमावर बोट ठेवलं, परिणामी त्यांना दंड भरावा लागला. त्या दंडासाठी बँका जामीन होत्या, त्यामुळे एकाएकी बँकांचं कर्ज मोठ्या प्रमाणात वाढलं. मग आमच्या बँकांनी दिलेल्या सवलती मागं घेतल्या आणि कर्ज-वसुलीसाठी त्यांचा तगादा सुरू झाला.

जामीन मिळवून बेंगळूरला परतल्या-परतल्या संध्याकाळी कंपनीत जाऊन भद्रय्यांशी बोललो. सोडून गेलेल्या सहकार्यांना पगार वाढवून पुन्हा बोलावून घेणं, हाच एकमेव कंपनी वाचवायचा मार्ग असल्याचं आम्हा दोघांनाही ठाऊक होतं, पण हे कसं करायचं?

भद्रय्या म्हणाले, ''कामगारांच्या मध्यस्थाला मी काहीतरी करून गाठतो. त्यांना सांगतो, सर आलेत, त्यांच्याशी बोला म्हणून! ते सरळ न येता काही ना काही सबब सांगतील, पण... बघतो प्रयत्न करून!''

दोन दिवस प्रयत्न केल्यावर चौघंजण यायला तयार झाले. रोजचं काम उरकून संध्याकाळी सात वाजता ते आले. मी ऑफिसमध्ये बसून वाटाघाटी करायला सुरुवात केली. मी त्यांना आधी दिल्लीत कसा हॉटेलचा मालक आणि पोलिसांच्या भांडणात आम्हा नऊजणांवर अन्याय झाला, त्याविषयी सांगितलं. आम्हीही सुप्रीम कोर्टापर्यंत जाऊन पोलिसांना धडा शिकवणार आहोत, हेही सांगितलं. नंतर म्हटलं, ''आपण सगळे एका कुटुंबातले आहोत. आता मी आलोय, तुम्हीही परत या. इतरांनाही बोलावून घ्या. उद्यापासून प्रॉडक्शन सुरू करू या. एक-दोन महिन्यांच्या आत कंपनीची परिस्थिती पूर्ववत् होईल.''

ते सावधपणानं म्हणाले, ''सगळ्यांना विचारायला पाहिजे. कुणाच्या मनात काय-काय आहे, कुणास ठाऊक!''

''तुम्ही त्यांना पटवून सांगा!...'' मी त्यांना विनवलं, पटवायचा प्रयत्न केला, अगदी गयावयाही केल्या. त्यांनी काहीही उत्तर दिलं नाही. आपलं मौन हेच आपलं उत्तर आहे आणि याहून जास्त आमच्यावर दडपण आणू नका; त्याचा काहीही उपयोग होणार नाही; हे त्यांच्या चेहऱ्यावर स्पष्टच दिसत होतं.

"हे पाहा मुरगीअप्पा, जयण्णा, चंद्रस्वामी, कृष्णमूर्ती! या कंपनीनं तुमच्यावर कधीच अन्याय केलेला नाही! तुम्हा सगळ्यांना एकाच कुटुंबातल्या मुलांसारखं वागवलं आहे. आता थोड्या अडचणीत सापडलो आहे म्हणून सोडून जाणं तुम्हाला तरी पटतंय काय?" असं म्हणून त्यांच्या सदसद्विवेकबुद्धीलाही आवाहन करून पाहिलं, पण त्याचाही काही परिणाम झाला नाही.

शेवटी "विचार करून सांगा काय ते!..." असं निकराचं सांगितलं, "सॉरी! तुम्हाला मी कपभर कॉफीही देऊ शकत नाही! कँटीन बंद आहे... या, सगळे मिळून या! म्हणजे आपलं कँटीन पुन्हा पूर्वीसारखं सुरू होईल... आपण सगळे पुन्हा एकत्र जेवण घेऊ या!" असं म्हटलं.

ते निघून गेले. मीही काही काळ ते परत येतील, इतरही सगळे परत येतील, पुन्हा कंपनी पहिल्यासारखी चालायला लागेल अशी स्वप्नं बघत राहिलो, पण तसं काहीही घडलं नाही. मी ऑफिसमध्येच होतो. भद्रय्यांच्याबरोबर बोलून करायला कितीतरी कामं होती.

दुसरे दिवशी मी ऑफिसला गेलो, त्या आधी जयण्णानं सगळ्यांच्या वतीनं भद्रय्यांना फोन केला होता, "कुणीही यायला तयार नाही! आमचा पी.एफ. फंड लवकरात लवकर पाठवून द्यायला सांगितलंय सगळ्यांनी!"

यांनी सांगितलं, "पी.एफ. आपल्या खात्यात सुखरूप आहे! आम्ही काही तो मोडून खाल्लेला नाही! तुमचं यायचं काय ठरलं ते सांगा!"

"कुणीही तयार नाही, सर! साहेबांनी काल कृतज्ञतेचा विषय काढला होता, आम्हाला फार वाईट वाटलं. आम्हीही तेव्हा तितक्याच निष्ठेनं काम नाही का केलं? आता बुडणाऱ्या जहाजात पुन्हा चढा म्हणताहेत! हे योग्य आहे का? सगळे म्हणताहेत, आम्हाला एवढा उपदेश करणारे आमचे साहेब कामासाठी म्हणून दिल्लीला जातात आणि वेश्यांच्या प्रकरणात सापडतात! याला काय म्हणायचं? आम्ही कुठल्या जबाबदारीवर माघारी यावं, असं विचारतात सगळे!"

सगळी हकिकत सांगताना भद्रय्यांनाही अवघड वाटत होतं.

मी ज्यांवर माझे बाहू समजून विश्वास टाकला होता, त्या माझ्या कर्मचाऱ्यांनी माझा धिक्कार केला होता! त्रेपन्न दिवस जामीन न मिळाल्यामुळे जेलमध्ये सडलो होतो! ज्यांच्या संपूर्ण भविष्याचा विचार करून मी वागत राहिलो, त्या माझ्या कर्मचाऱ्यांनी माझ्या त्या वागण्याला आपल्या पद्धतीनं जोखलं होतं. घरच्या ज्या परिस्थितीत मी तसा वागलो होतो, याविषयी त्यांना कसलाही विधिनिषेध नव्हता! पण...

दोन दिवस स्वतःची निर्भर्त्सना करण्यात गेले. हे सगळे 'बुडणाऱ्या जहाजाला सोडून पळून जाणारे उंदीर' आहेत असं वाटू लागलं.

बारा

१

या आधीही तीनवेळा दोरेराज मंत्रिपदावर आरूढ झाले होते. आताही ते मंत्रीच होते. मागं त्यांनी मनात आणलं असतं तर मुख्यमंत्री होणं त्यांना सहज शक्य होतं. आताही ते शक्य होतं, पण त्यांच्या मनात ती अजिबात आकांक्षा नव्हती. कुठलंही मंत्रिपद नसतानाही संपूर्ण सरकारवर आपला प्रभाव राखता येतो, हे त्यांना ठाऊक होतं. तसा त्यांचा अनुभवही होता. असं असताना मुख्यमंत्री नावाचं सगळ्या बाजूंनी नजरेत येणारं लक्ष्य बनून सहजासहजी कुणाच्याही बाणाला का बळी पडायचं, असा त्यांचा विचार. सगळ्यांच्या पसंतीला येईल असं त्यांचं वागणं-बोलणं होतं. राज्यकर्त्यांप्रमाणे विरोधी पक्षालाही ते चोरून धनसाहाय्य करत असतात असंही त्यांच्याविषयी बोललं जायचं.

सगळ्या माध्यमांशीही त्यांचे खेळीमेळीचे संबंध होते. अगदी समोर बसून नाकात बोटं घालण्याची सवय असणारे पत्रकारही त्यांच्याशी अगदी सलगीनं वागत; म्हणजे कधीतरी त्यांचा उल्लेख 'देखणं व्यक्तिमत्त्व, रसिक...' अशी विशेषणं लावून करत, तेवढंच! कारण याहून जास्तीचा तपशील दिला तर आपल्या मालकाला खपणार नाही याची त्यालाही चांगलीच जाणीव होती, मग हेच पत्रकार संध्याकाळी क्लबमध्ये इतर पत्रकारांना ''पाहिलंत ना, कशी टांग मारलीये मी त्याला...'' असं सांगत फुशारकी मारायचे.

एकूण काय, दोरेराज मंत्रिपदावर असोत किंवा नसोत, लोक त्यांना नेहमी 'मंत्री'च मानायचे, तशीच हाकही मारायचे. बेंगळूरच्या बाह्य परिसरातली हजारो एकर जमीन त्यांच्याच मालकीची होती ना! खाजगी ट्रकव्यवसाय आणि बसेस चालवणाऱ्या कंपन्यांच्या मालकांशी त्यांचे अरेतुरेचे संबंध होते. मुंबईच्या शेअर-मार्केटमध्ये त्यांचं अपार धन गुंतलेलं असल्याच्याही बातम्या येत होत्या, शिवाय

विदेशी बँकेतही त्यांची खाती असल्याची कुजबूज जाणकारांमध्ये होती.

पण एकंदरीतच त्यांच्या औदार्याचीही ख्याती होती. झोपडपट्टीमध्ये साजरा होणारा अय्यप्पनचा उत्सव असो, अतिवृष्टी-अनावृष्टीच्या तडाख्यात सापडलेले गरीब शेतकरी असोत, हृदयाच्या ऑपरेशनची निकड असलेला एखादा गरीब असो, त्यांनी उदार मनानं दिलेल्या एकदोन लाखाच्या दानाची बातमी वृत्तपत्रांमध्ये फोटोसहीत वरचेवर प्रसिद्ध व्हायची. सरकारनं रक्कम मंजूर करण्याआधीच हे आपल्या खिशातून रक्कम देऊन मोकळे झालेले असायचे! त्यामुळे दानशूरपणाचं बिरूदही त्यांना आपोआपच चिकटलं होतं. शिवाय माणूस सदा हसतमुख!

लंडनहून येऊन दीड महिना झाला होता. कर्नाटकातील वास्तुशास्त्रज्ञांच्या परिषदेचं उद्घाटन करताना त्यांनी सांगितलं होतं, "लंडन, पॅरिस आणि न्यूयॉर्कप्रमाणे भारतातील प्रत्येक गावं आणि शहरांमध्ये देखण्या इमारती उभ्या करून देशाला सुंदर करून सोडायची जबाबदारी तुमच्यावर आहे!" त्यानंतर आपल्या ऑफिसमध्ये आपल्या सेक्रेटरीशी कुठल्याशा विषयावर चर्चा करत फायलींवर सह्या करत असताना फोन वाजला.

बाईचा आवाज.

"हाय दोरे! हॅव यू फरगॉटन मी? विसरूनच गेलास का मला? फोन करशील म्हणून वाट बघून-बघून दमले मी! मला येऊन पंधरा दिवस झाले."

इलाचा आवाज! लगोलग ओळख पटली. संदर्भावरूनच फक्त नव्हे! दोरे असा एकेरी उल्लेख केल्यावरूनही नाही. पंधरा दिवसांचा संदर्भ दिल्यामुळे!

समोर पी.ए. बसला होता.

"एका महत्त्वाच्या मीटिंगमध्ये आहे मी! तुमचा नंबर द्या. नंतर मीच करेन." एवढंच सांगून त्यांनी फोन ठेवला.

पॅरीसमधल्या हॉटेलमध्ये उत्कटतेनं इलाशी एकरूप झाले असता "प्रियतमे... रती..." वगैरे प्रेमाच्या गप्पा मारताना तिनंही "माझ्या राजा... माझ्या प्रियकरा..." अशी एकवचनात साद घातली तेव्हा तर शृंगाराला आणखी उधाण आलं होतं, पण आवेग ओसरून शांत झाल्यावरही ती जेव्हा "तुला किती मुलं?" अशी एकवचनातच चौकशी करू लागली तेव्हा त्यांनी तिला जवळ घेऊन डोक्यावरून हात फिरवत म्हटलं, 'प्रेमीजनांमध्ये एकवचन-बहुवचनाचा फरक नसतो, हे मलाही मान्य आहे, पण व्यवहार वेगळाच असतो ना! तू प्रेम करताना मला एकवचनात हाक मारलीस तर काहीच हरकत नाही, पण नंतर मात्र तू तशी हाक मारलीस तर मला कसंतरी वाटतं!"

"असं? का?" तिनं विचारलं.

"मला कुणीही एकवचनानं हाक मारत नाही, कारण तुलाही ठाऊक आहे!"

"मलाही कुणी एकवचनानं हाक मारत नाही! मलाही कसंतरी होतं!"

"मग काय करावं म्हणतेस?"

"असं करू, दोघांनीही एकमेकांना आदरार्थी हाक मारायची!"

"आदरार्थी? पण तुला 'अहो-जाहो' म्हटलं तर प्रेम कसं करता येईल? तुला पुरुषाच्या सायकॉलॉजीची कल्पना नाही!"

"माझा समानतेवर विश्वास आहे! तू मला एकेरी हाक मारायची आणि मी तुला आदरानं बोलवायचं? मग माझंही सगळं शरीर थंडगार होऊन जातं! काय करणार!"

ते या आधी कधीच अशा परिस्थितीत सापडले नव्हते. या आधी जितक्या स्त्रियांशी संबंध आले होते, त्या सगळ्या त्यांच्याशी आदरानंच वागत आल्या होत्या. अगदी उत्कट प्रसंगी किंवा तसं दाखवत असताना त्याही "राजा" किंवा "दोरे" म्हणत होत्या आणि आता संबंध राहिले नाहीत तरी त्या आदरानंच हाक मारत होत्या. पण ही? असं काय वेगळं आहे त्यांच्यापेक्षा हिच्यात? एक आहे. आजवर एवढ्या शिकलेल्या बाईशी या आधी कधी संबंध आलेला नाही! एवढी शिकलेली बाई आपल्याला वश झाली आहे, या भावनेतुळे या अनुभवात एवढा गाढ भाव आला असेल का?...

"का? गप्प का झालास?"

यावर काय उत्तर द्यावं ते सुचलं नाही.

"माझा पॅरिसच्या प्रवासाचा आणि वास्तव्याचा सगळा खर्च तू केलास, व्हिसाही तूच केलास, म्हणून मी स्वतःला तुझ्या स्वाधीन केलं, त्यामुळे माझ्यात आणि तुझ्यात धनी-सेविकेचं नातं आहे, असं तुला वाटतंय का?" तिनं विचारलं.

मनाचा आणखी गोंधळ उडाला.

"तुला तुझ्याच मनाचा शोध घ्यायला मदत व्हावी म्हणून मी विचारलं. तुला खिजवायला नव्हे! आपल्या दोघांचं मैत्र महत्त्वाचं आहे!..." म्हणत ती पुन्हा लगट करू लागली. मनातला गोंधळ नाहीसा झाला आणि पुन्हा, तेही या वयात, तारुण्य ओसंडून आलं. मनात कसलाही संकोच न बाळगता मोकळेपणानं या भावनेचा आदर करणारी स्त्री! व्वा! हिच्याबरोबर एकवचन-आदरार्थी बहुवचनाच्या गोंधळात पडण्यात काहीही अर्थ नाही; असंच वाटलं होतं तेव्हा...

संध्याकाळी सात वाजता त्यांनी आपल्या ऑफिसमधून तिला आपणहोऊन फोन केला, "काय आहे, कुणीही मला फोन केला तरी तो आधी पी.ए. घेतो, नंतर माझ्याकडे देतो. त्याला आता पाठवून दिलंय आणि मी फोन करतोय! शिवाय केव्हा कोण भेटायला येईल हेही सांगता येत नाही. भेटायला आलेले लवकर उठूनही जात नाहीत. आता बोला!"

"माझ्याही घरात माझी मुलगी आहे. एक मिनिट थांबा. माझ्या खोलीतून घेते..." काही क्षणात दुसऱ्या फोनवरून आवाज आला.

"बोला. काय म्हणताय?" मंत्र्यांनी विचारलं.

"मीच बोलायला पाहिजे का? बेंगळूरमध्ये पॅरिस निर्माण करायचं ठरवून आपण एकमेकांचा निरोप घेतला होता! आठवतं ना?"

"हो तर! तुमच्या घराचा पत्ता सांगा. तुमची मुलगी कॉलेजला केव्हा जाते, तेही सांगा. तुम्ही युनिव्हर्सिटीत एक चक्कर मारून या... भेटू या आपण!" त्यांचा सगळा रोख सकारात्मक होता.

"हे पाहा! मी एका मध्यमवर्गीय वस्तीत भाड्याच्या घरात राहते. कनिष्ठ आणि मध्यमवर्गातल्या लोकांना आजूबाजूला काय घडतं त्यात पराकोटीचं कुतूहल असतं! नेहमीच ते स्वत:ला नीतिचे पोलीस समजून वागतात. त्यात तुम्ही मंत्री! तुम्ही माझ्या घरात येऊन दार लावून घेतलं की त्यांचं हेरखातं लगोलग तत्पर होऊन कामाला लागेल!"

"तसं असेल तर कुठं तरी दूर जावं लागेल. मुंबई किंवा दिल्लीला... पण मंत्री असल्यामुळे गुप्तपणे एवढ्या लांबचा प्रवास करणं शक्य नाही. मग काय! विरह अनुभवल्याशिवाय दुसरा काहीही मार्ग नाही!"

"म्हणजे? मला भर प्रवाहात निम्म्यावर सोडून द्यायचा विचार आहे की काय?"

अरेच्चा! ही तर सर्वस्वी माझ्यावरच अवलंबून असल्यासारखं बोलायला लागलीय! समानता आणि स्वातंत्र्याच्या गप्पा करणारी हीच काय! खरोखरच दीड महिन्याच्या विरहानं व्याकूळ झालीय की काय! तरीही तिच्या "भर प्रवाहात निम्म्यावर सोडून द्यायचं" बोलणं त्यांना सुखावून गेलं.

विद्यापीठाच्या पलीकडे सहा मैलावर त्यांची दहा एकर बाग होती. त्याच्या मधोमध एक छोटासा बंगला होता. खास मित्रांबरोबर एखाद्या पार्टीसाठी किंवा कुणा खास बाईबरोबर अर्धा दिवस काढण्यासाठी ते त्या बंगल्याचा वापर करत होते. हिला घेऊन जाण्यासाठीही ती जागा योग्य असल्याचं त्यांना आठवलं. डायरी बघितल्यावर त्यांनी सांगितलं, "येत्या गुरुवारी भेटू या. सकाळी ठीक नऊ वाजता रिंग रोडच्या तिसऱ्या क्रॉसपाशी उभ्या रहा. मी माझ्या लाल फॉर्डनं येईन. कारचा नंबर लिहून घ्या... माझी स्वत:ची कार आहे. सरकारी वाहन नाही. संध्याकाळी सव्वासहाला माघारी सोडून जाईन..."

२

फार्महाऊस आणि त्यातला टुमदार बंगला बघून तिचं भानच हरपलं. ती काही नारळी-पोफळीची उत्पन्न देणारी बाग नव्हती. अधूनमधून बदाम, सागवान आणि

पुनाग वृक्षांची घनदाट झाडी होती. तीही वृक्ष मोठे झाले तर पुढं पैसा मिळेल या उद्देशानं लावलेली ती झाडं नव्हती. त्या वन उद्यानाला तसा नेटकेपणा असला तरी घनदाट अरण्याचं विविध छटांचं हिरवेपण सर्वत्र विखुरलं होतं. मधूनच परदेशातून मागवलेली कोनिफरस जातीची झाडं तर होतीच; त्याच बरोबर त्यांच्यावर चढलेले वेगवेगळ्या रंगांच्या आणि आकारांच्या पानांचे वेलही होते. मधूनच एखादं सुपारीचं झाड होतं. सगळीच झाडं घनदाट अरण्याचा आभास निर्माण करत होती. त्यांच्यामधून जाणाऱ्या पायवाटांवर सुबक फरशा बसवल्या होत्या, त्यामुळे भर पावसाची मजा घेतही त्यातून सहज फिरणं शक्य होत असावं, हे लक्षात येत होतं. कुठंही फिरलं तरी सावली होतीच. जमिनीवर उन्हाचे किरण पडणंच अशक्यप्राय वाटावं असं तिथलं वातावरण होतं. बंगल्याच्या वरच्या मजल्यावरून पाहिलं तर तर, संपूर्ण फार्महाऊस विविध उंचीच्या आणि रंगांच्या झाडांनी नटवलेल्या मांडवासारखं दिसत होतं. हेलिकॉप्टरमधून ते फार्महाऊस आणि ते घर पाहिलं तर ओळखता येऊ नये अशा प्रकारे झाकलं जाईल, याची काळजी घेण्यात आली होती.

"व्वा! त्यातून थोडं फिरून यायची इच्छा होतेय!" म्हणत ती त्या पाऊलवाटांकडे वळली.

"त्या फरशांवरूनच फिरलं पाहिजे, कारण रस्ते एकमेकांत मिसळून गेलेत. सवय नसेल तर पुन्हा माघारी यायला जमत नाही. तिथंच चकरा मारत राहतो. मी पण येतो..." म्हणत तेही तिच्याबरोबर निघाले.

काही पावलं गेले आणि ते गर्द झाडीत जाऊन पोहोचले. तिनं त्यांचा हात हातात घेत म्हटलं, "असा का पुढे-पुढे चाललास?"

"इथल्या फरशा दोघांनी चालण्याइतक्या रुंद नाही आहेत, ही पहिली गोष्ट! आणि दुसरं म्हणजे कुठं कोणता नोकर काय काम करत उभा असेल सांगता येत नाही! इथं आणखी काहीही करता येणार नाही!" ते मिश्कीलपणे हसत म्हणाले.

तिलाही त्यांच्या सांगण्याचा अनुभव आला. वाटा कुठून येऊन कुठं जात होत्या ते समजायला कठीण होतं. त्या पुन्हा-पुन्हा त्याच जागी येत होत्या, पण तेही लवकर समजत नव्हतं. इथल्या वाटा जाणून घेऊन इथं फिरणं हा गमतीचा भाग असल्याचं तिला जाणवलं.

बंगल्याचं कामही अफलातून होतं. फ्रेंच, ब्रिटिश, गॉथिक अशा अनेक शैलींचं तिथं सुरेख मिश्रण होतं. दुसऱ्या मजल्यावरून भोवतालचं दृश्य बघता-बघता ती त्याच्या सहवासात देहभान विसरून गेली.

आवेग शांत झाल्यावर तिनं विचारलं, "अप्रतिम! तुला ह्या वनोद्यानाची आणि या बंगल्याची कल्पना आली तरी कशी?"

"काही नाही. असं-असं हवंय असं वाटलं. बेंगळूरचा प्रसिद्ध आर्किटेक्ट आर.

लोचनचं नाव ऐकलंय? अखिल भारतीय पातळीवरचा पुरस्कार मिळालाय त्याला! त्याला माझी आयडिया सांगितली. त्यानंच लॅण्डस्केपही केलं. ॲम्स्टर्‌डॅममध्ये शिकून आलाय तो!''

''मला तर इथंच राहायची इच्छा होतेय, राज!''

तिच्या या बोलण्यावर त्यांनी काहीच प्रतिक्रिया दाखवली नाही.

''आपण पॅरिस निर्माण करायचं म्हटलं होतं. इथं ते प्रत्यक्ष साकार झालेलंच आहे! स्वत:पुरतं लपवून ठेवलं होतंस तू! मला काही सांगितलं नाहीस?''

ही जागा तर वेगवेगळ्या बायकांना हवं तेव्हा बोलावण्यासाठीच मुद्दाम वसवली होती. इथं वावरणाऱ्या नोकरांनाही याची कल्पना होती. कुणीही याविषयी बाहेरच्या लोकांपुढे बोलत नव्हतं. तसं कुणी बोललं तर पोटावर तर लाथ बसेलच, शिवाय खांबाला बांधून चामडं सोलून काढलं जाईल हेही त्यांना ठाऊक होतं. हात-पायही तोडला जाईल, याचीही भीती होती. पंचवीस वर्षांची विश्वासू माणसं आपसात म्हणायची, ''परतेकाचं नशीब आस्तं! तेच्या नशिबात सुक आसंल तर आपुन का जळायचं? किती क्येलं तरी प्वाटाला अन्न द्येनारा धनी हाये!...''

विश्लेषणाच्या कलेत ती आधुनिक होती. तसंच निसर्गाच्या सान्निध्यात देहभान विसरण्यातही! याची तिलाही पूर्ण जाणीव होती. तीनवेळा ती तिथं आली आणि दिवसभर राहिली. तिचं या फार्महाऊस आणि बंगल्याविषयी पराकोटीचं आकर्षण वाढलं.

चौथ्या वेळी ती इथं आली तेव्हा यांनी तिला घट्ट पकडलं तसं तिनंही यांना बोलण्यात पकडलं, ''तू माझ्या कानात 'आय लव्ह यू-आय लव्ह यू' म्हणून इतक्या वेळा पुटपुटतोस! त्यात काही सत्य आहे की तिला केवळ त्या वेळच्या उन्मादामधली फुटकळ बडबड समजायचं?''

''का? माझी परीक्षा घेतेस?''

''परीक्षेचा प्रश्न नाही, पण तुला हे सिद्ध केलं पाहिजे!''

''ते कसं काय?''

''काही नाही, तू तोंडानं 'आय लव्ह यू' म्हणतोस! पण एखाद्या वेश्येसारखं वागवतोयस मला!''

''काय बोलतेयस हे?'' त्यांना राग आला.

''तुला हवं असेल तेव्हा इथं घेऊन येतोस, अंथरुणात घेतोस आणि आय लव्ह यू म्हणतोस! मी 'इथंच राहते' म्हटलं तर मात्र त्याला तयार होत नाहीस! मालक कधीही वेश्येला घरात घेत नसतात ना!!''

''त्यानं नाही त्या भानगडी समोर उभ्या राहतील म्हणून म्हटलं मी तसं! माझ्या फॅमिलीला समजलं तर मोठंच भांडण होईल! त्यामुळे माझी मन:शांती जाईल आणि तुझीही बेअब्रू होईल.''

"खरंय! वेश्येला कुठली अब्रू?"

"पुन्हा तेच!"

"ही माझी मैत्रीण आहे, हे मान्य करणं ही प्रेमाची पहिली टेस्ट आहे!"

या आधी कुठल्याही बाईनं त्यांच्याशी एवढा वाद घातला नव्हता. त्यांच्या जवळ आलेली कुणीही बाई त्यांच्याएवढं शिकलेली नव्हती. त्यांनीही त्या बायकांना आर्थिक मदत, एखादी नोकरी मिळवून देणं किंवा इतर कुठल्याही प्रकारची मदत करताना हात आखडता घेतला नव्हता. त्यातही आणखी जवळ आलेल्या "दर्शनही कठीण होतंय! माझं तुमच्यावर जितकं प्रेम आहे तितकं तुमचं माझ्यावर नाही" असं बोलून दाखवत होत्या, एवढंच, पण त्यापैकी कुणीही त्यांना असा अडचणीत आणणारा हट्टीपणा दाखवला नव्हता. तेवढं धैर्यच नव्हतं म्हणा! ही मात्र महाहट्टी आहे! खरं तर वकीलच व्हायला हवी होती.

हिला इथंच राहायला दिलं तर एक ना एक दिवस बायकोला समजल्याशिवाय राहणार नाही, तीही हिच्या झिंज्या पकडून दंगा केल्याशिवाय राहणार नाही. शिवाय, दुसऱ्या कुठल्याही बाईला घेऊन जायला जागा राहणार नाही. तिसरी गोष्ट म्हणजे, ही रतिक्रीडेत कितीही पारंगत असली तरी केसांना डाय करणारी बाई आहे! चौथी गोष्ट म्हणजे, राजकारणातल्या मित्रांशी खाजगी खलबतं कुठं करणार?...

"तुलाही एक वयात आलेली मुलगी आहे! तूच सांगितलं होतंस! ती काय म्हणेल? मी आल्यावर खोलीचं दार बंद केल्यावर?..." ब्रह्मास्त्र वापरल्याच्या आविर्भावात त्यांनी विचारलं.

"माझ्या मुलीची काळजी तू करू नकोस! मी समर्थ आहे त्यासाठी!" तिनं त्या ब्रह्मास्त्राचा सहज पाडाव केला.

तरीही त्यांनी तयारी दर्शवली नाही. तेव्हा तिनं कांगावा केला, "माझ्यापुरती मी राहात असताना मला बळेच पॅरिसला घेऊन गेलास, एका बेडरूममध्ये माझ्याबरोबर झोपलास आणि आता कारणं सांगतोयस? मी काय तुझं फार्महाऊस माझ्या नावावर करून द्यायचा आग्रह करत्येय? हवा तेव्हा तू येऊ शकशील आणि मला माझं प्रेम मिळेल म्हणून मी म्हणत्येय!..." आणि त्यांना मिठीत घेऊन त्यांना पुन्हा शृंगारात ओढलं.

तेरा

१

संध्याकाळी मी घरी परतलो तेव्हा मंगळा म्हणाली, ''तुझ्याबरोबर एक-दोन गोष्टींवर बोलायचं आहे.''

मला दिल्लीहून येऊन पाच दिवस झाले होते. त्या पाच दिवसांत आम्ही एकमेकांशी एक अक्षरही बोललो नव्हतो. एकमेकांच्या नजरेलाही नजर दिली नव्हती. आताही मी तिच्या नजरेला नजर न देता माझ्या, घरातल्या ऑफिसमध्ये जाऊन माझ्या खुर्चीवर बसलो. तिनंही पाठोपाठ येऊन समोरच्या खुर्चीवर कब्जा मिळवला. माझं ऑफिस, माझ्या ऑफिसमधलं मोठालं टेबल, त्याच्या दोन्ही बाजूंना आम्ही दोघं! सगळं वातावरण अधिकृत चर्चेसाठी अगदी साजेसं होतं!

ही काय म्हणेल याचा मी जेलमध्ये असतानाच अनेकदा विचार केला होता. तसंच तिच्या पुढ्यात डोकं खाली घालायचं नाही असाही निश्चय केला होता. चेहऱ्यावर अजिबात संकोच किंवा अपराधीपणाचे भाव न दाखवता मी तिच्याकडे बघत बसलो.

''मी काय बोलायचंय म्हणत्येय, त्याचा तुलाही अंदाज आला असेल ना!'' तिनं विचारलं.

''निश्चित असा प्रश्न असेल तर मीही निश्चित उत्तर देईन. वादविवादाला इथं वाव नाही.''

''वेश्येकडे जायला लाज नाही वाटत? लोक आपल्या बायकोकडे बोट दाखवून हिचा नवरा वेश्येकडे जातो, म्हणून हिणवायला लागले तर तिला मनस्ताप होईल, याची काहीच जबाबदारी नाही वाटली?''

''संपला प्रश्न?'' माझ्या आवाजातला कठोरपणा पाहून ती अवाक् झाली. ''मी खरोखरच नपुंसक नाही हे माझं मला सिद्ध करायचं होतं, म्हणून होतो गेलो! मी

अट्ठेचाळीसचा नाही, चोवीसचा आहे असा विश्वास वाटला! आणखी काही विचारायचं आहे?''

ती पुन्हा अवाक् झाली असावी. काही क्षणात स्वत:ला सावरून ती म्हणाली, तिचाही आवाज उग्र झाला होता, ''बायकोला देहसुख नाकारणं हा कौटुंबिक अत्याचाराचा एक प्रकार आहे हे तुलाही ठाऊक आहे! त्यातही अशा परिस्थितीत आपण वेश्येकडे जाण्यामुळे अपराधाचं स्वरूप आणखी गंभीर होतं!''

क्षणभर वाटलं, उठावं आणि हिला थडाथड बडवून काढावं! फार फार तर काय होईल? सात वर्षं जेलमध्ये जावं लागेल, एवढंच ना! आणखी काय बिघडणार आहे? हाताच्या मुठी वळल्या गेल्या. दात आवळले गेले. कानशिलं गरम झाल्याचं जाणवू लागलं. डोळेही गरम झाल्याचं जाणवलं. माझा वाढणारा संताप तिलाही जाणवत होता. तिनं माझ्यावर रोखलेली नजर अजिबात हलवली नाही.

मलाच सगळं असह्य झालं. तेवढ्यात पावलांचा आवाज आला. दाराकडे लक्ष गेलं. राणी येत होती. मी गावात नसताना, पंचावन्न दिवस द्यावक्कांनी दिवस-रात्र तिला सांभाळलं होतं. दररोज चार-सहा वेळा ती त्यांना ''अप्पप्पप्पा...?'' म्हणून विचारायची आणि प्रत्येक वेळी द्यावक्का न कंटाळता हाताची बोटं दुमडून नवे-नवे हिशेब सांगून तिची समजूत काढत होत्या. रात्रीही झोपेत ती माझ्यासाठी तळमळायची असं त्या सांगत होत्या. मला बघताच तिनं मिठी मारून रडायला सुरुवात केली होती. तिला कवेत घेऊन तिचं समाधान करताना माझ्या मनाचंही बरंच शांतवन झालं होतं. आता राणीला बघताच माझ्या मनात आलं, हिला मारून मी जेलमध्ये गेलो तर माझ्या राणीची काय गत?

राग आपोआप काबूत आला, पण पूर्ण शांत झाला नाही; मी उठलो आणि राणीपाशी गेलो. तिचा हात धरून तिला तिच्या खोलीत घेऊन गेलो.

२

कंपनी विसर्जित करण्यावाचून दुसरा उपाय नसल्याच्या निर्णयापर्यंत आम्ही येऊन पोहोचलो होतो. भद्रय्यांबरोबर माझी प्रत्येक विषयावर चर्चा चालली होती. ते एकटेच अजूनही माझ्याबरोबर होते! यानंतर त्यांनाही बेकारीला तोंड द्यावं लागेल हे ठाऊक असल्यामुळे त्यांची जास्तीतजास्त तरतूद करायची जबाबदारी माझ्यावर असल्याची माझीही नैतिक भावना होती, तशी मीही त्यांना कल्पना दिली होती. मी दररोज ऑफिसला जात होतो. घर लावताना जितकी कामं असतात, तितकीच घर

रिकामं करतानाही असतात.

एका संध्याकाळी सहा वाजता घरी परतलो तेव्हा मंगळा म्हणाली, "आय वॉण्ट टू स्पीक टू यू!"

या शिवाय आणखी कुठल्याही प्रकारे हिला माझ्याशी बोलता येत नाही, हा माझा एव्हाना अनुभवाचा भाग झाला होता. मीही "येस?" म्हणत ऑफिसमध्ये गेलो आणि माझ्या अधिकृत खुर्चीवर बसलो. समोरच्या खुर्चीवर ताबा मिळवून तीही अधिकृत झाली. मी पुन्हा "येस?" म्हटल्यावर ती म्हणाली,

"आता जे काही चाललंय त्याचं मला आश्चर्य वाटतंय! या हिंसेपासून सुटका करून घेतल्याशिवाय कुठल्याही स्त्रीला जिवंत राहणं शक्य नाही! आपण घटस्फोट घेणंच योग्य ठरेल! आपल्या दोघांचं एक मूल आहे आणि त्याच्या पालनाची जबाबदारी माझी असून पोषणाची जबाबदारी तुझी आहे, त्यामुळे आपण दोघांनी मनात कडवटपणा धरून वेगळं होणं योग्य नाही! लेट अस पार्ट ॲज फ्रेण्ड्स!"

त्याही परिस्थितीत मला एकदम हलकं हलकं वाटलं! हिनं आपण होऊन हा विषय काढलाय! त्यामुळे आता हिच्यापासून सुटका करून घेणं मलाही सोपं जाईल असं वाटलं. आपण कधीच त्या अर्थी एकत्र आलो नव्हतो, असं म्हणावंसं वाटलं तरी मी मनाला आवर घातला. "तुझी मर्जी! थँक यू..." म्हणत मीटिंग संपल्याचं सूचित करत उठून उभा राहिलो.

दुसरे दिवशी ती त्याच वेळी म्हणाली, "माझ्या वकील-मॅडम चित्रा होसूर तुला भेटायला येणार आहेत. केव्हा यायला सांगू? उद्या याच वेळी? साडेसहा वाजता?"

तिचा अंतर्हेतू लक्षात यायला काही क्षण लागले. नंतर मी म्हटलं, "वेगळं व्हायचा आपण दोघांनी निर्णय घेतलाय. मित्रांप्रमाणे वेगळं व्हायचं असंही ठरलंय! आता जर वकिलांना मधे घेतलं तर नाही त्या कटकटी उभ्या राहतील! काही झालं तरी आपलं आपण ठरवणं योग्य ठरेल."

"कायद्याप्रमाणे माझे काय-काय हक्क आहेत, ते मला सांगायला कुणी वकील नको का? तुझ्या वकिलांना विचारल्याशिवाय तू काहीही करत नाहीस हे मला ठाऊक आहे! आणि त्यात अडचण काय आहे? दोन्ही बाजूच्या वकिलांची मदत घेऊन आपण जो काही निर्णय घ्यायचा तो घेऊ या! त्यानंतरही मित्रांप्रमाणे राहणं हे पोक्तपणाचं लक्षण आहे."

मीही ठरवलं, हिच्या वकिलांची आधी भेट घेऊन तिचा काय विचार आहे ते जाणून घेऊन, त्यानंतर माझ्या वकिलांना भेटणं केव्हाही चांगलं! मी म्हटलं, "ठीक आहे! उद्या संध्याकाळी सहा वाजता!"

३

मी माझ्या नेहमीच्या खुर्चीवर बसलो. समोरच्या खुर्चीवर चित्रा होसूर बसल्या होत्या. गेल्या खेपेला पाहिल्याप्रमाणे केसांचा बॉबकट होता. काळी पॅण्ट, काळा कोट, पांढरा शर्ट, मोकळं कपाळ. चेहऱ्यावर करकरीत, ताठ भाव. कानात-गळ्यात-हातातही काहीही दागिना नव्हता. आपल्याबरोबर बोलणाऱ्यानं आपल्याला कुठल्याही बाबतीत स्त्री समजू नये, असे चेहऱ्यावर भाव होते. तिच्या शेजारच्या खुर्चीत तिची अशील मंगळा बसली होती.

वकिलांनीच बोलायला सुरुवात केली, ''तुम्ही घटस्फोट घेत आहात ही खेदाची गोष्ट आहे. तुम्ही दोघंही सज्ञान आहात, सुशिक्षित आहात. त्यामुळे तुमच्या निर्णयावर मला कुठलीही टिपणी करायची नाही, पण कडवटपणाचा अवकाश न ठेवता आणि नंतरही मनात कसलाही कडवटपणा राहणार नाही अशा प्रकारे दोघांनी राहावं, अशी माझीही इच्छा आहे, त्यामुळे कृपा करून मी मिसेस मंगळांच्या बाजूची आहे, असं समजू नका! मला दोघांचीही मैत्रीण समजा. कोर्टात जाऊन हमरी-तुमरीवर येण्यापेक्षा दोघांनीही आपसात समझोता करणं शहाणपणाचं आहे, असं माझंही मत आहे. त्यासाठी मी दोघांनाही मदत करायला म्हणून आले आहे.''

मी त्यांचं बोलणं लक्ष देऊन ऐकत होतो.

''आता तुम्ही तुमची कंपनी विसर्जित करण्याचा निर्णय घेतला आहे. तो तुमचा निर्णय! पण तो निर्णय या घटस्फोटाच्या पार्श्वभूमीवर होत असल्यामुळे आपल्या हातात काहीच राहणार नाही, असं मंगळा यांना वाटलं तर त्यात काय चुकीचं आहे? तुम्ही तसं करालच असंही नाही म्हणा! पण तो एक संशय आहे, इतकंच! न्याय तर झालाच पाहिजे, त्याच बरोबर न्याय झाल्यासारखं दिसलंही पाहिजे! हा तर न्यायाचा मूलभूत पाया आहे! त्यामुळे हा सगळा व्यवहार होत असताना मंगळा यांच्या वतीनं एका वकिलाला हजर राहण्याची परवानगी मिळाली पाहिजे. म्हणजे त्यांच्या मनातही शंका राहणार नाही.''

एवढं बोलून झाल्यावर त्यांनी माझ्याकडे पाहिलं. खरं तर याची गरजच नव्हती, कारण बोलताना त्यांचं माझ्या चेहऱ्याकडे पुरेपूर लक्ष होतं. मी विचारात पडलो. मी माझी प्रतिक्रिया लगोलग दाखवावी की काय करावं? की आता काहीही भावना व्यक्त करून कशात तरी अडकण्यापेक्षा आधी हिचं म्हणणं काय आहे ते पूर्णपणे समजून घ्यावं? त्यांनीच काही क्षण वाट बघून विचारलं, ''मग? काय म्हणता?''

''यावर विचार करता येईल!'' मी गुळमुळीतपणे म्हटलं. नंतर ''आणखी

काय सांगायचं असेल तर बोला...'' अशा अर्थी त्यांच्याकडे पाहिलं.

"पोटगीच्या संदर्भात दोन मुद्दे आहेत. ठरलेली सगळी रक्कम एकदम देऊन मोकळं व्हायचं किंवा दरमहा अमुक इतकी रक्कम द्यायची. तुम्ही जेलमध्ये जाल. शिक्षा भोगून आल्यावर तुम्हाला दुसरी नोकरी मिळणं कठीण आहे! त्यामुळे एक रकमी घ्यावं अशी मंगळा यांची इच्छा आहे.''

"मी जेलमध्ये जाईन असं कशावरून म्हणता? केस कोर्टात आहे. समर्थ वकील आहेत, शिवाय अपिलात जायची सोय आहे. शिवाय ही केसच खोटी आहे!''

"खोटी केस? तुम्ही स्वत: मंगळा यांच्या पुढ्यात कबुली दिलीत ना?''

"नवरा-बायकोच्या भांडणात काहीही विषय निघतात! त्या सगळ्यांवर तुम्ही विश्वास ठेवता?''

"मिस्टर जयकुमार! खरं-खोटं करण्यासाठी कितीतरी वैद्यकीय आणि मनोवैद्यकीय परीक्षा आहेत! या संदर्भातही त्या व्हाव्यात अशी विरोधी पक्ष मागणी करू शकतो! तुमच्या मते मंगळांच्या बाबतीत सिलेक्टिव्ह इंपोटंटसी असू शकेल. मनोवैज्ञानिक त्याचाही शोध लावतील, त्यातून आणखी एक केस उभी राहील... तुम्हाला कायद्याचा बडगा म्हणजे नेमकं काय ते ठाऊक नाही! तुम्ही म्हणता तुमच्यावर खोटी केस घातली आहे! मिस्टर खंडेलवालांविषयी मलाही ठाऊक आहे! तरीही तुम्हाला जामीन मिळायला त्रेपन्न दिवस का लागले? पोलिसांनी पक्का प्लॅन करून जाळं टाकलं होतं! त्यामुळे तुम्हाला शिक्षा होणार हे नक्की! हा काही माझ्या अखत्यारीतला विषय नाही म्हणा! तुम्ही पोटगीच्या बाबतीत तक्रार केल्यामुळे मला हे सगळं बोलावं लागलं.''

माझ्या मनात भीती निर्माण झाली. यांच्या संघटनेचा दिल्लीच्या संघटनेशी निश्चित संबंध असला पाहिजे! कोर्टापुढे आम्हाला जामीन मिळू नये, उलट फाशीची शिक्षा व्हावी म्हणून नारे करणाऱ्या महिला संघटना आणि इथल्या संघटनांचं परस्परांशी संधान असलंच पाहिजे! माझ्या कंपनीचीही सगळी हालहवाल ही जाणून घेऊन आली आहे! मला पूर्णपणे धुवून काढायचा संपूर्ण प्लॅन करूनच ही आली आहे! शेवटी मी विचारलं, "बरं. एकंदरीत सगळी रक्कम द्यायची झाल्यास तुमची काय अपेक्षा आहे?''

"सगळे सोपस्कार होऊन तुमची कंपनी न्यायानुसार विसर्जित झाल्यावर काय राहतं हा महत्त्वाचा मुद्दा आहे. दुसरं म्हणजे पत्नीला कमीतकमी विशिष्ट पातळीचं जीवन जगण्यासाठी काय खर्च येईल, हेही बघितलं पाहिजे.''

"जरा नीट खुलासा कराल का?''

"कंपनी विसर्जित केल्यावर जे राहील त्याचे चार भाग करायचे. तुम्ही,

मंगळा, तुम्हा दोघांचं एक मूल आणि तुमच्या पहिल्या लग्नाची एक मुलगी.''

"पण कंपनीच्या उभारणीत माझ्या बरोबरीनं उभी राहिली ती माझी पहिली बायको, त्यामुळे जे राहील त्यातला संपूर्ण अर्धा भाग तिच्या मुलीला द्यायला पाहिजे. माझ्या वाटणीचं जे काही राहील त्यात चार भाग करून तुम्ही म्हणता तसे देणं योग्य ठरेल, नाही का?''

"मिस्टर जयकुमार! तुमच्या कुठल्याही कागदपत्रात तुमच्या पहिल्या पत्नीचा वाटेकरी म्हणून उल्लेख नाही! फक्त तुम्हीच मालक आहात!''

"कागदपत्रात उल्लेख नसेल, पण तिनं आपले दागदागिने विकून भांडवल दिलंय आणि माझ्यापेक्षा जास्त ती राबलीय कंपनीसाठी! कंपनी रजिस्टर करताना तिचंही नाव घालायचं आम्हा कुणालाही सुचलं नाही, कारण पुढं असा काही प्रसंग येईल असं तेव्हा आम्हाला अजिबात वाटलं नव्हतं.''

"म्हणजे तुमच्या मनात कायद्याविषयी आदर नव्हता किंवा त्यांचंही शोषण करायचा तुमचा उद्देश असेल कदाचित! आता त्या वादाला काहीही अर्थ नाही. कंपनी विसर्जित होऊन काही शिल्लक राहिलं तर या चार भागांचा हिशेब व्हायला पाहिजे. मला आणखी एक मुद्दा सांगायचा आहे. मंगळा ह्या केवळ गृहिणी आहेत. त्यांना अर्थार्जनाचा दुसरा कुठलाही मार्ग नाही, त्यामुळे त्या आता ज्या पद्धतीचं जीवन जगताहेत, त्यासाठी आवश्यक तेवढी रक्कम बाजूला काढल्यावर चार भाग करायचा मुद्दा येईल. या घराची त्यांना सवय झाली आहे. कार-ड्रायव्हरसकट त्यांना दरमहा किती खर्च येतो, त्या हिशेबात ही रक्कम काढली पाहिजे; शिवाय पैशांचे अवमूल्यन होत असतं. त्या सगळ्याचा विचार करता त्यांना घर-कार आणि वर किमान एक कोटी आधी द्यावे लागतील. त्यानंतर काही शिल्लक राहिल्यास चार भाग करून त्यातले दोन भाग देण्यात यावेत.''

"आधी ती बारा हजार रुपयांच्या पगाराची नोकरी करत होती. लग्नानंतर तिनं आपण होऊन नोकरी सोडली.''

"लग्नाच्या आधी काय परिस्थिती होती तो प्रश्नच आता उद्भवत नाही! लग्नानंतर त्या कोणत्या पद्धतीच्या जीवन जगत होत्या, हे महत्त्वाचं आहे. या संदर्भात कायदा अगदी स्पष्ट आहे. आणखीही एक विषय आहे. परस्परांच्या संमतीनं घटस्फोट घेतला तर दोन आठवड्यांत मिळून जाईल. आम्ही ते करून देऊ, पण एकाच घरात राहात असताना असा घटस्फोट मागता येणार नाही, त्यामुळे तुम्ही आणि तुमच्या मुलीनं शक्य तितक्या लवकर या घरातून बाहेर पडावं हे बरं! त्यांना घराबाहेर काढलं तर त्यांना निराधार केल्याचा आरोप तुमच्यावर लागेल. नाही तरी हे घर तर त्यांनाच मिळणार आहे, त्यामुळे तुम्ही बाहेर पडणं चांगलं. मुलावर आईचा अधिकार राहील. त्याच्या पोषणाची जबाबदारी आईची.

आतापुरतं एवढं ठरलं तरी पुढच्या काळात तुमचं उत्पन्न वाढलं तर त्या वेळी तुम्ही या मुलाची जबाबदारी घेतली पाहिजे! हाही मुद्दा घटस्फोटाच्या करारात समाविष्ट असतो.''

एवढं सांगून ती गप्प बसली. पत्र्यावर कोसळणारा मुसळधार पाऊस थांबल्यासारखं वाटलं. काही क्षणांनंतर आपल्या बोलण्याचा समारोप केल्याप्रमाणे ती म्हणाली, ''कायदा काय आहे ते मी सांगितलं आहे. मोठा व्यवहार करणारे तुम्ही! याही बाबतीत तुमच्या वकिलांचा सल्ला नक्की घ्यालच. त्यानंतरही तुम्ही निश्चितच पुन्हा मोठा व्यवहार उभा करालच. त्याही वेळी मंगळा आणि त्यांच्या मुलावर अन्याय होऊ नये म्हणून मी शेवटचा मुद्दा मांडला!''

''पण तुम्ही तर सुरुवातीला म्हणालात, मला नक्की जेल होईल, आणखी कुठं नोकरीही मिळणार नाही, म्हणून? आणि आता असं म्हणताहात! या विसंगतीचा काय अर्थ?'' मी विचारलं.

''यात काहीही विसंगती नाही. दिवाळं काढून बँकांना बुडवायचं आणि नंतर पुन्हा वेगळ्या नावानं धंदा करून कोट्यधीश झाल्याची कितीतरी उदाहरणं तुम्हालाही ठाऊक असतील!''

''मीही त्या प्रकारचा माणूस आहे, असं तुम्हाला म्हणायचं आहे?''

''मला काहीही पर्सनल कॉमेण्ट करायची नाही! कायद्याच्या मार्गानं जाताना नेहमीच सगळ्या शक्यतांचा विचार करायला हवा, नाही का? तुम्ही जरी घटस्फोट द्यायला नकार दिलात तर या दिल्लीत घडलेल्या घटनेचा संदर्भ देऊन, मला अशा माणसाबरोबर राहणं शक्य नसल्यामुळे यांना माझ्या घरात यायला मनाई करण्यात यावी अशी मंगळा कोर्टाकडे प्रार्थना करू शकतात. तुम्ही याचाही विचार करा. मला उशीर झाला...'' असं म्हणत उजव्या हातावरच्या घड्याळाकडे नजर टाकत त्या उठल्या.

४

रात्री बराच वेळ झाला तरी झोप आली नाही. राणीचा श्वासोच्छ्वास ऐकू येत होता.

मंगळाकडून घटस्फोटाचा प्रस्ताव ऐकताना मला आनंदच झाला होता. त्या वेळी ही आपल्या वकिलाकरवी एवढे सगळे हक्क बोलून दाखवेल, असं मला वाटलं नव्हतं. तिला रस्त्यावर काढायचा माझा कधीच विचार नव्हता, पण मला रस्त्यावर काढून आपले सगळे शौक पुरे करण्यासाठी कायदा पाठिंबा देईल हा

तिचा युक्तिवाद ऐकून माझं मन भांबावून गेलं होतं. मला पूर्णपणे देशोधडीला लावल्याशिवाय हिचं समाधान होणार नाही, हे तर स्पष्टच दिसत होतं. तिच्यावर हात उगारणं किंवा तिला शिव्याशाप देणं माझ्या स्वभावात नव्हतं.

अचानक मनात आलं, हिला संपवून टाकलं तर कसं?

यात काहीही कठीण नाही! शेजारच्या खोलीत झोपलेली असते. एक धारदार चाकू घ्यायचा आणि छातीत खुपसायचा. मरायच्या आधी तिलाही 'ही तुझ्या पापाची शिक्षा!' असंही ऐकवायचं! कितीतरी वेळा कूस पालटली तरी मनातला हा विचार काही सैल व्हायला तयार नव्हता. केवळ तो विचारच मनाला शांतवत होता. पहाटे केव्हातरी डोळा लागला.

सकाळी लवकरच जाग आली तरी रात्रभर मनाला व्यापून टाकणारा विचार तसाच होता. त्याच्या समर्थनार्थ इतर अनेक विचार येऊ लागले. हे घर बांधताना वैजयंती स्वत: आर्किटेक्टबरोबर कितीतरी वेळा बसली होती, विचारविनिमय करून तिनं या घराला हा आकार दिला होता. संपूर्ण कल्पना साकार झाल्यावर तिनं माझ्यापुढे तो नकाशा आणला होता. प्रत्यक्ष बांधकाम सुरू झाल्यावर ती स्वत: दुकानात जाऊन टाईल्स आणि इतर वस्तू शोधून आली होती आणि तिनं बांधलेल्या, तिच्या कल्पनेतून साकार झालेल्या या वास्तूवर हिचा हक्क? तिनं उभारलेल्या कंपनीचाही बहुतेक भाग हिच्या घशात जाणार? हे सगळे खरोखरच कायद्याला धरून आहे की हिच्या वकिलानं कायदा आपल्याला सोयीस्करपणे वाकवलाय म्हणायचा? एकूण हिच्याबरोबर त्या चित्रा होसूरलाही संपवलं नाही तर माझ्या कामाला पूर्तता येणारी नाही! प्राप्त परिस्थितीत या दोघींचा खून झाला तर मला अटक झाल्याशिवाय राहणार नाही. त्या वेळी ठामपणे सांगायचं, होय. अशा परिस्थितीत तुमच्या कोर्टात न्याय मिळणं शक्य नव्हतं, म्हणून मी माझा न्याय केला आहे! तुम्ही माझ्यावर कुठल्याही कोर्टात दावा लावा! असं एकदा झाल्यावर सगळ्या वृत्तपत्रांमधून आणि टी.व्ही. चॅनेल्सवरून सगळ्या देशाला कळेल; बस्स! त्यानंतर हवं तर फाशी होऊ दे नाही तर जन्मठेप! फाशी देणार असतील तर मरायच्या आधी माझे सगळे अनुभव लिहून एक पुस्तक प्रसिद्ध केलं तरी पुरे... या विचारावर येऊन ठेपताच मनात एक प्रकारची भयानक शांतता भरून राहिली. हिला मीच घरात संपवायचं... चित्रा होसूरसाठी मात्र कुणाला तरी सुपारी द्यावी लागेल. त्यासाठी पन्नास हजारच काय, एक लाख खर्च आला तरी हरकत नाही, पण अशा सुपारी घेणाऱ्यांना शोधून कसं काढायचं? हुशारीनं त्याची चौकशी करायला पाहिजे. तिकडं तिला खतम केल्याची बातमी समजताच इकडं मी हिला, दिवस असो वा रात्र, खतम करायला पाहिजे!

त्या रात्रीही मला झोप आली नाही. सकाळी राणी माझा दंड हलवून मला

उठवत होती. मी अजून का उठलो नाही हे विचारायला धडपडत होती. "झोप लागली राणी! जागच नाही आली बघ!" म्हणताच ती लहान मुलाला उचलावं तसं माझे दोन्ही हात धरून मला उचलायचा प्रयत्न करू लागली. अनेकदा मी तिला असंच उठवत होतो ना! चांगलीच सशक्त वाटत होती ती. मला उठवून बसवल्यावर तिच्या चेहऱ्यावर आईचं समाधान दिसत होतं.

त्यानंतर आंघोळ करताना राणीचीच आठवण येत होती. वाटलं, मला फाशी होवो किंवा जन्मठेप; राणीची काय गत होईल? कारमध्ये मागच्या सीटवर बसून ऑफिसला गेलो तेव्हाही मनात हीच चिंता घोळत होती. फॅक्टरीत गेल्या-गेल्या वैजयंतीचे मोठाले फोटो सामोरे आले. एका फोटोपुढे उभं राहून मी डोळे मिटले. एकीकडे मन एकदम रितं होतं, तरीही भद्रय्यांनी समोर ठेवलेली कागदपत्रं पाहताना आठवलं, काय मागितलं मी तिच्याकडे? ती निघून गेल्यानंतर तीन वर्षांनी माझ्या हातून घडलेल्या कृत्त्याबद्दल क्षमा? बहुतेक दोन्हीही बाबींसाठी क्षमा मागितली असावी. आणखीही एक ठरवलं, सगळ्या व्यवहारातून जे काही थोडेफार पैसे राहतील ते बँकेत ठेवून त्या व्याजात तिला एखाद्या संस्थेत ठेवता येईल. तिच्यावर ही पाळी यावी म्हणूनच तर मंगळेनं एवढा मोठा डाव टाकला आहे! आणि तिच्याही नशिबात तेच लिहिलं असेल तर मी तरी काय करणार म्हणा!

भद्रय्या आत आले. खुर्चीवर न बसता उभेच राहिले. मान वर करताच म्हणाले, "संध्याकाळी बापट वकील येणार आहेत. सगळी कागदपत्रे त्यांनी बघून ओके करायला हवीत." यावर काही बोलण्यासारखं नाही हे मलाही ठाऊक होतं. भद्रय्यांनाही ते ठाऊक होतं, तरीही मी म्हटलं, "त्यांना निवांत वेळ घेऊन यायला सांगा आणि तुम्हीही त्या वेळी इथं असलं पाहिजे. चांगल्या हॉटेलमधून कॉफी-नाश्ता मागवायला हवा!"

कंपनीच्या विसर्जनाच्या संदर्भातले कागद बघितल्यावर वकिलांनी विचारलं, "ऑडिटरनी ओके केलंय ना?"

भद्रय्यांनी सांगितलं, "होय. केलंय."

"ठीक आहे. तीन दिवसांत पक्का मसुदा करून पाठवतो." त्यांनी सांगितलं.

एवढ्यात कॉफी-नाश्ता आला. मी विचारलं, "या कंपनीच्या विसर्जनाच्याच संदर्भात आणखी एक गोष्ट पुढे येतेय. त्याही संदर्भात तुमचा वकील म्हणून सल्ला हवा."

"जरूर!" ते म्हणाले.

ही कंपनी सुरू करण्यातला वैजयंतीचा सहभाग बापट वकिलांनाही ठाऊक होताच. त्या नंतरची सगळी हकिकत मी त्यांना सांगितलं. त्यांनी मधेच सांगितलं, "सगळं काही मोकळेपणानं सांगा. डॉक्टरानं आणि वकिलानं आपल्या पेशंटला

आणि अशिलाला कधीही नैतिकतेच्या तराजूनं तोलायचं नसतं असा नियम आहे आणि त्या नियमानं मी बद्ध आहे.'' त्यांना दिल्लीतली हकिकत टी.व्ही. आणि वृत्तपत्रांमध्ये वाचून ठाऊक होती.

''खंडेलवाल ती केस बघून घेतील. तुम्ही जरी वेश्येला बोलावलं असतं तरी त्यात काहीही गुन्हा नाही. मानव-समाजातील अतिप्राचीन व्यवसाय असा अभिमान बाळगणारा व्यवसाय आहे हा!'' वातावरण हलकं होण्यासाठी हसत ते म्हणाले, ''पुढं सांगा.''

मंगळाची मागणी, चित्रा होसूरचं म्हणणं सगळं सांगून मी विचारलं, ''खरोखरच असा कायदा आहे?''

''कायदा काय म्हणतो ते त्याला मुठीत धरून खेळवणाऱ्या खेळाडूवर आहे! तुम्ही सांगताय त्या चित्रा होसूर, त्यांच्या गुरू माला केरूर या सगळ्यांना आम्ही चांगलंच ओळखतो! नेहमी स्त्रीवर होणाऱ्या अन्यायाविरुद्ध ओरड करत केस घेऊन येतात त्या! पुरुषांना त्यांच्या हाती केस द्यायची भीती वाटते ! दिल्लीमधल्या घोषणा, मोर्चे, चार वकील बायका सतत तिथं बसून असायच्या म्हणालात ना; त्यांनी देशभर मोठी चळवळ चालवली आहे. त्यांची लेटेस्ट डिमांड ठाऊक आहे का तुम्हाला? लग्न होताच स्त्रीला नवऱ्याच्या वडिलोपार्जित संपत्तीसहित सगळ्या संपत्तीत निम्मा वाटा आपोआपच दिला गेला पाहिजे! म्हणजे तसा कायदा झाला पाहिजे! तसं त्यांनी पार्लमेण्टमध्ये पास करून घेतलं तर त्यात काहीही आश्चर्य नाही! आधी सांगा, पार्लमेण्टमध्ये असतं कोण? असलेले एम.पी.ही डुलक्या घेत असतात, शिवाय तिथंही प्रेशरग्रुप्स असतात, त्यांना घाबरून मंत्रीही पटकन मान्यता देतात! पक्षाच्या सदस्यांकडे आपल्या नेत्यांना विरोध करायची ताकदही नसते, तेवढी अक्कलही नसते! म्हणजे, कुठली तरी एखादी मायाविनी उद्या बिर्लाच्या मुला-नातवाला जाळ्यात पकडून गांधर्व-विवाह झाला, म्हणत लग्न रजिस्टर करेल आणि त्या मुलाच्या वडिलोपार्जित दहा हजार कोटींच्या प्रॉपर्टीतल्या निम्म्या प्रॉपर्टीवर आपला हक्क सांगेल! तेवढी संपत्ती हडप करून ही त्याला डिव्हॉर्स देईल आणि आपल्या जुन्या बॉयफ्रेंडबरोबर स्वित्झर्लंड, पॅरिस, सिंगापूरला जाऊन मजा करेल! ते जाऊ द्या. तुमच्या केसचा विचार केला तर असं म्हणता येईल; तुम्ही कंपनी रजिस्टर केली तेव्हा आम्ही तुमचे कायद्याचे सल्लागार नव्हतो; असतो तरी कंपनीत तुम्हा दोघांचंही नाव असू दे, असं सांगितलं असतंच असं नाही. पुढं असं काही होईल याची तेव्हा कुणाला काय कल्पना असणार? आता आपण एक करू शकतो. तुमच्या मुलीच्या नावे एक दावा दाखल करता येईल. माझ्या आईनं या कंपनीसाठी भांडवल दिलंय, ती त्यात माझ्या वडलांच्या बरोबरीनं राबत होती, त्यासाठी तिला मिळणारा पगार, शिवाय वडलांच्या भागातला माझा वाटा, एकूण

आठ भागांपैकी पाच भाग मला मिळाले पाहिजेत... मग चित्रा होसूर काय करेल?''

खरंच काय करेल चित्रा होसूर? माझी पहिली बायको इंजिनियर होती, कंपनीची सी.ई.ओ. होती... मग या लग्नाची तारीख आणि तिच्या बाळंतपणाची तारीखही कोर्टापुढे ठेवता येईल! ही लग्नाआधीच गरोदर होती आणि त्यानंतर हिनं मला फशी पाडलं, हेही कोर्टापुढे मांडायचं! कदाचित कोर्ट या परिस्थितीत हा मुद्दा घेता येणार नाही असंही सांगेल, तरीही तिच्या पायाखालची वाळू थोडीतरी सरकल्यासारखी होईल की नाही! सांगता येईल, युवर ऑनर, ही आधी फक्त डिक्टेशन घ्यायला म्हणून नोकरीवर होती. कंपनीच्या विकासात हिचा काडीचाही सहभाग नाही!...

''...सुप्रीमकोर्टात जावं लागलं तरी जाऊ या! माझा तसा अशा खटल्यांशी थेट संबंध नाही म्हणा! माझे एक मित्र आहेत- शिवप्रकाश त्यांचं नाव. ते अनुभवी आहेत, हुशारही आहेत. त्यांची मदत घेता येईल.''

त्या रात्री गेल्या दोन रात्रीची झोप एकत्रितपणे चालून आली, त्यामुळे मी लवकर झोपलो, पण पहाटे लवकर जाग आली. आज संध्याकाळी शिवप्रकाशना भेटायचं असल्यामुळे त्या उत्सुकतेनं लवकर जाग आल्याचं माझ्याही लक्षात आलं. पण आता मंगळा आणि चित्रा होसूरला ठार करायचा विचार नाहीसा झाला होता.

शिवप्रकाश म्हणाले, ''आधी त्यांना घटस्फोटाच्या संदर्भातला त्यांचा विचार मांडू द्या. या नंतर आपण थोरल्या मुलीच्या हक्काचा मुद्दा पुढे ठेवू या. तिच्याकडून अर्ज करायला लावू या. तिची बुद्धी वाढली नाही म्हणून तिचा हक्क कुणी नाकारू शकत नाही! तुम्ही तिचे एकुलते पालक आहात, त्यामुळे तुम्ही तिच्या हितरक्षणासाठी हे करू शकता. घटस्फोट असो किंवा आणखी कुठलीही बाब असो, कोर्ट बाईच्या बाजूलाच झुकतं, कारण आपले सगळे कायदे आपल्याकडच्या सगळ्या स्त्रिया सीता-सावित्री आहेत, असं गृहीत धरून निर्माण केले गेले आहेत! पुरुष न्यायाधीशाला स्त्रियांच्या संवेदना समजत नाहीत, म्हणून शक्यतो कौटुंबिक खटले स्त्री-न्यायाधीशापुढे चालवले जावेत, असाही आग्रह असतो, तसा प्रयत्नही असतो. तूर्त तरी तुम्ही राहात असलेल्या घरात राहायचा हक्क त्यांनाच असेल, शिवाय त्यांचा दैनंदिन खर्च आणि कोर्टाचा खर्चही तुम्हीच दिला पाहिजे! म्हणजे तुम्ही तुमच्या शत्रूला दारूगोळा पुरवायचा आणि त्याला युद्धतंत्र शिकवणाऱ्या वकिलालाही पैसे द्यायचे! त्यानंतर पुढची लढाई सुरू होईल! दुसरा काहीही उपाय नाही!''

गळ्याभोवती फास आवळावा तशी परिस्थिती सगळीकडून आवळली जात आहे, दुसरा मार्ग नाही, याची स्पष्ट जाणीव झाली, तरीही खुनाचा विचार मात्र पूर्णपणे नाहीसा झाला होता. त्याऐवजी कुठल्यातरी आजारानं किंवा अपघातानं तिनं मरून जावं असं वाटू लागलं. फोन वाजला की वाटायचं, पोलिसांचाच फोन

असेल, अपघाताची बातमी सांगायला! मोठ्या आशेनं फोन उचलला की तो दुसराच कुठलातरी निरुपयोगी फोन असायचा.

५

माझ्या नशिबातच तुरुंगवास लिहिला असेल तर कोण कसा चुकवणार म्हणा! आरोप केल्यानंतर तो सिद्ध होऊनच खरोखर दोषी ठरण्यापर्यंतचा तुरुंगवास म्हणजे खरी शिक्षा नव्हे, पण आता मात्र खरोखरच शिक्षा झाली होती. कोर्टानं शिक्षा ठोठावली आहे. अपिलात जायलाही माझ्यापाशी पैसा नाही. तशी इच्छाही नाही. तीन महिने जेलमध्ये काढले तर काय बिघडलं? शिवाय त्यासाठी खंडेलवालला आणखी लाखभर दिले तरी जिंकायची शक्यता नाही. त्यावेळी तरी काय झालं? वकिलांच्या उलटतपासणीला अत्यंत हुशारीनं उत्तरं दिल्यावरही, जेव्हा त्यांनी फोटो सादर केला तेव्हा गप्प बसावंच लागलं ना! त्या वेळी खोलीत घुसताच त्यांनी माझे आणि त्या मुलीचे विवस्त्रावस्थेत फोटो काढल्याचं माझ्या तरी कुठं लक्षात आलं होतं? माझीही त्या क्षणी गोचीच झाली ना! अशा परिस्थितीत कितीही मोठा वकील दिला तरी काय उपयोग होणार म्हणा! आणि अपिलात जाऊन तरी काय मुद्दा मांडणार?

फोटोची साक्ष अचानकपणे पुढं आली तरी माझ्याविरुद्धचा निर्णय काही अनपेक्षित नव्हता. मी तर त्यासाठी तयार होऊनच रेल्वेच्या स्लिपर-कोचनं दिल्लीत येऊन दाखल झालो होतो. तिथंही रात्रीसाठी पन्नास रुपयाची खोली धरली होती. टॉयलेटही कॉमन असलेली खोली. निघताना द्यावक्काला सगळ्याची नीट कल्पना दिली होती, "सुटका झाली तर काहीच प्रश्न नाही, पण कदाचित तीन किंवा सहा महिन्यांची शिक्षाही होऊ शकेल. मी येईपर्यंत राणीची जबाबदारी तू सांभाळायची. मला जेल झाल्याची बातमी इथल्याही पेपरमध्ये येईल. त्या वेळी अपार्टमेंटमधली माणसं राणीचं मन दुखावेल अशा प्रकारे काहीही बोलतील. तू घट्ट बाई आहेस! तिला नीट सांभाळणं तुलाच शक्य आहे!"

तिनंही मला समजावत सांगितलं, "काय बी नाय होनार तुमाला! आमच्या गावचा बीरप्पा लई मोट्टा द्येव हाय! मी नवस बोललेय न्हवं का त्याला!" देवा-धर्मावर तिचा अपरिमित विश्वास! तीच तिची शक्ती. ती राणीची काळजी घेईल.

शेखरप्पांनी पुढाकार घेतला नसता तर कंपनीच्या विसर्जनाचा प्रश्नही इतक्या सुलभपणे संपुष्टात आला नसता. फॅक्टरीची जागा आणि इमारत छाब्रा कंपनीला पाच वर्षांसाठी चार कोटींना द्यायचं ठरवण्यात त्याचाच पुढाकार होता. तीन कोटीत

कंपनीवरचं सगळं ओझं संपवून आणखी एका कोटीत मंगळा आणि तिच्या मुलाचा प्रॉब्लेमही त्यांनी संपवून टाकला. नंतर त्यांनी पदरचे एक कोटी देऊन त्याच्या व्याजाच्या रकमेत एक दोन बेडरूम्सचा फ्लॅट भाड्यानं घेऊन दिला आणि महिना काही रक्कम यायचीही व्यवस्था केली. नंतर म्हणाला, "कुमार, घाबरू नकोस! धंदा म्हटला की असले चढ-उतार असायचेच. पाच वर्षांनंतर तुझ्या फॅक्टरीची जागा इमारतीसह तुझ्या ताब्यात येईल. नशिबात असेल तर तू तुझा स्वत:चा बिझनेस पुन्हा सुरू करू शकशील; नाहीतरी दरवर्षी किमान कोटी रुपये भाडं कुणीही हसत-हसत देईल! आता मी आणखी एक-दोन लाख देईन. चार महिने मनाला विश्रांती घेऊ दे. मुलीला घेऊन कुठेतरी मस्त प्रवास करून ये. स्वत:च्या हिमतीवर धंदा सुरू करून तो एवढ्या ऊर्जितावस्थेला आणलेल्या प्रतिभावंताला नोकरी मिळणं अजिबात कठीण नाही. कुणीही हसत-हसत देईल!"

"पण शिक्षा झाली तर?"

"तुला कुठं सरकारी नोकरी मागायला जायचंय? कॉल-गर्लशी संपर्क आला ह्याला खाजगी उद्योगात कुणीही क्रिमिनल गुन्हा मानत नाही! आपल्या समाजातल्या नीतिविषयक कल्पनांमुळे इथे गोंधळ आहे. कितीतरी देशांमध्ये याला कुणीही अपराध मानत नाहीत!"

त्यानं पुढं सांगितलं, "स्टार-पॅराडाईजवर छापा पडायला काय कारण झालं ठाऊक आहे का? काल मी एअर-पोर्टवरून हॉटेलला गेलो ना, तेव्हा त्या टॅक्सी-ड्रायव्हरबरोबर या विषयावर गप्पा चालल्या होत्या. मी त्या हॉटेलवर पडलेल्या धाडीविषयी विचारलं, तेव्हा त्यानं सांगितलं, कुठल्या काळाच्या गोष्टी करता साहेब? दीड वर्षांपूर्वी झालं, तेच ना? दोन-चार दिवस पेपर, टी.व्ही.वरून बोंबाबोंब झाली. त्या हॉटेलचा मालक राजेंद्रपाल. सत्ताधारी पार्टीनं त्याच्याकडे इलेक्शन-फंडासाठी दहा लाख मागितले होते, यानं नकार दिला. याचा कल विरोधी पक्षाकडे होता. याला अक्कल शिकवायला म्हणून त्यांनी याच्या हॉटेलवर धाड घातली. आठ दिवसांत हा सरळ झाला म्हटल्यावर पोलिसांनीही या सगळ्या प्रकरणात हॉटेलवाल्याची काही चूक नाही म्हणत आपला रोख बदलला. आता तिकडं सगळं सेफ आहे. तुम्हाला जायचं आहे का? तो तर सांगत होता आता सत्ताधारी पार्टीचे लोकही तिकडंच जात असतात म्हणे! त्यांना तिथं कन्सेशनही मिळतं म्हणे!! आणि टॅक्सीतलं वातावरण भरून जाईल असं खदखदून हसला तो!"

जेलमध्ये सामान्यत: त्यातही मध्यम-वर्गातला माणूस अंतर्मुख होतो. आत्मनिरीक्षण करून आपण केलेल्या पापाचं मूळ कुठं आहे, याचाही विचार करतो. मी नेमकं कुठलं पाप केलं? शरीराच्या भुकेसाठी घाई करून मंगळेला जवळ केलं हे पाप

म्हणायचं? त्या वेळी दुसरी एखादी रीतसर मुलगी आणि पत्रिका बघून लग्न केलं असतं तर कदाचित इतकं नुकसान झालं नसतं का? कोण जाणे! या देशात पदरचे पैसे खर्च करून शरीरसुख घेतलं तरी शिक्षा होणार असेल तर काय करायचं? नीती-अनीती या शब्दांनाच तसा काही अर्थ नाही! म्हणजे मंगळा वागली ती नीती आणि मी वागलो ती अनीती म्हणायची का? अगदी त्या हॉटेलमधल्या मुलीला साक्षीसाठी बोलावलं तेव्हा तिनंही साक्ष दिली, ''मी नको म्हणत असतानाही यांनी मला जबरदस्तीनं इथं आणलं. गरिबीमुळे मी त्याला बळी पडले!'' आणि कोर्टानंही फारसा विचार न करता तिचं बोलणं मान्य केलं ना! स्त्रीची मानहानी होऊ नये म्हणून तिची साक्षही चेंबरमध्ये घेण्यात आली होती. तिला फक्त ताकीद देऊन तिची सुटका करण्यात आली होती!

विचार करेल तितकं मन आणखी आणखी कोमेजत होतं, खिन्न होत होतं. ह्या सगळ्यावर मात करून मला पुन्हा उभं राहायला पाहिजे! पण कसं? काय आहे पुढं? शेखरप्पा काही काही सांगून माझं समाधान करायचा प्रयत्न करतोय, पण माझंच मन उभारी घ्यायचा विचारही नाकारतंय. कशाचा आधार द्यायचा या मनाला? काहीच दिसत नाही आहे...

चौदा

१

सुजयाला हे फार्महाऊस अजिबात आवडलं नाही. तिच्या दृष्टीनं बाग म्हणजे डोंगराच्या शेजारी असलेली आंबा, नारळी, पोफळी यांनी भरलेली बाग. शिवाय तिथं अण्णाही असलाच पाहिजे, तर मजा! झाडावर चढून त्यानं काढून दिलेली गंगापानी जातीची शहाळी भरपेट प्यायची. बाबा-काकूबरोबरही धमाल येते, पण अण्णाबरोबर जी धमाल येते, त्याला तोड नाही! अलीकडे तिला आपल्या आपण आंब्याच्या झाडावर चढायला यायला लागलंय. पायांना राख फासून नारळीवर चढायचा ती प्रयत्न करत असली तरी पाच-सहा फूट चढेपर्यंत तिला धाप लागते.

ममी या जंगलासारख्या बागेत फिरायला बोलवायची, पण सुजयाला ते अजिबात आवडायचं नाही. इथं राहायला आल्यापासून तिला कॉलेजला जाऊन यायचंही स्वातंत्र्य राहिलं नव्हतं. ड्रायव्हर कारमधून सोडून यायचा. आधी बनशंकरी ले-आऊटमध्ये राहात असताना बरं होतं. हवं तेव्हा कॉलेजला जाता यायचं. किती तरी वेळा अण्णा आपल्या स्कूटरवरून फ्लॅटवर सोडून जायचा. आता त्यालाही या फार्महाऊसपर्यंत येऊन सोडून जायचं फारच अंतर पडतं. ह्या कारड्रायव्हरला आईला विद्यापीठात सोडून यायचं काम असल्यामुळे मी त्याला माझ्या इच्छेप्रमाणे थांबवू शकत नाही.

"मॉम, एवढी मोठी कार आणि घर विकत घ्यायला पैसे कुठून आले?'' इथं आल्याच्या चौथ्या दिवशी तिनं विचारलं.

"विकत नाही घेतलं, स्वीटी!''

"मग? भाड्याचं?''

"होय!''

“किती भाडं?”

“बागेसाठी भाडं नाही, फक्त घरासाठी आहे.”

“किती?”

“काय करायचंय तुला ते माहीत करून घेऊन?”

“तसं नव्हे! तू तर म्हणत होतीस, पैसेच नाहीत म्हणून? मग कार-ड्रायव्हर-पेट्रोलचा किती खर्च येतो? तो कसा परवडतो? तुला प्रमोशन मिळालंय का? प्रोफेसर झालीस तू?”

ममी वैतागली.

“या सगळ्या खाजगी गोष्टी असतात बेटा! विचारायच्या नसतात! आणखी चार वर्षांनी तू इंजिनियर होशील. त्या वेळी तुझा पगार किती हे मीही नाही विचारणार! पगार-इनकम हे खाजगी विषय असतात.”

पटलं नाही तरी सुजया गप्प बसली. ममी आपल्यापासून काहीतरी लपवून ठेवत्येय हे तिच्याही लक्षात आलं होतं. हे हिचं नेहमीचंच आहे! कितीतरी गोष्टींची उत्तरं न देता ती “हे पर्सनल आहे... विचारायचं नसतं... हे चांगले मॅनर्स नाहीत” असं सांगत असते, पण आपल्या मनातलं कुतूहल काही शमत नाही!

एक दिवस तिला नेहमीप्रमाणे कॉलेजच्या गेटपाशी सोडून ड्रायव्हर निघून गेला. आत गेल्यावर समजलं, कॉलेजला सुट्टी होती. संस्थेचे संस्थापक अचानक मरण पावल्यामुळे सुट्टी जाहीर झाली होती. तिनं अण्णाला फोन केला. आता तो बेंगळूरमध्येच सॉफ्टवेअर इंजिनिअर म्हणून नोकरीला लागला होता. त्याला संध्याकाळी पाचच्या आत तिथून बाहेर पडणं शक्य नव्हतं. सुजयाचंही इंजिनियरिंग कॉलेजमधलं हे पहिलंच वर्ष असल्यामुळे तिलाही कुणी मैत्रिणी नव्हत्या, शिवाय कॉलेजमधले सगळेच निघून गेले होते. दुसरा काहीच उपाय नसल्यामुळे तिनं एक बस पकडली आणि आपल्या फार्महाऊसच्या लगतच्या बसस्टॉपवर उतरली. तिथून नाही म्हटलं तरी एक किलोमीटर चालत ती घरापाशी आली.

घरासमोर त्यांची कार उभी होती. शिवाय आणखी एक लाल रंगाची फोर्ड कंपनीची लक्झुरी कारही उभी होती. दोन्हीही ड्रायव्हर आपापल्या कारमध्ये डुलक्या काढत होते. घराचा दरवाजा बंद होता. ती मागच्या दारापाशी गेली आणि तिथे असलेल्या स्वयंपाकी चन्नप्पाला सांगून तिनं दार उघडायला लावलं. हलक्या पावलांनी तिनं सगळ्या घराचा शोध घेतला.

वरच्या मजल्यावरच्या ममीच्या बेडरूमचं दार बंद होतं. तिनं ते हलकेच लोटण्याचा प्रयत्न केला. आतून कडी लावली होती. तिनं दाराला कान लावला. आतून बोलल्याचे आवाज ऐकू येत होते. त्यातला एक ममीचा होता आणि दुसरा, अधूनमधून घरी येऊन विचारपूस करणाऱ्या त्या अंकल-मंत्र्यांचा होता...

क्षणार्धात सगळा खुलासा झाला. सगळं घर फिरल्यासारखं झालं. स्वत:ला कसंबसं सावरत ती दारापासून दूर झाली आणि जमिनीवर मटकन बसली. स्वत:ला सावरल्यावर ती पुन्हा खाली आली, चन्नप्पाला दार लावून घ्यायला सांगून तिनं पुन्हा एक किलोमीटर चालत जाऊन बस पकडली.

वाटलं, आत्ता या क्षणी हे गाव सोडून निघून जावं! पण कुठं? काय करावं? अण्णाच्या फॅक्टरीत जाऊन त्याला अर्ध्या तासासाठी बाहेर बोलवायचं का? तिला भीती वाटली, आपण त्याला सगळं सांगून तर नाही ना टाकणार? नकोच! गावाकडे जाऊन काका-काकू-आजीला भेटलं तरी अशीच भीती वाटते. त्यांना भेटलं की मला रडू येतं. त्यांनी जवळ घेऊन समजूत काढायला सुरुवात केली की मनातलं सगळं सांगून टाकावं असं वाटायला लागतं, त्यामुळे आता तिथं नको जायला. बस आणि नंतर एका रिक्षानं लालबागेच्या गेटपाशी गेली. तिथल्या एका बाकावर बसल्यावर तिला थोडं बरं वाटलं.

सहा वाजता तिथला रखवालदार जवळ येऊन म्हणाला, ''एकट्याच मुलीनं इथं नाही बसायचं, चला उठा.'' ती उठली आणि बाहेर आली. आणखी काय करावं ते न सुचल्यामुळे तिनं मार्केटची बस धरली. असाच कुठं-कुठं वेळ काढून ती घरी पोहोचली तेव्हा रात्रीचे आठ वाजले होते.

तिला पाहताच ममीनं रागानं विचारलं, ''कुठं गेली होतीस? कॉलेजला सुट्टी होती म्हणून समजलं. ड्रायव्हर वाट बघून परतला. मला भीती नाही का वाटणार?''

''मलाही तुला काही विचारायचं आहे, पण मला गरगरतंय. आधी जेवायला पाहिजे.'' सुजयानंही आवाजात कठोरपणा आणून विचारलं.

दोघीही अवाक्षर न बोलता जेवल्या. त्या नंतर सोफ्यावर बसून ममानं विचारलं, ''बोल काय विचारायचं होतं तुला?''

समोरच्या खुर्चीवर ताठ बसून सुजयानं धैर्य एकवटून विचारलं, ''आज दुपारी बारा वाजता तुझ्या बेडरूमचं दार बंद होतं. आत तू त्या मंत्र्यांबरोबर काय करत होतीस?''

क्षणभर ममा अवाक् झाली. मुलीची नजर एखाद्या टॉर्चसारखी तिच्यावर रोखली होती. ममीचा चेहरा पांढराफटक पडला. मुलीनं पुन्हा विचारलं, ''सांग! काय करत होतीस?''

काही क्षणात ममीनं स्वत:ला सावरलं. तिनं कठोर स्वरात विचारलं, ''तू चोरून कॉलेजमधून घरी येऊन आईवर हेरगिरी करतेस? कुणाच्याही बेडरूमच्या दाराला कान लावून खाजगी संभाषण ऐकणं बॅड मॅनर्स आहेत! इतरांच्या खाजगी आयुष्याविषयी कुतूहल बाळगणं आणि त्यात नाक खुपसणं हे नीतिहीनतेचं पहिलं वैशिष्ट्य आहे! या डर्टी देशातल्या लोकांचा हाच अवगुण आहे! पाश्चात्त्य देशात

कुणामध्येही हा दुर्गुण नसतो! लहानपणापासून तेच संस्कार असतात त्यांच्यावर सोळा वर्षं पूर्ण झाल्यावर आई-वडीलही मुलांच्या खाजगी आयुष्यात डोकावत नाहीत!''

आता सुजयाला काय बोलावं ते सुचेना. मागंही वेगवेगळ्या संदर्भात ममीनं हे सांगितलं होतं. आपण काही पाश्चात्त्य देश पाहिले नाहीत म्हणा! पण या वादामुळे ममीशी समोरासमोर बसून वाद घालायची तिची शक्ती क्षीण झाली.

ममी पुढं म्हणाली, ''यात लपवाछपवी काहीही नाही! मला कुणालाही घाबरायची गरज नाही! ते माझे बॉयफ्रेंड आहेत. तूही अठरा वर्षांची झालीस. तूही हवं तर बॉयफ्रेंड कर! तो योग्य असला पाहिजे, विश्वासू पाहिजे. कुठलाही रोग लागणार नाही आणि दिवस राहणार नाहीत याची काळजी घे म्हणजे झालं! हवं तर या घरीही घेऊन ये! माझी काहीही हरकत नाही. स्त्री-पुरुषामध्ये निकोप स्नेह आणि परस्परांविषयी समजूत हवी, त्यानंतरच ही विकृत उत्सुकता कमी होऊन खरं नातं म्हणजे काय, याचा अर्थ समजेल. मी हे माझ्या विद्यार्थ्यांनाही सांगत असते. तुलाही सांगितलं होतं मी! पण तू तिकडं लक्ष दिलं नव्हतंस!''

सुजयाच्या मनाचा गोंधळ उडाला. सगळंच अस्पष्ट वाटू लागलं. काहीच स्पष्ट दिसेना. ममीच्या नजरेला नजर देणं अशक्य होऊन तिनं नजर खिडकीबाहेर वळवली. ममीच म्हणाली, ''जा! अभ्यास कर जा. झोप आली तर झोप जा.'' तीही सुटका झाल्यासारखं वाटून तिथून निघाली आणि माडीवरच्या आपल्या खोलीत जाऊन अंथरुणावर पडली.

२

त्या नंतर सुजयानं कधीही आईपुढे हा विषय काढला नाही. एकंदरीत तिनं आईशी बोलणंच कमी केलं. विचारलेल्या प्रश्नाचं एखाद्या वाक्यात उत्तर देऊन ती तिथून निघून जाई. हे ती मुद्दाम करत होती, असंही नव्हे. तिला काय बोलावं तेच कळेनासं झालं होतं. ममीही त्याकडे दुर्लक्ष करत होती.

बॉयफ्रेंड-गर्लफ्रेंड हे सुजयाच्या दृष्टीनंही काही अगदीच अपरिचित शब्द नव्हते. तिच्या कॉलेजमध्येही मुलांमुलींमध्ये हे शब्द वापरले जायचे, पण त्याचा फक्त शब्दश: अर्थ तेवढा घेतला जायचा; त्यातही लग्न झालेल्यांमध्ये हे शब्द वापरले जायचे नाहीत. त्यांचीही आपल्या विरुद्धलिंगी व्यक्तीशी मैत्री करायला हरकत नव्हती, पण ममी म्हणते तसं, 'कुठलाही रोग चिकटणार नाही' किंवा 'दिवस राहणार नाहीत' अशा प्रकारे सावधगिरी बाळगून मैत्री... तिला किळस वाटली. कधीतरी मनात रम्य भाव जन्मले किंवा स्वप्नात काही भास झाले तरी ममी

म्हणत्येय तसं काही तिच्या मनातही नव्हतं.

असेच दोन महिने गेले. त्या अवधीत ते मंत्री-अंकल ती घरी असतानाही दोनदा आले होते. ते आल्यावर त्यांच्याबरोबर ममी वरच्या मजल्यावर गेली तरी ती खात्री करून घेण्यासाठी जिना चढून वर गेली नाही. आपल्याला काहीही समजलं नाही, अशा प्रकारे ती गप्प राहिली.

ती अधूनमधून अण्णाला मात्र भेटत होती. फोन केला की तो बाईकवरून तिच्या कॉलेजपाशी यायचा आणि तिला बाईकवरून कुठंतरी फेरफटका मारून आणायचा. त्याला दर शनिवारी-रविवारी सुट्टी असायची. शनिवारी तिलाही फारसे वर्ग असायचे नाहीत. ती ड्रायव्हरलाही सांगून ठेवायची, ''तुम्ही न्यायला येऊ नका. माझे एक मित्र मला सोडणार आहेत.'' अण्णा घरापासून शंभर फुटावर तिला सोडून यायचा.

एकदा ममीनं विचारलं, ''कोण तुझा हा फ्रेंड सोडायला येणारा? त्याला घरी का घेऊन येत नाहीस? लपवाछपवी असता कामा नये!''

त्या वेळी मात्र तिनं उत्तर दिलं, ''लपवाछपवी करावी अशी माझी कुठलीही फ्रेंडशिप नाही!'' आणि जास्त बोलायची संधी न देता पायऱ्या चढून आपल्या खोलीत निघून गेली.

ममीच्या वागण्याविषयी अण्णाला सांगावं असं अनेकदा तिच्या जिभेच्या टोकापर्यंत यायचं. याच्यापेक्षा जवळचं असं कोण आहे आपल्याला? पण ती जिभेच्या टोकापर्यंत आलेले शब्द गिळून टाकायची. हे लक्षात येऊन एकदा त्यानंही विचारलं होतं, ''काहीतरी सांगत होतीस ना? काय ते?''

''तुला आता नोकरी लागली आहे! लग्न कधी करतोस?'' पटकन सुचलं ते तिनं विचारलं.

''मी?'' तो काही क्षण अंतर्मुख झाला आणि नंतर म्हणाला, ''आधी धाकट्या बहिणीचं लग्न; नंतर अण्णाचं! तशीच पद्धत आहे! आणखी साडेतीन वर्षांनी तुझं बी.ई. पुरं होईल. त्यानंतर तुझं, नंतर सहा महिन्यांत माझं! आपण एक करू या. तुझ्या मैत्रीणींमधली बेस्ट मुलगी तू हेरून माझ्याशी ओळख करून दे. आता लगेच नको! तू शेवटच्या वर्षाला येशील तेव्हा! मीही माझ्या बेस्ट कलिगची तुझ्याशी ओळख करून देईन. मात्र कोर्टींग एका वर्षापेक्षा जास्त असता कामा नये!''

तिच्या चेहऱ्यावर अलीकडे दुर्लभ झालेलं हसू उमटलं आणि तितक्याच लवकर नाहीसंही झालं.

३

एका रात्री गाढ झोपेत असताना तिच्या पोटात अतिशय दुखायला लागलं आणि तिला जाग आली. वेदना इतकी तीव्र होती की तिला आपला जीव जातोय की काय असं झालं. ''अप्पा...'' म्हणून ओरडत ती जागी झाली. विव्हळायचंही तिला त्राण नव्हतं. कशीबशी ती उठून बसली, कुशीवर वळून झोपली, उताणी झाली तरी बरं वाटेना. तिच्या तोंडून ''अप्पा... अय्यो...'' सुरूच होतं.

आवाज ऐकून वरच्या मजल्यावरून ममी धावत खाली आली. दिवा लावत जवळ येऊन तिनं विचारलं, ''काय झालं स्वीटी?''

''अप्पा! अय्यो!...'' म्हणत तळमळत असलेल्या सुजयाचे गाल डोळ्यातल्या पाण्यानं ओले झाले होते.

ही वेदनेच्या भरात ''अम्मा'' म्हणायच्या ऐवजी ''अप्पा'' म्हणतेय, हे लक्षात आलं तरी तिकडं लक्ष नाही असं दाखवत तिनं पुन्हा विचारलं, ''काय झालं, स्वीटी?''

''पोटात दुखतंय! अप्पा... नाही सहन होत...'' सुजया धापा टाकत म्हणाली.

तिच्या पोटावरून हात फिरवत ममीनं विचारलं, ''का गं? अजीर्ण झालं का? कॅण्टीनमध्ये काही खाल्लंस का?''

''नाही! अप्पा...'' हिचं विव्हळणं सुरूच होतं.

''या वेळी काय करायचं? ड्रायव्हरही नाही. गॅसेस झाले असतील. गोळ्या देते, घे...'' म्हणत तिनं दोन गोळ्या आणि पाणी दिलं, तरीही दुखणं थांबलं नाही. शौचाला जायची भावना होऊन ती चटकन उठली, पण जागीच जमिनीवर बसली. काय करावं ते न सुचून ममीही तिच्याशेजारी बसली आणि पाठीवरून हात फिरवत राहिली.

''पाळी वेळच्या वेळी येतेय ना स्वीटी? केव्हा आली होती?'' ममीनं विचारलं. तिनं काहीही उत्तर दिलं नाही. डोळ्यावर झापड आल्यासारखं दाखवत ती बसल्या जागी झोपी गेली. थोड्या वेळानं ममीनं तिला आपल्या खोलीत येऊन झोपायला सांगितलं. तिला नकार देत सुजया पुन्हा आपल्या जागेवर जाऊन झोपली. वेदना पूर्णपणे थांबली असली तरी एवढ्या वेळ छळलेल्या वेदनेनं तिला जर्जर केलं होतं. ती तशीच डोळे मिटून पडून राहिली. अर्धा तास तिथंच बसलेली ममी त्यानंतर हलकेच उठली आणि दरवाजा तसाच उघडा ठेवून आपल्या खोलीत गेली. तिनं अर्ध्यावर ठेवलेलं पुस्तक पुढं वाचायला सुरुवात केली. मनात विचार येत होते, ही म्हणतेय कॅण्टीनमध्ये काही खाल्लेलं नाही. हे काही खरं नाही! नाही तर उगाच का उद्भवली असेल पोटदुखी? एवढंसं दुखणंही सहन नाही करता येत!

त्यानंतर ही पोटदुखी वरचेवर उद्‌भवू लागली. कधी आठवड्यानं, कधी पंधरवड्यानं तर कधी तीन आठवड्यांनी. रात्री झोप लागल्यानंतर पाऊण तासानं ती सुरू व्हायची. जागेपणी ती कधीही यायची नाही. जेव्हा दुखायचं तेव्हा मात्र पोटात कुणीतरी हात घालून पिळून काढावं तसं व्हायचं. कसंही झोपलं, बसलं तरी समाधान व्हायचं नाही. वेदनेमुळे मान, गळा, सारं अंग घामेघूम होऊन जायचं! त्या वेळी तर तिला या वेदनेपेक्षा मरण पत्करलं असं वाटायचं. नरकयातना म्हणतात त्या याच असाव्यात असं वाटत असताना हळूहळू त्या वेदना कमी होत आणि पूर्णपणे थांबत. वेदना थांबल्या तरी संपूर्ण शरीराला पुढच्या सकाळी एक प्रकारचा सुस्तपणा जाणवत राहायचा. दुसरा सगळा दिवस पुन्हा कधी हा शनी छळायला येईल, अशा भीतीत जाई.

एकदा या वेदनेचं स्वरूप लक्षात आल्यावर तिनं ठरवलं, या नंतर पोटात दुखायला लागलं तरी आपण ती वेदना तोंड मिटून सहन केली पाहिजे. आपला आवाज खोलीबाहेरही जाता कामा नये. ममीला तर ऐकूही जाता कामा नये, असं तिनं ठरवलं.

असं दोन-तीनवेळा झाल्यावर तिनं ते अण्णाला सांगितलं. त्यानं तिला एका एम.डी. डॉक्टराकडे नेलं. त्यांनी दहा गोळ्यांचं एक पाकीट देऊन सांगितलं, ''दुखायला लागलं की यातली एक गोळी घ्या. हे पाकीट सतत उशाशी असू द्या. जवळच पाणीही असू द्या.'' त्या वेदनाशामक आणि झोपेच्या गोळ्या होत्या. गोळी पोटात जाऊन शरीरात भिनेपर्यंत वेदनेला पर्याय नव्हता.

अशा एक वेदना सहन करायच्या क्षणी ''अप्पा...'' म्हणत विव्हळत असताना तीव्रपणे जाणवलं, अप्पांना भेटून तीन महिने होऊन गेले! अलीकडे तेही बेंगळूरला आले नाहीत. कॉलेजच्या सेमिस्टरमध्ये मलाही जायला जमलं नाही. उद्या फोन केला पाहिजे, असंही तिनं ठरवलं.

तिनं फोन केला तेव्हा तेही म्हणाले, ''बेटा, मलाही तुला भेटावंसं वाटतंय! एखाद्या रविवारला लागून तीन दिवसांसाठी येऊन जा! अभ्यासाचं पुस्तक घेऊन ये म्हणजे अभ्यास चुकणार नाही. बेंगळूरमधल्या ऑफिसला कळवतो. तुला तिकीट पोहोचवतील.''

४

कंपनीतल्या तिच्या ओळखीच्या एका कर्मचाऱ्यानं तिचं विमानतळावर स्वागत करून तिला घरी आणून सोडलं.

अप्पांना समोर बघताच तिला अधूनमधून उद्भवून आपल्याला हैराण करणाऱ्या पोटदुखीची आठवण होऊन रडू आलं. अप्पांनीही तिला जवळ घेऊन तिच्या डोक्यावरून हात फिरवला. त्यांनी तिच्या कॉलेजची आणि अभ्यासाची चौकशी केली. ते कधीही तिच्या ममीचा विषय काढत नसत. त्यांना तो न आवडणारा विषय आहे, हे ठाऊक असल्यामुळे तीही कधी तो विषय काढायची नाही.

पण तिनं अलीकडे उद्भवणाऱ्या पोटदुखीविषयी सांगितलं. ते ऐकताच त्यांना भीती वाटली, हा कॅन्सर तर नसेल? कॅन्सर असेल तर पोटदुखी फक्त रात्री का उद्भवते? तेही झोपेत असताना? आणि अर्ध्या-पाऊण तासानं नाहीशी का होते? नंतर पुन्हा दोन-तीन आठवडे का शांत असते? पण यावर फक्त झोपेची किंवा वेदनाशामक गोळी घेणं एवढाच उपाय पुरेसा नाही, हे मात्र त्यांना समजत होतं. त्यांनी सांगितलं, "मी उद्याच एका तज्ज्ञ डॉक्टरांची अपॉईंटमेंट घेतो. माझ्या ओळखीचे आहेत. काळजी करू नकोस."

सूद डॉक्टर पती-पत्नी दोघंही वयानं प्रौढ होते. दक्षिण दिल्लीतल्या त्यांच्या हॉस्पिटलचं चांगलंच नाव होतं. त्यांना तातडीनं फोन करून त्याच संध्याकाळी त्यांची भेट ठरवण्यात आली. साठीच्या, रेशमी साडी आणि जाड केसांची एक वेणी, वर पांढरा कोट घातलेल्या हसतमुख मिसेस डॉक्टर सूदनी सांगितलं, "तुमच्या मुलीला आमच्याकडे सोडून जा. तिचं जेवणही आमच्या कॅण्टीनमध्ये होईल. तिच्या सगळ्या तपासण्या करून घेतल्या पाहिजेत."

दोघांनीही संध्याकाळपर्यंत तिच्या वेगवेगळ्या तपासण्या केल्यानंतर सायंकाळी डॉक्टरांनी आपल्या खोलीत बोलावून घेतलं. दाट केस असलेले डॉक्टर सूदही विनोदी स्वभावाचे होते. तिला समोरच्या खुर्चीवर बसायला सांगून त्यांनी विचारलं, "फार घाबरली आहेस का? भित्रट स्वभावाची आहेस का तू?"

"नाही तर!" ती संकोचून म्हणाली.

"तुला काहीही आजार झालेला नाही! आम्ही दोघांनीही संपूर्ण तपासणी केली आहे. पोटात काहीतरी दडवून ठेवलं की अशा प्रकारे पोटात दुखतं. काय लपवून ठेवलंयस? सांग बघू! कुणावर प्रेम करतेस काय? अप्पांना समजलं तर इतक्या लहान वयात काय हे, म्हणून रागावतील, अशी भीती वाटते काय? भरपूर टी.व्ही. सिरियल बघतेस काय?"

"नाही! यातलं काहीही नाही!..."

"खरं सांग, काही लपवत नाहीस ना?"

ती काहीही बोलली नाही.

"याचा अर्थ काहीतरी आहे! तू असं कर... तुमच्या घराजवळ एखादं मोठालं झाड आहे की नाही? दररोज झोपायच्या आधी त्याच्याजवळ जा आणि मनातलं

सगळं त्याला सांगत जा! म्हणजे पोटातलं सगळं बाहेर पडेल!'' असं म्हणत ते मोठ्यानं हसले, ''मला म्हणायचंय ते असं, झाडापेक्षा कुणातरी माणसापुढे मनातलं सगळं सांगितलं पाहिजे. अगदी जवळच्या माणसाजवळ! तुझ्या अप्पांपेक्षा आणखी कुणी जवळचं तुला आहे का? जर कुणी असेल तर त्यांच्यापुढे मन मोकळं कर, म्हणजे हलके हलके गुण येईल.''

एकदा वाटलं, अण्णाला सगळं सांगून टाकावं. आपण या आधीच का नाही सांगितलं? लाज वाटली? कोण जाणे.

कारनं घरी गेल्यावरही ती एकटीच होती. दोनेक तासांनी अप्पा आले.

''डॉक्टरांना केला होता मी फोन! बेटा, असं काय आहे, जे मनात ठेवून तू इतकी तळमळते आहेस? मलाही नाही का सांगणार तू?'' त्यांनी तिला जवळ घेत कळकळीनं विचारलं.

तिला रडू आलं. ती हुंदके देऊन रडू लागली. थोडा वेळ तिला मन मोकळं करायला दिल्यानंतर त्यांनी तिचा दंड धरून तिला सोफ्यावर आपल्या शेजारी बसवून घेतलं.

''अप्पा, सांगतेच... ममीला एक बॉयफ्रेण्ड आहे. तिच्यापेक्षा दहा वर्षांनी मोठा आहे. त्या दोघांना बेडरूमचा दरवाजा बंद करून बोलताना मी ऐकलंय. मी विचारायला गेले तर तिनं मला सांगितलं, तू अठरा वर्षांची आहेस, तूही बॉयफ्रेण्ड कर... रोग होणार नाही आणि दिवस राहणार नाहीत याची काळजी घे...'' बराच वेळ ती बोलत राहिली.

बसलेला धक्का दाखवून न देता अप्पा तिचं बोलणं ऐकत होते. तसा धक्का बसायची गरज नव्हती म्हणा! तरीही त्यांनी ''कोण, कुठं, केव्हापासून'' वगैरे तपशील विचारून घेतले. तीही त्यापैकी आपल्याला आठवेल तेवढं सांगत राहिली.

दुसरे दिवशी तिनं विचारलं, ''अप्पा, माझ्या कपड्यालत्त्याचा आणि शिक्षणाचा खर्च तुम्हीच करताय. मी कशाला तिच्याबरोबर राहू? मला हॉस्टेलला ठेवता नाही का येणार?''

अप्पांनी पाचेक मिनिटं विचार केला. नंतर म्हणाले, ''मला यातलं काहीच ठाऊक नव्हतं, बेटा! तुला जिथं राहायचंय तिथं तू रहा, कारण आता तूही अठराची झालीस ना! नाही तरी सतीश बेंगळूरमध्येच असतो. तो अधून-मधून हॉस्टेलला येऊन जाऊ शकेल, पण आता मध्येच हॉस्टेलमध्ये जागा मिळेल काय, याची चौकशी कर. कॉलेजमध्येही चौकशी केलीस तर समजेल. तुला मोबाईल फोन घेऊन देईन, मग तूही हवा तेव्हा मला फोन करू शकशील.''

त्या रात्री तिला गाढ झोप लागली. कुठलंही स्वप्न पडलं नाही. झोपेत ती

बडबडलीही नाही. सकाळी उठल्या-उठल्या ती म्हणाली, ''अप्पा, उगाच क्लास कशाला चुकवू? मी जाते. मला आजच पोहोचवायची व्यवस्था करा.''

''पण तिनं परवानगी नाकारली तर?''

''ठणकावून सांगेन, मला अठरा संपली आहेत म्हणून!''

पंधरा

१

जेलमध्ये येऊन दोन महिने आणि दहा दिवस झाले होते. दीडच्या सुमारास वॉर्डन माझ्यापाशी येऊन म्हणाला, "तुम्हाला भेटायला कुणीतरी आलंय. दोन बायका आणि दोन पुरुष राजम्मा, शोभा, नारायण आणि नचिकेत. टाईम-लिमिट नाही, हवा तेवढा वेळ बोलू शकता, म्हणून साहेबांनी सांगितलं आहे."

माझ्या छातीत धडधडू लागलं. अम्मा, अक्का, भाऊजी आणि नचिकेत! म्हणजे अम्मा अजून जिवंत आहे! कुठं अज्ञातवासात राहिली होती, कोण जाणे! जेलमध्ये गेल्याचा अपमान वाटल्यामुळे! जेलमधून सुटल्याचं समजून पुढची चौकशी करेपर्यंत ती जणू काही हवेत विरून गेली! ही जिवंत नाही, मरून गेली असेल, असंच मी, अक्का, भाऊजी आणि नचिकेत समजत राहिलो. कुठं होती ती गेली तीस वर्षं?

छातीची धडधड थांबायला तयार नव्हती. अक्का आणि भाऊजी भारताला व्हिजिट करण्यासाठी आले आहेत की काय? त्यांच्याबरोबर नचीनंही आपली सुट्टी ॲडजेस्ट केलेली दिसते. मी बाथरूमला जाऊन येतो असं वॉर्डनला सांगितलं. त्यांना भेटण्याआधी मला मनावर ताबा मिळवणं आवश्यक होतं. ह्या कैद्याच्या वेशात त्यांच्यापुढे जायचं? मी बाथरूममध्ये जाऊन तसाच उभा राहिलो. हे कपडे उतरवणं शक्य आहे, पण दुसरे कपडे कुठं आहेत बदलायला?

शेवटी मी मनाला समजावलं, कल्पना करणंही कठीण, असा प्रसंग आलाय खरा! अम्मा जिवंत आहे! ती भेटायला आली आहे! तसंच कधी नव्हे ते अक्का, भाऊजी आणि नचीही आलेत! मी जेलमध्ये आहे हे समजल्यावरच तेही इथं आलेत ना! कारणही त्यांना ठाऊक असेलच. अशा वेळी त्यांच्यासमोर जाऊन घडलेलं सगळं त्यांना सांगण्यातच धीटपणा आहे.

मी लगेच बाहेर पडलो आणि भेट घ्यायच्या खोलीकडे जायला निघालो.

अम्मा ऐंशीच्या घरातली. डोक्यावरचे केस तसेच दाट होते, फक्त सावरीच्या कापसासारखे पांढरे शुभ्र होते. त्यांची पाठीवर गाठ मारली होती. अप्पा गेल्यापासून रितं असलेलं कपाळ, रिते कान, रिते हात. अंगावर पांढरी सुती साडी. शरीर थकलं असलं तरी चेहऱ्यावरचे भाव पूर्वीसारखेच ताठ! तीच पुढं आली, जवळ येऊन मला मिठी मारली आणि म्हणाली, ''बाळा, तू जगावेगळे काहीही केलेलं नाहीस! कैद्याच्या कपड्यामुळे संकोचू नकोस. तुला तर तीन महिन्यांची शिक्षा झालीय! मी तीन वर्षांसाठी नाही का शिक्षा भोगली?'' तिचा हात माझ्या पाठीवरून फिरत होता. अक्काही माझ्या पाठीशी उभी राहून माझ्या डोक्यावरून हात फिरवत होती. भाऊजींनी दंडावर हात ठेवला. थोड्या अंतरावर उभा असलेला नची आमच्याकडे पाहात होता.

अम्मानं मला बाकावर आपल्या शेजारी बसवून घेतलं. माझ्या मनातली सगळी लाज-शरम नाहीशी झाली.

भाऊजी म्हणाले, ''हे सगळे कुठं भेटले आणि इथं कसे अचानक आले, असं तुला वाटणं साहजिक आहे. आधी ते सांगतो. ब्राझिलमध्ये आणखी तीन-चार वर्षं रहा म्हणून आग्रह चालला होता. इतक्या लांब राहून आम्हीही बोअर झालो होतो. इथंच 'मधुरा ऑईल रिफायनरीमध्ये वरच्या हुद्द्यावर या' म्हणून निमंत्रण आलं. भारतात रहायला मिळेल म्हणून मी ते मान्य केलं. इथं येऊन सहा महिने झाले. बेंगळूरला तुझ्या फॅक्टरीत फोन केला तर हा नंबर अस्तित्वात नाही, म्हणून समजलं. घरच्या नंबरवर फोन केला तर तुम्ही सांगताय ते कुणीही इथं राहत नाहीत, असं एका बाईनं सांगितलं. पुन्हा दोनदा चौकशी केली तर त्याच बाईनं सांगितलं, ''डोण्ट डिस्टर्ब मी!'' म्हटल्यावर आम्हीही गप्प बसलो. पंधरा दिवसांपूर्वी एका ऑफिशियल कामासाठी मी बेंगळूरला गेलो होतो. गावाकडं जाऊन चार वर्षं झाली होती म्हणून हीही माझ्याबरोबर आली. आमच्या ओळखीच्या काहीजणांकडे चौकशी केल्यावर तुला तीन महिने शिक्षा झाल्याचं समजलं, तसंच तू दिल्लीत असल्याचंही समजलं. ही काय भानगड आहे हे समजून घ्यायला म्हणून तुझ्या घरी गेलो. कामवाली गेटपाशी केर काढत होती. तिला विचारल्यावर तिनं तुम्ही राहत असलेल्या फ्लॅटचा पत्ता सांगितला. तिथं द्यावक्का भेटली. वत्सला...''

मध्येच अक्का म्हणाली, ''जयण्णा, मुलगी किती देखणी दिसतेय रे! तिला बघताच वाटलं, हिच्या वयाला वैजयंती अशीच दिसत असेल बघ! लग्नात ती चोवीस वर्षांची होती नाही का! तिला आम्ही पाहिलं ते तेव्हाच. द्यावक्का आम्हाला ओळखते ना! आम्ही तीन-चारवेळा येऊन गेलोय तुझ्याकडे! तिनं तर घरची मालकीण आलीय की काय, असं आमचं स्वागत केलं. राणीलाही सावकाश 'ह्या तुझ्या आत्या' असं सांगितलं आणि तिच्याकडून तसं म्हणवूनही घेतलं. तिच्याकडून

घडलेली सगळी हकिकत आम्हाला समजली.''

मला अम्माची कथा जाणून घ्यायची उत्सुकता होती. मी विचारलं, ''अम्मा, तू कुठं होतीस? एकाएकी का नाहीशी झालीस? कोर्टात तुझ्याच बोलण्यामुळे तू अडकलीस! आपल्या बायकोची काहीही चूक नाही, असं केशवनंही सांगितलं...''

अम्मा सांगू लागली, ''आपल्याकडच्या वकिलानं कोर्टात अमूक सांगा म्हणून सांगितलं तरी ऐकू नये. त्यांनी सांगितलं होतं, मी तसं काही म्हटलंच नव्हतं, असं सांगायचं, पण त्या विरोधी वकिलानं वेगळीच युक्ती केली. आधी आपण अगदी माझ्या बाजूचा असल्यासारखं नाटक केलं आणि मला शब्दात अडकवलं. मी कसं लोकांच्या घरात कष्टाची कामं करून मुलांना सांभाळलं, ते सांगत असताना त्यानं मधेच अडवून म्हटलं, त्या सगळ्या पुराणकथा आता नकोत! तुम्ही सुनेला, तू माहेरहून चार दमड्याही आणलेल्या नाहीत, असं म्हणालात की नाही? मी म्हटलं, होय! माझं पुढचं काहीही ऐकून न घेता जज्जानं तीन वर्षांसाठी शिक्षा ठोठावली! मी खरं, न्यायाचं बोलले तोच अन्याय ठरला! जेलमध्ये असताना फार त्रास व्हायचा. किती अन्याय हा कोर्टाचा, असं वाटून दु:ख व्हायचं. अशीच दोन वर्षं आणि वर अकरा महिने गेले. सुपरिटेंडेंटनी शिफारस केली म्हणून महिनाभर आधीच माझी सुटका झाली. जेलमध्ये आमच्याकडून पापड लाटून घ्यायचे ना, त्याचे दिवसाला दीड रुपयाप्रमाणे काही पैसे साठले होते. एकूण एक हजार चारशे रुपये हातावर पडले.

माझ्याबरोबर आणखीही दोघी-तिघी होत्या. त्यातल्या एकजण-लक्ष्मीदेवम्मा नाव त्यांचं. त्या आधीपासून म्हणायच्या, 'जेलमधून बाहेर पडल्यावर कुठली तरी तीर्थयात्रा करूनच घरी जाऊ या.' आणि मी घरी तरी कुठल्या जाणार होते म्हणा! शोभा अंकलेश्वरला होती. ती मला भेटायला जेलमध्ये आली होती तेव्हाच मी तिला सांगितलं होतं, तुझ्या धाकट्या भावाचं इंजिनियरिंगचं शिक्षण ही तुझी जबाबदारी आहे. या नंतर तूच त्याची आई. शिक्षण होऊन तो नोकरीला लागला की तो तुझे सगळे पैसे परत करेल. तिनं याला होकार दिला होता. तिच्या मालकांनीही हे मान्य केल्याचं नंतर तिनं पत्रानं कळवलं होतं. आता माझ्यावर तरी कुठली जबाबदारी होती म्हणा! मुलीच्या घरी कायमची कशी जाऊन राहू? थोरला तर नालायक निघाला होता! त्याच्यामुळे तर मला जेलमध्ये जावं लागलं होतं. मीही ठरवलं, आधी तीर्थयात्रा करून यावं, मग पुढचा विचार करता येईल. तिकीट काढलं आणि सरळ हरिद्वारला गेले. तुझे अप्पा असताना एकदा आलो होतो ना! तेव्हा पाहिलं होतं गाव. आताही गेल्यावर एका मारवाडी धर्मशाळेत उतरले. तेच तांदूळ द्यायचे. त्या मॅनेजरशी चांगलीच ओळख झाली.

एकदा त्यांनी विचारलं, 'माताजी, गावी न जाता इथेच का राहता? तीर्थयात्रेसाठी

आलेल्यांनी असं कायमचं धर्मशाळेत रहायचं नसतं.'

मी म्हटलं, 'मला ना गाव, ना घर! कुठं जाऊ मी?'

तो गप्पा बसला. दुसरे दिवशी त्यानं विचारलं, 'माताजी, आमचे शेठ वृंदावनात अनाथ बायकांसाठी एक आश्रम चालवताहेत. तिथं एका मॅनेजरची गरज आहे. लिहा-वाचायला यायला पाहिजे. मुख्य म्हणजे चांगल्या कुटुंबातल्या पाहिजेत. एका पैचाही गोंधळ न करता सगळा व्यवहार बघायला पाहिजे. मथुरेत आमच्या शेठच्या व्यापाराची एक शाखा आहे. त्याचे मुनीमजी वरचं सगळं बघून घेतील, पण आश्रमात राहून तिथलं बघायला थोडी प्रौढ महिला हवी आहे. त्यांना वृद्ध आणि अनाथ महिलांच्या अडचणी समजून घेता आल्या पाहिजेत. तुम्हाला हे जमणार असेल तर मी शेठना सांगेन. पगाराची काय अपेक्षा आहे, तेही सांगून ठेवा.'

मीही एक दिवसभर विचार केला. वाटलं, याहून आणखी काय चांगलं असणार आहे? दुसरे दिवशी मी त्याला होकार कळवला. '...आणि पगाराची काहीही अपेक्षा नाही. पुण्याचं काम आहे!...'

'पगार तर घ्यावाच लागेल. नाही तर आपल्या पुण्यातला काही भाग तुम्हाला जाईल, असा आमच्या शेठचा हिशेब असतो! ते कधीही कुठल्याही प्रकारचं नुकसान करून घेत नाहीत! तुमच्या नावावर खातं काढून दरमहा त्यात तुमचा पगार जमा होत राहील. तुमचं जेवण-खाण, राहणं, वर्षाला दोन साड्या आश्रमाकडून मिळतील.'

तीस वर्षं मी तिथंच घालवली. हळूहळू पूर्वाश्रमीचं गाव, नाव, तुरुंगवास- सगळ्याचाच विसर पडला. सांगून-सवरून तो तर वृद्धाश्रमच होता! कितीतरी जणांची सेवा केली, अखेरचा क्षण येताच तोंडात गंगाजल घातलं, दहनक्रियेची व्यवस्था केली, कितीतरी जणांच्या अस्थी नदीत सोडून आंघोळ केली. माझंही वय झालं. या मॅनेजरच्या कामातून मोकळं करा म्हणून सांगितलं. तीन वर्षांपूर्वी शेठचा मुलगा आला होता. त्यानं सांगितलं- माताजी, तुम्हीही वृद्ध झाला आहात, जिवंत आहात तोपर्यंत इथंच रहा. इथलं बघायला कुणीतरी लहान वयाचं नेमू या. तुम्ही बाकी सगळी देखभाल करा. तुम्हीच इथल्या यजमानीण आहात!- मीही विचार केला, मी तरी कुठं जाणार? असा विचार करून तिथंच राहायला लागले."

ती बोलायची थांबली. इतर कैद्यांना भेटायला आलेले बोलत असले तरी आमच्या घोळक्यात मौन पसरलं.

थोड्या वेळानं अक्का म्हणाली, "दैवेच्छा कशी असते, बघ! आम्ही इतक्या जवळ सात मैलांवर राहत होतो, पण अम्मा इतक्या जवळ राहत्येय हे आम्हाला कसं ठाऊक असणार? चार दिवसांपूर्वी नची आला. त्यानंही आता इंडियात बदली

करून घेतली आहे - बेंगळूरला. वाटेत आमच्याबरोबर एक आठवडा राहून जावं असा विचार करून त्यानं दिल्लीवरूनच तिकीट काढलं. त्याला वृंदावन दाखवायला म्हणून आम्ही रविवारी सकाळी निघालो. ड्रायव्हरला कारपाशी उभं करून आम्ही चालत निघालो तेव्हा या वृद्धाश्रमाचा बोर्ड दिसला. याचं नावही आम्ही ऐकलं होतं. आत गेलो तर तिथल्या एका झाडाखाली एका वेताच्या खुर्चीवर एक म्हातारी बसली होती. आश्रमाची माहिती विचारायला म्हणून जवळ गेलो तर काय! अम्मा! आधी विश्वासच बसला नाही. लक्ष देऊन पाहिलं. माझ्याही आधी यांना पक्की ओळख पटली. मी पुढं होऊन विचारलं,- अम्मा, मला नाही ओळखलंस? मी शोभा! असं म्हणताना मला रडू आवरलं नाही...'' असं म्हणताना आताही अक्काला रडू आलं.

काही क्षण गेल्यावर ती म्हणाली, ''तुझ्या सुटकेची तारीख आम्हाला ठाऊक आहे, त्यातही एक-दोन दिवस मागं-पुढं झालं तर आम्हाला फोन कर. सुटका झाल्यावर घरी घेऊन जायला आपलं म्हणून कुणी समोर नसेल तर अनाथ असल्याची भावना मनात भरून राहते. तेव्हा अम्मासारखं, कुठंतरी निघून जायची भावना होईल!''

एवढा वेळ अवाक्षर न बोलणाऱ्या नचीनं आपल्या वडलांना सांगितलं, अमेरिकन उच्चारानं इंग्लिश शैलीत बोलत, ''डॅड, मला पुन्हा एकदा मामाला भेटायला यायचं आहे. उद्या अरेंज करायला जमेल? एकटाच भेटणार आहे.''

''जमेल.''

''मी एकटाच!'' त्यानं पुन्हा सांगितलं.

२

संध्याकाळपर्यंत माझं मन अम्माच्या आठवणींत बुडून गेलं होतं. ती राहात असलेल्या आश्रमाची जागा आणि ओळख आता पटली होती. सुटका झाल्यानंतर तिच्याकडे जाऊन तिला घेऊन बेंगळूरला जायला पाहिजे. आणखी किती वर्षं ती तरी असणार आहे? तोपर्यंत तिची सेवा करायला पाहिजे, त्यात आपलाही स्वार्थच आहे म्हणा! तीव्रपणे वाटलं, ही सोबत असती तर मी मंगळेसारखीच्या जाळ्यात सापडलो नसतो.

पाठोपाठ दुसरे दिवशी एकटाच भेटायला येऊ इच्छिणाऱ्या नचीची आठवण आली. वर्षापूर्वी त्याला बाल्टिमोरमध्ये भेटलो होतो. तेव्हापेक्षा आता बरा दिसतो.

रात्री छान झोप लागली. नची सकाळी सव्वादहाला आला. त्यानं सोबत जेवणाचा डबा आणला होता. म्हणाला, ''मामा, कैद्यांना बाहेरचं जेवण आणून देणं

निषिद्ध आहे, पण डॅडींनी त्यासाठी वेगळी परवानगी घेतली आहे. लहान असताना तुला हुग्गी खूप आवडायची ना? म्हणून आजीनं मुद्दाम करून दिली आहे! काल रात्रीपासून तिची खटपट चालली होती! आता लगेच खाणार, की नंतर जेवताना घेशील?''

निवांत गप्पा मारण्यासाठी आम्हाला स्वतंत्र जागा देण्यात आली. मी काही खून-अत्याचारासारख्या भयानक गुन्ह्यामधला अपराधी नव्हतो. अगदीच जुजबी गुन्हा होता माझा! इथं आल्या-आल्या इथले वॉर्डन मला म्हणाले होते, ''त्याच वेळी पोलिसांशी जुळतं घेऊन का नाही संपवून टाकलं? इथं येईपर्यंत का सोडलंत?'' माझ्यासारखा तीन महिन्यांची शिक्षा झालेला आत्महत्या किंवा पळायचा प्रयत्न करायची शक्यता नसल्यामुळे तशी माझ्यावरही कुणाची पाळत नव्हती.

मी विचारलं, ''आता इथं आलायस. अमेरिकेतून कशी सुटका करून घेतलीस?''

''माझ्या लॉयरला शरण गेलो! त्यानं तिच्या लॉयरशी संपर्क साधला. तिनं माझ्या माजी पत्नीशी चर्चा केली. माझा संपूर्ण प्रॉव्हिडंट फंड तिच्या नावावर केला तर संपूर्ण पोटगी मिळाल्याचं कबूल करून ती मला मोकळं करेल, असं तिनं सांगितलं. माझ्या कंपनीची एक ब्रँच बेंगळूरमध्ये सुरू झाली आहे. मी तिथं जायची इच्छा व्यक्त केली. त्यांनाही माझी मागणी पटली. इथंच शिकलोय ना मी! त्यांनी माझी इथं बदली केली.''

माझं मन माझ्या आणि नचीच्या सांसारिक जीवनातलं साम्य-वैषम्य शोधू लागलं.

नचीनं विचारलं, ''हा जेलवास का आला याविषयी तू काल आजी आणि ममीला सांगितलंस, ऐकत होतो मी! पण ते सगळं सत्य नाही. मीही अशा तळमळीतून गेलो आहे! तुझा भाचा आहे मी! तरीही अमेरिकेतल्या अशाच अनुभवातून गेलोय! तुला अवघड वाटणार नसेल तर सांग! दुसऱ्या बायकोपासून कसलंही समाधान न मिळाल्यामुळे तू कॉलगर्लला बोलावलंस ना?''

मी त्याच्याकडे पाहिलं. तो अगदी जवळचा मित्र असल्याची भावना माझ्या मनात भरून राहिली. तो माझ्यापेक्षा चौदा वर्षांनी लहान, पण त्याच्या चेहऱ्यावरचे भाव त्याच्या वयाला न साजेसे होते. मागच्या भेटीत त्यानं आपले सगळे अनुभव मोकळेपणानं मला सांगितले होते. आता मी त्याला सांगू लागलो. मंगळेला घरी बोलावल्यापासून ते स्टार-पॅराडाईजमधल्या प्रसंगापर्यंतचं सगळं सांगितलं. सारं आत्मीयतेनं ऐकल्यावर तो उद्गारला, ''मामा! माझ्यापेक्षाही तू खूप जास्त भोगलंयस!'' हे म्हणताना त्याचे डोळे पाण्यानं भरले होते.

सोळा

१

त्यानं कोर्टात खोटा हिशेब दिलाय! कंपनीच्या विसर्जनाच्या वेळी आमचा एक प्रतिनिधी असणं आवश्यक आहे, हा चित्रा मॅडमचा वाद कोर्टानं का नाकारला? एकूण काय, माझ्यावर अन्याय झाला. हे घर आणि एक कोटी रुपये दोघांना मिळून! बँकेच्या हिशेबानं वर्षाला दहा लाख व्याज. टॅक्स देऊन सुमारे सात लाख. महिन्याला सुमारे अठ्ठावन्न हजार. कारचं पेट्रोल, दुरुस्ती, घराचा टॅक्स; आज-काल काय होतंय एवढ्या पैशात? माझ्या बाजूनं स्त्री-वकील असली तरी मला पुरेपूर न्याय मिळाला नाही! फॅक्टरीची इमारत आणि जमीन पाच वर्षांनंतर त्याला आणि त्याच्या मुलीला जाईल! त्यात माझ्या मुलालाही वाटा मिळाला पाहिजे म्हणून हायकोर्टात अपिल केलं तर? आता अपिलात जायचं असेल तर तो सगळा खर्च मीच करायचा म्हणे! तो नाही देणार! काय हा अन्याय!

"त्यात तो शनी! तुझा भाऊ! मीही तिथंच येते, तुला सोबत होईल आणि हा फ्लॅटही भाड्यानं देता येईल! दहा हजार भाडं येईल!" असं आई पदोपदी सांगत्येय.

"नको आई! तू त्या घरी आलीस तर हा म्हणेल, घर तुझ्या आणि तुझ्या मुलासाठी आहे, वाट्टेल त्या लोकांसाठी नाही! कोर्टात दावा लावेल तो! मी इथं राहायला आले तरी तसाच वाद घालेल. तू तुझ्याच फ्लॅटवर रहा. मी "आता आली तर हरकत नाही असं सांगेन तेव्हाच यायचं!"

आईला पटलं हे. आता मात्र काहीही अडचण नाही. तेजू शाळेला जातो. त्याला सुट्टी असेल तर त्याला आजीकडे सोडून यायचं. आता इथं प्रभाकर निवांतपणे येऊ शकतो. त्याला जेव्हा वेळ असेल तेव्हा. अलीकडे त्यालाही ऑफिसमध्ये काम असतं. संध्याकाळी वेळ असला तर तेव्हा येतो. त्याला सवड असणं महत्त्वाचं.

एकाएकी एक आशा पुढं येतेय. यानं माझ्याशी लग्न का करू नये? इतक्या वर्षांत फोफावलेल्या प्रेमाच्या नात्यावर लग्नाची मुद्रा का उमटवायला नको? किती वर्षांत कुठल्याही बंधनाशिवाय असंच नातं सुरू ठेवायचं? तेजू मोठा होतोय. एक ना एक दिवस त्याला हे समजलं तर मला त्याला उत्तर द्यावं लागेल! गेला महिनाभर मनात हाच विचार वाढत होता. म्हातारपणी प्रभाकरनं माझ्याकडे बघितलं पाहिजे. असंच चाललं तर शरीराचं आकर्षण वयापरत्वे कमी झाल्यावर तो कदाचित मला सोडूनही जाईल! त्या वयाला त्यालाही त्याची मुलं, सुना, जावयांची भीती वाटायला लागेल.

बराच विचार करून एका संध्याकाळी मी विचारलं, ''एक विचारते. लपवाछपवी न करता उत्तर देशील?''

''आपल्या दोघांमध्ये कसल्याही प्रकारची लपवाछपवी नाही, हे तुला ठाऊक नाही का?''

''खरं आहे ते! माझ्याशी लग्न करावं असं तुला कधीच नाही का वाटलं?''

''असं का बरं विचारतेयस?'' एक दीर्घ चुंबन घेत त्यानं विचारलं.

''तू एकदाही तसं विचारलं नाहीस!''

''लग्नाच्या मरण-चौकटीत आपल्याला कोंबलं तर प्रेम मरून जातं, असं आपण अनेकदा बोललोय ना?''

''तेव्हाची परिस्थिती वेगळी होती. आता माझा घटस्फोट झालाय. जयकुमारकडून यायचं ते सगळं आलंय. या नंतर त्याच्याकडून काहीही येणार नाही. आलं तरी मला ते मुळीच नकोय! मला तुझ्याकडूनही काही अपेक्षा नाही. लग्न करायला मला कायद्याची कुठलीही अडचण नाही. मला मिसेस प्रभाकर म्हणून घ्यायची इच्छा आहे!''

''दॅट शोज युवर लव्ह डिअर!'' पुन्हा एकदा चुंबन घेत तो म्हणाला, ''पण लग्नाच्या पिंजऱ्यात अडकलं तर प्रेम टिकणार नाही ना!''

''आपण 'पिंजरा' म्हटलं की तसं दिसतं. त्यालाच आपण 'घरटं' म्हटलं तर घरटं दिसतं! दोन पक्षी मिळून घरटं नाही का बांधत! अगदी खरं सांगायचं म्हणजे मला आणखी एकदा गरोदर राहायची फार इच्छा आहे! तो भार वाहायचा आहे, ती मनाची कातरता, ती वेदना पुन्हा एकदा अनुभवायची आहे! तेजूच्या वेळी गरोदर असताना माझ्याच मनाचा गोंधळ उडाला होता. त्या बाळाच्या वडलांविषयीचा तिरस्कार, फसवणूक; माझ्या मनातही सगळ्या जगाविषयी तिरस्कार भरला होता. आता मनात कुठलीही निगेटिव्ह भावना न ठेवता गरोदरपण, डोहाळे, बाळंतपण अनुभवायचं आहे!''

तो पाचेक मिनिटं गप्प होता.

"का? गप्प बसलास?" मी विचारलं.

"हे सगळे दुर्बलपणाचे प्रकार आहेत, असं तूच मागं सांगायचीस ना!"

"होय. तेव्हा हे सगळे रोमॅण्टिक काळातल्या दुर्बलतेचे प्रकार वाटायचे, खरे! आता वाटतं, नवऱ्याच्या दास्याला बळी न पडता हे सगळं अनुभवणं म्हणजे दुर्बलता नव्हे!"

"तर मग लग्न कशाला?"

"सध्याच्या सामाजिक परिस्थितीत लग्न न करता मी गरोदर राहिले आणि बाळाचा बाप म्हणून तुझं नाव लावलं तर तुला चालेल?"

"ओह! कमॉन! आज तू भलतीच वादाच्या मूडमध्ये आहेस! अशा वेळी तू इतकी लव्हली दिसतेस म्हणून सांगू! आय लव्ह यू डार्लिंग!" म्हणत तो आणखी लाडात आला.

"डिअर, तू शहाणा आहेस! माझ्या प्रश्नाला बगल देतोयस! सांग, माझ्याशी लग्न करशील? की लग्नाशिवाय मला एक मूल देऊन राजरोसपणे त्याचं पितृत्व स्वीकारशील?" मी स्पष्टच विचारलं.

काही क्षण शांत राहून नंतर तो गंभीरपणे म्हणाला, "तुम्ही स्त्रियांच्या उद्धारासाठी चळवळ करताय ना! तुम्हीच द्वि-पत्नीत्वाचा कायदा करायला लावलाय ना! दुसरं लग्न करणाऱ्याला सात वर्षांची शिक्षा, नोकरीवरून डिच्चू! लग्न न करता तुझ्या पोटी मी मुलाला जन्म दिला तर माझी बायको दांपत्य-द्रोहाच्या आरोपाखाली माझ्यावर केस करेल, सरकारी नोकर आहे मी!"

"शिवाय सासऱ्याचा मिंधा!"

त्यानं माझ्याकडे रोखून पाहिलं. मलाही वाटलं, माझं बोलणं जरा जास्तच झालं! सावरून घेत मी म्हटलं, "तुला हिणवायला मी तसं म्हटलं नाही. हवं तर तुझा सगळा पगार त्यांनाच दे आणि डिव्हॉर्स घे. माझं हे घर आणि एक कोटी रुपयांचं व्याज आपल्या दोघांनाही पुरेसं आहे!"

तो काही बोलला नाही. त्याचा रोमॅण्टिक मूडही राहिला नव्हता. त्याच्या मूड्सचा अंदाज असल्यामुळे मला त्यात काहीही आश्चर्य वाटलं नाही. मलाही राग आला होता. तो माझ्या चेहऱ्यावरून कदाचित स्पष्ट दिसत असावा, तरीही मी तो बोलण्यातून दिसू दिला नाही. तो जायला निघाला तेव्हा म्हटलं, "तुला वैताग आला असेल तर सॉरी! पण मला गेला महिनाभर तसं वाटतंय खरं!"

त्यानंतर एक आठवडा गेला तरी तो आला नाही. फोनही केला नाही. एकदा मीच फोन केला. त्यानं फोन घेतला, "सर, एका मीटिंगमध्ये आहे. नंतर मीच करेन." असं म्हणत त्यानं फोन खाली ठेवला. समोर किंवा त्या खोलीत आणखी कुणी असेल तर "सर" म्हणायची त्याची पद्धत होती. तसंच काहीसं झालं असावं

असं वाटलं, पण त्यानं नंतर फोन केला नाही. रागावला की काय? ही लग्नाच्या पिंजऱ्यात अडकवायचा प्रयत्न करतेय, आपण सावध राहायला पाहिजे, असा विचार करत असेल काय तो? त्यानं इतके दिवस दाखवलेलं प्रेम म्हणजे धोका वाटू लागलं. माझ्या वाढदिवसाला न चुकता देत असलेल्या रेशमी साड्या आणि भारी सलवार-कमीज, भारी पर्सेस आणि चपला म्हणजे तो ऑफिसमध्ये खात असलेल्या लाचेचा एक शतांश भाग असेल काय? किती दिवस फोन करणार नाही, बघतेच! वाट पाहायला तयार आहे मी!

याच वेळी याला दिल्लीत तीन महिन्यांची शिक्षा झाल्याची बातमी वृत्तपत्रांमध्ये आली. बायकोला देहसुख नाकारून वेश्येशी मजा मारणाऱ्याला ही अगदीच कमी शिक्षा म्हणायची! या विषयीही कुणाबरोबर तरी बोललं तर समाधान होईल असं वाटत होतं. चित्रा मॅडमना फोन केला.

"मीही पाहिलीय ती बातमी. शिक्षा सुनावताना दिल्लीच्या कोर्टानं केवळ इम्मॉरल ट्रॅफिक ॲक्टचा विचार केलाय. बायकोबरोबरचा कर्तव्यभंग हा मुद्दा त्याच्यासमोर नव्हताच, असं दिसतंय. आपल्या न्यायव्यवस्थेतच त्रुटी आहेत, त्यासाठी लढा द्यायला पाहिजे! तुम्ही का चळवळीत भाग घेत नाही? तुमच्यावर जो अन्याय झालाय, तो काही फक्त तुमच्यावर झालेला नाही! महिलांवर होत असलेल्या अखंड अन्यायाचा तो केवळ एक भाग आहे! हे लक्षात घ्या आणि कार्योन्मुख व्हा! तुमच्यावर झालेल्या अन्यायाला वृत्तपत्रात किंवा पुस्तकरूपानं लिहून तुम्ही वाचा फोडली पाहिजे!..."

चळवळीत भाग घेतला तर माझं नुकसान भरून येणार आहे का? चळवळीत ही शक्ती आहे का? म्हणून मला स्वार्थी म्हणायचं का? आठवड्यातून दोन वेळा पदरचं पेट्रोल खर्च करून सभांना जाते, तिथं व्याख्यानं नाही का देत? एवढं मी करू शकते! मी काही स्वार्थी नाही!

या विचारानं थोडं बरं वाटलं.

२

असाच सुमारे दीड महिना गेला. प्रभाकर घरी येण्याचं काही ना काही कारणानं चुकवत होता, त्यासाठी कारणंही सांगत होता, "बिझी आहे... गुलबर्ग्याला प्रवासासाठी चाललोय... केन्द्र सरकारची मीटिंग आहे... दिल्लीला जायचं आहे..." अशा कितीतरी सबबी सांगून झाल्या. असल्या माणसाला मी का वरचेवर फोन करून चीप व्हायचं असं वाटून राग यायचा. एकदोनदा मनात आलं, त्याला

म्हणावं, तू माझ्याशी लग्नही करू नकोस आणि मला मूलही देऊ नकोस! एका दृष्टीनं बघितलं तर त्याच्या म्हणण्यालाही अर्थ आहे. त्याच्या बायकोनं ठरवलं तर याला घटस्फोट मिळणार नाही. कुठल्या आधारावर यानं घटस्फोट मागायचा? कुणाचंही नाव नको! याच्यापासूनच गर्भ धारण करायचा आणि नाव सांगायचं नाही. म्हणजे स्त्री-मुक्तीची चळवळ आणखी एक पाऊल पुढं नेल्यासारखं होईल! पण त्यासाठी तरी त्यानं येणं आवश्यक होतं!

होय. काहीतरी करून त्याला इथं यायला लावलं पाहिजे. तुझ्या कुटुंबाला कसलीही हानी पोहोचणार नाही, असं आश्वासन दिलं पाहिजे! पण, का कोण जाणे, हे मला थोडं कमीपणाचं वाटू लागलं. पुरुषाच्या सहकार्याशिवाय तिला मातृत्वाचा उपभोग घेता यायला हवा होता. निसर्गानं तिच्यावर हाही अन्यायच केला आहे! कुठल्याही पुरुषाच्या संपर्काशिवाय, आपल्याला हव्या त्या वर्णनाच्या अपत्याची प्राप्ती करून घ्यायचा प्रयोग पाश्चात्त्य देशांत चालले आहेत म्हणे! आपला देश अजून तेवढा पुढारलेला नाही... तरीही स्त्रीच्या उन्नतीला नेहमीच खोडा घालणाऱ्या पुरुषाच्या वीर्यावरच तिला अवलंबून राहावं लागतं! छी:!

३

आणखी दोन आठवडे गेले. वेळ जाणं कठीण झालं होतं. करायला काही कामही नव्हतं, काहीतरी काम निर्माण करून करायचं म्हटलं तरी काय करावं ते सुचत नव्हतं. त्यातच एक मनस्तापाला कारणीभूत ठरेल अशी एक घटना घडली. माला मॅडमच्या सेक्रेटरीनं फोन करून सांगितलं, "मॅडमनी तुम्हाला कळवायला सांगितलंय म्हणून फोन केला. तुम्हाला तर नक्की यायला सांगितलंयच; शिवाय शक्य तितक्या लोकांनाही घेऊन यायला सांगितलंय. सभागृह भरलं पाहिजे; म्हणजे भाषण करणाऱ्यांना उत्साह येईल. 'महिला-उद्योजकांना सल्ले आणि सूचना' या विषयावर सेमिनार आहे. नंतर प्रश्नोत्तरांनाही संधी आहे. येत्या रविवारी सकाळी दहापासून संध्याकाळी सहा वाजेपर्यंत. सगळ्यांनाच संयोजकांकडून दुपारचं जेवण देण्यात येईल. चहाही आहे."

एक संपूर्ण दिवस घराबाहेर आणि तोही बौद्धिक चर्चेनं भरलेला! या विचारानंच छान वाटलं. त्या आनंदात वक्ते कोण-कोण आहेत हेच विचारायचं राहिलं. माला मॅडमनी ठरवलेला कार्यक्रम म्हणजे सगळे तज्ज्ञच असतील म्हणा! मीही फोन करून त्याविषयी विचारू शकले असते, पण मला तो फारसा महत्त्वाचा मुद्दा वाटला नाही. मनात आलं, जयंती हाय प्रोसीजन कंपनी विसर्जित करण्याऐवजी

मीच ती ताब्यात घेतली असती तर मंगळा प्रोसीजन असं नाव ठेवून या रविवारी मीच माझे अनुभव सभेपुढे दिमाखात मांडले असते! मीच बीज-भाषण केलं असतं आणि बायकांनीही सभागृहाचं छत उडून जाईल अशा प्रकारे टाळ्यांचा कडकडाट केला असता! मला सगळ्यांनी घेरलं असतं. सगळ्या माध्यमांनी माझ्यावर कॅमेरे रोखले असते. दुसरे दिवशीच्या सगळ्या वृत्तपत्रांमध्ये तीच बातमी मोठ्ठाल्या फोटोंसह प्रकाशित झाली असती; शिवाय अशा समर्थ स्त्रीच्या नालायक नवऱ्याला कारावास झाला ते योग्यच झालं... अशा प्रकारचे अग्रलेख लिहिले असते! याच कल्पनेत दिवसरात्र घालवता-घालवता रविवार कधी आला ते कळलंच नाही!

तेजूला आईकडे सोपवून कार्यक्रमाला गेल्यावर समोरची, दुसऱ्याच रांगेतली जागा पकडून बसतानाही आपणच बीज-भाषण करणार असल्याच्या मूडमधून बाहेर येणं जमत नव्हतं. थोड्याच वेळात भाषणं करणाऱ्या महिला पहिल्या रांगेत येऊन बसू लागल्या. तिसऱ्या रांगेतल्या स्त्रिया त्यांना अभिवादन करू लागल्या.

आणि माझ्या छातीचा ठोकाच चुकला. समोर मॅडम सराफ उभ्या होत्या! त्यांनी मला ओळखलं आणि बराच काळ क्लास चुकवणाऱ्या विद्यार्थिनीला हटकावं तसं नजरेनं हटकलं. म्हणाल्या, "ओह! तू बेंगळूरमध्येच आहेस?"

"येस मॅडम!" म्हणताना माझा आवाज पार फुटेनासा झाला होता.

"नंतर मी तुझ्या नंबरवर फोन केला होता! पण 'हा नंबर अस्तित्वात नाही' असं उत्तर आलं.

"ते ऑफिस विसर्जित केलं गेलं ना! नंतर मी स्वतःचं घर केलं."

"नवा नंबर आणि नवा पत्ता कळवणं हे जागा बदललेल्यांचं कर्तव्य असतं! नाही का? ते जाऊ दे. माझ्या भाषणानंतर मला भेट!" एवढं बोलून त्या पुढं झाल्या.

माझ्या छातीचे ठोके पूर्ववत् होण्याआधी सभा सुरू झाली. माला मॅडमनी प्रास्ताविक केलं, त्यांनीच वक्त्यांचा परिचयही करून दिला. त्या नंतर सराफ मॅडमचं भाषण सुरू झालं. मागं मीच लिहून दिलेल्या भाषणाची मला आठवण झाली. जवळ-जवळ तोच विषय तशाच चालीवर मांडला होता. मधे-मधे तिची नजर माझ्याकडे वळत होती. तिचं भाषण संपताच हलकेच तिथून बाहेर पडायची इच्छा झाली. मधे किती वेळा ही बेंगळूरला येऊन गेलीय कोण जाणे! प्रयत्न केला असता तर माझा पत्ता नसता का मिळाला? माला मॅडमही सांगू शकल्या असत्या! पण तशी उत्सुकता दाखवली असती तर आपला उद्योग त्यांच्या लक्षात आला असता, अशी तिला भीती वाटली असेल का? आता मी नजरेला पडले म्हटल्यावर एवढी आसक्ती दाखवत्येय ही! नजरेसमोर नसेल तर विसरून जायची स्वार्थी बुद्धी! मी कशाला हिच्यापुढे वाकायचं? तेव्हाची गोष्ट वेगळी होती. आता मला काही

नोकरीसाठी कुणाच्या हाता-पाया पडायची गरज नाही! मोठ्ठालं घर आहे, वर्षाला दहा लाख व्याज येतं! हिच्यापेक्षा कशात कमी आहे मी? कशाला घाबरू हिला?

भाषण संपल्यावर मी थेट तिच्यापाशी व्यासपीठापाशी गेले. तिची नजर माझ्यावरच रोखली होती. आता 'व्यवसाय आणि बँकांच्या समस्या' या विषयावर मोठ्या काठाची कांजीवरम् साडी नेसलेल्या, त्यावर मॅचिंग ब्लाऊज आणि कानात हिऱ्याच्या कुड्या घातलेल्या रिझर्व्ह बँकेच्या एक अधिकारी बोलायला उभ्या राहिल्या. व्यासपीठालगत उभ्या असलेल्या सराफ मॅडमनं माझा दंड धरला आणि म्हणाली, ''चल स्वीटी! मी इथलं सामूहिक जेवण करणार नाही. चल! माझ्या हॉटेलवर जाऊन जेवू या!''

''माझा मुलगा वाट बघत असेल! मी जेवू घातल्याशिवाय तो जेवत नाही. प्रचंड चिडतो! नोकरांना आवरता आवरत नाही!''

तिच्या भुवया उंचावल्या. ''लग्न केलंस? की सिंगल पेरेंट?'' तिनं विचारलं.

''लग्न केलं. माझ्या नवऱ्यानं माझी पाठच सोडली नाही! भलताच प्रेमात पडला तो माझ्या!''

''आय सी! अगदी हँडसम असेल! काय करतोय?''

''व्हेरी हँडसम! मी माझ्या कुठल्याही मैत्रिणीची त्याच्याशी ओळख करून देत नाही! उद्योगपती आहे. गेल्या वर्षी पाचशे कोटींची उलाढाल झाली!'' मी तिच्या चेहऱ्यावरचे फेरफार निरखत सांगितलं. तिचा चेहरा उतरला. ''काँग्रेच्युलेशन! हाऊ हॅपी आय एम!'' नंतर ''पण माणसं दोन्ही प्रकारची आवड असणारी असू शकतात! कॉफी आणि चहा सारख्याच आनंदानं एन्जॉय नाही का करत? चल! माझ्या रूमवर जेवण घेऊ या!'' तिनं माझा दंड दाबत म्हटलं, ''तुझ्या नवऱ्याचं तुझ्यावर जेवढं प्रेम आहे, त्यापेक्षा माझं प्रेम जास्त आहे!''

''थँक यू, सराफ! माझा नवराही या सभेला आलाय! बाहेर तो माझी वाट पाहात असेल! बाय!...'' म्हणत मी मागं वळून चालू लागले.

घाईघाईनं पावलं टाकत सभागृहाच्या शेजारच्या गल्लीतून जाताना, सराफसाठी निर्माण केलेल्या, हाता-पाया पडून माझ्याशी लग्न केलेल्या आणि सभागृहाबाहेर माझी वाट बघत असलेल्या नवऱ्याचं पात्र खरंखुरं होऊन माझ्या बरोबरीनं पावलं टाकत होतं. सभांगणाच्या मुख्य दाराशी आल्यावर मात्र, आता घरी गेल्याशिवाय दुसरा उपाय नाही, असं वाटून मी माझी कार शोधू लागले. एवढ्या कार्समधून आपली कार बाहेर काढणं अशक्य वाटलं.

एवढ्यात मागून कुणी तरी हाक मारली, ''मंगळा!...''

मागं वळून पाहिलं तर सुकन्या हेगडे!

''अशा सभांमध्येच आपली भेट होते! एखाद्या रविवारी माझ्या घरी ये ना!''

ती म्हणाली.

काहीही बदल नाही हिच्यात! पुढं येणाऱ्या कुरळ्या बटांमध्ये एखादा रुपेरी केस डोकावत होता.

''अरे ! सुकन्या, तू ? लग्न झालंय तुझं? आणि ह्या बटांना का डाय केलं नाहीस?'' मी तिचे हात हातात घेऊन सलगीनं विचारलं.

''करेन की! मग मला साजेसा नवरा शोधून देशील काय?'' तीही हसत म्हणाली. दोघीही माझ्या कारपाशी गेलो आणि चपळाईनं त्यात बसलो. ती अजूनही त्याच ट्रान्सपोर्ट खात्यात काम करत होती. तिला एक प्रमोशनही मिळालं होतं, तरीही स्वत:ची कार घेण्याइतकी तिची परिस्थिती नव्हती. घरात आई-वडील-एक निरुद्योगी बहीण आणि नोकरी करत असली तरी कसलीही जबाबदारी न घेणाऱ्या बहिणीची जबाबदारी होती. सुकन्याला तिचे आई-वडील लग्न करायचा आग्रह करत असले तरी आपण लग्न केलं तर यांचं कोण बघणार आणि एवढी जबाबदारी असलेल्या बाईशी कोण लग्न करणार? त्यात आता तर वय होत चालल्यामुळे आणखी कठीण होत चाललं होतं! अशा वेळी जुन्या मैत्रिणी भेटल्या की जुन्या आठवणींना केवळ उजाळा दिल्याखेरीज आणखी काय करणार म्हणा!

४

सकाळी आठ वाजता तेजूला शाळेसाठी तयार करत होते. त्याच वेळी एक बाई आत शिरली. केर काढून फरशी पुसणाऱ्या कामवालीनं दरवाजा उघडा ठेवला होता. आपली ओळख न सांगता अशा प्रकारे घरात शिरणारे चोरच असतात ना! बाई असेल पंचाहत्तर-ऐंशी वर्षांची. दाट पांढरे सावरीसारखे केस. गोल चेहरा, थकलेलं शरीर, अंगावर विटकी पांढरी साडी, मोकळं कपाळ, हातात बांगड्या नाहीत. कदाचित स्वयंपाकाचं काम असेल तर मागायला आली असेल, असंही वाटलं; तरीही ही पद्धत नव्हे!

मी रागानंच विचारलं, ''कोण बाई तू? न विचारता अशी का घरात घुसतेस?''

त्यात हल्ली मुलांना पळवून नेऊन भरपूर पैशांची मागणी करणाऱ्या लोकांची टोळकी बेंगळूरमध्ये फार होताहेत! आधी विश्वास वाटावा म्हणून या असल्या बायकांना पुढं करतात! मी घाईनं तेजूला आत पिटाळलं.

तिनं विचारलं, ''हाच काय माझा नातू?''

''तू कोण आहेस?''

''मी त्याची आजी!''

"त्याला एकच आजी आहे. विजयनगरमध्ये राहते ती. तू कोण?"

"मी? मी या घरची मालकीण!"

"मुकाट्यानं बाहेर जातेयस की मानगूट पकडून बाहेर काढू? थांब! पोलिसांना फोन करते!" माझा संयम संपला. ही बाहेर दरोडेखोरांना उभं करून तर आली नसेल?

"मानगूट पकडून बाहेर काढणार तू? या घर-मालकाची आई आहे मी! माझ्या सुनेनं बांधलंय हे घर! तू कोण उपटसुंभ या घरात घुसलीस? हा कुणाचा मुलगा? माझा नातू की आणखी कोण? मी नीट बघायच्या आधीच आत पाठवून दिलंस त्याला! तोंड बघितलं तर मला कळेल हे आमच्या घराण्याचं बेणं की भलत्या कुणाचं तरी आहे ते!"

"ए भवाने! काय बोलतेयस तू!" भलतंच काही मनात येऊन मी किंचाळलेच! माझा आवाज ऐकून कामवालीही धावत आली. तिच्यावर ओरडले, "आधी हिला घराबाहेर काढ बघू! ऐकू नाही का आलं? हिचं बकोटं पकडून हिला घराबाहेर काढ म्हटलं ना!"

"केरवारे आणि धुणंभांडी करून पोट जाळणारे आम्ही! लोकांची बकोटी धरली तर पोलीस पकडून नेतील! नाय जमायचं!" तिनं मुळमुळत सांगितलं. उलट अतिक्रमण करणाऱ्या म्हातारीनं चढ्या आवाजात कांगावा केला, "माझं बकोटं पकडून बाहेर काढतेस? खरं सांग! कुणाचं पाप माझ्या लेकराच्या गळ्यात मारून सगळी इस्टेट बळकावून बसलीस? लग्नानंतर किती दिवसांनी ह्या पोराला जन्म दिलास? कोण आहे या मुलाचा बाप? माझा मुलगा गरीब आहे म्हणून हे खेळ खेळतेस? रक्ताची परीक्षा करायला लावेन! या पोराची आणि माझ्या मुलाच्या रक्ताची परीक्षा!" एवढं बोलून ती बाई वळली आणि निघून गेली.

आधी वाटलं, ही एखादी वेडी असेल! नंतर वाटलं, ही जयकुमारची आईही असू शकेल! थोरल्या सुनेला हुंड्यावरून छळलं, त्यासाठी तीन वर्षांची शिक्षाही झाली होती तिला! नंतरही कुठंतरी बेपत्ता झाली होती. आता कुठून उगवली ही? कोर्टाकडून मला अधिकृतपणे मिळालेल्या घरात घुसखोरी करून माझ्यावर नाही-नाही ते आरोप करून निघून गेली! हिला पुन्हा जेलमध्ये जायची हौस आलेली दिसते! चांगली अक्कल शिकवायला पाहिजे या थेरडीला! चित्रा मॅडमना फोन करून... आणि ही! माझा पगार घेतेय आणि मी मदतीला हाक मारली तर ढिम्म हलायला तयार नाही ही! खरं तर हिला कामावरूनच काढून टाकायला पाहिजे, पण दुसऱ्या बायका तरी कुठं मिळतात लवकर? अलीकडे फॅक्टऱ्या वाढलेत, त्यामुळे असल्या बायकांनाही तिथं जास्त पगाराच्या नोकऱ्या मिळताहेत ना! आणि ही भडकली तर त्या थेरडीच्या बाजूनं कोर्टात साक्ष द्यायलाही ही पुढं होईल!

दुपारपर्यंत तीच मागची घटना नव्या दृष्टीनं समोर येऊ लागली. लग्नाचा दिवस आणि तेजूच्या जन्माचा दिवस पाहिला तर तेजू इतका सशक्त असायला नको होता. त्याच्या जन्माचा दिवस आणि वेळ हॉस्पिटलच्या रजिस्टरात रीतसर नोंदवलेली असते. पुढं असलं काही उभं राहील असं त्या वेळी वाटलं नव्हतं. रजिस्टर पाहिलं तर लग्नाच्या आधी दिवस राहिल्याचं सिद्ध होईल यात शंका नाही. 'कुणापासून?' हा पुढचा प्रश्न!

याला मीच कंडोम वापरायला विरोध केला होता. प्रभाकर मात्र नेहमीच ती काळजी घ्यायचा, त्यामुळे या आधी कधीच काही घोटाळा झाला नव्हता, ती कॉलेजमधली घटना सोडली तर! त्यामुळे तेजू याचाच आहे यात शंका नाही. पण... पण... जर प्रभाकरच्या कंडोमनं दगा दिला असेल तर? कुठलंही रबर शंभर टक्के सुरक्षित नाही, असं त्याचे निर्मातेच बारीक अक्षरात लिहितात! अगदी तसं गृहीत धरलं तरी तेजूचा बाप जयकुमारऐवजी प्रभाकर असण्याची शक्यता हजारात एक एवढी आहे, पण तेवढी का होईना, ती शक्यता आहेच! ती थेरडी रक्त-परीक्षेच्या गोष्टी करून गेली ना! जर त्यात हे मूल जयकुमारचं नाही, असं सिद्ध झालं तर? तर मला फसवणुकीच्या आरोपाखाली तर केस होईलच; शिवाय आता दुसऱ्याच्या मुलासाठी ही पोटगी मागितली, असाही आरोप करून हा माझ्याविरुद्ध केस करेल का?

माझा श्वास थांबल्यासारखा झाला.

होय. अशा परिस्थितीत हा सूड घेतल्याशिवाय राहणार नाही. म्हातारी रक्त-परीक्षा म्हणाली! तिला आणखी काही समजलं असेल का?

दुपारचं जेवताना त्यात लक्ष नव्हतं, चवही लागली नाही. अलीकडे ही स्वयंपाकीणही नीट स्वयंपाक करत नाहीये! सकाळचा नाश्ता आणि दोन्ही वेळचा स्वयंपाक करायला दोन हजार घेते! दम दिला तर नोकरी सोडून निघून जाईल! दोन्ही वेळेला मीच मायक्रोमध्ये गरम करून घ्यायचं! माणसाला नियम म्हणून राहिले नाहीत.

रात्रीही झोप लागली नाही. जेलची शिक्षा झाली तर? गुन्हा सिद्ध झाला तर शिक्षा होऊ शकेल का? वकिलांना विचारायला पाहिजे. कायद्यातले बारकावे केवळ वकिलांच्याच लक्षात येतात, पण ह्या सगळ्या गोष्टी चित्रा मॅडमना विचारायला संकोच वाटतो, कारण सगळं ऐकल्यावर त्यांना माझ्याविषयी वाटणारा आदर आणि ममत्व पहिल्याप्रमाणे राहणार नाही. 'होय! यानं मला वापरण्याआधी माझा एक मित्र होता, त्याच्याशी माझे शरीर-संबंधही होते; पण मला दिवस राहिले ते मात्र याच्यापासूनच;' असं सांगायला लाज कसली? प्रत्येकाला शरीराची भूक ही असतेच. ती स्त्री आणि पुरुषांना समान असते, नाही का! या विचारानं थोडं समाधान

वाटलं तरी चित्रा मॅडमपुढे आपली केस थोडी दुर्बल होतेय असं वाटलं.

दुसरे दिवशी वाटलं, त्या म्हातारीचा आगापिछा शोधून काढला पाहिजे. ती त्याची आई असली तरी ती केव्हा आलीय, एवढी सगळी माहिती तिला कुठून कळाली असेल, या सगळ्याची माहिती आधी मिळवायला पाहिजे. दोन दिवस विचार केल्यावर आठवलं, संपिगे रोडवर एक 'इंटरनॅशनल डिटेक्टीव्हज'ची पाटी पाहिली होती. लगेच कार घेऊन तिथं गेले. ऑफिसमध्ये दोघं होते. एक पुरुष. बहुतेक पोलीसखात्यातून निवृत्त झाला असावा. आणखी एक ऑफिस बघून घेणारी मुलगी होती.

आत जाऊन मी त्याला सांगितलं, "एक कॉन्फिडेन्शियल गोष्ट आहे!"

त्यानं मला आतल्या खोलीत यायला सांगितलं. दार बंद केल्यावर सांगितलं, "इथली प्रत्येक गोष्ट खाजगीच असते! आमची कंपनी आंतरराष्ट्रीय कंपनी आहे! बोला."

मी जयकुमारची पार्श्वभूमी, आता तो दिल्लीच्या जेलमध्ये असल्याचं सांगितलं आणि आता माहिती मिळवायचीय ती मुलगी आणि नोकराणी द्यावक्का राहात असल्याची जागा, त्यांच्याकडे आणखी कुणी आलंय काय याचा शोध घ्यायला सांगितलं.

"तीन दिवसांत सगळी माहिती तुम्हाला देण्यात येईल. फी पंचवीस हजार!"

"इतक्या साध्या माहितीसाठी इतकी फी?"

"तुमच्या दृष्टीनं साधी, पण त्यासाठी आम्हाला ज्या तज्ज्ञांची मदत घ्यावी लागते, त्यांच्या फीची रक्कम सांगितली तर तुमचा विश्वास बसणार नाही! विरुद्ध पार्टीला संशय येणार नाही अशा प्रकारे आम्हाला माहिती गोळा करावी लागते! हे काम नीट झालं की तुम्हाला तुमच्या युद्धात नक्की यश मिळणार! हा आमचा स्टॅण्डर्ड रेट आहे. त्यात कमी-जास्त करायचा मला अधिकार नाही."

मुकाट्यानं दहा हजार ॲडव्हान्स देऊन घरी परतले.

चार दिवसांनी त्यांनी एवढी माहिती मिळवून आणली: जयकुमारनं रिंगरोडवर असलेल्या मुरुगा अपार्टमेण्टमध्ये दुसऱ्या मजल्यावर दोन बेडरूम्सचा एक फ्लॅट दरमहा दहा हजार भाड्यानं घेतला आहे. त्याची हँडीकॅप मुलगी द्यावक्का नावाच्या मदतनीस स्त्रीबरोबर तिथं राहते. गेल्या दहा दिवसांपासून जयकुमारची आई राजम्मा आल्या असून त्याही त्याच ठिकाणी त्या दोघींबरोबर राहताहेत. ऐंशीच्या जवळपास वय आहे. केस घनदाट पांढरे शुभ्र आहेत. शरीर थकलं आहे. पांढऱ्या साड्या नेसतात. घरात टेलिफोन नाही. आणखी जास्तीची माहिती हवी असल्यास पुन्हा आमच्या ऑफिसशी संपर्क साधावा.

अच्छा! आता सगळा खुलासा झाला! या द्यावक्कानंच हिला हे घर दाखवलं

असलं पाहिजे! माझ्याविषयीही सगळं, नाही-नाही ते सांगितलं असलं पाहिजे! लग्नाची तारीख आणि तेजूच्या जन्माची तारीख, तडकाफडकी झालेलं लग्न, त्या नंतरही प्रभाकरच्या येण्या-जाण्याविषयीही सांगितलं असेल काय? तिनंच पाळत ठेवली असेल काय? तिनं हे सगळं जयकुमारला सांगितलं असेल काय? सांगितलं असेल तर त्यानं का नाही हा मुद्दा त्याच वेळी काढला? यामुळे कोर्टात काहीही सिद्ध करता येणार नाही, असं त्याच्या वकिलानं त्याला सांगितलं असेल का?

या असंख्य उलटसुलट विचारांच्या लाटांमध्ये जीव भंडावून गेला, तरीही त्या म्हातारीनं इतक्या ठामपणे रक्त-परीक्षेचा विषय काढल्यामुळे हादरा बसायचा तो बसलाच.

काही का असेना, तेजू कुणाचा, याचं उत्तर माझ्यापुरतं मी तर शोधून काढलंच पाहिजे! मी त्याच्या चेहऱ्याकडे लक्ष देऊन पाहू लागले. जयकुमारशी साम्य आहे का? कपाळ आणि नाकाच्या शेंड्याच्या बाबतीत असं काही म्हणता येणार नाही. डोळे तर खूपसे प्रभाकरसारखेच आहेत, की माझ्यासारखे? काहीही समजत नाही. खरं तर हेही काही खरं नसतं. आई आणि वडलांच्या जवळपासच्या अनेक नातेवाइकांचे वेगवेगळे अवयव घेऊन मूल जन्माला येत असतं असंही कुठंतरी वाचलं होतं. रक्त-परीक्षा हाच एक खात्रीचा पुरावा होऊ शकेल. होय! तेजूच्या रक्ताची परीक्षा करून तो 'हा माझा मुलगा नाही' असं सिद्ध करू शकेल! या म्हातारीच्या सांगण्यावरून त्यानं खरोखरच जेलमधून सुटल्यावर केस केली तर? अर्थात मीही त्याला परवानगी दिली पाहिजे, म्हणा! हे काही इतकं सोपं नाही! या विचारानं थोडं धैर्य वाटलं, पण तो जर संतापाच्या भरात यासाठी हटून बसला तर? चीटिंग केस घातली तर?... नो! चित्रा मॅडमपाशी गेलं तर त्याही माझ्याकडे संशयानं बघायला लागतील. त्याच माझ्याविरुद्ध बाजू घेतील. त्या म्हणतील, लैंगिक स्वातंत्र्याचा वापर करून गरोदर राहायला हरकत नाही, पण मग दुसऱ्यावर आरोप करून त्याच्याशी लग्न करायची काय गरज आहे? त्यानं केस करेपर्यंत वाट बघण्याशिवाय दुसरा उपाय नाही.

दोन दिवसांनंतर एक उपाय सुचला. प्रभाकर आणि तेजूची रक्त-परीक्षा का करू नये? एकदा तेजू याचा नाही असं समजलं तरी मला कसली भीती राहणार नाही. पण त्यात हा प्रभाकरचा असल्याचं सिद्ध झालं तर? पण ती शक्यता हजारात एक आहे ना! यात आणखी एक प्रश्न होता. प्रभाकर या परीक्षेला तयार होईल का? हे सगळं तुझं पितृत्व नाकारण्यासाठी करू या म्हटलं तरी तो खात्रीनं यासाठी तयार होणार नाही! आधीच तो रुसला आहे! आधी त्याचा राग काढला पाहिजे, त्यानंतर हा प्रस्ताव त्याच्यापुढे मांडला पाहिजे! हे इतकंसं सोपं नाहीये, तरीही माझ्या मनातला संशय शांत व्हायचा असेल तर हा एकच मार्ग आहे.

प्रभाकरला फोन केला की तो बिझी आहे म्हणत फोन ठेवून देत होता. कधी मीटिंगमध्ये आहे, म्हणून सांगायचा. समोर कुणी नसलं की "व्हाय डू यू डिस्टर्ब मी?" असं रागानं म्हणत दणकन फोन ठेवून देत होता. एक दिवस मी त्याच्या ऑफिसमध्ये गेले. सेक्रेटरीला किंवा प्यूनला काहीही न सांगता तशीच आत घुसले. तो दोन माणसांशी काहीतरी बोलत होता. माझ्याकडे वळून बघताच त्याचा चेहरा पांढराफटक पडला. मी काही न बोलता मुकाट्यानं उभी राहिले. आपण काही बोललो तर ही त्या पाहुण्यांसमोर काहीतरी उत्तर देईल याची कल्पना असल्यामुळे त्यानं त्या मोठ्या हॉलच्या एका कोपऱ्यात असलेल्या सोफ्याकडे हात करून बसायला सांगितलं आणि आपण किंचितही विचलित न झाल्यासारखं दाखवत तो पाहुण्यांशी बोलू लागला, तरीही त्यानं लवकर काम संपवून त्यांना बाहेर पाठवलं. ते बाहेर गेल्यावर मी त्याच्या समोरच्या खुर्चीवर जाऊन बसले.

त्यानं रागात विचारलं, "ऑफिसला का आलीस?"

"फोनवर का नीट बोलत नाहीस?"

"मला धमकावतेस?"

"तू आपण होऊन लग्न करायला आलास तरी मला नकोय! पण घरी येऊन जा. थोडं बोलायचंय! नाही आलास तर मीच पुन्हा येईन! मला अडवणं तुलाही शक्य नाही आणि तुझ्या खात्याच्या सेक्रेटरीलाही शक्य होणार नाही!"

त्याच्या डोळ्यांची काही क्षण अस्थिर हालचाल झाली. मीच म्हटलं, "मी काही तुला धमकावत नाहीये. काही त्रासही नाही देणार! तू येऊन जा बघू!"

"उद्या संध्याकाळी सहा वाजता!" तो म्हणाला. मला इथून बाहेर काढण्यासाठी हा खोटं तर बोलत नसेल? असं वाटलं तरी मी तिथून बाहेर आले.

५

दुसरे दिवशी तो साडेपाच वाजता घरी आला. मी तेजूला आईच्या फ्लॅटवर सोडून आले होते, तरीही तो बेडरूममध्ये न येता बाहेरच्या सोफ्यावर बसला. तो एवढी उपेक्षा दाखवत असताना मी तरी कशाला वाकू, असा मलाही आत्मगौरव वाटला. मीही तिथल्या सोफ्याच्या खुर्चीवर बसले. तो काही न बोलता माझ्या चेहऱ्याकडे बघू लागला. मीही काही बोलले नाही. शेवटी त्यानंच विचारलं, "काय आहे, बोल!"

मी म्हटलं, "चला! बोलणं फुटलं म्हणायचं एकदा !"

"काय करणार? तू तर माझा चेहरा बघत तशीच बसलीस ना!"

''तुला कालच सांगितलंय मी, तू मागं लागलास तरी मला लग्न नको आहे! घाबरू नकोस! एक प्रॉब्लेम आहे. मोकळेपणानं तुला सांगत्येय, त्यात तुला अडकवायचा कुठलाही भाग नाही, हे लक्षात घे!...'' अशी सुरुवात करून त्या म्हातारीचं बोलणं, ती घटना, सगळं सांगितलं. नंतर म्हणाले, ''आता या बाबतीतलं सत्य जाणून घ्यायची माझी निकड आहे. जयकुमारच्या मार्गानं ते शक्य नाही. एकदा तेजू तुझा नाही असं सिद्ध झालं की तो जयकुमारचाच हे आपोआपच सिद्ध होईल.''

त्यानं माझं सगळं बोलणं लक्ष देऊन ऐकून घेतलं. माझं बोलणं संपताच तो म्हणाला, ''आपलं मिसफायर व्हायची शक्यता हजारात एक एवढीही नाही, हे तुलाही ठाऊक आहे!''

''त्याचीच खात्री करून घ्यायची, असं माझं म्हणणं!''

''मंगळा, आज मी स्पष्टपणे एक गोष्ट सांगतो. माझ्याबरोबर संबंध असतानाच तुझा जयकुमारशी संबंध आलाय. त्याच्यापासून तू गरोदर राहिलीस, त्याच्याशी तू लग्नही केलंस. हे सगळं तू माझ्यापासून लपवून केलंस! तरीही मी त्यातलं काहीही मनावर घेतलं नाही! एवढं सगळं झाल्यावरही तू जेव्हा पुन्हा माझ्याकडे आलीस तेव्हा मी काहीही मनात न ठेवता संबंध ठेवायला तयार झालो! राईट? तू जयकुमारकडून घटस्फोट घेतलास तेव्हाही मी तुझ्याशी संपर्क तोडला नाही. एवढा मोठा उद्योग सांभाळणारा उद्योगपती तो! तो आपल्यामागं एखादा हेर नेमणार नाही, याची कुठं खात्री होती? त्यात मी एक सरकारी नोकर. तुझ्यासाठी मी कसली रिस्क घेतलीय ठाऊक आहे? आता तू मला माझा संसार, मुलंबाळं सोडून ये, म्हणून मागं लागलीयेस! आता ही रक्त-परीक्षा! या रक्त-परीक्षेला आधार तरी काय? कुठल्या न्यायालयाच्या आदेशावरून तू मला हे करायला सांगतेयस? हे नाही, डॉक्टर नक्की विचारतील, कारण त्यांना तशी नोंद करावीच लागणार ना! मला तुझ्या त्या मुलाचा बाप म्हणून सिद्ध करायला निघालीस?''

''कुठल्याही कोर्टाच्या आदेशाशिवाय, कुठंही तुझं नाव येणार नाही अशा प्रकारे एखाद्या खाजगी डॉक्टराकडून नाही का करता येणार? चार पैसे जास्तीचे द्यायचे हवे तर!''

''तसली रिस्क घ्यायला मी अजिबात तयार नाही! कालपासून मीही विचार केलाय. तू काल माझ्या ऑफिसात घुसलीस! तशीच तू माझ्या घरीही घुसू शकशील! माझ्या बायको-मुलांसमोर तमाशा करशील! पण एक लक्षात ठेव. मला माझ्या कुटुंबाचं रक्षण कसं करायचं ते चांगलंच ठाऊक आहे! प्रेम प्रेम म्हणूनच राहिलं तरी कितीही दिवस राहू शकतं! त्यानं आपली मर्यादा सोडली तर तुटायला वेळ लागणार नाही! गुड बाय!'' तोंडपाठ केलेली एवढी वाक्यं बोलून तो उठला.

दुष्ट, नाटक्या, स्वार्थी... यांसारखे अनेक शब्द माझ्या मनात घोळून जिभेवर येऊ लागले. या लोफरला काहीतरी करून धडा शिकवायलाच पाहिजे! याचं कुटुंब! त्याचं रक्षण म्हणे! आणि माझं फक्त प्रेम! माझ्याकडे फक्त रखेली म्हणूनच पाहिलं यानं! पण, कशातही न अडकता याला धडा शिकवायचा कसा? कसा?...

सतरा

१

स्वीटी हॉस्टेलमध्ये राहायला गेली, या घटनेनं इलाच्या मनात मिश्र भावना निर्माण केल्या.

एक दिवस तिनं सांगितलं, ''मॉम, मी हॉस्टेलवर राहायला जात्येय. जागा मिळाली आहे.''

''मिळालीय याचा अर्थ काय? तू चौकशी केलीस, जागा होती, तुझ्याबरोबर, पालकांनी येऊन बाकी सोपस्कार पुरे केलेत? मला न विचारता काय हे सगळे उद्योग चाललेत तुझे?''

यावर तिनं उत्तर दिलं, ''मॉम, आजपर्यंत माझी फी, पुस्तकं, कपडे, शिवाय अन्न-खर्च आणि वरखर्चासाठी पैसे देणाऱ्यांकडून मी यासाठी परवानगी घेतली आहे!''

''पण का जायचंय तुला? इथं तुला कुठल्या गोष्टीसाठी मी स्वातंत्र्य नाकारलं?''

''मला कुठल्याही प्रकारचं स्वातंत्र्य नकोय, म्हणून मी हॉस्टेलला चालली आहे!''

हे मुलांच्या मनात गोंधळ उडायचं वय असतं, गोंधळ उडाला नाही तर स्वतंत्र होणार नाही, व्यक्तित्व विकसित होणार नाही, असं मनाचं समाधान करून घेतलं तरी ती ज्या प्रकारे निघून गेली, ते मात्र नाही म्हटलं तरी खटकलंच. 'जाणार' एवढं तिनं सांगितलं होतं, केव्हा जाणार याविषयी ती काही बोलली नव्हती. दुसरे दिवशी घरी आले तर स्वयंपाकी चन्नप्पा म्हणाला, ''धाकट्या बाईसाहेबांनी एक टॅक्सी आनली आन त्यात आपली कापडं-बुकं घेऊन निगून गेल्या न्हवं का! मी विचारलं तर म्हन्ल्या, अम्माला सगलं ठाव हाय.''

जाऊन येते, असं सांगायचं सौजन्यही न दाखवता निघून गेली ती! तिला इथं दोरेराजाचं येणं आवडत नव्हतं, त्याला विरोध म्हणून ही निघून गेली का? छे! भारी पझेसिव्ह ही! मॉम फक्त आपलीच असली पाहिजे, असा एक्सक्लुझिव्हनेस! फार

प्रेम असलं की हे असंच होतं, तरीही बॉयफ्रेण्डवरच्या प्रेमामुळे मुलीवरचं प्रेम कमी होत नसतं, या दोन्ही वेगवेगळ्या गोष्टी आहेत, हे समजण्याइतकी मॅच्युरिटी आली नाही अजून! माझंही चुकलंच. मी हे समजावून सांगायला हवं होतं. ही अशी वागेल, याची मला तरी काय कल्पना? मीच तिला समजावून सांगायला पाहिजे होतं, तू बॉयफ्रेंड केलास तरी माझ्यावरचं तुझं प्रेम कमी होणार नाही, स्वीटी! मला नाही जेलस वाटणार! पण केव्हा? ती पुन्हा इथं आलीच नाही तर? ती नाही आली तर मी तिच्या हॉस्टेलवर जाईन, तिला कुठंतरी निवांत घेऊन जाईन आणि या सगळ्या गोष्टी नीट समजावून सांगेन. कर्मठ परंपरेपासून दूर होऊन आधुनिक आचारविचारांना सामोरं जाताना येणाऱ्या अडचणी शांतपणे नीट समजावून घेतल्या पाहिजेत. मुलांना त्याविषयी कितीही समजावलं तरी कमीच!

या फार्महाऊसमध्ये असं एकटीनं राहणं कंटाळवाणं होत होतं. वाचण्यात कितीही वेळ घालवला तरी मध्ये गप्पा मारायला कुणीतरी लागतंच. स्वीटीशी खूप गप्पा होत होत्या असंही नव्हतं, तरीही 'सोबत कुणीतरी आहे' ही भावनाही कंटाळ्याला जवळपास फिरकू देत नव्हती.

२

तीन महिने गेले. एका रविवारची गोष्ट. सकाळी दहाच्या सुमारास केसांना शांपू करून ती ड्रायरनं केस सुकवत असताना घराबाहेर कार थांबल्याचा आवाज आला. कारचं दार उघडून धपकन बंद केल्याचाही आवाज ऐकू आला. राज आला असावा असं वाटून ती मोहरून गेली. रविवारची सुट्टी. अचानक आलाय, मला सरप्राईज द्यायला! आता संपूर्ण रविवारचा कंटाळा निघून जाईल. शिवाय उबदार सुख! या कल्पनेनंच गरम पाण्यानं न्हाल्यामुळे उबदार झालेलं अंग आणखी गरम झालं. त्या सुखाचं स्वागत करण्यासाठी दरवाजा उघडायला पुढं झाले तर...

घरात ती घुसत होती. वयानं माझ्यापेक्षा मोठी, चेहऱ्यावर राक्षसीचे हिंस्र भाव, प्रौढत्व आणि सुखासीनतेमुळे स्थूल झालेलं शरीर, कान-नाक-गळा-मनगटावर लखलखणारे हिऱ्याचे दागिने, अंगावर मृदू म्हैसूर-सिल्कची साडी!

ही अवाक् होऊन उभी असतानाच तिनं रागात विचारलं, "तूच काय ती माझ्या नवऱ्याची रांड?"

तिच्या मागं काहीसे अलिप्त, केवळ भाड्यानं आणल्यासारखे उभे असलेले दोन गुंड होते.

"बोल रांडे! इथंच येऊन ठाणं मांडलंस काय तू! तुझ्या बापाचं आहे काय हे

फार्महाऊस?'' आणखी जवळ येऊन हाताच्या मुठी वळत तिनं विचारलं.

''कुणाचं घर? काय बोलतेस तू? कोण तू?'' हिनं थोडं धैर्य एकवटून विचारलं.

''मी? तुझ्या याराकडून मंगळसूत्र बांधून, त्याच्या मुलांना जन्म देऊन त्यांना वाढवणारी त्याची बायको! तुझं मंगळसूत्र कुठाय, दाखव!'' म्हणत ती आणखी जवळ आली.

''अद्वातद्वा बोलायचं कारण नाही! पोलीस-कंप्लेण्ट देईन! या घरी मी भाड्यानं राहतेय! भाड्याचं करारपत्र दाखवू काय?'' आता हिलाही धैर्य आलं.

''आहाहा! रांडेच्चे! भाड्यानं राहतेय म्हणे! किती भाडं घेतेस गं एकदा झोपायचे? हे घर सोडून गेली नाहीस तर बेंगळूरच्या बाजारपेठेत चव्हाट्यावर उभं करून लुगडं फेडून नागडी करेन! लक्षात ठेव!'' म्हणत ती सरळ अंगावरच आली आणि हिच्या नीट बटणं न लावलेल्या गाऊनचं बकोटं पकडलं. तिच्या बरोबर आलेले दोन्ही अंगरक्षक 'आपल्या मालकिणीला काही इजा झाली तरच मध्ये पडायचं,' अशा आविर्भावात सावधपणे उभे होते.

आता मात्र इला थरथर कापू लागली. आलेली बाई देहशक्तीतही आपल्यापेक्षा वरचढ असल्याचं तिच्या लक्षात आलं होतं, शिवाय तिच्याबरोबर दोन अंगरक्षक होते. इथं काम करणारी नोकरमाणसंही हिच्या विरुद्ध आपल्या बाजूनं उभे राहणार नाहीत, याची तिला जाणीव झाली. हिनं पटकन तिच्या हातावर चापटी मारून स्वत:ला सोडवून घेतलं, आत धावली आणि दरवाजा बंद करून घेतला. धावत जाऊन मागचाही दरवाजा लावून घेतला.

बाहेरून ती ओरडली, ''हलकट रांड! अरे, बघता काय! आधी हा दरवाजा तोडा! त्या रांडेला ओढून बाहेर काढा! काढा म्हणते ना!''

पण मालकिणीचा हुकूम पाळला तर मालकांच्या रागाला बळी पडावं लागेल, याची कल्पना असल्यामुळे अंगरक्षक म्हणाले, ''एवढं पुरेसं हाय घ्या! आता गाशा गुंडाळून पळून जाईल ती! आम्हाला ठाव नाय काय असल्याची शामत?''

थोड्या वेळानं कारचे दरवाजे उघडून बंद झाल्याचे आणि इंजिन सुरू झाल्याचे आवाज ऐकू आले. कार निघून गेल्याचंही आवाजावरून लक्षात आलं.

३

त्या रात्री मंत्र्यांच्या पत्नीनं विचारलं, ''ती कोन्ची रांड आपल्या फार्महाऊसमध्ये येऊन राहायलीय?''

मंत्र्यांनी हलकेच परिस्थितीचा अंदाज घेतला. बायकोची ही मुद्रा काही त्यांना सर्वस्वी अपरिचित नव्हती.

बायकोनं सांगितलं, "मी तिथं जाऊन दम देऊन आलेय, मुक्काट्यानं तोंड काळं केलं नाहीस तर बेंगळूरच्या बाजारपेठेत चव्हाट्यावर उभं करून लुगडं फेडून नागवी केल्याशिवाय राहणार न्हाय म्हनून!"

"अरेरे ! काय केलंस तू हे! त्या फार मोठ्या विदुषी आहेत! त्यांना भाड्याचं घर हवं होतं. तिथल्या कामगारांवरही देखरेख राहील म्हणून होकार दिला मी!"

"काय भाडं ठरलंय?"

"दहा हजार. आणि दहा महिन्याचा ॲडव्हान्स." असा काही प्रसंग आलाच तर त्यातून सुटका करून घेण्यासाठी दोघांनी मिळून भाड्याचा कागद बनवल्याचा आता असा फायदा होत होता!

पण बायको त्याच रागात म्हणाली, "तुम्ही उद्याच्या उद्या जा, तो लाखाचा चेक तिच्या तोंडावर फेकून तिला तिथनं बाहेर काढा! तुम्हाला जमनार नसेल तर मी जाऊन तिला हाकलून येईन! माज्या पुढं जादा काय बी बोलू नका!" तिनं निक्षून सांगितलं.

पण हिला कसं समजलं? मंत्री महोदय रात्रभर विचार करत राहिले. त्यात काही आश्चर्य नाही म्हणा! गेल्या कितीतरी वर्षांत ही कधीही तिकडं फिरकली नाही, हे खरं! पण एखादी बाई सततच त्या घरात राहायला लागली तर त्या दिशेनं येणारा वाराही असली बातमी सहजच पोहोचवू शकतो. अशा परिस्थितीत हिची कितीही समजूत काढली तरी काहीही उपयोग नाही, तिला तिथून सोडवावंच लागेल, अशा निर्णयापर्यंत ते येऊन पोहोचले.

दुसरे दिवशी त्यांच्या ऑफिसला तिचा फोन आला, "तुम्ही लगोलग मला येऊन भेटलं पाहिजे!" फोनवर एकमेकांना आदरार्थी संबोधायचं असा त्या दोघांनी परस्परात करार केला होता.

"आज दिवसभर मी बिझी आहे..." त्यांनी खरं तेच सांगितलं.

"तुम्हाला सवड होईपर्यंत मी मेलेली असेन! की मीच तुमच्या ऑफिसला येऊ? मला फक्त अर्धा तास हवा आहे!"

त्यांनी आजवर तिला एकदाही ऑफिसमध्ये यायची संधी दिली नव्हती. केवळ आपलं खातंच नव्हे, संपूर्ण विधान-संसदेच्या प्रत्येक शिपाई, कारकून, वरचे-खालचे अधिकारी आणि राजकारण्याची नजर गिधाडाची असते हे त्यांना ठाऊक होतं. त्यांनी लगेच सांगितलं, "नो! नको! आज किंवा उद्या मीच येईन. आता एक मीटिंग आहे. बरेच अधिकारी येताहेत..." असं सांगून त्यांनी फोन ठेवून दिला.

दुसरे दिवशी संध्याकाळी ते फार्महाऊसवर गेले तेव्हा त्यांच्या अपेक्षेप्रमाणे तिचा चेहरा सुजला होता. आपल्याला काहीही ठाऊक नसल्याप्रमाणे ते तिच्या शेजारी जाऊन बसले. ती काहीही बोलली नाही. पाचेक मिनिटं वाट बघितल्यावर त्यांनीच विचारलं, ''काय झालं? आज वेळ काढून येता-येता पुरेवाट झाली. लवकर सांग.''

''रात्री इथंच रहा, निवांतपणे सांगते!''

''आज रात्री?'' त्यांच्या चेहऱ्यावर भीती उमटली.

''का? ती वाट बघून मध्यरात्री येऊन हजर होईल म्हणून भीती वाटते?''

''ती म्हणजे?''

''नाटक करू नको! काल येऊन तिनं किती हलक्या दर्जाची, असंस्कृत आणि रानटी बडबड केली ठाऊकाय?''

''काय म्हणाली?''

''पुन्हा त्या सगळ्याचा उच्चार केला तर माझी संस्कृती रसातळाला जाईल! मला रांड म्हणाली ती! मला चव्हाट्यावर उभं करून विवस्त्र करायच्या गोष्टी करत होती! हे बघ! माझा हा गाऊन गळ्याशी धरून ओढला तिनं! तीन बटणं तुटली!''

ते काही बोलले नाहीत.

''गप्प का बसलास? उत्तर दे!''

''काय बोलू?'' त्यांच्या आवाजात असहायता होती.

''खरं सांग, तू माझ्यावर प्रेम करतोस की नाही?''

''ऑफकोर्स! नसतं तर एवढं सगळं केलं असतं का मी?''

''म्हणजे मी तुझी अं... रखेल नाही! होय की नाही?''

''अजिबात नाही!''

''तर मग माझ्याशी लग्न कर!''

''कसं शक्य आहे ते? तू विवाहित. तुझा नवरा घटस्फोट मागतोय, हायकोर्टापर्यंत गेला तरी तू देत नाहीयेस. आता आपण दोघांनी लग्न केलं तर आपल्या दोघांवरही केस नाही का होणार?''

''मी डिव्हॉर्स देते म्हटलं तर तो धावत येईल! परस्परांच्या संमतीनं जॉइण्ट पिटिशन दिलं तर पंधरा दिवसांत डिव्हॉर्स मिळेल! त्या हडळीला डिव्हॉर्स द्यायची जबाबदारी तुझी!''

''तिला घटस्फोट द्यायचा?'' त्यांच्या नकळत त्यांच्या तोंडून उद्‌गार बाहेर पडले.

तिचे वडील वेकंटप्पा त्या काळी त्या तालुक्यातच नव्हे, संपूर्ण जातीतच

प्रसिद्ध होते. ते निवडणुकीला उभे राहिले तेव्हा तालुक्यातल्या सगळ्या लोकांनी आपण होऊन त्यांचा प्रचार केला होता आणि त्यांना प्रचंड बहुमतानं निवडून आणलं होतं. नंतर त्यांची एकशे आठ सालंकृत बैलजोड्यांच्या गाड्यांची त्यांची मिरवणूक काढली होती. मी त्या वेळी म्हैसूरच्या महाराजा कॉलेजमध्ये बी.ए. संपवलं होतं. त्या वेळेपर्यंत कॉलेजच्या डिबेटमध्ये भाग घेऊन उत्तम वक्ता म्हणून नाव कमावलं होतं. खादी शर्ट-पॅण्टमध्ये मला बघून ते प्रभावित झाले आणि मला जावई करून घ्यायचं ठरवलं. त्यांची मुलगी ही राजलक्ष्मी शाळेत दुसरीपर्यंत शिकली होती. त्या काळी खेड्यातल्या, त्यातही आमच्या जातीतल्या मुलींना फारसं शिकवलं जात नव्हतं. दिसायला देखणी होती. तरतरीत गोल चेहरा. भरपूर केस. मनात आणलं असतं तर मुख्यमंत्री होऊ शकणाऱ्या वेंकटप्पांची एकुलती एक मुलगी. पुढच्या निवडणुकीत त्यांनी आपली जागा माझ्यासाठी सोडली आणि मी प्रचंड बहुमतानं निवडून येईन असं केलं! पहिल्यांदा आमदार झालो तेव्हाच त्यांनी मला राज्यमंत्रीपद मिळेल असं केलं. त्यांच्या मुलांमध्ये कुणालाही राजकारणात रस नव्हता. तेवढी तडफही नव्हती. त्यांनी आपला राजकीय वारस म्हणून माझ्याकडे पाहिलं आणि मी त्यांची कधीही निराशा केली नाही! माझ्या प्रतिभेवर मी पुढचं सगळं निभावून नेलंय! आजवर एकदाही पराभवाचा चेहरा मी पाहिलेला नाही! वेंकटप्पांचा जावई असल्यामुळेच माझी प्रतिभा आणि माझ्या कार्याचं पुरेपूर चीज झालंय! तिचं नाव राजलक्ष्मम्मा! तिच्या पायगुणानंच मला राज्यही मिळालंय आणि लक्ष्मीही प्रसन्न झाली आहे! तिची जन्मवेळ बघून ज्योतिष्यांनीच तिला हे नाव ठेवायला सांगितलं होतं म्हणे! ह्यात काहीही खोटं नाही! जर मी हिच्याशी लग्न केलं नसतं तर आज कुठल्या तरी सरकारी ऑफिसात क्लार्क होऊन राहिलो असतो!...

तिच्याबरोबर असलो तरी एकीकडे पैसा आणि अधिकार वाढत होता. ''राजा बहुवल्लभा:'' असं कॉलेजमध्ये कन्नडचे प्राध्यापक सांगायचे! पूर्वीच्या राजांप्रमाणे बहुपत्नीत्व अनुसरणं आजच्या एक पत्नीत्वाच्या काळात कसं शक्य आहे? पण त्याचा अनुभव घ्यायला काय हरकत आहे? म्हणूनच कितीतरी वेळा...

“का? गप्प का बसलास?'' इलानं विचारलं.

“तू पंधरा दिवसांच्या आत डिव्हॉर्स मिळवू शकशीलही! पण बायको द्यायला तयार नसेल तर आठच काय, अठरा वर्षं झाली तरी नवऱ्याला घटस्फोट मिळणं शक्य नाही! तुझंच उदाहरण आहे ना! माझी बायको विरोध करेल यात काहीही शंका नाही!...'' हे म्हणताना त्यांना स्पष्ट दिसत होतं, जर आपण घटस्फोट घ्यायचा प्रयत्न केला तर आपले मतदार पुढच्या निवडणुकीत आपल्या चिंधड्या उडवून देतील! आपल्या सगळ्या बाहेरख्यालीपणाकडे ‘त्याच्या नशिबात हाय

म्हणून भोगतोय!' असं म्हणत मनोमन त्याचंही कौतुक करणारेच आपल्याला
भिरकाटून टाकतील!

"तिला विरोध करू दे! तू डिव्हॉर्सची केस दाखल कर आणि इथं माझ्याबरोबर
राहायला सुरुवात कर!"

"असं केल्यामुळे तुला काय मिळणार आहे?"

"माझा इतका अपमान करणारीबरोबर तू राहता कामा नये! मला चालणार
नाही ते!" तिनं स्पष्टच सांगितलं. तिला काय सांगायचं हे मंत्र्यांना सुचलं नाही. तसं
धैर्यही झालं नाही. हा फक्त निवडणुकीचा विषय नव्हता. आपलं राजलक्ष्मीवर प्रेम
आहेच, माझ्या मुलांची आई आहे ती! माझा हा स्वभाव तिलाही ठाऊक आहे.
त्यावरून ती अधूनमधून बडबड करते, एवढंच! त्यावर आपण "कुणी कान भरले
तुझे? कुणी काय बघितलंय?" असा वाद घातला तर आजपर्यंत ती गप्पच बसत
होती. कितीही राग आला तरी तिला घटस्फोटच काय, "तुला सोडून देईन" असं
म्हणणंही आपल्याला शक्य नाही हे त्यांना पूर्णपणे ठाऊक होतं.

"हे बघ! एका जागेत एकाच वेळी दोन वस्तू राहू शकत नाहीत, हा भौतिक
शास्त्राचा नियम आहे. तुझ्या हृदयात एक तर मी आहे किंवा ती आहे! हे स्थान
कुणाचं आहे हे सिद्ध करायची जबाबदारी तुझी! जर तू मला या स्थितीला आणून
ठेवलं आहेस असं महिला संघटनांना, त्यातही विद्यार्थिनींच्या ग्रुपला कळलं तर त्या
तुझ्या ऑफिसपुढे धरणं धरतील, घेराव घालतील! सगळ्या वृत्तपत्रांमध्ये तुझ्यावर
टीका सुरू होईल! राजा, तू मला हे सगळं करायला लावू नकोस! कारण त्यात
मलाही वाईटच वाटेल! बिकॉज आय लव्ह यू! आय लव्ह यू मोअर दॅन आय लव्ह
मायसेल्फ!" म्हणत ती आणखी त्यांच्या जवळ सरकली आणि त्यांच्या ओठांवर
आपले ओठ टेकवले.

त्यांचे ओठ थंडगार होते. मनात राग उसळला होता.

"हे पहा! ह्या ब्लॅकमेलच्या धमक्या माझ्यापुढे चालणार नाहीत! प्रेम प्रेम
मानून नातं ठेवलं तर ठीक! नाहीतर काहीही राहणार नाही. आता मला अर्जंट काम
आहे. तूही विचार कर." म्हणत ते उठले आणि निघून गेले.

तिला वाटलं, महिला संघटना-विद्यार्थिनींचे ग्रुप वगैरे आताच बोलायला नको
होतं. जरा घाई झाली! त्या तरी माझ्या बाजूनं उभ्या राहतील की नाही कोण जाणे!
माझी परिस्थिती न्यायाची आहे, असं मानतील की नाही, कोण जाणे!

या नंतर पुढच्या आठवड्यात तो आला नाही. फोन केला तेव्हा "साहेब टूरवर
गेलेत" असा निरोप मिळाला. "कुठल्या गावाला? केव्हा येतील?" म्हणून
विचारलं तर उत्तर मिळालं, "मला ठाऊक नाही. त्यांचा प्रोग्राम काय आहे ते
ठाऊक नाही..." एवढं सांगून फोन ठेवला. काही का असेना, त्या बयेपुढे हार

मानून निघून जाण्यात आपल्या व्यक्तिमत्त्वाची हार आहे असं वाटलं. आता आपल्यावर त्याचं खरं प्रेम आहे की नाही याची परीक्षा घेतलीच पाहिजे! हा किती कुटुंब-व्यवस्थेला चिकटून आहे! ह्या व्यवस्थेची पूड-पूड झाल्याशिवाय अनिर्बंध मुक्त प्रेम शक्य नाही, हेच खरं!

अठरा

१

दिल्लीच्या जेलमध्ये मुलाला भेटून मथुरेला परतल्याच्या दुसऱ्या रात्री राजम्माला एकाएकी वाटलं, बेंगळूरला जाऊन नातीला भेटून आलं पाहिजे! तिला एकदाही पाहिलं नाही आपण! तिच्या आईलाही पाहिलं नाही. "ह्या वहिनी फार चांगल्या होत्या. तुझ्या थोरल्या सुनेसारख्या नव्हत्या!" असं नचीनं सांगितलं होतं. शोभानं तर चार-सहावेळा तिचं कौतुक केलं होतं. एवढ्या चांगल्या सुनेला आपण पाहिलं नाही, याचं वाईटही वाटलं. आता तिची मुलगी, माझ्या मुलाची मुलगी; म्हणजे आपल्या वंशाची नात बोबडं, अडखळत बोलते! ते तरी आपण पाहिलं पाहिजे!

सकाळी उठल्यावर तिनं मुलीला सांगितलं, "आमचे शेट मथुरेतच राहतात. त्यांना भेटून यायचं मला!"

"काय काम आहे त्यांच्याकडे?" तिनं विचारलं.

"मी नोकरीला लागले तेव्हा दरमहा चाळीस रुपये म्हणून सांगितलं होतं. त्या नंतर मी एकदाही तो विषय काढला नाही. त्यांनीही त्याची आठवण काढली नाही. किती साठलेत ते बघून मागून घेतले पाहिजेत. मी बेंगळूरला जाणार आहे. काय तिचं नाव? राणी! पुट्टक्का! तिची देखभाल करेन. निदान जयण्णा सुटून येईपर्यंत तरी तिथं राहीन. मला रेल्वेमध्ये बसवून द्या."

समोरचा नचिकेत म्हणाला, "आजी, नाहीतरी परवा मी बेंगळूरला चाललोय. माझ्याबरोबर विमानानं चल. मलाही राणीला बघून दहा वर्षं झाली! ॲक्सिडेण्ट व्हायच्या आधी पाहिलं होतं मी!"

आजीनं विमानातून जायला नकार दिला. "एवढा खर्च कशाला?" तिनं असा आक्षेप घेतला. नचीनं तिचं अजिबात ऐकलं नाही, उलट त्यानं तिला पटवलं, "नंतर कधीतरी शेटचा हिशेब बघता येईल. मी दहा-पंधरा हजार देईन."

आपली सुटका होईपर्यंत अम्मा बेंगळूरला जाऊन राणीकडे बघणार हे समजताच जयकुमारला खूपच बरं वाटलं. घराचा पत्ता लिहून त्यानं द्यावक्काच्या नावानं एक पत्र लिहून दिलं. नचिकेतसाठी त्याच्या कंपनीनं एका आठवड्यासाठी एका हॉटेलमध्ये एक खोली ठरवली होती. नंतर कोरमंगलमध्ये एक आधुनिक पद्धतीचा फ्लॅट ठरवला होता.

द्यावक्कानं नचिकेतला ओळखलं, पण राणीनं मात्र ओळखलं नाही. तिचा बांधा आणि चेहरा अगदी मामीसारखा असल्याचं त्याला जाणवलं. त्याला तीव्रपणे वाटलं, हिचं असं काही झालं नसतं तर एव्हाना ही इंजिनियरिंग कॉलेजमध्ये शिकत असती. आजीला तिथं सोडून तो आपल्या हॉटेलवर निघून गेला.

द्यावक्का आणि राणीच्या आजीचं लवकरच चांगलं जुळलं. तिनं आजीला आल्या-आल्या विचारलं, ''अव्वा, या फ्लॅटवर राहायला आल्यापासून मीच स्वयंपाक करते. माझ्या हातचा स्वयंपाक तुम्ही जेवाल की नाही?''

''मी राहात असलेल्या आश्रमात जातीपाती पाळल्या जात नाहीत. तूच कर. मला जमेल तितकी मीही तुला मदत करत जाईन.'' आजीनं सांगितलं.

आजींना एवढ्या लवकर-लवकर आणि एवढ्या गोल चपात्या करताना बघून द्यावक्काला आश्चर्य वाटायचं. 'याला फुलके म्हणतात', असंही त्यांनी सांगितलं.

एकदा द्यावक्कानं सांगितलं, ''थोरल्या घरी असताना मी राणीला राजाजीनगरमधल्या तिच्या शाळेत घेऊन जात होते. इकडं राहायला आल्यापासून हिची शाळा बंद झाली बघा! महिन्याला हजार रुपये फी आणि रिक्षाचा खर्च करायला आता कसं परवडणार? त्यात हे घरही जरा लांबच पडतं.''

आपल्या मथुरेच्या शेठकडचे पैसे आणून यांना द्यावेत असं आजीला वाटलं. तिनं विचारलं, ''केव्हापासून हिला त्या शाळेत घातलं होतं?''

''झाली की आठ वर्षं!''

''काय-काय शिकवतात तिथं?''

''हेच... अ आ इ ई लिहायचं-वाचायचं. शिकवलेलं सगळं लगेच विसरून जाते ही. मण्यांची पाटी घेऊन मोजायला शिकवायचे. गणितं करायची. असंच काय-काय खेळण्यातून शिकवायचे. मीही तिथंच बसून बघायची. मला सगळं यायला लागलं पण राणी मात्र लगेच विसरून जायची.''

आजीनं दिवसभर विचार केला. दुसरे दिवशी विचारलं, ''घरच्या कामाचं काय करत होती ही?''

''काही नाही. दुसरी बायको तर हिला स्वयंपाकघरात पाऊलही टाकायला द्यायची नाही! ही आणि हिची खोली!''

''द्यावक्का, आपल्याला हिला मॅडमच्या शाळेत पाठवायला जमलं नाही तरी

हरकत नाही. हिला लिहा-वाचायला आणि आकडे मोजायला आले नाही तरी काही नुकसान नाही. तिला एकेक करून घरातली कामं करायला शिकव. तू तिच्यावर लक्ष ठेव. स्वयंपाकघरातही काम करू दे. चूल पेटवताना मात्र तू समोर उभी रहा. मीही असतेच. दोघी मिळून लक्ष ठेवू या.''

नंतर आजीनं देवळाजवळ असलेल्या दुकानातून मोगऱ्याच्या कळ्या आणि फुलं विकत आणली. वाटेतल्या दुकानातून एक दोऱ्याचं बंडलही आणलं. घरी आल्यावर तिनं राणीला त्याचा गजरा गुंफायला शिकवलं. राणीला हे खूप आवडलं; पण गुंफताना बऱ्याच चुका होत होत्या. तरीही आजीनं 'छान जमलंय! किती शहाणी आहे आमची राणी! नाही द्यावक्का?' म्हणत तिला प्रोत्साहन दिलं. आठवड्याभरात तिला ते बऱ्यापैकी जमू लागलं. त्यानंतर पांढऱ्या फुलांबरोबर मरवा, दवणा आणि अबोलीची फुलं तिला आणून दिली आणि एकानंतर एक गुंफायचा क्रम समजावून सांगितला. तसा बहुरंगी गजरा बघून राणीचा चेहरा खुलला. मग दोन मोगरा, एक मरवा, दोन अबोली, एक दवणा, पुन्हा दोन मोगरा... असं मोजून विशिष्ट क्रमानं गुंफायला सांगितल्यावर ती आणखी मन लावून गजरा गुंफू लागली. नंतर एक दिवस तर तिनं आपल्या मनानं रंगांचा क्रम व्यवस्थित बदलला! अशा प्रकारे दररोज ती एक हातभर लांबीचा गजरा बनवू लागली. बनवलेला गजरा नियमितपणे देवघरात असलेल्या तिरुपती बालाजीच्या फोटोच्या पायांशी ठेवून त्यावर हळद-कुंकू वाहून त्याची पूजा करायची, त्याचा पाऊण भाग देवाला वाहायचा आणि पाव भाग डोळ्यांना लावून आपल्या वेणीत माळायचा; देवाला हळद-कुंकू वाहून नमस्कार करायचा अशीही आजीनं तिला सवय लावली.

एवढं जमायला लागल्यावर आजीनं दुकानातून क्रोशाची सुई आणि दोरा आणला. त्यातलं सोपं विणकाम त्यांनी तिला जवळ बसून शिकवलं. हे बघितल्यावर द्यावक्कालाही आठवलं आणि तिनं सांगितलं, ''थोरल्या बाईसाहेबही शिकवायच्या बघा हिला हे!''

''मग तर आणखी सोपं आहे! आणि चुकलं तर पुन्हा पुन्हा सांगेन मी!'' आजीनं निश्चय केला.

आता राणीला दिवसभर करायला बरंच काम असू लागलं, अर्थात ती एकटी काही करायची नाही. आजी किंवा द्यावक्का तिच्यावर लक्ष ठेवायला होत्याच.

फारसं न ठरवता आता आजीनंही काही काम आपल्याकडे घेतलं होतं. राणीही उत्साहाच्या भरात कितीतरी वेळा काम चुकत होती, पण या दोघी 'तू शहाणी, हुशार' म्हणत तिच्याकडून पुन्हा पुन्हा करवून घेत होत्या. या दोघींच्या गप्पाही ती ऐकत असायची, त्यात आपणही भाग घ्यायचा प्रयत्न करायची, पण कामं करणं जितक्या सहजपणे तिला जमत होतं तेवढ्या सहजपणे बोलायला जमत नव्हतं.

२

यांच्या फ्लॅटच्या समोरच्या फ्लॅटमध्ये एक डॉक्टर जोडपं राहात होतं. दोघेही एम.बी.बी.एस. असून दोघंही आपला व्यवसाय उत्तम रितीनं सांभाळत होते. त्यांचा दवाखाना बसवेश्वरनगरमध्ये होता. सकाळी आठ वाजता ते दोघं घराबाहेर पडले की दुपारी बारा वाजता जेवायला घरी यायचे. साडेचार वाजता गेले की पुन्हा परतायला रात्रीचे नऊ वाजायचे. तिथले दोन फ्लॅट्स घेऊन मधली भिंती पाडून त्यांनी मोठा चार बेडरूम्सचा फ्लॅट बनवून घेतला होता. खालच्या मजल्यावर कारसाठी पार्किंगही होतं.

त्यांच्या दोन मुलांपैकी थोरली मुलगी कॉलेजच्या पहिल्या वर्गात शिकत होती. ती आपल्या बारा वर्षांच्या भावाकडेही लक्ष देत होती. दोन्ही मुलं शाळेला जायच्या आधी स्वयंपाकाची बाई यायची आणि मुलं शाळेला गेल्यावर दाराला कुलूप लावून जायची, पुन्हा साडेसहा वाजता यायची.

द्यावक्का आणि राणी समोरच्या घरी राहायला आल्यावर डॉक्टरीणबाईंनी आपण नसताना शाळेतून घरी आलेल्या मुलांवर द्यावक्काला लक्ष ठेवायला सांगितलं. आजीही राहायला आल्यावर आजीला आपोआपच ज्येष्ठपणाचा आदर मिळू लागला. त्यांच्या मुलांनाही आजीचा लळा लागला.

जयकुमार दिल्लीला गेल्यावर न्यायालयाचा निकाल लागला आणि त्याला तीन महिन्यांची शिक्षा झाल्याची बातमी सगळ्या वृत्तपत्रांमधून प्रसिद्ध झाली. त्याच वेळी त्या जोडप्यालाही सगळी बातमी समजली, पण एव्हाना त्यांच्या मुलांना राणीचा लळा लागला होता. त्यांनाही ह्या कुटुंबाची सवय झाली होती. माणूस तर अगदी सभ्य दिसत होता. त्यानं दिल्लीत हॉटेलच्या खोलीवर वेश्येला बोलावलं म्हणून त्याच्या इथल्या कुटुंबाशी संबंध तोडणं कसं शक्य आहे? आपण घरात नसताना आपल्या मुलांवर कोण लक्ष ठेवणार?

त्या जोडप्यानं तीन दिवस आपसात बरीच चर्चा केली. शेवटी ठरवलं, खरी काय भानगड आहे हे त्यांनाच विचारून जाणून घेण्यात शहाणपणा आहे. बायको मेल्यावर बारा वर्षांनी एखादा पुरुष अगदी वेश्येला बोलावून घेत असेल तर आपण डॉक्टरांनी तरी त्याला फार मोठा अपराध समजायचं कारण नाही!...

एक दिवस डॉक्टर सुशीला शेट्टींनी द्यावक्काला आपल्या घरी बोलावून घेतलं आणि विचारलं, "अक्का, आम्हाला कुणालाही दोष द्यायचा नाही. पेपरमध्ये छापून येतं त्या प्रत्येक गोष्टीवर विश्वासही ठेवू नये. यातलं तुम्हाला ठाऊक आहे तेवढं मला सांगा. तुम्ही काहीही सांगितलं तरी माझ्या कानांतून बाहेर जाणार नाही."

द्यावक्कानं तिला ठाऊक असलेली पहिल्यापासूनची सगळी हकिकत सांगायला सुरुवात केली. वैजयंतीच्या कर्तृत्वाविषयी आणि तिच्या व्यक्तिमत्त्वाविषयी सांगितल्यावर त्यांना झालेल्या अपघाताविषयीही सांगितलं. त्यानंतर जयण्णा या हडळीच्या हाती कसा सापडला, त्या नंतरही बायकोचं सुख न मिळाल्यामुळे राणीच्याच खोलीत कसा झोपत होता; हे सगळं सविस्तरपणे सांगितलं.

त्या दिवसानंतर सुशीला आणि जगदीश शेट्टीला राणीविषयी वाटणारी अनुकंपा प्रेमात परावर्तित झाली. त्यांनी आपल्या मुलांनाही सांगितलं, "सुनीता, प्रकाश! तुम्हाला सवड असेल तेव्हा राणीला शिकवत जायचं. तुम्ही शिकवलं तर तिला लवकर येईल. दुकानात जाताना तिलाही घेऊन जायचं. तिला घरी यायचा रस्ता लक्षात राहणार नाही, त्यामुळे तिच्यावर लक्ष ठेवून तिला सोबत घेऊन यायचं. फिरायला जातानाही तिला घेऊन जात जा! देवळात जातानाही न विसरता तिला घेऊन जायचं! आणि जाताना तिला हा रस्ता कुठला, ह्या देवाचं नाव काय असं विचारायचं. कधीतरी तिलाच घरचा रस्ता दाखवायला लावा."

राणीला प्रकाशचा बराच लळा लागला. तोही राणीला आपली ताई- 'अक्का'- मानू लागला. नव्हे तशी हाकही मारू लागला. वाद घालू लागला, "ती माझ्या अक्कापेक्षा मोठी आहे की नाही! मग मी तिला दोड्डक्का- मोठी ताई- म्हणणार! तुम्ही तरी तिला राणी, किंवा पुट्टक्का का म्हणता? तिचं नाव वत्सला आहे ना? मग का त्या नावानं हाक मारत नाही?" तो तिला आपल्याबरोबर दुकानात घेऊन जाऊन किरकोळ खरेदीही तिला करायला लावायचा.

अलीकडे राणीच्या बोलण्यात बराच स्पष्टपणा आला होता.

अशा प्रकारे दोन्ही कुटुंबांत निर्व्याज स्नेह वाढू लागला तसा जयकुमारविषयीही मनात काही आक्षेप असण्याचा प्रश्नच राहिला नाही.

३

एकदा द्यावक्कानं विचारलं, "तुमच्या थोरल्या सुनेनं तुम्हाला जेलमध्ये धाडलं नाही काय? तुम्ही जेलमधून बाहेर पडल्यावर कुठं गेला? जीवच दिला म्हणत होते सगळे!"

"कुणी सांगितलं?"

"तुमच्या सुनेनं. जयण्णांच्या बायकोनं. शोभक्काही यायच्या, त्यांनीही सांगितलं होतं. कसं काय पाठवलं तुमच्या सूनबाईनं तुम्हाला जेलमध्ये?"

“मोठी गोष्ट आहे ती! ऐकून तू तरी काय करणार आहेस म्हणा!” या विषयावर बोलायची इच्छा नसल्यामुळे आजी गप्प बसली. नंतर काय वाटलं कुणास ठाऊक, ती सांगू लागली.

“माझ्या थोरल्या मुलाला आणि त्याच्या बायकोला तू पाहिलंयस?”

“नाही बाई!”

“केशव मूर्ती त्याचं नाव. कष्टानं आम्ही त्याला बी.एस्.सी. शिकवलं. कॉलेजची दोन वर्षं झाली होती, तेव्हा माझे यजमान वारले. त्या वेळी नवऱ्याच्या माघारी बायकोला पेन्शन-बिन्शन मिळायचं नाही. याच्या शिक्षणासाठी मी आधी माझ्या अंगावरचं सोनं विकलं. ते संपल्यावर लोकांच्या घरी मसाले, सांडगे, पापड, शेवया करून त्याचं शिक्षण पुरं केलं. मुलीचं लग्न झालं होतं. ती थोरली. याला कुठल्या तरी सरकारी खात्यात नोकरीही मिळाली. ट्रेनिंग होऊन नोकरी पर्मनंट झाली, मग याला मुली सांगून यायला लागल्या. ही मंड्यची. ओळखीपैकीच एकांनी हे स्थळ सांगितलं होतं. दोघांची पसंती झाली. लग्नाची तारीख ठरवायच्या आधी तिच्या वडलांना कसला तरी तो आजार म्हणतात ना... हार्ट म्हणे! लग्न पुढं पडलं. लग्नासाठी बिचाऱ्यानं पैशाची जोडणी केली होती, ते सगळे पैसे बेंगळूरच्या दवाखान्याचं धन झाले आणि तोही मरून गेला. लेकीचं लग्न लावून द्यायची शक्तीही तिच्या आईची नव्हती. आम्हीही अगदी साधेपणानं लग्न करून घेऊन घरभरणी करून घेतली. झालं? हं म्हण! तू गप्प बसलीस तर मला सांगायला नाही जमायचं!”

“हं सांगा...” द्यावक्कानं मांडी बदलत म्हटलं.

“जेमतेम तीन महिने झाले असतील-नसतील! या महामायेनं आपले हात-पाय पसरायला सुरुवात केली बघ! त्या वेळी जयण्णा इंटरमध्ये शिकत होता. सगळ्या विषयांसाठी शिकवणी लावायला पाहिजे, नाहीतर इंजिनियरिंगला सीट मिळणार नाही, त्याचा खर्च, संसाराचा खर्च तिच्या डोळ्यांवर यायला लागला. तिचं सुरू झालं: माझा नवरा एकटा राबतोय, बाकी सगळे बसून खाताहेत! आम्ही कधी सुख भोगायचं? अशी माझ्या कानावर येईल अशी बडबड करू लागली. थोडक्यात काय, आपल्या नवऱ्याला घेऊन वेगळं व्हायचा तिचा विचार सुरू झाला, त्यासाठी तिच्या आईचा तिला पाठिंबा होता. असेच सहा महिने गेले. जयण्णा फर्स्टक्लासमध्ये पास झाला आणि त्याला बेंगळूरच्या कॉलेजमध्ये सीट मिळाली. त्याची फी, कपडालत्ता, हॉस्टेलचा खर्च-पाच वर्षांसाठी थोरल्या भावानं जबाबदारी नको का घ्यायला? माझ्या अंगावरचं सोनं विकून आणि लोकांच्या घरात कष्ट करून मी नाही का त्याला शिकवलं? ‘इंजिनियरच व्हायला पाहिजे म्हणून कुणी सांगितलं? बी.एस्.सी. करू दे; कुठंतरी नोकरीला लागू दे,’ म्हणून हिचा हट्ट सुरू झाला.

आता बघ! आमच्या घरातला व्यवहार! आणि ही यजमानकी करणार! हे बरोबर आहे? तूच सांग, हे बरोबर आहे का?''

''कलियुग! नाही तर काय!''

''त्यात आमचा केशवही रांडेच्चा नालायक! दिसायला म्हणशील तर गोरा, देखणा, उंचा-पुरा, ताड-माड वाढलेला! पण बायकोला दोन लगावून देऊन तोंड बंद करायचं धैर्य नव्हतं! त्याला म्हटलं काय रे हे? तर म्हणतो, लहान आहे ना ती! तिलाही चार दागिने घालायची हौस असणार ना! आपल्या घरी ती आल्यापासून आपण तिच्यासाठी काहीही केलं नाही; लग्नातही काही घातलं नाही! म्हणून बोलतेय ती! म्हटलं, तिच्या बापाच्या घरून किती सोनं घेऊन आली होती ती? तर म्हणाला, त्यांनी घातलं असतं तर ती कशाला असं बोलली असती? तिचं चुकलं, असं काही तो म्हणाला नाही! भावाच्या शिक्षणाची जबाबदारी टाळण्यासाठी तोही निमित्त शोधत होता, हे त्या वेळी माझ्याही लक्षात आलं नाही गं!

एकदा काय झालं, केशव सरकारी कामासाठी परगावी गेला होता. हिनं पुन्हा तोच विषय काढला. मलाही राग आला. म्हटलं, हलकट रांडेच्चे! नवऱ्याच्या सगळ्या पगारावर तूच हक्क सांगतेस? तू तरी काय आणलंस तुझ्या बापाच्या घरातून? तुझ्या आईनं भिक्कारडं लग्न लावून दिलं! जेवणात दुसऱ्यांदा भातही विचारला नाही! तिनं आवाज चढवला. दोन्हीकडच्या घरातल्या लोकांना ऐकू जाईल असा! बायका जमल्या. हिनं त्यांच्यापुढे कांगावा केला, बघितलं काय! मी बापाच्या घरून काही आणलं नाही, हुंडा आणला नाही म्हणून थेरडी मला छळते आहे! मीही म्हटलं, काय खोटं बोलतेय मी? तू तर लंकेची पार्वती होऊन इथं आलीस आणि नवऱ्याच्या सगळ्या कमाईवर आपला हक्क सांगतेस? खोटं कशाला सांगू? चार शिव्याही घातल्या. राग आला होता मला. दोन थोबाडीतही दिल्या. ती तशीच उठली आणि कुठंतरी निघून गेली. म्हटलं, आणखी कुठं जाईल? माहेरी मंड्यला आईकडे जाईल! पुन्हा आली नाही तर बरं, म्हणत घरात जाऊन बसले. मला तर रडूच कोसळलं. कसली हडळ पदरात पडली, म्हणून! समोरच्या घरातली वेंकटलक्ष्मम्मा माझी समजूत काढायला पाठोपाठ आली, 'कलियुग, राजम्मा!' म्हणत माझी समजूत काढली, अर्धा तास बसून निघून गेली.

दुपार झाली होती. जाईल तेवढं जेवून एक काम संपवावं म्हणून मी जेवायला बसणार होते; तेवढ्यात दारात पोलीस-व्हॅन येऊन उभी राहिली. दोन शिपाई आणि एक दफ्तरदार, त्यांच्याबरोबर एक खाकी साडी नेसलेली बाई-पोलीस माझी चौकशी करत आले. म्हटलं, मीच राजम्मा. मी कशाला पोलीस-स्टेशनात येऊ? मी चोरी केली की खून? माझं न ऐकता त्यांनी मला दंडाला पकडून पोलीस-स्टेशनात नेलं.

घावक्का, सगळं घडून तेहत्तीस वर्षं झाली. कुठल्या जन्मी घडलं कोण जाणे; असं वाटण्याइतकी जुनी गोष्ट झाली! तरी आता सांगताना...'' म्हणताना आजींचे डोळे आणि गळा भरून आला.

''जाऊ द्या बाई! पुढचं सगळं ठाऊकच आहे मला!'' घावक्कानं विषय आवरता घेत म्हटलं.

एक-दोन मिनिटं आजींनी मनाला आवर घातला. नंतर पदरानं चेहरा आणि डोळे पुसत म्हटलं, ''बाकीचं सगळं लवकर-लवकर सांगून मोकळी होते! दंड सोडवून घेऊन मी व्हॅनमध्ये बसले. स्टेशनात तिथल्या इन्स्पेक्टरनं विचारलं, 'तुम्ही तुमच्या सुनेला तुझ्या माहेरून काय आणलंस, म्हणून भांडण काढलंत? त्यावरून थोबाडीत मारलंत? तिच्या गालावर खुणा आहेत!'

''तसं नव्हे ! खरं असं घडलं...'' मी सांगायला गेले तर म्हणाला, ''ते सगळं पुराण ऐकायला वेळ नाही! तुम्ही असं म्हणालात की नाही, तेवढं सांगा! या संदर्भात नवीन लग्न झालेल्या मुलीनं कंप्लेण्ट केली की पुरेशी आहे!'' आणि मला आत टाकायला सांगितलं. नंतर मेजिस्ट्रेटच्या पुढे घेऊन गेले. त्यांनीही केस घातली.

केशव गावाहून आला, तोही मलाच म्हणाला, ''काय केलंस हे? लोकाच्या घरून आणलेल्या मुलीला कशाला छळायला गेलीस? गरवारशीच्या थोबाडीत मारलंस? आता बघ! तुझ्यावर केस म्हणजे माझा किती अपमान!'' माझ्यावरच तुटून पडला तो! बायको गरोदर राहिली म्हणजे या पुरुषांना नको तेवढा कळवळा! सारासार विचारच नाहीसा होतो! काय म्हणशील याला, घावक्का?''

''होय! होय! मी पण बघितलंय!''

''नंतर म्हणाला, मी वकील बघून देतो. मी म्हटलं, काही नको मला. शोभाला फोन करायला लावला. तेव्हा तिचं कुटुंब अंकलेश्वर नावाच्या गावात राहात होतं, गुजरातमध्ये. ऐकलंस नाव? मुलगी-जावई धावत आले. जावयांनी पदरचे पैसे खर्च करून एक वकील दिला. वकील हुशार होता. त्यानं सांगून ठेवलं होतं, त्यांनी काहीही विचारलं तरी तुम्ही 'नाही' म्हणायचं! उलटतपासणीच्या वेळी सावध रहा. शब्दात अडकवेल तो वकील! जरा विचार करून उत्तर द्या; शब्दात सापडू नका!

पण उलटतपासणीच्या वेळी त्या सरकारी वकिलानं सांगितलं, ''अम्मा! तुम्ही देवाची शपथ घेऊन खरं बोलणार असं सांगितलं आहे! खोटं बोललं तर त्या देवाला तोंड कसं दाखवाल? आणि इकडं कोर्टाकडूनही शिक्षा होईल! खरं सांगा, घाबरू नका!'' एवढं सगळं सांगून विचारलं, ''तुम्ही तुमच्या सुनेला माहेरून काही आणलं नाहीस म्हणून बोलला की नाही?'' एवढ्यात केशवच्या भीतीपोटी त्याच्या बायकोनं केस मागं घ्यायचं कबूल केलं होतं म्हणे! आता मला कसली भीती, असं

वाटून मी म्हटलं, "तसं नव्हे! तिच्या बापाचे सगळे पैसे तर दवाखान्याला गेले, तरीही आम्ही काहीही तक्रार न करता साधं लग्न करून हिला घरी आणली, तरीही ही आपल्या नवऱ्याच्या पगारात त्याच्या धाकट्या भावाला शिकवायला विरोध करायला लागली म्हणून..." माझं बोलणं निम्म्यावर तोडून त्या वकिलानं विचारलं, "तेव्हा तुम्ही, तुझ्या माहेरहून तू काय आणलंस; असं विचारलं!" मी म्हटलं, "होय!" तेवढंच धरून त्यानं आपला वाद सुरू ठेवला. कोर्टानं मला तीन वर्षांची शिक्षा दिली. तूच सांग द्यावक्का! याला न्याय म्हणायचं काय?"

द्यावक्का मूक होऊन आजीकडे बघत राहिली. हे सगळं ऐकत असलेल्या राणीला यातलं किती समजलं आणि काय नाही, कोण जाणे! पण ती गंभीर झाली होती हे खरं.

"जेलमधून सुटल्यावर तशाच निघून गेलात?"

"निकाल समजल्यावर मुलगी-जावई गुजरातहून धावून आले. जावयांनी वकिलांशी चर्चा केली. त्यांनी सांगितलं, 'एका वाक्याच्या आधारावर निकाल दिला गेलाय, म्हणून आपण अपिलात जाऊ शकतो.' तेव्हा मीच म्हटलं, 'मला कुठलाही न्याय नको आणि कुठल्याही न्यायालयात मान खाली घालून उभं राहणंही नको! देवकी-वसुदेवही जेलमध्ये राहिले, तेही गुन्हेगार होते काय? मी तीन वर्षं जेलमध्ये काढेन, पण तुम्ही माझ्यावर एक उपकार करायला पाहिजे. जयण्णाला बेंगळूरच्या कॉलेजमध्ये सीट मिळाली आहे. पाच वर्षांसाठी त्याची फी, हॉस्टेल, कपडालत्ता या सगळ्यासाठी तुमचा मुलगा समजून मदत करायला हवी! दिलेल्या प्रत्येक पैशाचा हिशेब मांडून ठेवा. पहिल्या पगारापासूनच तो तुमचा प्रत्येक पैसा फेडायला सुरुवात करेल!' हे जावयांनी मान्य केलं. जयण्णानंही माझा हात हातात घेऊन वचन दिलं, 'मी शिकेन. त्यांनी दिलेल्या प्रत्येक पैशाचा मीच हिशेब ठेवेन. नोकरी लागताच परत करेन!' नंतर केशव बहिणीला म्हणाला म्हणे, 'मी सांगितल्यावर हिनं तक्रार मागं घेतली होती, पण केस दाखल झाल्यावर ती चाललीच पाहिजे असा कायदा आहे! अम्मानं मूर्खासारखं मान्य केल्यावर माझ्या बायकोची काय चूक? अम्माचा अहंकार तुला ठाऊक नाही!...'

नंतर जयण्णा दर महिन्याला म्हैसूरला येऊन मला जेलमध्ये भेटून जायचा. एकदा केशवही आला होता. मी वॉर्डनला स्पष्ट सांगितलं, मी त्याचं तोंड बघणार नाही! त्यानंतर मात्र तो आला नाही."

"हं! जेलमधून बाहेर आल्यावर?" द्यावक्कानं विचारलं.

"आणखी कधीतरी सांगेन. तीही मोठी कथा आहे." आजीला आता दमायला झालं होतं.

४

एवढं झाल्यावर आजींनी द्यावक्काला दुसरे दिवशी विचारलं, ''माझ्या थोरल्या सुनेनं आपल्या सासूला जेलमध्ये धाडलं! धाकट्या मुलाला तर त्याच्या बायकोनंच जेलमध्ये धाडलं! त्याची कंपनी बुडवली! काय ही आमच्याच घराला ग्रासणारी साडेसाती आहे! ही अवदसा कशी काय आमच्या घरात शिरली? तुला नक्की ठाऊक असेल! सांग!''

''मला त्यातलं नेमकं काय आणि केव्हा झालं हे काही ठाऊक नाही. जयण्णांनी आणखी एक लग्न करावं असं मलाही वाटत होतं. कुठल्या तरी, खऱ्या बापापासून झालेल्या मुलीशी लग्न करून तिला घरी आणायला मीही कितीतरी वेळा सांगितलं. एक दिवस हिला ते घरी घेऊन आले आणि 'हिच्याशी लग्न केलंय' म्हणून सांगितलं. ही नवी नवरी आणि कपाळावर कुंकू नाही, गळा मोकळा, हातात बांगड्या नाहीत! केस कापलेले, त्यामुळे त्यात गजरा नाही! मला तर वाटलं, ही ख्रिस्ती नाही तर तुर्कांपैकी असेल! मला तर गरगरायलाच लागलं! लग्न झाल्या-झाल्या चौथ्या दिवशीच हिच्या कोरड्या ओकाऱ्यांचा आवाज कानावर आला! मला शंका आलीच! नंतर हिशेब केला. मूल जन्मलं तेव्हाचा हिशेब केला तर लग्नाच्या वेळी हिला तीन महिने झाले असणार हे नक्की! वाटलं, जयण्णांचंच असेल, गप्प बसले.

त्यानंतर, तुम्हाला सांगितलं मी तिची आई कशी घरात घुसून आपल्या राणीला घराबाहेर काढायची हिंमत करायला लागली, ते! मग आई विजयनगरच्या फ्लॅटवर राहायला गेली. नंतर कधी-कधी मला तेजण्णाला तिकडं सोडून यायचं काम असायचं. तिकडं नंतर समजलं, तिथल्या चार-सहा घरची कामं करणाऱ्या कुंदव्वाशी ओळख झाली, तिनं सांगितलं, चौकीदार रतनसिंगनंही सांगितलं- तो फ्लॅट हिचाच. लग्नाच्या आधी तीन-चार दिवसांतून एकदा एक माणूस यायचा म्हणे! रतनसिंगच्या रजिस्टरात रंगस्वामी म्हणून नाव लिहायचा म्हणे! रतनसिंग हुशार! तो त्याच्या गाडीचा नंबर लिहून ठेवायचा. हिचं लग्न झाल्यावर हा रंगस्वामी कधीही इकडं आला नाही. नंतर तीन-चार वर्षांनंतर जयण्णा ऑफिसला गेल्यावर मी राणीला घेऊन बाहेर पडल्यावर घरी एकजण येतो असं मला शेजारच्या घरातल्या कामवालीनं सांगितलं होतं. त्याची गाडी दुसऱ्या गल्लीत उभी असायची. हे सगळं जयण्णांना सांगावं असं हजारदा मनात येऊन गेलं, पण किती केलं तरी मी नोकरमाणूस! मोठ्यांच्या लफड्यात लक्ष घातलं तर शेवटी मार मलाच बसणार, असा विचार करून गप्प बसले...''

एकोणीस

१

सुटकेचा दिवस जवळ येऊ लागला तसा तो राणीला भेटायला अधिकच आतुर होऊ लागला. जेलच्या गेटपाशी त्याचं स्वागत करायला आलेल्या शोभक्का आणि भाऊजींच्या मनात त्यानं आपल्याकडे येऊन किमान आठवडाभर विश्रांती घेऊन नंतर बेंगळूरला जावं असं असलं तरी त्याची राणीला भेटण्याची आतुरता त्यांनाही पटली. भाऊजींनी आग्रहानं त्याच्यासाठी विमानाचं तिकीट काढून आणलं आणि स्वत: विमानतळावर पोहोचवूनही आले.

बेंगळूरच्या विमानतळावर त्याचं स्वागत करायला नचिकेत गाडी घेऊन आला होता. त्याच्याबरोबर राणी, द्यावक्का आणि अम्माही होत्या. वडलांना बघताच राणीनं धावत येऊन त्याला मिठी मारली आणि "अप्पा... अप्पा... अप्पा..." म्हटलं. आधी म्हणायची तसं "अप्प..प्प..प्पा" म्हटलं नाही, हे जयकुमारच्या लक्षात आलं. हे म्हणताना ती अजिबात अडखळली नाही. बारीक काठांची तलम साडी, काठाच्या रंगाचा ब्लाऊज; केसात मोगऱ्याचा गजरा होता. कपाळावर कुंकू होतं.

तिला पाहताच त्याला तीव्रपणे वैजयंतीलाच पाहात असल्यासारखं वाटलं. कारमध्ये तिच्या शेजारी बसल्यावर त्यानं एकेक करून "ही कोण", "ह्या कोण" असं विचारलं तेव्हाही तिनं "अं..आजी!" "अक्का" असं सांगितलं. द्यावक्काला अक्काच म्हणायला तिला आधीपासून शिकवलं होतं. "हे?" असं विचारताच तिनं "नचि..." उत्तर दिलं. "अरेव्वा! शहाणी आहेस!" म्हणत जयकुमारनं कौतुकानं तिच्या केसांवरून हात फिरवला. आपल्या दोन्ही हातांची बोटं दाखवत तिनंही विचारलं, "तुम्ही?..."

त्यानं सांगितलं, "गावाला गेलो होतो! आता जाणार नाही बेटा!"

त्यानं घरी आल्यावर पाहिलं, घराला वेगळीच नवी कळा आली होती. दाराला तोरण लावलं होतं. उंबऱ्यापुढे रांगोळी, स्टूलवर अलीकडे विणलेला एक रुमाल पांघरला होता. विणकामात सफाई नसली तरी नव्यानं विणलेला दिसत होता. त्यानं विचारलं, "हा कुणी विणलाय?"

आजी म्हणाली, "विचार तुझ्या लेकीला!" राणीचा चेहरा खुलला!

काहीही काम नाही, काही अर्थार्जनाचा मार्ग नाही, अशा परिस्थितीत काय करायचं हा जयकुमारसमोर प्रश्नच होता. त्यातल्या त्यात काही चांगल्या गोष्टीही होत्या. एक तर अम्मा बरोबर होती आणि राणीमध्येही लक्षणीय सुधारणा झालेली दिसत होती! बावीस वर्षांची तरुण मुलगी. ह्या वयाच्या आजच्या मुलीकडून जेवढी कर्तृत्वाची अपेक्षा असावी तेवढी तिच्याकडून करणं शक्य नसलं तरी आपल्याला जमेल तेवढं करण्यात ती स्वत:ला गुंतवून टाकत होती, तोही आजीच्या उत्साहाचा परिणाम आणि तिच्याच विजिगीषू स्वभावाचं फळ असल्याचं त्याच्या लक्षात येत होतं. त्याला स्वत:लाही अलीकडे आत्मविश्वास जाणवत होता.

एक दिवस त्यानं तिला, आपण मंगळेच्या सहवासात आल्यानंतर कशा आणि किती प्रकारची हिंसा अनुभवली याविषयी विस्तारानं सांगितलं. तो सांगत असताना द्यावक्काही आजूबाजूला वावरत होती, त्यामुळे तिच्याही कानावर जात होतं. तिला काही ठाऊक असलं तरी त्यातला तपशील प्रथमच ती ऐकत होती. जर तिला हे सगळं आधीच ठाऊक असतं तर तिनंही कदाचित तिला ठाऊक असलेलं मंगळेचं प्रकरण त्याच्याही कानावर घातलं असतं!

नंतर आजीही म्हणाली, "हे बघ! तू काही जगावेगळं केलेलं नाहीस. फार काही मनात ठेवू नकोस! मीही जेलमध्ये जाऊन आले! पण त्याविषयी माझ्या मनात कधीही अपराधीपणाची भावना नव्हती आणि आजही नाही. त्या वेळी मी बोलले त्यात काहीही चुकीचं केलं असं मला वाटत नाही. बायको चांगली असली तर कोण वेश्येकडे जाईल? जर ही बायकोच वेश्या आहे हे तुला ठाऊक असतं तर काय करायचं, हे तूही ठरवलं असतंस! तू वेश्येकडे गेला नसतास, हे नक्की!"

अम्माच्या बोलण्यानं त्याचं समाधान झालं. हेच आणखी कुणी सांगितलं असतं तर ते झालं नसतं.

नचिकेत त्याला म्हणत होता, "मला एवढा मोठा फ्लॅट दिलाय कंपनीनं! महिन्याला तीन लाख पगार आहे! तुम्ही सगळे तिथंच राहायला चला." प्रेमापोटी तो तसं म्हणत असला तरी हे जयकुमारला पटत नव्हतं.

शेखरप्पाचा अधूनमधून फोन यायचा. तो स्वत:ही अधूनमधून भेटायला यायचा. आला की कधी पन्नास हजार तर कधी लाखभर रुपये देऊन जायचा. म्हणायचा,

“यात संकोच बाळगायचं कारण नाही. तुला तसेच पैसे घ्यायला आवडणार नाही, हे मलाही ठाऊक आहे. तू याला कर्ज समज. माझी खात्री आहे, तुझे हे दिवस पालटतील, तेव्हा परत दे! आताही तू म्हणशील तेव्हा एखाद्या कंपनीत तुला ॲडव्हायझर म्हणून नोकरी मिळवून देऊ शकेन. अगदी पार्टटाईम म्हटलं तरी महिन्याला दीड लाख सहज मिळतील.” पण कुणाच्यातरी हाताखाली काम करणं याला पटत नव्हतं.

पण, ‘मग पुढं काय करायचं,’ हा प्रश्न होताच! त्याचं उत्तर तर मिळतच नव्हतं; या प्रश्नावर विचार करायचाही त्याला त्रास होत होता.

एकदा शेखरप्पा रिंगरोडजवळच्या फ्लॅटवर आला आणि याला घेऊन फिरायला बाहेर पडला. कब्बनपार्कमधल्या एका बाकावर बसून गप्पा मारताना आजच्या औद्योगिक क्षेत्राविषयी थोड्या गप्पा झाल्यावर तो म्हणाला, “माझ्या मनाला सतत टोचणी लावणाऱ्या एका गोष्टीविषयी तुझ्यासमोर बोललं तर कदाचित मला थोडं हलकं वाटेल!”

“मग बोल ना! माझ्यासमोर कसल्या फॉरमॅलिटीज?”

“तुला कॉलगर्लला बोलवायचा सल्ला देऊन मीच स्टार पॅराडाईजचा पत्ता सांगितला! त्यानंतर तुझ्या संदर्भात तिथं जे काही घडलं, त्याविषयी माझ्या मनात गिल्ट-फीलिंग सतत टोचणी देत असतं!”

जयकुमारला भरून आलं. त्याचा हात हातात घेत तो म्हणाला,

“तो संदर्भ वेगळा होता! मी पुरुषार्थ गमावल्याचा प्रॉब्लेम घेऊन तुझ्याकडे आलो होतो, तेव्हा तू मला तो मार्ग दाखवला होतास, पण ते झाल्यावर तिथं मी पुन्हा-पुन्हा जात राहिलो, ही चूक कुणाची? माझीच ना? त्या वेळी दुसरा मार्गही नव्हता. या बायकोकडे गेलो असतो तर पुन्हा-पुन्हा हारलो असतो. अरे हो! इथं आल्यावर समजलेली गोष्टी अशी...” असं म्हणत मंगळेच्या मुलाच्या पितृत्वाविषयी मनात निर्माण झालेली शंका, लग्नानंतरही तिचे असलेले परपुरुषाशी संबंध इ. समजलेल्या सगळ्या गोष्टी त्यानं सांगितल्या.

यावर काय बोलावं ते न सुचून शेखरप्पा गप्प बसला. थोडा वेळ कुणीच काही बोललं नाही. एकमेकाचा हात हातात घेऊन बसले. नंतर शेखरप्पा म्हणाला, “मी मार्ग दाखवला, याचा अर्थ मला तो मार्ग ठाऊक होता! हे तुझ्याही लक्षात आलं असेलच! पण तू कधीही त्या संदर्भात काहीही विचारलं नाहीस!”

“त्यात काय विचारायचं?”

२

मामा आणि आजीला भेटायला येताना नचिकेत नेहमी दोन पावशेर जाई किंवा मोगऱ्याच्या कळ्या, अबोली आणि दवणा किंवा मरवा घेऊन येत होता. त्याच्या हातातलं ते जाडजूड पुडकं बाहेर काढण्याआधीच त्याचा सुगंध खोलीत पसरत होता आणि राणीचा चेहरा खुलत होता. पुडकं पाहताच ती आतून दोऱ्याचा गुंडा घेऊन बाहेर यायची. आजीशी गप्पा मारताना समोर बसून गजरा गुंफणाऱ्या राणीमधली प्रगती बघणं हा एक त्याच्या आनंदाचा भाग होता. ती लहान, तिला आवडेल असं काहीतरी आणायचं, म्हणून तो तिच्यासाठी दुसरे दिवशी उमलणाऱ्या टपोऱ्या कळ्या आणत होता. हॉटेलमधलं खाणं घरात कुणालाच आवडत नव्हतं. शिवाय गजरा करण्यात राणी रमते, हे त्याच्याही लक्षात आलं होतं. अलीकडे तिला कुणी किती जाईनंतर अबोली-मरवा घालायचा हे सांगत नव्हतं. तो क्रम तिची ती ठरवत होती. कितीही कळ्या आणून दिल्या तरी मोठाला हार तयार होईपर्यंत ती जागची उठायची नाही. गुंफण्याच्या कलेत ती पूर्णपणे पारंगत झाली नसली तरी प्रत्येक वेळी तिच्यात सुधारणा निश्चितच दिसत होती.

एक दिवस तो संध्याकाळी पाच वाजता घरी आला. हातात नेहमीप्रमाणे कळ्या-फुलांचं पुडकं होतं. आजी राणीला म्हणाली, "हे बघ, तू त्या खोलीत बसून गजरा कर बघू!"

राणीला हे पटलं नाही. तिच्या चेहऱ्यावर "का?"चं प्रश्नचिन्ह उमटलं. आजीनं पुन्हा सांगितलं, "सांगितलेलं ऐकावं! जा बघू!" मग मात्र ती मुकाट्यानं फुलांचं पुडकं आणि दोरा घेऊन दुसऱ्या खोलीत गेली. द्यावक्कानं त्या खोलीचा दरवाजा बंद केला. आता हॉलमध्ये नचिकेत, आजी आणि द्यावक्का राहिले. मामा घरात नव्हता.

इकडचं-तिकडचं बोलल्यावर आजीनं विचारलं, "बेटा, असाच किती दिवस राहणार आहेस? लग्न नाही का करणार?"

तो हसला, "लग्न? या जन्मात? पुन्हा एकदा?"

"का? काय झालंय तुला? बायको मेल्यावर पुन्हा लग्न नाही का करत? घटस्फोट झाला तरी तेच! बाई असो किंवा पुरुष; त्याला नीट राहायचं असेल तर घरात एक जोडीदार हवाच!"

तो गंभीर झाला. नंतर म्हणाला, "मी आताच खरा सुखी आहे!"

"जुने कष्टाचे दिवस जोपर्यंत आठवत राहतात तोपर्यंत असंच वाटतं! पण हे दिवस मागं पडले की पुन्हा सुखाची अपेक्षा निर्माण होते! त्यात तू अजून लहान आहेस!..."

"आजी! छत्तीस संपली मला! सदतीस सुरू झालंय!"

"म्हणजे काही म्हातारा नाही झालास!"

त्याला थोडी थट्टा करायचा मूड आला. म्हणाला, "मी समजा ठरवलं, तरी मला साजेशी मुलगी..अं, तरुणी मिळेल काय? तू शोधशील माझ्यासाठी?"

आता द्यावक्का म्हणाली, "आमी शोधलीय न्हवं का! तू व्हय म्हन म्हंजे झालं!"

आजीनं तिला बजावलं, "ए! तू एवढ्यात नको बोलू!"

"आता झालंय ना बोलून? मग पूर्णपणे सांगून टाका!" नचिकेत म्हणाला.

आता दोघीही गप्प बसल्या. मिनिटभरानं आजीच म्हणाली, "तूच सांग!"

"तू राणीशी लग्न कर, बाळा! लखलखीत पोर हाय! रतीदेवीचं रूप हाय! सांगितलेलं ऐकून घरंदाज मुलीसारखी मानानं संसार करेल बघ ती!"

"आणि गरजेला आम्ही आहोतच सुख-दुःख आलं की बघायला!"

"असली पोर कुठंही मिळनार नाही तुला, लेकरा! मामाची पोर म्हनजे पयला हक्क तुझाच!" द्यावक्कानं तोंडपाठ केलेलं सगळं बोलून दाखवलं.

हा आजी आणि द्यावक्कानं मिळून केलेला कट दिसतोय! त्याच्या आतून विरोध जन्मला. इतरांच्या कटाला बळी पडायचं म्हणजे स्वत्त्व गमावणं! शिवाय दोन बायकांनी छळलं असलं तरी.. राणी?

त्याला राग आला. या बायकांना, त्यातही भारतातल्या बायकांना दुसरा उद्योग नाही! राग व्यक्त करावं असं तीव्रपणे वाटलं तरी, का कोण जाणे, तो काही बोलला नाही.

आजी पुढं म्हणाली, "विचार कर. आम्ही काही उगाच सांगत नाहीये तुला! महिन्यापूर्वीच आम्हा दोघींच्या मनात हा विचार आला. म्हणजे राणीच्या लग्नाचा. हिचं लग्न केलं तर? केलं तर ही नीट संसार करेल काय? नवरा-मुलांवर प्रेम करेल काय? त्यांची मायेनं काळजी घेईल काय? तिच्या पोटी जन्मलेलं मूल सशक्त असेल की नाही? की त्यालाही हा बोलण्यातला दोष येईल? आम्ही उमेश डॉक्टरांना भेटलो. त्यांनीच हिच्या अपघातानंतर हिला ट्रीटमेण्ट दिली होती, हिचं ऑपरेशनही केलं होतं. आता ते निम्हान्समध्ये मोठे डॉक्टर आहेत! आमच्याबरोबर समोरच्या सुशीलम्मा डॉक्टरांनाही घेऊन गेलो होतो. त्यांनी सांगितलं, तिचा हा दोष काही जन्मापासूनचा नाही; मेंदूतल्या एका सुईएवढ्या जागेला मार लागल्यामुळे असं झालं आहे. तिचं मूल सगळ्या मुलांसारखंच असेल. ते म्हणाले, तिला सांगता येत नसलं तरी सगळं समजतंय! हवं तर तूही जाऊन चौकशी करून घे. अरे, ती जशी माझी नात आहे, तसाच तूही माझा नातू आहेस ना! तुझ्या गळ्यात कसली तरी मुलगी बांधायला माझं आतडं तरी कसं तयार होईल? अमेरिकेत तूही

दोन लग्नं करून होरपळला आहेस! तुलाही छातीच्या पिंजऱ्यात ठेवून प्रेमाचा वर्षाव करणारी बायको नको काय? तूही बघतोयस! अप्पा म्हटल्यावर राणी कसा मायेचा वर्षाव करतेय! लग्न केलंस तर ती त्यापेक्षाही जास्तीचं प्रेम तुझ्यावर करेल! आताही करतेय! तू फुलं आणून देतोस तेव्हा तिचा चेहरा कसा लालबुंद होतोय ते तूही पाहतोस ना! सगळ्या गोष्टी तोंड उघडून सांगायच्या असतात काय? वाचा नसलेल्यांकडे भावनेचं भांडार फार असतं!''

आजीच्या प्रत्येक शब्दासरशी त्याचा जीव कासावीस होत होता. 'या नंतर इथं कधीही यायचं नाही' असा त्यानं निश्चय केला. ''काम आहे...'' म्हणत तो उठून उभा राहिला.

''का? राग आला? न जेवता निघालास?''

''एका मित्राबरोबर बाहेर जेवायला जायचंय. ते हॉटेलवर वाट बघत असतील! बिझनेसडिनर...'' म्हणत तो घाईनं बाहेर आला आणि चालू लागला.

३

कार सुरू करून निघाल्यावर त्याचा राग आणखी-आणखी वाढू लागला. भारतातल्या म्हाताऱ्यांना दुसरा काही धंदाच नाही! ओळखीच्या मुलां-मुलींची एकमेकांसमोर शिफारस करायची, एकमेकांसमोर आणायचं, फशी पाडायचं, पत्रिका दाखवायची आणि परस्परांशी गाठ घालायची. अशा म्हाताऱ्यांनी ठरवलेल्या लग्नांमध्ये कसली गंमत असणार? किती समरसता असणार? या नंतर इथं आजी आहे म्हणून आपण या फ्लॅटवर यायचं कारण नाही!

या कटात मामाही सहभागी असेल काय? स्वत: हा विषय माझ्यासमोर काढायचं अवघड वाटून त्यानं आजीमार्फत हा विषय काढला असेल काय? त्याला मामाचाही राग आला. वाटेतल्या एका हॉटेलात जाऊन त्यानं एक मिडियम साईजचा पिझ्झा खाल्ला आणि तो आपल्या फ्लॅटवर गेला.

दोन दिवस याच रागात गेले. काय वाटतं यांना दांपत्य म्हणजे? न बोलता, एकमेकांशी शेअर न करता एकत्र राहायचं? कसं शक्य आहे ते? मीही दोनवेळा दांपत्यसुख अनुभवलं आहे! तेही अमेरिकेतल्या गोऱ्या स्त्रियांच्या सान्निध्यात! मुक्त काया, मुक्त भाव! मोकळ्या बोलण्यानं एकमेकांना चेतवणं... ओह!... फायदा असेल तिथं नुकसानही असणारच. हा तर कुठल्याही व्यवहारातला सर्वसामान्य नियम आहे! म्हणून कुणी संपूर्ण व्यवहारच नाकारतं का?... हेही काही खरं नाही... पण... एवढं करून लग्न केलंच पाहिजे म्हणून कुणी सांगितलंय? मला तर लग्नही

नको आणि एकत्र राहणंही नको, हंगामी मैत्रीही नको! ठरलंय ना माझं हे? हा माझा निर्णय बदलावा असं काय घडलंय?

पण आठवडा गेल्यावर त्याच्या लक्षात आलं, आपल्याला राणीची आठवण येतेय. राणी.. नाव काय तिचं? राणी, काय राणी? हे काही तिचं खरं नाव नाही. मामा आपला लाडानं म्हणतो, मामी... त्याच नावानं हाक मारायची. म्हणून मीही राणी म्हणायला लागलो, एवढंच. पण तिचं शाळेत काहीतरी वेगळे नाव होतं, पण आता आठवत नाही ते! सगळा दिवस आठवण्यात गेला तरी नाव आठवलं नाही. दुसरा दिवसही त्याच प्रयत्नात गेला. काय नाव तिचं? कसं शोधून काढायचं? मामाला फोन केला तर तो एका क्षणात सांगेल, पण आता का विचारतोयस; असं विचारलं तर काय सांगायचं? उगाच विचारलं, म्हणून? हे काही खरं नाही. मला तरी ते समजून काय करायचं आहे म्हणा! त्यानं मनाला समजावलं.

पण दुसरे दिवशी पुन्हा तोच विचार मनाला टोचू लागला. म्हणजे माझी स्मरणशक्ती कमी झालीये म्हणायची की कसं? खरोखरच कमी झाली असेल तर एवढी महत्त्वाची नोकरी मी कसा निभावणार? या विचारानं मन थोडं घाबरंही झालं.

तीन दिवसांनंतर एक मार्ग सुचला. ती प्राथमिक शाळेत शिकत असताना मी तिला शाळेत पोहोचवायला जायचो. तेव्हा मी इंजिनियरिंगचा विद्यार्थी. शाळेची अजूनही ओळख आहे. आई-वडलांचं नाव आणि इसवीसन सांगितला तर रजिस्टर बघून तेही सांगू शकतील. नाही तर न्हिमॅन्समधल्या डॉक्टर उमेशांची अपॉइण्टमेंट घेऊन... पण अपॉइण्टमेंट घेऊन केवळ नाव विचारायला आलोय असं समजलं तर ते माझंच डोकं फिरलंय, म्हणतील. म्हणजे माझं नाव सांगून, तिच्याशी लग्न करू शकतो का? तिच्या पोटी जन्मलेलं मूल सशक्त असेल का, वगैरे विचारावं लागेल! त्यावरही त्यांनी 'मुलीच्या घरच्यांच्या परवानगीशिवाय आम्ही काही सांगणार नाही,' म्हणाले तर? त्याहीपेक्षा, तिचं मूळ नाव समजून काय होणार आहे? स्टुपिड! विनाकारण फालतू कुतूहलात मी आठ-दहा दिवस वाया घालवतोय! एवढंच लक्ष प्रोजेक्टच्या कामात घातलं असतं तर ते कितीतरी पुढं गेलं असतं!

त्यानंतर मात्र लगेच एके दिवशी सकाळी जागं होऊन अंथरुणात लोळत असताना एक घटना आठवली. ती प्राथमिक शाळेत शिकत असताना एक दिवस रडत घरी परतली. मामीने 'का रडतेस?' म्हणून चौकशी केली तेव्हा ती म्हणाली, "मला गणितात शून्य मार्क्स दिले आहेत! घरी होमवर्क केला नाही म्हणून मिस बोलल्या मला!" मी जवळच होतो. ती मला म्हणाली, "नची, अरे काय म्हणतेय ती? तिला जरा गणित शिकव बघू!" मी तिची वही घेतली आणि उघडून पाहिली. त्यात पहिल्या पानावर तिचं नाव लिहिलं होतं, "वत्सला."

हे आठवताच पराकोटीचा आनंद झाला. इतके दिवस छळून आता अचानक आठवलं! एखाद्या शास्त्रज्ञाला, भूक-तहान हरपून गुंतलेल्या शोधकार्यात अचानक उत्तर सापडल्यावर व्हावा, तसा आनंद झाला. त्याचबरोबर ''तिला जरा गणित शिकव बघू!'' म्हणणाऱ्या मामीची आठवण झाली. बारा वर्षांपूर्वी पाहिलं होतं तिला! आता वत्सला दिसत्येय, तशीच दिसायची ती. तीच उंची, तोच बांधा, तोच चेहरा! दाट केसांची तीच लांबसडक जाड वेणी! चेहऱ्यावर मात्र बुद्धिमत्तेची झलक होती. हिच्या चेहऱ्यावर ती चमक नाही. तेवढा एकच फरक आहे दोघींमध्ये!

एकदा आठवण झाल्यावर मात्र ती अधिकाधिक खोल होत चालली. पाठोपाठ आईची आठवण. एकुलता एक मुलगा म्हणून तिचा आजही मी लाडकाच आहे! पण ती ॲमॅच्युअर! मामीच्या चेहऱ्यावर प्रगल्भता होती, आत्मविश्वास होता, पण त्यात कुठंही अहंकाराला थारा नव्हता, पण दरारा मात्र होता! त्या शिस्तीचा बडगा नसता तर मी पास झालो नसतो हे मात्र नक्की! बिघडलो असतो हे मात्र निश्चित! तिनं आई-अप्पांना सांगून ठेवलं होतं, ''तुम्ही त्याला किती पैसे पाठवताय, ते मलाही सांगून ठेवा. म्हणजे मी हिशेब विचारत राहीन. पैसेही फार देऊ नका. जबाबदारी नसताना हातात मुबलक पैसा आला तर मुलं बिघडतात.''

अप्पांना या सांगण्याचा फार आनंद झाला होता, पण आई रागावली होती! ''माझ्या लेकराला मी हवे तेवढे पैसे देईन! हिचा काय वरचश्मा?''

त्याला तीव्रपणे वाटलं, आपण मामीचा एखादा फोटो तरी जवळ ठेवायला हवा. मामाकडे असेल. मागून घ्यायला पाहिजे. नाहीतर तिथल्या भिंतीवर असलेल्या फोटोवरून काढून घ्यायला पाहिजे.

४

त्यानंतर तिसरे दिवशी मामाकडून फोन आला, ''का रे? काय झालं? बरा आहेस ना? घराकडे का फिरकला नाहीस?''

आपला आजीवरचा राग बोलून दाखवायची त्याला लाज वाटली. रागाचं कारण विचारलं तर काय सांगायचं? कदाचित मामाला यातलं काहीच माहीत नसेल. त्यानं सांगितलं, ''येतो परवाच्या दिवशी.''

ठरलेल्या दिवशी तो आधीच तासभर लवकर निघाला. कोरमंगलच्या मार्केटबाहेर बसलेल्या बायकांकडून शेरभर मोगऱ्याच्या कळ्या, अबोली आणि मरव्याचं मिश्रण बांधून घेतलं, त्याचबरोबर सफरचंद, डाळिंबं यासारखी काही फळंही बांधून घेतली.

त्याला पाहताच राणीची नजर त्याच्याकडच्या फुलांच्या पुडक्याकडे गेली.

मामा घरीच होता. त्याच्याशी पंधरा-वीस मिनिटं बोलल्यावर त्यानं विचारलं, ''मी राणीला थोड्या वेळासाठी ड्राईव्हसाठी घेऊन जाऊ?''

मामाही म्हणाला, ''घेऊन जा. कंटाळते तीही! माझ्याकडेही कार नाही!''

आत जाऊन द्यावक्कानं राणीची साडी बदलून दिली. तिनंच गुंफलेला गजराही तिच्या केसात माळला.

राणीला शेजारी बसवून कार चालवताना नचिकेतच्या हाता-पायांना सूक्ष्म कंप सुटला होता. कधी नव्हे तो, आपल्याकडून अपघात तर नाही ना होणार, अशी त्याला भीती वाटली. त्यानं कब्बनपार्कपाशी कार थांबवली आणि दोघंही आत गेले. एका दगडी बाकावर बसले. राणी एक कळकाचं बेट डोळे विस्फारून बघत होती. त्यानं विचारलं, ''कसलं झाड आहे ते?''

तिला काही समजलं नाही. त्यानं पुन्हा विचारलं, ''आवडलं?'' यावर मात्र तिनं हुंकार दिला. त्यानं विचारलं, ''जायचं तिकडं?'' ती उत्साहानं हं म्हणाली. त्यानं तिला उठायला सांगितलं. ती उठून त्या दिशेला चालू लागली. तोही तिच्या पाठोपाठ गेला. एकमेकावर घासून वेगवेगळे आवाज करणाऱ्या त्या बांबूंकडे बघताना तिच्या नजरेत निगूढता होती. नंतर तिनं त्या झाडाला एक फेरी मारली. नंतर तिचं लक्ष शेजारी असलेल्या भल्या मोठ्या पिंपळाच्या झाडाकडे वळलं. तिनं मान वर करून त्याचा पसारा पाहिला. त्यातून कोकिळेची कुहू ऐकू येत होती. त्यानं विचारलं, ''काय ते?''

तिला उत्तर सुचलं नाही, पण तिनं स्वत:ही कुहू-कुहू म्हणून दाखवलं. त्यानं ''शहाणी!'' म्हणत तिचा दंड थोपटला. तिचा चेहरा खुलला. तिनंही त्याच्या दंडावर हात ठेवून ''तूही म्हण!'' असं सुचवलं. त्यानंही तिच्यापेक्षा नीटपणे तसं केलं. तिनंही त्याच्या दंडावर थोपटत, ''शहाणा!'' म्हणून कौतुक केलं. त्याला या आधी कधीही वाटला नव्हता एवढा आनंद झाला. ती पुढच्या झाडापाशी जाऊन त्याच्या टोकाकडे बोट दाखवत, ''ब..ब..बघ!'' म्हणाली.

त्यानं मुद्दामच विचारलं, ''कसलं आहे हे झाड?''

''मा.. मा.. हीत नाही!'' ती उत्तरली. हे म्हणताना तिच्या चेहऱ्यावर स्वत:च्या बावळटपणाला हसणाऱ्या निष्पाप मुलाचे भाव होते. त्यानं सांगितलं, ''सागवान!''

तीही पटकन ''सागवान'' म्हणाली.

तिच्या चमकदार चेहऱ्याकडे बघत तो म्हणाला, ''माझ्याकडे बघ, बघू!''

तिनं वळून पाहिलं. त्यानं विचारलं, ''एक विचारतो, उत्तर देशील?''

तिनं प्रश्नार्थक मुद्रेनं त्याच्याकडे पाहिलं.

''माझ्याशी लग्न करशील?''

तिला प्रश्नाचा अर्थ समजलेला नाही हे तिच्या चेहऱ्यावरून लक्षात आलं.

त्यानं सावकाश एकेक शब्द उच्चारत विचारलं, "तू.. माझ्याशी... लग्न करशील? माझी.. बायको... होशील? मी तुझा... नवरा...!"

क्षणभर गेल्यानंतर तिच्या चेहऱ्यावर आनंद उमटला. त्यानं पुन्हा विचारलं, "सांग!"

ती काही बोलली नाही. फक्त मान खाली घातली. तिचे दाट केस, मधोमध असलेला भांग, लांबलचक वेणी, त्यात माळलेला अजूनही न उमललेला गजरा... तिच्या मानेवरून घामाचा ओघळ उतरत होता. "काहीतरी बोल ना!" त्यानं आग्रह केला, तरीही ती बोलली नाही. त्यानं तिचा हात आपल्या हातात घेतला. तिचा तळहात घामेजला होता.

अचानक त्याच्या मनात आलं, आपण तिच्यापेक्षा पंधरा वर्षांनी मोठे आहोत. तोही काही फार मोठा विषय नाही म्हणा! पण मी कसल्या-कसल्या खेळाच्या मैदानात खेळून आलोय! ही कसलाही अनुभव नसलेली मुग्धा आहे! मी हिला संसारात ओढणं न्यायाचं ठरेल का? त्याचा हात आपोआप मागं सरला.

पण आजीला माझी सगळी कथा ठाऊक आहे! मामाला तर तपशिलासकट माहीत आहे! तरीही त्यांनी हे लग्न ठरवायचा विचार केला आहे! हे न्यायाचं आहे की नाही, हे माझ्यापेक्षा त्यांना चांगलं ठाऊक आहे! तिच्या हातावरची पकड घट्ट करत त्यानं स्वतःला बजावलं, मी लिन्सीला फसवलं नाही, ट्रेसीलाही नाही फसवलं! उलट तिनं मला फसवलंय. वत्सलेला तर फसवायची कल्पनाही माझ्या मनात येणं शक्य नाही!

"चल, हॉटेलमध्ये जाऊन काहीतरी खाऊन घेऊ या." म्हणत त्यानं तिचा हात धरून बाहेर नेलं.

सत्कार हॉटेलापुढे कार थांबवून तो तिला आत घेऊन गेला. एका टेबलाशी खुर्चीवर बसल्यावर त्यानं तिला विचारलं, "काय खायचंय?"

तिनं चाचरत विचारलं, "अप्पा, अक्का, आजी...?"

"आपण त्यांच्यासाठीही घेऊन जाऊ या. आधी आपण दोघं इथंच खाऊन घेऊ या." त्यानं सांगितलं.

तिनं मान हलवून नकार दिला.

५

लग्नासाठी खर्च करायला मामापाशी पैसा नाही हे नचिकेतला ठाऊक होतं, पण काहीही खर्च न करता लग्न झालं तर आई लग्नाच्या मांडवातच गोंधळ करेल,

याची त्याला कल्पना होती. त्यानं एक दिवस आजीपुढे एक नोटांचं पुडकं ठेवलं आणि सांगितलं, "हे दीड लाख आहेत. यात दोन्हीकडचा खर्च करायचा." आजीलाही बेफाट खर्च करायची अजिबात हौस नव्हती म्हणा! शिवाय या आधी दोन लग्नं झाल्यामुळे हा खर्च किती अर्थहीन आहे हे त्यालाही समजत होतं! अर्थात त्या अनुभवाविषयी आता बोलणं योग्य नाही हे ठाऊक असल्यामुळे तो काहीही बोलला नाही.

एक दिवस आजी आणि द्यावक्का लग्नासाठी लागणाऱ्या सामानाची यादी करत होत्या. राणी भाजी निवडत होती.

बाहेरच्या हॉलमध्ये बसून पेपर वाचणाऱ्या जयकुमारनं एकदम विचारलं, "अम्मा, केशवच्या बायकोचं नाव काय? इंदिरा ना?"

अम्मा म्हणाली, "का बाबा सकाळच्या शांत वेळी त्या कैदाशिणीचं नाव काढतोस?"

"पेपरमध्ये एक बातमी आहे. म्हैसूर इथल्या उदयगिरी एरियात राहात असलेल्या केशवमूर्ती आणि इंदिरा यांची कन्या जयश्री हिचा विवाह बेंगळूर इथल्या बी.एच.ई.एल.मध्ये नोकरी करणाऱ्या विश्वासशी वर्षापूर्वी लावण्यात आला होता. हुंड्याची रक्कम अपुरी होती म्हणून तिच्या नवऱ्यानं आणि सासू-सासऱ्यांनी केलेला छळ सहन न झाल्यामुळे या मुलीनं माहेरी येऊन स्वत:च्या खोलीत, रात्री, सगळ्यांच्या नकळत गळफास घेऊन आत्महत्या केली, म्हणे! तक्रार दाखल करण्यात आली असून तिच्या सासू-सासरे, आणि पतीला पोलिसांनी ताब्यात घेतलं असून अधिक चौकशी चालू आहे!"

"अय्यय्यो! देवा रे!" म्हणत अम्मा बाहेरच्या हॉलमध्ये आली आणि मुलाच्या पुढ्यात उभी राहिली. जयकुमारही कधीही न पाहिलेल्या आणि आता फास लावून मरण पावलेल्या, थोरल्या भावाच्या मुलीची कल्पना करण्यात गढून गेला, पण मनात कुठलंच रूप उभं राहात नव्हतं! ती तान्ही असतानाही आपण तिला पाहिलं नाही. अम्माला जेल झाल्यानंतर त्या कुटुंबाशी कसलाही संबंध राहिला नाही; तशी इच्छाही राहिली नाही म्हणा! शोभक्कानंही ठेवले नाहीत. एकतीस वर्षं झाली ना त्या गोष्टीला!

अम्मा समोरच्या खुर्चीवर बधिर होऊन बसून राहिली. तिच्याशी काय बोलावं हे त्यालाही सुचेनासं झालं. तिचीही तीच गत झाल्याचं तिच्या चेहऱ्यावरूनच लक्षात येत होतं. हळूहळू तिचा चेहरा व्याकूळ झाला, त्यावर दु:ख भरलं. तिनं विचारलं, "जयण्णा, उदयगिरी म्हणालास नाही का! कुठं आलं ते म्हैसूरमध्ये?"

"कोण जाणे! अलीकडे एवढी वस्ती वाढते आहे! मीही नाही पाहिलं."

"विचारलं तर कुणीही सांगेल. रिक्षावाल्यांना ठाऊक असतं. त्यात, नव्यानं

लग्न झालेल्या मुलीनं फास घेतला, ते घर, म्हणून विचारलं तर कुणीही सांगेल.''

''का?''

''केशवची मुलगी गेलीय! दु:खात असेल तो! आणि तिच्या तर आतड्याचा तुकडा गेलाय! चल, जाऊन भेटून येऊ या!''

जयण्णाला काय बोलावं ते सुचेना. काय करावं तेही सुचेना. ठामपणे नको म्हणून सांगावं असंही वाटलं नाही.

अम्मानंच विचारलं, ''आता म्हैसूरला जायला रेल्वे असेल का? नाही तर बस?''

''दहा-दहा मिनिटाला बसेस आहेत. नचिकेतला कळवलं तर कार-ड्रायव्हर पाठवेल. ते सोयीचं होईल!''

फोन करून नचिकेतला परिस्थितीची कल्पना दिल्यावर जयकुमारनं विचारलं, ''अम्मा, म्हैसूरला जाऊन केशवला भेटून जायचं म्हणते. तुझी कार-ड्रायव्हर रिकामा आहे का?''

नचिकेतनं सांगितलं, ''मीच येतो अर्ध्यात तासात...''

आल्यावर त्यानं आजीला विचारलं, ''कार घेऊन जा. आजच परतलं पाहिजे, असंही नाही. हवं तर तीन दिवस रहा, तरीही माझा एक प्रश्न आहे!... तुझ्या त्या मुलानं आणि सुनेनं तुला जेलमध्ये पाठवलं होतं! त्यांच्याविषयी कसलं प्रेम हे तुझं? ही कसली माया? या देशात दररोज शेकडो मुली अशा प्रकारे फास लावून आत्महत्या करतात! पेपर उघडला की याच बातम्या असतात. त्या कुणाविषयीही न वाटलेलं प्रेम या न पाहिलेल्या नातीविषयी का वाटावं? मला तरी तुझी ही तळमळ समजत नाही!''

''कसा का असेना, तो माझा मुलगा आहे. तिला कधीही पाहिलं नसलं तरी ती माझी नात आहे! आजकालच्या तुम्हा मुलांना नातेसंबंध म्हणजे काय ते समजणार नाही!''

खरोखरच नचिकेतला हे समजलं नसलं तरी त्यानं आजीशी वाद घालायचं टाळलं.

६

म्हैसूरच्या पोलीस-ठाण्यात चौकशी केली तर फास लावून आत्महत्या केलेल्या घराचा पत्ता मिळणं सहज शक्य असलं तरी असं करायची जयकुमारला धास्ती वाटली. एका दर्शनी हॉटेलात आणि एका टपरीवर चौकशी केल्यावर त्यानं

शेजारच्या हेअर-कटिंग सलूनमध्ये चौकशी केली. त्यानंही 'तुम्ही कोण? काय नातं तुमचं?' वगैरे विचारल्यावर घराचा पत्ता सांगितला.

केशवचं वय झाल्याचं पाहताक्षणीच जाणवत होतं. क्षणभर तो दिङ्मूढ झाला तरी त्याला अम्मा आणि जयकुमारची ओळख पटली. कनिष्ठ मध्यम वर्गाचं घर. समोर लहानशी मोकळी जागा. शेजारी दोन लहान-लहान खोल्या. मागच्या बाजूला जेवणघर. त्या मागं स्वयंपाकघर असावं. बाहेरच्या मोकळ्या जागेत वेताचा सोफा ठेवला होता. लहानसा टी.व्ही.ही होता.

"अम्मा? कुठं होतीस?" त्याचा आवाज ऐकून त्याची बायको इंदिरा आतून बाहेर आली. ती मात्र नवऱ्याप्रमाणे म्हातारी झाली नव्हती. केस पातळ असले तरी डाय केल्याचं स्पष्ट दिसत होतं. कानात लहानशा का होईना, चमकणाऱ्या हिऱ्याच्या कुड्या. गळ्यात सोन्याची साखळी, अंगावर रेशमी साडी. तिला ओळखायला अजिबात कष्ट झाले नाहीत. काय बोलावं हे कुणालाच समजलं नाही.

जयकुमारनंच सुरुवात केली, "आज पेपरमध्ये वाचलं..."

"पोलिसांनी सांगितलंय, त्यांना फासावर लटकवू, म्हणून! लेडी-इन्स्पेक्टर नेमणार आहेत!..." इंदिरेनं संभाषणात भाग घेत सांगितलं.

"काय छळ केला?"

"तुझ्या बापाच्या घरून दोन लाख घेऊन ये; नाही तर पुन्हा घरात पाय टाकायचा नाही; म्हणून दमदाटी केली. बिचारी फुलासारखी पोर! बाप निवृत्त झालेला, काय करेल? म्हणून असं केलं पोरीनं! माहेरी फास लावून घेण्याऐवजी सासरीच केलं असतं तर त्यांनीच जबरदस्तीनं फास घ्यायला लावून मर्डर केला असा आरोप ठेवून तिघांनाही निःसंशय फासावर लटकवलं असतं! बेंगळूरचे पोलीसच म्हणाले!"

म्हणजे आपल्या मुलीनं एवढा विचार करून जीव द्यायला हवा होता, अशी तर या माउलीची इच्छा नव्हती? जयकुमार अस्वस्थ झाला.

त्याच वेळी चार बायका आल्या. सगळ्या इंदिरेच्या वयाच्या होत्या. पन्नाशीच्या. एकीच्या अंगावर रेशमी साडी, हिऱ्याच्या कुड्या आणि सोन्याचे मोजके दागिने होते. दोघींच्या अंगावर सलवार-कमीज होतं. तिसरी पॅण्ट-झब्बा अशा वेशात होती. आल्या आल्या त्यांनी सूर काढला, "अय्यो! आम्ही गावात नव्हतो. काय झालं हे! ही असं काही करेल याची काहीच कल्पना नाही का आली? लाखो रुपये, एवढं सोनं, एवढी चांदी देऊन लग्न लावून दिलं होतं की तुम्ही!" रेशमी साडीवालीनं डोळे पुसत म्हटलं.

इंदिरेनं त्या चौघांनाही, "आतच या बघू..." म्हणत आतल्या खोलीत नेलं. मुलाला न शिकवता आपण दोन लाख रुपये मोठ्या ताटात ठेवून दिल्याचं ती बाहेर

ऐकू येईल अशा प्रकारे सांगू लागली.

जयकुमार म्हणाला, "केशव, दहा मिनिटं बाहेरच चल." केशव बाहेर आला. ते दोघं आणि अम्मा कारमध्ये बसले. जयकुमारनं विचारलं, "इथं जवळपास कुठंतरी दहा मिनिटं निवांतपणे बसून, शांतपणे बोलता येईल अशी जागा आहे का?"

"टेकडीच्या चढावर एक सपाट जागा आहे, झाडंही आहेत. तिथं बसता येईल." त्यानं सांगितलं आणि त्यानंच रस्ताही दाखवला. तिथल्या एका पिंपळाच्या झाडाखालच्या पारावर बसल्यावर जयकुमार म्हणाला, "चामुंडीच्या पायथ्याशी बसलो आहोत! मरूनच गेली असं वाटणारी अम्मा समोर आहे! खोटं बोलू नकोस! तुझ्या मुलीनं का फास लावून घेतला?"

"पेपरमध्ये आलंय ना; तेच!"

"पेपरमध्ये छापून येतं, त्यात नव्वद टक्के खोटं असतं! मी चामुंडेश्वरीच्या पायथ्याशी, अश्वत्थ वृक्षाच्या छायेत, अम्माच्या समोर शपथेवर सांगतो! तू जे काही सांगशील ते मी आणखी कुणालाही सांगणार नाही, खरं सांग!"

तरीही केशव बोलला नाही. जयकुमारनं पुन्हा आग्रह धरल्यावर म्हणाला, "त्यात कसली शपथ? जाऊ दे!"

"निदान अम्माला तरी खरं काय घडलं ते नको का समजायला?"

"गरीब कुठून आणणार हुंड्याची रक्कम? जमेल तसं एका दिवसाचं लग्न करून देऊ असं आम्ही सांगितलं होतं, पण त्यांचा आग्रह पडला, लग्न थाटातच झालं पाहिजे, मुलीच्या अंगावर हिऱ्याच्या कुड्या, बांगड्या, गळ्यात सर घातलीच पाहिजे. दोन लाख कॅश दिली पाहिजे! नाही तर आम्हाला तुमची मुलगीच नको! आम्ही म्हटलं, ठीक आहे; कॅश नंतर देऊ. लग्न झालं. सासरी गेल्यावर त्यांनी मुलीला म्हणायला सुरुवात केली, तुझ्या घरच्यांनी कबूल केलेली रक्कम दिलेली नाही; जा घेऊन ये. मी तर शब्द देतानाच म्हटलं होतं, 'हे आपल्याला पेलणारं स्थळ नाही, नको!' पण हिनं ऐकलं नाही. आधी लग्न होऊ दे, मग मी बघून घेईन, म्हणाली. मुलीनं तक्रार आणली तेव्हाही ही म्हणाली, तू धैर्यानं उभी रहा, असं छळलं तर पोलिसात तक्रार करेन म्हणून धमकी दे, पण तेवढं धैर्य हिच्याकडे नव्हतं. लहानपणापासूनच ही भित्री! एक दिवस तिचा नवरा म्हणाला म्हणे, तुझ्या या बारावी नापास शिक्षणाला कुणी दहा पैसे पगाराची नोकरीही देणार नाही! तुझ्या माहेरच्यांनी देतो म्हणून सांगून दगा दिला, फुकटचं अन्न गिळायला लाज वाटत नाही का?... मनाला लावून घेतलं पोरीनं!"

"तुम्ही का शिकवलं नाही तिला?"

"आम्ही प्रयत्न केला, पण तिला शिकायचं नव्हतं. ती म्हणायची, मला

शिकायचं नाही, नोकरीही नको. संसार करत घरचं बघत राहीन.''

"तुला किती मुलं?"

"थोरला मुलगा आहे. त्याला इंजिनियरिंग शिकवायचा विचार होता, पण त्याला मेरीट-सीट मिळालीच नाही. डोनेशन द्यायला पैसा कुठून आणू?"

"का? तुझ्या पगारात नाही का तशी शिल्लक ठेवली?"

"ठेवली होती ना! पण कुणीतरी माझ्यावर उगाचच लाच खाल्ल्याचा आरोप ठेवला आणि मला गोत्यात आणलं, त्यातून बाहेर पडून नोकरी टिकवायची म्हटल्यावर सगळी शिल्लक खर्च होऊन गेली! नाहीतर मला काय कमी होतं? असल्या दरिद्री घरात का राहिलो असतो? दोनच काय, दहा लाख फेकले असते त्यांच्या तोंडावर!"

लाच खाल्लेल्या आरोपामध्ये तथ्यांश असल्याचं त्याच्या बोलण्यावरूनच स्पष्ट होत होतं. त्या बाबतीत आणखी टोकरणं योग्य नव्हे असं वाटून जयकुमारनं विचारलं, "मुलगा काय करतोय?"

"बी.एस्.सी. झालेल्याला कसली नोकरी मिळणार? हाता-पाया पडून एका कन्स्ट्रक्शन कंपनीत नोकरी मिळालीय. हायवे करणारी कंपनी आहे. सुरुवातीला जेवण-खाण्यासकट दोन हजार पगार द्यायचे. आता दहा हजार मिळतात. आता सूरत-बडोद्याच्या मधे रस्ता होतोय, तिथं आहे. रात्री तंबूत राहायचं. दिवसभर उन्हात फिरायचं. हिशेब बघायचे, कामगारांच्या जेवणा-खाण्याची व्यवस्था बघायची, शिवाय कामावरही देखरेख करायची. थोडक्यात, पडतील ती सगळी कामं करायची! पर्चेसिंगमध्ये खरंतर वरकमाईची संधी आहे, पण याला ते अजिबात नको आहे! या नोकरीत असेपर्यंत लग्न-संसार शक्य नाही. यांचं राहणं सतत गावाबाहेर रस्त्यावरच ना! त्याच्या पुढ्यात लग्नाचा विषय काढला तर वैराग्याचाच सूर लावतो तो!"

जयकुमारला वाटलं, जेलमधून बाहेर आल्यावर अम्मा याच्या संसारात राहिली असती तर याच्या संसाराची ही परवड झाली नसती! मलाही तिनं याच्यापासून दूर जाऊ दिलं नसतं! माझं रक्त, माझा वंश म्हणत काहीतरी करायला भाग पाडलं असतं! आणि मीही मनाविरुद्ध का होईना काहीतरी केलं असतं!

आता मात्र ती काहीही न बोलता पिंपळाच्या पारावर मूकपणे बसून राहिली होती.

जयकुमारच म्हणाला, "नाहीतरी चामुंडीच्या पायथ्याशी आहोत. हातात कार आहे. चला वर जाऊन देवीचं दर्शन करून येऊ या."

अम्मा म्हणाली, "नको. सूतकात देवळाला जायचं नसतं!"

७

ते सगळे घरी जाईपर्यंत भेटायला आलेल्या त्या चारही बायका परतल्या होत्या. घराच्या मालकिणीनं या दोघांच्या जेवणाची काही व्यवस्था केल्याचं दिसलं नाही. जयकुमारचीही तशी काही अपेक्षा नव्हती. ते दोघं केशवबरोबर घराबाहेरच्या मोकळ्या जागेत जाऊन बसले. इंदिरा तिथं आली नाही. जयकुमारनं तिला बाहेर बोलावलं, "इंदिराम्मा, थोडं बोलायचंय. बाहेर येताय का?"

काही क्षण गेल्यावर ती बाहेर आली. जयकुमारनं विचारलं, "तुम्ही दोन लाख द्यायचं कबूल केल्यामुळे त्यांनी तुमच्या मुलीला तगादा केला. आजच्या दिवसात तुमच्या मुलीकडेही एक नोकरी करायची शक्ती नाही, ते जाऊ दे. त्यांनी 'तिच्या वडलांनी कबूल केलेली रक्कम दिलेली नाही,' एवढंच म्हटलंय. आणखी काहीही छळ केलेला नाही. याला हुंड्यासाठी छळ म्हणत तक्रार करणं अन्यायाचं नाही का?"

"तुम्ही पैसा दिला तरच लग्न करू असं म्हणणं हा हुंड्याचा अपराध होतो. त्यांनी ते केलं, हे योग्य आहे का?"

"तसं पाहिलं तर मुलीनं नोकरी करावी अशी अपेक्षा ठेवणं हाही अपराधच आहे."

यावर काय बोलावं हे तिला सुचलं नाही. जयकुमारच म्हणाला, "हा वाद बाजूला राहू दे. मला एवढंच म्हणायचं आहे, तुम्ही तुमचा जावई आणि पाहुण्यांवर जो आरोप केला आहे, ते अन्यायाचं आहे. कायदा ही वेगळी गोष्ट आहे आणि न्याय ही वेगळीच गोष्ट आहे! ही केस उभी राहिली तर मी त्यांच्या बाजूनं साक्ष देईन! चालेल?" हे बोलताना त्याची नजर तिच्या चेहऱ्यावर खिळली होती.

आधी तिला काहीच कळेनासं झालं. नंतर तिच्या चेहरा तल्लख झाला. ती म्हणाली, "वेश्येकडे जाऊन जेलवास भोगलेल्याच्या साक्षीला किंमत देऊ नये, असा पोलिसांनी वाद केला तर? मीही पेपर वाचलेत, टी.व्ही. पाहिलाय!"

प्रयत्न करूनही आपला चेहरा काळाठिक्कर पडल्याचं त्याच्या लक्षात आलं. लगोलग इथून उठून कारमध्ये जाऊन बसणं हा एकच सुटकेचा उपाय असल्याचं त्याच्या लक्षात आलं, पण तसं केलं तर तो पळपुटेपणा ठरेल, असं वाटून तो जागेवरून हलला नाही.

तीच उठून आतल्या खोलीत गेली. ही संधी साधून तोही उठला. परिस्थितीचं आकलन झाल्यामुळे अम्माही उठली. त्याच्या पाठोपाठ चालू लागली. काय करायचं ते न सुचून केशव त्या दोघांकडे ते कारमध्ये बसेपर्यंत पाहात उभा राहिला.

८

मुलाचं लग्न ठरल्याचं समजताच शोभक्का अक्षरश: उडत मथुरेहून बेंगळूरला विमानानं येऊन पोहोचली. विमानतळावर नचिकेतने कार पाठवली होती. ती घरी पोहोचायच्या वेळेपर्यंत तोही येऊन पोहोचला होता.

''आमची अम्मा असला काही उद्योग करेल असं माझ्या ध्यानीमनीही नव्हतं! जयण्णाही या कटात सामील झालाय! आपली मुकी मुलगी तुझ्या गळ्यात बांधून आपण हात झटकायचा त्याचा प्लॅन आहे!...''

तिला थोपवत नचिकेतनं सांगितलं, ''हे बघ! मामाला यातलं काहीही ठाऊक नाही. त्याला मधे आणू नकोस. वत्सलेशी लग्न करायचं माझ्याच मनात आलं. विचार केला आणि निश्चय ठरवला. मी काही निरागस-निष्पाप कोवळा मुलगा नाही!''

''तू अनुभवी आहेस हे तर सगळ्या जगालाच ठाऊक आहे रे! आधीच्या दोन्ही लग्नांच्या वेळीही तू आपलंच चालवलंस! त्याचे काय परिणाम व्हायचे ते झालेच! निदान आता तरी माझं ऐक!''

''मी हट्टी? तर मग आताही तसंच समज! अप्पा काय म्हणाले, ते विचारलंस का?''

''त्यांना काय समजतंय?''

''निघतेस म्हणून तुझा फोन आल्यानंतर तू घराबाहेर पडल्यावर मी अप्पांना फोन केला होता. त्यांनी चौकशी केली, मुलीची बुद्धी कितपत आहे, सांगितलेलं समजतं की नाही, डॉक्टरांचा सल्ला घेतलास की नाही या सगळ्याची शांतपणे चौकशी केली त्यांनी. 'सूत तसा कपडा आणि आई तसा बछडा' अशा अर्थाची म्हण आहे. शिवाय जयण्णाही सज्जन माणूस आहे. जर तुला 'तिच्याबरोबर सुखानं राहू' असं वाटत असेल तर जरूर लग्न कर; असं सांगितलं त्यांनी. आणि म्हणाले, 'ती तुझ्यावर केवढं प्रेम करते ह्यापेक्षा तू तिच्यावर किती प्रेम करतोस, हे महत्त्वाचं आहे! त्याची ग्वाही तुझं मन देत असेल आणि निभावून न्यायची तुझी तयारी असेल तर अवश्य लग्न कर! माझीही त्या मुलीवर माया आहे.' हा अप्पांचा उदात्त स्वभाव तिच्यापाशी का नाही? — हे बघ आधीच सांगून ठेवतो. मामा आणि आजीशी भांडून तुझी अब्रू तू घालवू नकोस! मी तर तिच्याशीच लग्न करणार हे नक्की!''

हट्टी! आपल्या मनात येईल तसंच वागणार हा! तिला काय बोलावं ते सुचेना. त्यानंच अखेर सांगितलं, ''ती तुझी सून आहे हे लक्षात ठेव! उद्या त्या घरी जा, तिला कुंकू लावून लग्नाचं आपल्याकडून पक्कं करून ये.''

卐

वीस

१

एक आठवडा गेला होता. विद्यापीठाच्या पत्त्यावर साध्या पोस्टानं एक पाकीट आलं. जाडी जास्त असल्यामुळे लावलेली तिकिटंही जरा उठूनच दिसत होती. पाकिटावर पाठवणाऱ्याचा पत्ता किंवा नाव नव्हतं. खोलून पाहिलं तर तिच्या छातीचा ठोका चुकलाच!

फार्महाऊसच्या दुसऱ्या मजल्यावर ती आणि राजा एकांतात विवस्त्रावस्थेत, विविध अवस्थांतले मैथुन करत असल्याचे ते फोटो होते! दोघांच्याही नग्न शरीरांबरोबर दोघांचेही चेहरे स्पष्ट दिसतील याची काळजी घेऊन ते फोटो काढलेले दिसत होते! अगदी नैसर्गिक अवस्थेतले. तिला क्षणार्धात ते दिवस आठवले. हे फोटो काढण्यासाठी कुणी त्या खोलीत कॅमेरा लपवून ठेवला असेल? मला ब्लॅकमेल करण्यासाठी यानंच हा उद्योग केला असेल काय? करवून घेतला असेल? तिच्या मनात संशय तरळून गेला, पण हे फोटो बऱ्याच पूर्वीचे आहेत हे नक्की! त्याच्या त्या असंस्कृत बायकोनं येऊन तमाशा केला, त्याही आधीचे. होय. कामक्रीडेत एकतानता येऊ नये म्हणून काही वेळा अशा प्रकारचे वेगळे खेळ खेळायला दोघांनाही आवडत असल्यावर काय हरकत आहे? पण, यानं चोरून कॅमेरा लपवून मला मुद्दाम चेतवलं असेल काय? आता मला घाबरवण्यासाठी मला निनावी पाकिटातून पाठवले आहेत! आत एखादा कोरा कागदही नाही! छे:!

त्याला फोन केला तरी त्याच्याकडून काहीही उत्तर नव्हतं. सतत 'मीटिंगमध्ये आहेत,' 'सी.एम.पाशी आहेत,' 'टूरवर आहेत,' 'इन्स्पेक्शनसाठी गेलेत,' 'दिल्लीला गेलेत,' हीच उत्तरं मिळत होती. हा आपल्याकडे दुर्लक्ष करत आहे, वेगळं होऊ या असा स्पष्ट संदेश देत आहे की काय! रास्कल! इतक्या सुलभपणे माझ्यापासून सुटका करून घेणं शक्य नाही! ह्या फोटोंच्या धमकीनं मला घाबरवणं शक्य नाही!

तिचं धैर्य पुन्हा एकवटलं गेलं.

आठवड्यापासून ड्रायव्हर नाही. गावाकडं आईची तब्येत बरी नाही, असं सांगून निघून गेलाय तो आलेला नाही. इंग्लंडमध्ये असताना ड्रायव्हिंग शिकले असले तरी बेंगळूरला आल्यापासून सवय मोडली आहे, त्यामुळे फार्महाऊसवरून विद्यापीठापर्यंत स्वत: चालवत जायचा आत्मविश्वास राहिलेला नाही. रिक्षावाले त्या दिशेला इतक्या दूर यायला तयार होत नाहीत. सहा-सहा किलोमीटर पायी जाणं-येणं शक्य नाही. विद्यापीठाचं कंपाऊंड ओलांडून त्यानंतर बस पकडून फार्महाऊसपासून एक किलोमीटरवर उतरून पुढं चालत जाण्यावाचून दुसरा उपाय नव्हता. निघायला उशीर झाला की अंधारातून जावं लागतं. दुसरा ड्रायव्हर पाठवून दे, म्हणून सांगावं म्हटलं तर हा फोनवरही भेटत नाही!

एक दिवस बसमधून उतरून अंधाऱ्या रस्त्यानं एकटीच चालत असताना मागून दोन मोटरसायकल्स आल्या आणि तिच्या पाठीशी अचानक गचकन उभ्या राहिल्या. त्यावरून आलेले चौघेजण तिला घेरून उभे राहिले. सगळ्यांचे चेहरे हेल्मेटमुळे झाकले होते.

ती दचकून उभी राहिली. अपहरण किंवा सामूहिक बलात्कार! तरी बरं, अंगावर सोन्यासारख्या कुठल्याही मौल्यवान वस्तू नव्हत्या. तिच्या हाता-पायांना कंप सुटला. आठवलं, सामूहिक बलात्कार करणारे तसंच सोडून जात नाहीत! कार्यभाग झाल्यावर पुरावा नष्ट करण्यासाठी बाईला ठार करतात! पळून गेलं तर? पण त्यांनी सगळीकडून घेरलं होतं.

त्यातल्या एकानं विचारलं, ''फोटो मिळाले?''

संदर्भ लक्षात आला असला तरी काय उत्तर द्यावं ते तिला सुचलं नाही. तोच पुढं म्हणाला, ''आता जास्त नखरे न करता तुझ्या नवऱ्याला मुकाट्यानं घटस्फोट देऊन मोकळी हो! नाही तर तुझी काय गत होईल, बघशील!''

एवढ्यात दोघांनी बाईक्स सुरू केल्या आणि इतर दोघेही त्यांच्या मागं बसून निघून गेले. काही क्षणांतच दोन्ही मोटारबाईक्सचे आवाजही येईनासे झाले. ती घाईघाईनं धावत घरी जाऊन पोहोचली आणि दार लावून घेतलं तेव्हा पूर्णपणे अंधार झाला होता.

हे फोटोचं प्रकरण राजानं केलेलं नाही, त्याच्यामध्ये कुठल्याही प्रकारची विकृती नाही, याचं तिला समाधान वाटलं तरी, त्या दिल्लीच्या रास्कलनं असलं क्रिमिनल कृत्य कसं केलं, याचा तिला अपरिमित राग आला. हा त्याचा घटस्फोट मिळवायचा डाव आहे, हे बघून ती स्तंभित झाली. याला अक्कल शिकवायला पाहिजे! जेलमध्ये धाडायला पाहिजे! इतरांच्या खाजगी आयुष्यात डोकावल्याबद्दल किमान दहा वर्षांची तरी शिक्षा होईल असं करायला पाहिजे!

दुसरे दिवशी फोन केल्यावर मंत्र्यांच्या सेक्रेटरीनं नेहमीप्रमाणे ''साहेब बिझी आहेत''चा पाढा वाचला तेव्हा मात्र ती उखडून म्हणाली, ''मला ठाऊक आहे ते! घरातून फोन करतेय! अर्जंट आहे. दे म्हटलं नव्हं का!''

मग मात्र त्यानं फोन जोडून दिला. स्वत: मंत्रीच फोनवर आले. तिनं सांगितलं, ''तुमची अब्रू जाईल असे काही फोटो आले आहेत! माझ्यावर रागावून, मला चुकवत फिरलात तर तुमचीच अब्रू वेशीवर टांगली जाईल! केव्हा येताय?''

''संध्याकाळी सहा वाजता.'' त्यांनी उत्तर दिलं.

ठीक सहा वाजता आल्यावर त्यांनी फोटो पाहिले आणि उद्‌गारले, ''कुणाचं काम असेल हे? का केलं असेल हे?''

''मी डिव्हॉर्स दिला नाही म्हणून त्यानं हा उद्योग केलाय! माझ्यावर व्यभिचाराचा आरोप करून डिव्हॉर्स देईन असं करण्यासाठी! माझ्या बेडरूममध्ये कॅमेरा लपवून तो योग्य वेळी सुरू करायला आणि नंतर काढून घ्यायला जमलंय, त्या अर्थी इथला कुणीतरी त्याला सामील झाला असणार यात शंका नाही. हे कुणातरी सराईत डिटेक्टीव्हनं केलेलं दिसतंय. तुझ्या हातात पोलीस-खातं आहे! शोध घेऊन क्रिमिनल-केस बिल्टअप कर. फक्त डिटेक्टीव्हच नव्हे, त्या दिल्लीच्या लोफरलाही जेलची हवा खायला लागू दे! तुझ्या बेडरूममध्ये अतिक्रमण केल्याचा अपराध आहे हा!''

ते काहीच बोलले नाहीत. नंतर ''आय विल लुक इन टु इट...'' म्हणत ते उठले. ना एखादा प्रेमाचा शब्द, ना काही समाधान करणारं बोलणं, ना बेडरूममध्ये घेऊन जाणं!

२

खरं तर आठवड्यापूर्वी तोच फोटोंचा गठ्ठा त्यांच्याकडेही आला होता. त्यांनाही हा कुणाचा उपद्‌व्याप असेल आणि त्यामागं काय कारण असेल, हा प्रश्न पडला होता. कुठल्या तरी पीतपत्रिकेचं हे काम असावं असंच तेव्हा त्यांना वाटलं होतं. तेव्हा त्यांनी याचा शोध घ्यायचं काम एखाद्या डिटेक्टिव्ह-एजन्सीला द्यायचा विचारही केला होता. तेवढ्यात हिचा फोन येऊन सगळा खुलासा झाला होता! हिचे संबंध पूर्णपणे तोडून त्यातून बाहेर येण्यासाठी याहून दुसरं कारण शोधूनही सापडणार नाही! हे हिच्या नवऱ्यानं केलेलं काम आहे, हे हिच्याकडूनच समजल्यावर त्यांना मनातून सुटल्यासारखं वाटलं. एखाद्या व्यक्तीच्या संतापाला तोंड देणं सोपं असतं, पण माध्यमांच्या, त्यातही पीतपत्रिकांच्या द्वेषरहित आक्रमणाला तोंड देणं

तितकंसं सोपं नाही! किंबहुना अशक्य आहे ते! एकदा त्यातला एक फोटो आणि बातमी प्रसिद्ध झाली की सगळे तेच पुनर्मुद्रित करायला लागतात.

यातून मार्ग कसा काढायचा यावर दिवसभर विचार केल्यावर, यासाठी प्रभाकरच योग्य व्यक्ती आहे हे त्यांना जाणवलं. विश्वासू आहे, हुशार आहे, प्रसंग कुठलाही असला तरी आयत्या वेळी त्यातून मार्ग काढण्याइतका चलाखही आहे! अगदी कुणा डिटेक्टीव्हला गाठायचं झालं तरी हाच माणूस ठीक ठरेल! मी यात कुठेही समोर येता कामा नये, हा त्यांचा निर्णय पक्का झाला.

आपल्या भव्य अशा मंत्र्याच्या खोलीत त्यांनी प्रभाकरला बोलावून घेतलं. कुणालाही आणि कुठल्याही फोनलाही आत न पाठवण्याची ताकीद दिल्यावर त्यांनी समोरच्या खुर्चीवर बसलेल्या प्रभाकरला म्हटलं, ''कितीही क्लिष्ट प्रसंगांना तोंड देण्याइतका तू हुशार आहेस! आता एक प्रॉब्लेम आलाय, पण तुझ्या दृष्टीनं काही फारसा कठीण नाही. एकदम कॉन्फिडिन्शियल! कुणालाही सांगता कामा नये. यासाठी कितीही लाख किंवा कोटी खर्च झाले तरी चालतील! तशी शपथ घे!...''

त्यानं तशी शपथ घेतल्यावर ते म्हणाले, ''तुला माझ्या आणि इला मॅडमच्या संबंधांविषयी ठाऊक असेलच!''

''नीट काही ठाऊक नाही सर!'' यानं गंभीरपणे सांगितलं.

''मीच सांगू? लहानांपुढे ह्या विषयावर बोलायला बरं नाही रे वाटत!''

''तुम्हाला अवघड वाटेल याची मलाही कल्पना आहे! पण नीट तपशील ठाऊक नसेल तर त्यातून मार्ग कसा काढायचा? म्हणून म्हटलं मी!...''

''तर मग ऐक...'' असं म्हणत त्यांनी लंडनमधल्या संगीत-कार्यक्रमात झालेल्या पहिल्या भेटीपासून सुरुवात करून पॅरिस-ट्रिप, आपल्या बायकोनं फार्महाऊसमध्ये जाऊन तिच्याशी भांडण करून तिला तिथून निघून जायला कसं सांगितलं, आणि आता तिच्या नवऱ्यानं हिच्यापासून डिव्हॉर्स मिळवण्यासाठी केलेल्या या उद्योगाविषयी सांगितलं आणि फोटोंची चवड त्याच्या पुढ्यात ठेवली.

आलेलं हसू यशस्वीपणे दाबून ठेवत प्रभाकरनं त्या फोटोंवरून एक नजर फिरवली. नंतर म्हणाला, ''सर, माझ्या कार्यशक्तीवर विश्वास ठेवा आणि निश्चिंत रहा! तुम्ही मला एवढं मोठं केलंय! हे फोटो माझ्याकडे राहू देत.''

तो उठून जायला उभा राहिला. त्यांनी त्याला जायची अनुमती न देता म्हटलं, ''एक मिनिट बैस. माझ्या मनात आहे ते मी कुणापाशीही बोललेलो नाही! ते शक्यही नाही. मी कितीतरी बायकांच्या संपर्कात आलोय. त्यांना भरपूर मदतही केलीय! कुणाचं काहीही फुकट घेतलं नाही! सगळ्या माझ्या उपकारांची आठवण ठेवतात. हे एक कूळ असं भेटलंय बघ! म्हणे, मी मंगळसूत्र बांधून मुलांना जन्म

दिलेल्या बायकोला डिव्हॉर्स द्यावा! ही माझ्या गळ्यात कायमची पडायचा प्लॅन करतेय! कुणापुढेही मी मान झुकवली नाही कधी! ही मला वाकवायला निघालीय! आणखी काही जमलं नाही तर सुपारी देऊन हिचा काटा काढायचा माझा प्लॅन चालला होता... जर तुझ्या हातून काही जमलं नाही तर मला शेवटी याच मार्गानं जावं लागेल! संपूर्ण सरकार आणि पोलीस-खातं माझ्या मुठीत आहे. सगळं प्रकरण मी तिच्या नवऱ्यावर टाकू शकतो किंवा "कल्प्रिट नॉट फाउंड" म्हणून मोडीत काढू शकतो!..."

"तुमची भावना मला समजते, सर! आता सुपारी द्यायचा विषयच नको. आता माझ्यावर सोपवलंय की नाही? आता निश्चिंत रहा!..." एवढं बोलून तो त्यांचा निरोप घेऊन तिथून बाहेर पडला.

३

अलीकडे इला मॅडम अकरा लाखाच्या जर्मन कारमधून ड्रायव्हर घेऊन येतात, हे बघून विद्यार्थ्यांच्या भुवया उंच चढल्या होत्या. विभाग-प्रमुखच काय, विद्यापीठाचे कुलगुरूही ॲम्बॅसिडरच्या जुन्या मॉडेलनं येत असताना या बाईकडे इतकी भारी कार कशी, याचं संशोधन करायला काहीजण पुढं झाले. संध्याकाळी थोडं अंतर ठेवून त्या कारचा पाठलाग केल्यावर त्यांनाही मंत्रिमहोदयांच्या फार्महाऊसमध्ये ती कार गेल्याचा आणि मॅडम तिथंच राहत असल्याचा शोध लागला! ही बातमी सगळ्या विद्यार्थ्यांमध्ये पसरली तरी कुणीही काहीही केलं नाही आणि काय करणार म्हणा? त्या दोघांच्या संबंधांविषयी कुणालाच नक्की काही ठाऊक नव्हतं. समजलं असतं तरी... संपूर्ण सरकारात अत्यंत प्रबल असे ते मंत्री! त्यामुळे ही बातमी तशीच थंड झाली.

मंत्र्यांच्या आतल्या गोटातल्या प्रभाकरलाही ही बातमी ठाऊक होती, पण त्यानं कुठंही याची वाच्यता केली नव्हती. त्याचा मंत्र्यांशी असलेला स्नेह संपूर्ण खात्याला ठाऊक होता. त्याच्या खात्याचे आय.ए.एस. ऑफिसरही आपल्या खाजगी कामासाठी आपल्या हाताखालच्या प्रभाकरलाच हाताशी धरत होते. संपूर्ण राज्याच्या दळणवळण व्यवहारात मंत्र्यांना मिळणाऱ्या वाट्यातला बराच भाग त्याच्या मार्फतच मंत्र्यांपर्यंत पोहोचवला जात होता.

त्या दिवशी दुपारी तीन वाजता तो विद्यापीठातल्या इलाच्या खोलीवर गेला आणि म्हणाला, "गुडआफ्टरनून मॅडम! ओळखलंत काय?"

''मोठ्या पोस्टवर आहात! शिकवलेल्या शिक्षकांची कुठून आठवण रहाणार म्हणा!'' तिनं टोमणा मारला.

''आठवण नसती तर कशाला शोधत आलो असतो?'' समोरच्या खुर्चीवर बसत तो म्हणाला. एकमेकाचं कुशल विचारल्यावर तो म्हणाला, ''खाजगी बोलायचं आहे! इथंच बोलू या की... माझी कार आहे. तुम्हाला घरी सोडून, तिथंच बोलू या?''

''तसंही करता येईल. मी राहते ती जागा पाहिली आहे का?''

''तुम्ही रस्ता दाखवा.''

ती बाग आणि ते घर त्यालाही काही अपरिचित नव्हतं, पण त्यानं तसं दाखवून दिलं नाही. तिनं वाट दाखवली तसा तो कार चालवत राहिला. गेट खोललेल्या रखवालदारानं बातमी दिली, ''अजून वीज आलेली नाही. वरची टाकीही रिकामी झालीये.''

''काल सकाळपासून गेलीय! चौकशी केलीस काय? केव्हा येईल म्हणताहेत?''

''कुणीही उत्तर देत नाही. हा गावाबाहेरचा भाग येतोय. शहरात येत नाही.''

म्हणजे आजची रात्रही अंधारात काढली पाहिजे! प्यायचं लांब राहिलं, टॉयलेटला जायलाही पाणी नाही! ''या देशात कुणीही सांगणारं-ऐकणारं नाही की काय! मिनिस्टरचं फार्महाऊस आहे म्हणून कंप्लेण्ट नाही का केलीस?''

''कुणी फोनच उचलत नाही म्हटलं ना!'' म्हणत त्यानं दात विचकले.

''चन्नप्पा आला?''

''नाही मॅडम! एकदा गावाला गेल्यावर कोण सांगितलेल्या वेळेला येतंय?''

वीज नाही, पाणी नाही, स्वयंपाकी नाही, ड्रायव्हर नाही! ही मुद्दाम घडवून आणलेली परिस्थिती नसेल ना!... तिच्या मनात शंका आली, पण हे या प्रभाकरपुढे बोलून दाखवायचं म्हणजे सगळी पार्श्वभूमी सांगावी लागेल!

तिनं त्याला लिव्हिंग रूममधल्या सोफ्यावर बसायला सांगितलं. रखवालदाराला दोघांसाठी दोन शहाळी आणायला सांगून बाहेर पाठवल्यावर तिनं विचारलं, ''हं! बोला!''

''मॅडम, तुम्ही मला शिकवलंय. माझ्या गुरू आहात तुम्ही! आज मी जो काही आहे, जे काही अन्न खातोय, ते तुम्ही दिलेल्या ज्ञानाच्या पायावर! गुरुऋण फेडायची एक संधी आली आहे, म्हणून आलो होतो! म्हणत असाल तर सांगतो!'' त्याच्या चेहऱ्यावर आणि आवाजात विनयभाव ओसंडत होता.

''आय रियली टच्ड बाय युवर वर्ड्स!'' मॅडम एकदम खूश झाल्या.

''तुम्हाला ठाऊक आहेच, मी दळणवळण खात्यातला एक अधिकारी आहे. मिनिस्टर दोरेराजांच्या हाताखाली काम करतो. मी त्यांच्या जिल्ह्यातला असल्यामुळे

त्यांचा माझ्यावर विश्वास आहे. मी तुमचा विद्यार्थी... खास विद्यार्थी असल्याचं मागं कधीतरी बोललो होतो. कदाचित त्यामुळे त्यांनी मला हे सांगितलं आहे. पंधरा दिवसांपूर्वी तुम्हाला फोटोंची एक चवड मिळाली आहे असं समजलं. तसाच एक गठ्ठा मंत्रिमहोदयांनाही मिळाला आहे. तुम्ही माझ्या गुरू असल्यामुळे तुमचं हित लक्षात घेऊन हे प्रकरण त्यांनी मला मिटवायला सांगितलं आहे! तुम्हीही विश्वास ठेऊन पुढं बोलायला सांगितलं तर बोलेन मी!''

म्हणजे यानंही फोटो बघितलेत की काय? या विचारानं तिची नजर खाली वळली. नंतर, ह्या सगळ्या नैसर्गिक गोष्टी आहेत, त्यात कशाला लाजायचं? असा विचार करून तिनं धैर्य गोळा केलं. डॉक्टरांकडे गेल्यावर आपण कुठं लाज बाळगतो?

त्याच्याकडे दृष्टी टाकत तिनं सांगितलं, ''गो ऑन!''

''तुमच्या यजमानांनी हे फोटो काढवून घेतले आहेत...''

त्याला मध्येच थांबवत ती म्हणाली, ''आय डोन्ट लाईक दॅट वर्ड!...''

''यजमान म्हणजे यज्ञ करणारा! दांपत्य हेही एखाद्या यज्ञासारखंच असतं. बायकोला यजमानीण म्हटलं जातं. यज्ञ करणारी, या अर्थानं. यात कुणीही श्रेष्ठ नाही आणि कुणीही कनिष्ठ नाही!...''

पुन्हा त्याला अडवत ती म्हणाली, ''हरिकथाकार देतात असली उदाहरणं! तुम्ही माझे विद्यार्थी! तुम्हीही मला असले पुराणे दाखले देता कामा नये!''

''ठीक आहे! तुमच्या नवऱ्यानं हे फोटो काढून घेतले आहेत. हे त्यांनी कोर्टात दाखल करून तुमच्याविरुद्ध व्यभिचाराचा आरोप केला तर काय कराल? व्यभिचाराचा आरोप करून डिव्हॉर्स मागणं हा त्यांचा उद्देश आहे, हे तर स्पष्ट होतं!''

''माझी काहीही चूक नसताना मला संसार-सुखापासून वंचित ठेवल्यामुळे मला असं वागणं भाग पडलं, असा वाद घालेन! त्यासाठी सुप्रीम कोर्टापर्यंतही जाईन. माझ्या डिव्हॉर्सकेसचा तपशील तुला ठाऊक नाही! हा नवरा म्हणवणारा आपण होऊन माझ्यापासून दूर गेला आहे. त्यानं मला दैहिक उपासमारीला बळी पाडलं आहे! मग मी वेगळ्या मार्गानं ते सुख मिळवलं तर काय चूक? देहसौख्य हा प्रत्येक स्त्रीचा जन्मसिद्ध हक्क आहे! त्याचा घटस्फोटाशी संबंध ठेवता कामा नये, असाही वाद घालेन मी!''

तो काही क्षण विचारात पडला. लगेच काय उत्तर द्यावं हे त्याला सुचलं नाही. त्याला एकाएकी वाटलं, या संदर्भात हिच्या त्या नवऱ्यालाही आपण मदत केली पाहिजे!...

''मॅडम! हा कायद्याच्या मार्गानं मिटणारा विषय नाही! असले फोटो छापायला कितीतरी पीतपत्रिका वाटच बघत असतात! मग, आपणही काही कमी नाही हे

दाखवायला प्रमुख वृत्तपत्रंही छापायला लागतात. त्यांचाही खप नको का वाढायला? मग, स्त्री-चळवळीच्या विरोधात असलेले काही विद्यार्थी हेच फोटो एन्लार्ज करून विद्यापीठाच्या भिंतीवर आणि झाडांवर लावतील! मग, असली नीतिभ्रष्ट शिक्षिका आपल्या इथं नको म्हणून सिंडिकेट तुम्हाला डिसमिस करू शकेल! मी फक्त शक्यता सांगतोय हं! असं घडलं तर तुम्ही पुढं काय कराल? अशा-अशा कारणासाठी माझी नोकरी गेली आहे म्हणून मला पोटगी मिळावी, अशी नवऱ्यावर केस कराल काय? याच विद्यार्थ्यांपुढे आणि प्राध्यापकांपुढे तुमची काय इमेज होईल? मला तुमची काळजी वाटते म्हणून मी विचारतोय!''

मॅडमनी या बाजूचा विचार केला नव्हता.

आपल्या आधुनिक विचारधारेमुळे सोबत काम करणाऱ्या बहुतेक सगळ्या प्राध्यापकांचा आपल्यावर राग असल्याचं तिला ठाऊक होतं, त्यामुळे ती यावर गंभीरपणे विचार करू लागली. प्रभाकर पुन्हा बोलू लागला,

''मी आणि मंत्री एकाच जिल्ह्यातले आहोत म्हणून सांगितलं ना! मंत्र्यांच्या बायकोला दोन भाऊ आहेत. यांनाही एक भाऊ आहे. आमच्या गावच्या रितीभाती तुम्हाला ठाऊक नाहीत! जर एक दिवस ते सगळे मिळून इथं आले, तुम्हाला घराबाहेर काढलं आणि अंगावरचं लुगडं फेडलं तर?... ती माणसं असलं काही करायला मागं सरणारी नाहीत, हे मला ठाऊक आहे, म्हणून म्हणतो! काय कराल तेव्हा? या निर्जन रानात एकटीनं राहणं किती धोक्याचं आहे याचा विचार केलाय का? आता हेच बघा ना! वीज नाही, पाणी नाही, स्वयंपाकी नाही, ड्रायव्हर नाही!...''

काहीतरी आठवल्यासारखं दाखवून तो म्हणाला, ''मॅडम!! मला आत्ता सुचतंय!''

''या सगळ्या सुखसोयी मिनिस्टरच एकेक करून कट करतो आहे!''

''माझा तुम्ही म्हणताय त्यावर विश्वास नाही! कारण त्यांचं तुमच्यावर प्रेम आहे! तुम्हाला वरचेवर भेटावं, काही सुखाचे क्षण अनुभवावे, असं त्यांच्या मनात ओतप्रोत भरलं आहे! अलीकडे मंत्री इथं येत नाहीत हे लक्षात येऊनच विद्युत-खात्यानं इकडं दुर्लक्ष केलेलं दिसतंय- यावर मला सुचतोय तो उपाय सांगतो. पटत असेल तर!...''

''बोला!''

''हे फोटो आणि त्यातून उद्भवणाऱ्या सगळ्या अडचणींना तुमचा तो नवराच कारणीभूत आहे! त्याच्या तोंडावर डिव्हॉर्स भिरकावून द्या! म्हणावं, तुझ्याकडून मला कसलीही पोटगी नको आहे! माझ्या पायावर उभी असणारी मानी स्त्री आहे मी! इथं असेपर्यंत मंत्र्यांची बायको आणि तिच्या भावंडांचा त्रास चुकलेला नाही! अशा परिस्थितीत इथं येऊन तुमच्याबरोबर चार घटका काढणं मंत्र्यांनाही अशक्य

आहे! तुमच्यावर कितीही प्रेम असलं तरी!! तुम्ही कमी भाड्याच्या घरात राहायला लागला तर मंत्र्यांनाही तिथं येता येणार नाही. काय आहे, मध्यमवर्ग, कनिष्ठ मध्यम वर्गाला शेजारपाजारी काय घडतंय त्यावर लक्ष ठेवायची फार हौस असते! त्यापेक्षा पंचवीस-तीस हजारावरचा एखादा फ्लॅट धरा. तिथं कुणाच्या घरी कोण आलं आणि कोण गेलं याकडे कुणाचंही लक्ष नसतं! मंत्री येऊन जाऊ शकतील. कुणाच्या नजरेत येणार नाही. त्यांनाही बायकोची कटकट असणार नाही. भाडं आणि ॲडव्हान्ससाठी ते मदत करतील! तुम्ही तुमचा हट्ट सोडलात तर सगळं सुसूत्रपणे चालेल. तुमच्या विद्यार्थ्यावर विश्वास ठेवा!''

ती विचारात पडली, ती बरीच नरम झालीये हे त्याच्याही लक्षात आलं.

दुसरे दिवशी तो मंत्र्यांना त्यांच्या ऑफिसमध्ये जाऊन भेटला. सगळं ऐकल्यावर ते म्हणाले, ''तू अशी काही हिकमत करशील हे मला ठाऊक होतंच! शाब्बास! पण मी तिला एकदाही भेटणार नाही! तिचं तोंडही बघणार नाही!''

''त्याची गरजही नाही, सर! कितीही गरीब गाय असली तरी संतापाच्या भरात शिंगावर घेतेच! त्यात ही तर मारकुटी गाय आहे! संतापली की तिच्यापुढे हिरव्या चाऱ्याचा घास धरून तिला दाव्यानं बांधून ठेवायचं असतं! तुम्हीही शेतकरी आहात! विसरलात वाटतं! आधी फार्महाऊस रिकामं करून घेऊ या. दहा महिन्यांचा ॲडव्हान्स सुमारे तीन लाख. सहा महिन्यांचं भाडं म्हटलं तरी अडीच लाख होईल. तेवढी रक्कम देऊ या. भाडं-करारपत्र त्यांच्याच नावानं करून घेतो. तुमचं नाव कुठंही येणार नाही! तुम्हीही एक-दोनदा जाऊन या हवं तर! हळूहळू भेटी कमी करत शेवटी पूर्णपणे थांबवा! एकदम थांबवू नका. नंतर एवढं भाडं द्यायला जमणार नाही म्हणून त्याच त्यांना परवडेल अशा घरी निघून जातील!''

''अरेच्चा! तुला या सगळ्या गोष्टी समजतात रे! पण एक गोष्ट समजत नाही. एखाद्या बाईविषयी अविश्वास वाटायला लागला की तिच्याजवळ गेलं तरी काहीही करायला जमत नाही!'' एखादं गुपित सांगितल्याच्या थाटात मंत्रिमहोदय म्हणाले.

यावर मात्र त्याला मनापासून हसू आलं. पण आलेलं हसू बाहेर पडू न देता दडवून ठेवायची शक्ती त्याच्याकडे मुबलक होती!

४

बरेच दिवसांपर्यंत हिच्यापासून सुटका करून घेऊन दुसरं लग्न करून सुखासमाधानानं राहायची इच्छा विनयचंद्राच्या मनात प्रबळ होती. हायकोर्टातही

यश मिळालं नाही तेव्हा मात्र तो निराश झाला. पुन्हा सुप्रीम कोर्टात जाण्यानं काहीही उपयोग होणार नाही असं दिल्लीच्या प्रसिद्ध वकिलांनीच सांगितल्यामुळे तो मार्गही बंद झाला होता. लग्नाच्या भानगडीत न अडकता एखादीशी एकत्र राहायचा एक मार्ग होता, पण त्यासाठी तयार असलेली स्त्री मिळणंही तितकंसं सोपं नव्हतं. शिवाय शेजाऱ्यापाजाऱ्यांची साक्ष काढून ती महामायाही पुन्हा कोर्टात खेचायची शक्यता होतीच. हा इशाराही त्याच वकिलानं दिला होता. कधीकधी चार पैसे घेऊन देहविक्रय करणाऱ्या कुणालातरी बोलावून घ्यायची इच्छा होत होती, पण त्याचे आजवरचे संस्कार त्याला तसं करू देत नव्हते. परदेश प्रवासात कुठलाही कायदा न मोडता एखाद्या स्त्रीबरोबर राहून सुखाचा अनुभव घ्यायची इच्छा झाली, तरी तो विचारही असह्य होऊन तो मुकाट राहात होता.

सुजयाकडून इलाच्या त्या मंत्री-बॉयफ्रेण्डविषयी समजताच त्याच्या मनात पुन्हा त्या संदर्भात विचार येऊ लागले. राजकारणातल्या लोकांवर गुप्तहेर पाठवून त्यांच्या भानगडी बाहेर काढल्या जातात हे तोही टी.व्ही. आणि वृत्तपत्रांमधून पाहात होता. हिच्याविरुद्धही का हे करून बघू नये? याच विचारात काही महिने गेले. त्यानं या संदर्भात चौकशीही केली. तेव्हा त्याला भारतातल्या सगळ्या मोठ्या गावांमध्ये शाखा असलेल्या एका मोठ्या डिटेक्टिव्ह-एजन्सीचा शोध लागला. त्याचं मुख्य ऑफिस दिल्लीतच असल्यामुळे त्यांच्याशी संपर्क साधणंही फारसं कठीण गेलं नाही. सगळा तपशील देऊन त्यानं सगळा व्यवहार पाच लाखात ठरवला.

अपेक्षेप्रमाणे तिच्याकडून फोन आला आणि ती बेंगळूरमधल्या शेषाद्री दोरेस्वामींच्या ऑफिसमध्ये तर आलीच, तसंच कोर्टातही ठरलेल्या वेळी हजर होऊन घटस्फोटाच्या कागदपत्रांवर सांगितलेल्या ठिकाणी सह्याही केल्या! सगळं केवळ पंधरा दिवसांत घडलं तेव्हा त्याला तर संपूर्ण पृथ्वी आणि आकाश जिंकल्याएवढा आनंद झाला! तिच्याकडे एक नजरही न टाकता तो न्यायाधीशांच्या चेंबरमधून बाहेर आला आणि कंपनीच्या कारनं सुजयाला भेटायला धावला. कसल्या आनंदाचं सेलिब्रेशन हे न सांगता त्यानं सुजया आणि सतीशला जेवायला बाहेर नेलं.

घटस्फोट मिळाला! तिला चार दमड्याही द्याव्या लागल्या नाहीत! याच आनंदात आठवडा गेला... त्यानंतर मात्र मन खिन्न झालं.

आता लग्न करायला कसलीही अडचण नव्हती. त्रेचाळीस वर्षांचा असला तरी आरोग्य, तरतरीतपणा, डोक्यावरचे केस, कार्यशक्ती भरपूर होती, त्यातच अलीकडेच त्याला जिनिव्हामध्ये मिळालेल्या बढतीमुळे पस्तीस-चाळीस किंवा त्याहून थोडी मोठी तरुणी पत्नी म्हणून मिळणं काहीही कठीण नव्हतं. अगदी देखणी, आकर्षक बांध्याची, सशक्त अशी कुमारी, विधवा किंवा माझ्यासारखी घटस्फोटित बायको

मिळणं सहज शक्य होतं.

तरीही पुन्हा लग्न करायचा विचार आता मनात स्थिर होऊ शकत नव्हता. आणि आहे त्यात तरी काय वाईट आहे? कंपनीत वरची जागा, राहायला प्रशस्त बंगला, हाताखाली नोकर-स्वयंपाकी-ड्रायव्हर! भरपूर पगार. बाईची सोबत नसेल तर सुखानं राहणं शक्यच नाही की काय! गावाकडे सगळे सुखात आहेत. सतीश चांगल्या नोकरीत आहे. त्याला 'पुढे शीक' म्हटलं तर तोच 'नाही' म्हणाला. आता सुजयाचं शिक्षण. तिला जेवढं आणि जिथं शिकायचं आहे तेवढं शिकू दे. परदेशातही शिकू दे हवं तर! आणखी काहीही कर्तव्य राहिलेलं नाही. माझ्या माघारी प्रचंड पैसा शिल्लक राहील. तो सगळा एखाद्या सामाजिक किंवा धर्मकार्यासाठी जाईल असं लिहून ठेवलं की पुरे! हुद्दयाचा आनंद घेत कंपनीचा विस्तार करण्यातही समाधान असतंच!

या विचाराशी स्थिरावल्यावर मात्र त्याचं मन शांत झालं.

एकवीस

१

एवढं मोठं घर. एकदा केर काढेपर्यंत कंबरडं मोडून जातं! पुसून घेणं तर शक्यच नाही! आणि पुसलं नाही तर फरशी काळी दिसते! मस्ती तर किती हिची! मलाच म्हणते, "बोलावून घेऊन घरची कामं करवून घेणारे तुझ्यासारखी हजार घरं आहेत! माझा पगार दे. आत्ताच्या आत्ता निघून जाते!" मला कशी म्हणाली, "माझ्या मुलावर हात उगारायला तू जन्म दिलाय काय त्याला?" एकेरीवरच आली!

मीही हात उगारला ते जरा चुकलंच म्हणा! पण राग आवरला नाही. कसा आवरणार? किती घाणेरडं बोलला तो! या काम करणाऱ्या बायकांची हीच संस्कृती! माझ्या लेकराच्या मनाला कायमची बोच लावणारं बोलणं! थू:! हे असलं बोलणं मागं हासनमध्ये भाजीवाल्यांच्या तोंडी ऐकलं होतं. कुठल्याही शब्दकोशात समाविष्ट करायची लायकी नसलेली भाषा! पण त्या दहा वर्षांच्या कार्ट्याच्या तोंडी किती सहजपणे खेळते ती भाषा!

मी घरात नसताना तो तेजूला म्हणाला, "तू भानगडीतून जल्मलास म्हणं!"

"म्हणजे काय?"

"बाप नव्हे; दुसराच कुनी तुज्या आयेला आसं-आसं करून ग्येला आन तू जल्मलास! तवा ती आजी आली न्हवती काय कापसाच्या डोक्याची? ती म्हनली तुज्या आयेला! आईकलं न्हवं मी!"

बिचारा तेजू! उत्तम संस्कारात वाढलेलं मूल ते! त्याला काय समजणार? त्यानं आपलं विचारलं, "म्हणजे काय?"

"आसं-आसं म्हणजे..." थू:! एवढ्याशा मुलाला हे सगळं कसं ठाऊक? माझ्या लेकराच्या मनाला मात्र टोचणी लागली. तो जेवेना, खाईना. मध्यरात्री दचकून उठून बसायला लागला. झोपेत किंचाळत उठायचा. जवळ घेऊन विचारायला

गेले की "काही नाही" म्हणायचा.

एक दिवस त्यानं विचारलं, "अम्मा, माझे अप्पा कोण? माझ्या शाळेत सगळ्यांना अप्पा आहेत, मला का नाहीत?"

ते मेले म्हणून सांगू? नको. कधी ना कधी त्याला समजेलच. त्या वेळी "तू का खोटं बोललीस?" या प्रश्नाला सामोरं जावं लागेल. म्हणून सांगितलं, "बेटा, आमचा डिव्हॉर्स झालाय."

"म्हणजे?"

"म्हणजे, ते वाईट आहेत. तुझ्या आईला ते मारायचे. तुझ्यावरही त्यांचं प्रेम नव्हतं."

त्या दिवशी तो गप्प बसला, पण आणखी एके दिवशी त्यानं विचारलं, "भानगड म्हणजे काय, अम्मा?"

"कुणी सांगितल्या तुला या सगळ्या गोष्टी? घाणेरड्या आहेत त्या!" मी त्याला दरडावलं.

"मी भानगडीतून जन्मलोय? माझे अप्पा चांगले नाहीत?" त्यानं विचारलं.

आता मात्र मी छडा लावायच्या निश्चयानं तेजूला चार धपाटे लगावत विचारलं, "कोण शिकवतंय तुला हे सगळं?"

आता मात्र त्यानं सांगितलं, "महालिंग. चन्नव्वाचा मुलगा!"

माझ्या लेकराला दररोज एकेक खोटंनाटं शिकवणाऱ्या या कार्ट्याला धडा नाही शिकवला तर मी गप्प राहणार नाही, असा निश्चय केला मी. माझा राग क्षणाक्षणाला वाढत चालला. दुसरे दिवशी चन्नव्वा आली. तिच्याबरोबर खाण्याच्या आशेनं तोही आला. त्याला मी खडसावलं, "काय रे! आमच्या तेजूला काय घाणघाण शिकवतोस?" हे विचारताना दोन रट्टे दिले हेही खरंच. पण तेवढ्याला त्या कार्ट्यानं आभाळ कोसळल्यासारखं दाखवून "अय्यय्यो...!" म्हणत टाहो फोडला! एवढंच नव्हे, त्यानं तोंडावर पालथा हात घ्यायला सुरुवात केली.

त्याच्या कांगावखोरपणाचा परिणाम म्हणून चन्नव्वा धावत आली. तिलाही झापलं, "तुझा दिवटा मुलगा हे असलं घाणेरडं शिकवतोय माझ्या मुलाला!"

तर ती माझ्याच अंगावर आली, "माज्या पोराला मारायचा तुला काय अधिकार? आदी त्याचा हात सोड!"

काय मस्ती ही पगारी काम करणारीणीची! तिला म्हटलं, "तुझा पोरगा माझ्या मुलाला, तू भानगडीतून जन्मलास, म्हणून सांगतोय! हे बरोबर आहे?"

तर ती म्हणाली, "भानगडीतून जल्मला की लग्नाच्या नवऱ्याकडून, ते गर्भार राहणारीलाच ठाऊक! मला काय विचारतीस? सगळी लोकं बोलतात, तेच लेकरानं ऐकलंय. ए! या नंतर असं नाय बोलायचं!"

"सगळे लोक म्हणजे... तूही म्हणतेस?"

"आताच म्हटलं की!"

"बघ तुझं काय करते ते!..." म्हणत मी तिच्यावरही हात उगारला. अलीकडे मलाही राग आवरत नाही. राग येतोही वरचेवर!

"मला मारतेस? माज्यावर हात टाकलास तर माजा नवरा गप नाय बसायचा! तुजं लुगडं फेडून पोलकं फाडून अक्कल शिकवील! काय वाटलं तुला! कह्लळ्ळीचा मरद हाय तो! तो तर मला कदीचा म्हनत व्हता, तसल्या भानगडखोर बाईचं काम करू नगस म्हनून! तवा मीबी म्हनलं व्हतं, आपून नीट सांबाळून असलं तर कुठली भानगडखोर काय करील? आता नाय यायची मी! आत्ताच्या आत्ता माजा झालेल्या दिवसांचा पगार टाक! मला नगं तुजं काम!"

माझी जीभ झडल्यासारखी झाली होती. अंग कापायला लागलं. गरगरायला लागलं. आता हिच्यापासून सुटका करून घ्यायला दुसरा मार्ग नाही. मी स्वत:ला कशीबशी सावरत खोलीत गेले, कपाटाचं दार उघडून हिशेब न करता त्या संपूर्ण महिन्याचा पगार तिच्या दिशेनं भिरकावला.

त्यावरही ती माजोर्डी म्हणाली, "फेकलेले तुकडे उचलायला मी काही भिकारीण नाही! नीट उचलून हातात दे!" नाइलाजानं मी वाकून नोटा गोळा करून तिच्या हातात दिल्या. त्या खेचून घेत तिनं आपल्या मुलाचा दंड धरला आणि तरातरा निघून गेली.

ती निघून गेली तरी माझं डोकं रिकामं-रिकामं होऊन गेलं. एवढं मोठालं घर! एकदा केर काढायचा म्हटलं तरी कंबरडं ढिलं होऊन जातं. दुसरीही कुणी मिळायला तयार नाही! सगळ्या मेल्यांची या बाबतीत मात्र एकी! एकीनं सोडलेल्या घरी दुसरी कामाला जात नाही! ह्या लेबरक्लासची मेण्टॅलिटीच तसली! या विचारात असतानाच स्वयंपाकिणीनंही सांगितलं, "अम्मा, उद्यापासून येणार नाही. माझी मुलगी बाळंतपणाला आलीय!" म्हणजे हीही त्यांना सामील झालीये! आता हिच्या हातापाया पडू मी? मलाही काही स्वाभिमान आहे की नाही? पैसे टाकले तर आणखी कुणी मिळणार नाही काय? मेसमधून डबाही मागवता येईल. आईला इथंच बोलावून घेतलं तर? नको... माझं स्वातंत्र्य... माझी प्रायव्हसी...

२

शाळेतून आलेल्या तेजूनं आणखी एक बातमी आणली. "शाळेच्या गॅदरिंगच्या दिवशी तू तुझ्या वडलांना का घेऊन येत नाहीस, असं माझे सगळे मित्र विचारताहेत!

मी सांगितलं, आमच्या अम्माचा डिव्हॉर्स झालाय म्हणून! तर सगळे फिदीफिदी हसले! नवीन म्हणाला, त्यानी तुझ्या अम्माला डिव्हॉर्स दिला असेल, तुला दिलाय काय? की तू त्यांचा मुलगाच नाहीस? म्हणाला तो!'' हे म्हणताना तेजूच्या चेहऱ्यावर राग, असहाय्यता आणि रडूही होतं.

''थांब, मी येते तुझ्या शाळेत! कोण तो नवीन? दोन देते त्याला लगावून! हेडमास्तरांना सांगून त्याला शिक्षा करावते!''

''नको! तू तसं केलंस तर सगळे माझ्याशी कट्टी करतील!... सांग ना! माझ्या अप्पांनी मलाही डिव्हॉर्स दिलाय?''

छे! हे प्रकरण इथंच सोडलं तर फारच महाग पडेल! आताच याचा तुकडा पाडला पाहिजे! नवरा-बायकोमध्ये बेबनाव असला तरी आपल्या मुलाला भेटून, आई-वडलांविषयी त्याच्या मनात अनादर निर्माण होणार नाही, अशा प्रकारे त्याच्याशी संवाद साधण्याची संस्कृती पाश्चात्त्य देशात जेवढी रुजली आहे तेवढी आपल्याकडे रुजलेली नाही हे तिला ऐकून माहीत होतं. हे त्यालाही ठाऊक आहे, पण आपल्या वाटेचं कर्तव्य करायला त्याची तयारी नाही. घटस्फोटानंतर एकमेकांशी संबंध राहिलेला नाही; आणि तेच बरं आहे! पण आपल्या मुलाच्या संदर्भातली कर्तव्यंही हा नाकारतोय! ही बेजबाबदारीची परमावधीच! काय करावं? चित्रा मॅडमना सांगून... नको. प्रत्येक बाबतीत त्यांच्याकडे धाव घेणं बरं नव्हे. मला माझं म्हणून काही व्यक्तित्व आहे की नाही? उद्याच्या उद्या जाऊन त्याची भेट घ्यायला पाहिजे! तेही तेजूला बरोबर घेऊन. त्याच्याकडे फोन नाही, मोबाईल असेल कदाचित - पण डिरेक्टरीत तो नंबर मिळायची सोय नाही. यानं तर स्वत:कडे मोबाईलही ठेवला नसेल!

दुसरे दिवशी तिला भीती वाटली. भीती? अंहं. थोडी टाळाटाळ म्हणता येईल. असेच तीन दिवस गेले. दुसरेच दिवशी तेजूनं पुन्हा ''अप्पा...'' म्हणून आवाज काढला. तिसऱ्या दिवशी तिनं धैर्य गोळा केलं. डिटेक्टिव्ह-कंपनीनं दिलेला पत्ता तिच्या डायरीत होता. तिनं स्वत: धुवून इस्त्री केलेला सलवार-कमीज घातला, तेजूलाही इस्त्रीचे कपडे चढवून ती कार घेऊन निघाली.

फ्लॅट मिळायला काहीही कठीण गेलं नाही. चौकीदाराला विचारून ती जिना चढून फ्लॅटपाशी गेली. दरवाजा पुढं केला होता तो वाऱ्यानं किलकिला झाला होता. आतलं बोलणं ऐकू येत होतं. त्याचाच आवाज! बेजबाबदार माणूस!

''...पण नची, तुला मागंही मी सांगितलं होतं, स्वत:ची कंपनी चालवल्यामुळे असेल कदाचित, मला कुणाच्याही हाताखाली काम करणं शक्यच नाही!...''

दुसरा आवाज आला, ''...पण तुला कशाला नोकरी करायला पाहिजे? एवढा पगार मिळतो मला! तुम्हीही सगळे तिथंच राहायला या. नाहीतर मी दर महिन्याला!...''

“त्यासाठी मी नाही सांगत! तू सदतीस वर्षांचा आहेस. अजूनही बरीच वर्षं तुला काम करायचं आहे! इतरांकडे राबण्यापेक्षा स्वत:ची कंपनी सुरू कर. तुला ज्या क्षेत्रात गती आहे, त्याचं प्रॉडक्शन सुरू कर. मी त्यावर देखरेख करेन, हवा तर सी.ई.ओ. म्हणूनही काम बघेन. आधी भाड्याची जागा घेऊन सुरुवात करू या. आणखी तीन वर्षांत आपलीच जागा ताब्यात मिळेल. रिस्क घेतल्याशिवाय कसं पुढं यायला जमणार?”

एवढ्यात समोरच्या फ्लॅटमधून कुणीतरी बाहेर आलं. आपण बाहेर उभं राहून चोरून ऐकत असल्याचं त्यांनी पाहिलं तर? शरम वाटून तिनं दार लोटलं आणि आत प्रवेश केला.

समोरासमोर दोन वेताच्या खुर्च्या होत्या. त्यातल्या एका खुर्चीवर हा निवांत बसला होता! त्या समोरच्या खुर्चीवर बसलेल्या माणसाच्या पायांना पाय लागले तरी त्याची फिकीर न बाळगता बसला होता मिस्टर जयकुमार! आणि तोही याचे पाय लागत असले तरी न हटता तसाच बसला होता! याला निष्ठा म्हणायचं की लाचारी?

एवढ्यात एक युवती... होय! तीच! हा सतत भरमसाठ लाड करायचा, ती राणी! एका तबकात कॉफीचे दोन कप घेऊन या दोघांपाशी आली. चमकदार जरीची साडी आणि ब्लाऊज, गळ्यात काळी पोत, चेन, कानात कुड्या, लांबसडक वेणी, त्यात भरपूर गजरा, रेशमी साडीच्या निऱ्यांआड असलेलं सातेक महिन्यांचा गर्भ असलेलं पोट! म्हणजे हा जावई दिसतोय! तिला काय बोलावं ते सुचेना.

जयकुमारही क्षणभर गडबडला. त्याच्या पायांची हालचाल झाली तरी त्यानं जावयाजवळची पावलं हलवली नाहीत.

ती म्हणाली, “आय केम टु स्पीक टू यू!...”

“कोर्टात ठरायचं ते सगळं ठरलंय! आता बोलायला काही राहिलं नाही! प्लीज गेटआऊट!” त्यानं सांगितलं.

“तुझ्या-माझ्यात काहीही राहिलेलं नाही. मी तुझ्या मुलाच्या संदर्भात बोलायला आलीये!” ती उभ्या-उभ्याच म्हणाली. तिथं दोन खुर्च्या होत्या, पण त्यावर बसलं तर हा “मी परवानगी दिलेली नाही!” म्हणेल, अशी भीती वाटली.

“मॅडम, माझा एकेरी उल्लेख करायचा तुम्हाला अधिकार नाही! हा माझा मुलगा नाही!”

“वॉट डू यू मीन? इट इज...” तिनं आवाज चढवला.

“मला अधिक ठाऊक नव्हतं. आता समजलंय! मला लग्नाच्या फंदात अडकवण्याच्या आधी आणि लग्नानंतरही असलेला तुमचा यार असेल कदाचित याचा बाप! एक कंपनी उभी करून विस्तार करायचा अनुभव आहे मला! तुमचा

संपूर्ण इतिहास खणून काढणं मला मुळीच अशक्य नाही! माझी फसवणूक केल्याबद्दल तुम्हाला जेलला पाठवेन मी! माझ्या फॅक्टरीच्या दाराशी शंभर भाबड्या मुलींना घेऊन आल्या होत्या तुमच्या वकिलीणबाई, माला केरूर! त्यांच्या ऑफिसच्या बाहेर शंभर हर्ट झालेल्या पुरुषांना घेऊन येईन म्हणून सांगा त्यांना!''

''तुम्ही माझ्यावर कितीही आगपाखड करू शकाल! पण तुमच्या मुलाला इमोशनल सपोर्ट देणं हे बाप म्हणून तुमचं कर्तव्य आहे!''

''त्या आधी तो माझा मुलगा आहे हे सिद्ध व्हायला पाहिजे! मी डी.एन.ए. टेस्टसाठी तयार आहे! जर तो माझा नाही असं सिद्ध झालं तर तुम्ही आणि तुमचा तो यार, दोघांवरही मी क्रिमिनल-केस करेन! मग तुमच्या त्या माला केरूर किंवा चित्रा होसूर असोत! तुम्हाला त्या कशा वाचवतात, ते मीही पाहतोच!''

डी.एन.ए. टेस्टचं नाव निघताच तिचे हात-पाय गळाले. डोळ्यासमोर अंधारी आली. प्रभाकर एक्सप्लॉयटर! पिग! तो यातूनही स्वत:ची सुटका करून घेईल! पण माझी काय गत?...

तो पुढं म्हणाला, ''एक कोटी रुपये, माझ्या धर्मपत्नीनं बांधलेलं राजवाड्यासारखं घर दिलंय मी! तेही हा माझा आहे की नाही हे न बघता! वर मी इमोशनल सपोर्टचं नाटकही करायचं? आता माझी आर्थिक परिस्थिती साधारण असतानाही दिलेलं माघारी घ्यायचा विचार केलेला नाही. पण... गेटआऊट!''

तिला काय बोलावं ते सुचलं नाही. तिथं उभं राहायची शक्तीही नाहीशी झाली होती. तेजूचा हात धरून ती तरातरा जिना उतरू लागली. तेजू विचारत राहिला, ''अम्मा! तेच माझे अप्पा ना?''

''तोंड मीट!'' म्हणत तिनं त्याच्या थोबाडीत दिली आणि त्याला ओढत चालू लागली.

बावीस

ई-मेल

प्रिय अण्णा,

तू हैद्राबादला गेल्यापासून मला फार बोअर होतंय. तुला तीन महिन्यांसाठी म्हणून तुझ्या कंपनीनं तिथं पाठवलंय ना! बघ हं! तिथंच कायमचं ठेवतील तुला! अप्पांचा जिनिव्हाहून फोन आला होता. तुझा हैद्राबादचा फोन नंबर त्यांना कळव. तुझा मोबाईल लागत नाही म्हणत होते ते.

तुला दोन गोष्टी कळवायच्या होत्या.

माझे बॉस, नचिकेत सर तुलाही ठाऊक आहेत. त्यांनी गेल्या आठवड्यात मला त्यांच्या घरी जेवायला बोलावलं होतं. त्यांच्या पत्नी एक सॉफ्टवेअर कंपनी सुरू करणार आहेत. त्यांचे सासरेच त्याचं सगळं बघणार आहेत म्हणे. तिथं त्यांना तांत्रिक बाजू सांभाळायला एक समर्थ इंजिनियर हवा आहे. त्यांना मी तुझ्याविषयी मागंच बोलले होते. त्यांनी तुला भेटायची इच्छा व्यक्त केली आहे. कंपनी नवी आहे. त्यामुळे भरपूर संधी आहे, हेही आवर्जून सांगायला सांगितलंय त्यांनी!

माझा अंदाज असा आहे, आता बायकोच्या नावे कंपनी सुरू करायची आणि दोन-तीन वर्षांनंतर, कंपनी नीट रुजल्यावर आपणही नोकरीचा राजीनामा देऊन आपल्या कंपनीत पूर्णपणे लक्ष घालायचं, असा काहीसा त्यांचा प्लॅन असावा. तूही विचार कर. मी एक मात्र सांगेन, नचिकेत सर एकदम चांगले आहेत. प्रामाणिक माणूस. मी इथं लागल्यापासून गेलं वर्षभर त्यांचं वागणं पाहतेय. तिथं सहकाऱ्यांशी वागणंही छान आहे.

गेल्या आठवड्यात त्यांच्या घरी गेले असता माझा त्यांच्याविषयीचा आदर आणखी वाढला! तिथं त्यांच्या पत्नीला पाहिलं. ती त्यांच्या मामाचीच मुलगी. दहा वर्षांची असताना अपघातात तिच्या मेंदूला इजा झाल्यामुळे तिच्यात काही प्रॉब्लेम आहे. बोलणं स्पष्ट नाही, त्यामुळे शिक्षणही नाही. म्हणजे विकृती आहे, असंही

म्हणता येणार नाही. ॲबिलिटीला काही मर्यादा आल्या आहेत. आमचे नचिकेत सर तिच्याशी किती छान वागताहेत म्हणून सांगू! बघितल्याशिवाय समजणार नाही ते! ती दिसायला देखणीच आहे, पण शिक्षण नसल्याची विशिष्ट कळा चेहऱ्यावर पहिल्या नजरेतच दिसते. याचाच अर्थ असा की कंपनीला तिचं नाव देताहेत ते आता नोकरी करत असलेल्या कंपनीच्या लक्षात येऊ नये म्हणून. किंवा तेवढं प्रेम असेल तिच्यावर! किंवा दोन्ही कारणं असतील.

त्यांना सहा महिन्याचं एक क्यूट बाळ आहे! आईच्या कडेवर होतं. मला बघताच काय मस्त हसलं म्हणून सांगू! त्याला घ्यायची इतकी तीव्र इच्छा झाली मला! मी घ्यायला हात पुढे केला- त्याच्याही चेहऱ्यावर फ्रेण्डली हसू होतं! आणि आलं की ते माझ्याकडे! ग्रेट! तेव्हा मला काय वाटलं ते नाही सांगता येणार! त्या छोकऱ्यासाठी मला त्यांच्या घरी वरचेवर जावं लागणार असं दिसतं! बाळाला माझ्याकडे दिल्यावर त्याची आई आमच्या जेवणाची तयारी करायला आत गेली. भिंतीवर एका बाईचा फोटो होता. हिची आई असावी. माझा अंदाज बरोबर निघाला.

अण्णय्या, चार वर्षांपूर्वी तू मला म्हणाला होतास, धाकट्या बहिणीचं लग्न झाल्याशिवाय थोरल्या भावानं लग्न करायची पद्धत नसते! थोरल्या भावाचं निदान या बाबतीत तरी ऐकायला हवं नाही का? पण तूच सांग, आमचे नचिकेत सर आपल्या बायकोवर जितकं प्रेम करतात, तेवढं प्रेम करणारा कुणी तुझ्या मित्रांमध्ये किंवा ओळखीत आहे का? का विचारलं, ठाऊक आहे? आज-काल अशी निष्ठावान मुलं मिळणंही तितकंसं सोपं नाही! ओळख आहे म्हणून हॉटेलला नाश्त्यासाठी सोबत गेलं की तिसऱ्यांदा वीक-एण्डला हॉटेलवरच बोलावतात! मुलीही काही कमी नाहीत म्हणा! 'त्यात काय बिघडलं, लग्नानंतर सोवळं पाळलं की पुरेसं आहे,' असा विचार मांडतात! म्हणूनच मला कलिग्सबरोबर नाश्त्यासाठी जायचीही भीती वाटते.

आणखीही एक आहे! मुलंही मुलीच्या आई-वडलांची चौकशी करतात. आई मरूनच गेली असेल तर सहानुभूतीनं विचार करतात, पण आईनं डिव्होर्स घेतलाय म्हटलं तर मात्र किळस दाखवतात; त्यातही माझी आई परदेशात शिकलेली आणि मुक्त जीवनाच्या तत्त्वज्ञानाचा प्रचार करणारी! चांगल्या घरातला आणि निष्ठेनं आयुष्य काढायचा विचार करणारा कोण तरुण तयार होईल?

म्हणजे तुझ्याही लक्षात आलं का? तुझ्या या बहिणीचं लग्न करणं ही वाटते तितकी साधी गोष्ट नाही आहे! नाही का?

इति नमस्कार
सुजया

- समाप्त -